തകർച്ച

thakarcha
novel
•
p valsala
•
chintha first edition
september 2010
•
second edition
april 2014
•
third edition
january 2017
•
typesetting & published
chintha publishers, thiruvananthapuram
•

•
cover
sunil ashokapuram
•

വിതരണം

ദേശാഭിമാനി ബുക്ക് ഹൗസ്
H O തിരുവനന്തപുരം-695 035
phone: 0471-2303026, 6063026
www.chinthapublishers.com
chinthapublishers@gmail.com

ബ്രാഞ്ചുകൾ

ഹെഡ്ഓഫീസ് ബ്രാഞ്ച് കുന്നുകുഴി • സ്റ്റാച്യു തിരുവനന്തപുരം • കെ എസ് ആർ ടി സി ബസ് സ്റ്റേഷൻ ആലപ്പുഴ • കെ എസ് ആർ ടി സി ബസ് സ്റ്റേഷൻ എറണാകുളം • മച്ചിങ്ങൽ ലെയ്ൻ തൃശൂർ • ഐ ജി റോഡ് കോഴിക്കോട് • മാവൂർ റോഡ് കോഴിക്കോട് • എൻ ജി ഒ യൂണിയൻ ബിൽഡിങ് കണ്ണൂർ • സെൻട്രൽ ബസ് ടെർമിനൽ കോംപ്ലക്സ് താവക്കര കണ്ണൂർ

CR - 1541 / 4013

തകർച്ച

നോവൽ

പി വത്സല

ചിന്ത പബ്ലിഷേഴ്സ്
തിരുവനന്തപുരം-695 035

പി വത്സല

1938 ഏപ്രിൽ 4ന് കോഴിക്കോട് ജനനം. കോഴിക്കോട് ഗവൺമെന്റ് ട്രെയിനിങ് സ്കൂളിൽ പ്രധാനാധ്യാപികയായി വിരമിച്ചു. ഇപ്പോൾ കേരള സാഹിത്യ അക്കാദമി അധ്യക്ഷ. കേരള സാഹിത്യ അക്കാദമി അവാർഡ് അടക്കം നിരവധി പുരസ്കാരങ്ങൾ. *നിഴലുറങ്ങുന്ന വഴികൾ, നെല്ല്, ആഗ്നേയം, അരക്കില്ലം, ഗൗതമൻ, പാളയം, ചാവേർ, കൂമൻകൊല്ലി, നമ്പരുകൾ, വിലാപം, പഴയപുതിയ നഗരം, ആനവേട്ടക്കാരൻ, അനുപമയുടെ കാവൽക്കാരൻ, ഉണിക്കോരൻ ചതോപാധ്യായ, ഉച്ചയുടെ നിഴൽ, കറുത്ത മഴപെയ്യുന്ന താഴ്വര* (കഥാസമാഹാരങ്ങൾ) എന്നിവയാണ് കൃതികൾ.

പിതാവ് : കാനങ്ങോട്ട് ചന്തു

അമ്മ : ഇ പത്മാവതി

ഭർത്താവ് : എം അപ്പുക്കുട്ടി

വിലാസം : അരുൺ
മേരിക്കുന്ന് പി ഒ
കോഴിക്കോട് 673012.

ഒന്ന്

സന്ധ്യ. സ്വന്തം കൂടുകളിൽ അണയാനുള്ള ധൃതിയായിരുന്നു എല്ലാവർക്കും. മനുഷ്യരുടെ സ്വരവും, എച്ചിലിലകൾ കൊത്തിപ്പറിക്കുന്ന കാക്കകളുടെ കരച്ചിലും, തെണ്ടിനായ്ക്കളുടെ കുരയും സന്ധ്യയെ വെറിപിടിപ്പിച്ചുകൊണ്ടിരുന്നു.

യാത്ര പറയാനായി ഓരോരുത്തർ വന്നു.

"സരസൂ നീ ഞങ്ങളുടെ കൂടെപ്പോരൂ. എന്റെ അഞ്ചുമക്കളിൽ മൂത്തവളായി നിനക്കവിടെ കഴിയാം" ശ്രീധരപാപ്പൻ പറഞ്ഞു. അച്ഛന്റെ അനുജനാണ് വിളിക്കുന്നത്.

"എനിക്കൊന്നേയുള്ളല്ലോ. എന്റെ കൂടെപ്പോന്നോളൂ" വേലായുധപാപ്പന്റെ ഭാര്യയാണ്. സരസു മനസുകൊണ്ടു കണക്കുകൂട്ടി. ഇളയമ്മയ്ക്കുദ്യോഗത്തിനുപോണം. വീട്ടിൽ വേലക്കാരില്ല. ഇവൾ വെറുതെയിരിക്കയല്ലേ. സ്വന്തം ചോരയല്ലേ. വീടും വീട്ടുപണിയും വിശ്വസിച്ചേൽപ്പിച്ചു രാവിലെ ആപ്പീസിലേക്കിറങ്ങാം. പറമ്പിലെ പച്ചക്കറികൾ വെള്ളംകിട്ടാതെ കരിഞ്ഞുപോവില്ല. പൈക്കുട്ടികൾ കയറഴിഞ്ഞു പാലും കുടിച്ചുപോവില്ല. വളപ്പിൽ വീഴുന്ന ഓലമടലുകൾ പെറുക്കാൻ അയൽക്കാർ വരില്ല. അടച്ചുപൂട്ടിയുറങ്ങുന്ന ഒരു വീട്. ഐശ്വര്യം കെട്ടതുതന്നെ. ഇതു സരസുവിനു വേണ്ട. ഇവിടുന്നങ്ങോട്ടു എന്തായാലും വേണ്ട. കഷ്ടപ്പെടുന്ന കാലത്ത് ഇവരൊക്കെ എവിടെയായിരുന്നു? വൈദ്യർ കൊടുത്ത കഷായക്കുറിപ്പ് മരുന്നുഷാപ്പിലേക്കു കൊണ്ടുപോകാൻ ആളില്ലാതിരുന്നപ്പോൾ, മരുന്നിന് ആറണയില്ലാതിരുന്നപ്പോൾ ഇവരൊക്കെ എവിടെയായിരുന്നു.

അവൾ ആരോടും മറുപടി പറഞ്ഞില്ല. യശോദ ഇളയമ്മയുടെ മുഖത്തൊന്നു അമർത്തിനോക്കുക മാത്രം ചെയ്തു. അവർ മുഖം തിരിച്ചു. വേണ്ടെങ്കിൽ വേണ്ട. തന്തയില്ലാത്ത കുട്ടിയോടു ഒരു കനിവു വിചാരിച്ചപ്പോൾ അഹമ്മതി കണ്ടില്ലേ!

ബന്ധുക്കളും, കുടുംബക്കാരും, അയൽക്കാരുമായ പെണ്ണുങ്ങളെല്ലാം തന്നെ അടിമുടി പരിശോധിക്കുന്നു. കഴുത്തിൽ, കണ്ണുകളിൽ, ശരീരത്തിൽ– എല്ലാം അവരുടെ നോട്ടങ്ങൾ പരതിനടന്നു. അവർ എന്താണന്വേഷിക്കുന്നത്? വീടുവിട്ടുപോയ ഈ പെണ്ണിനു എന്തെല്ലാം സംഭവിച്ചിരിക്കുന്നു എന്നോ? അവരുടെ കൂർത്ത നോട്ടങ്ങളുടെ മുമ്പിൽ അവളിലെ ഒരണുപോലും അനങ്ങിയില്ല. എല്ലാ നോട്ടങ്ങളും പറയുന്നു.

"നീയാണ്, നിന്റെ അച്ഛനെക്കൊന്നത്, നീ!"

"നിങ്ങൾ രണ്ടു സന്തതികൾ ആ നല്ല മനുഷ്യനെ നശിപ്പിച്ചു."

ഈ കാപട്യംകണ്ട് അവൾക്ക് ചിരിക്കാൻ തോന്നി. ചത്ത മനസിന്റെ ചിരി.

അവൾ അനാഥയായിരുന്നു. അവൾക്കു ഭാവിയിലേക്കൊരു തണൽ വേണ്ടേ! ആർക്കും ഉള്ളിൽ അങ്ങനെയില്ല. അവൾ പരിതാപം അർഹിക്കുന്നില്ല. സംരക്ഷണം അവൾക്കുവേണ്ട. ഒറ്റയ്ക്കു താമസിക്കാനാണ് ഇഷ്ടം. കണ്ടില്ലേ, ആളെണ്ണി വിളിച്ചിട്ടും അവളനങ്ങിയോ? ഇതു പറയണം. അതിന്നാണ് എല്ലാവരും ഒന്നിച്ചു കൂട്ടിക്കൊണ്ടുപോകാമെന്നു പറയുന്നത്.

ഒരു പെൺകുട്ടി ഒറ്റയ്ക്കു ഒരു വീട്ടിൽ! കൂട്ടിന്നു മുത്തശ്ശിയുണ്ട്. ചുവരിൽ, മാറാലപിടിച്ചു, പൊടിയണിഞ്ഞ പൊട്ടിയ ചില്ലുകൾക്കുള്ളിൽ ദേവന്മാരും ഉണ്ട്.

പഴകി ദ്രവിച്ച ഈ വീടും!

എത്ര തലമുറകൾ ഇവിടെ പൊട്ടിവിരിഞ്ഞു, ചിറകുവിടർത്തി പറന്നുപോയി! ജനനം, പാലുകുടി, ചോറൂണ്, കല്യാണം, മരണം-സ്നേഹം, പക, അസൂയ, വിദ്വേഷം, ചതി, നന്ദികേട്, സ്വാർത്ഥം-എല്ലാറ്റിനും സാക്ഷിയായി ഈയൊരു തകർന്നവീട് അവശേഷിക്കുന്നു. പ്രായം കണക്കിലധികമായൊരു മുത്തശ്ശിയും, ദുഷ്പേരുവീണ ചെറുപ്പക്കാരി പേരക്കിടാവും. പുതിയൊരു തലമുറയ്ക്കു ജനിച്ചുവളരാനുള്ള ഇടം ഇതല്ല. ഈ അന്തരീക്ഷം അതിനുപറ്റില്ല. അകം പുറ്റായ ചുവരുകൾ, ഉറക്കുത്തിയ കഴുക്കോലുകൾ, തകർന്നടിഞ്ഞ ചായ്പ്പുകൾ, പൂപ്പൽപിടിച്ചു കറുത്ത ഓടുകൾ, അഴികൾ പൂതലിച്ച ജനലുകളും, വിജാഗിരിപൊട്ടിയ വാതിലുകളും, കൂർത്ത ചരക്കല്ലുപൊന്തി, പാഴ്പ്പുല്ലുനിറഞ്ഞ മുറ്റം. ചോർന്നൊലിച്ച ചുവരുകളിൽ, പഴയതും പുതിയതുമായ പൂപ്പലിന്റെ, കറുപ്പും പച്ചയുമായ നിഴലുകൾ വീണിരിക്കുന്നു.

ഉള്ളിലൊരു ചലനം. അവൾ നടുങ്ങി. താനെന്തിനു ഇവിടേക്കുവന്നു? നശിച്ചുകഴിഞ്ഞ താൻ? തകർന്നടിയുന്ന ഈ വീട്ടിലേക്ക്! അച്ഛനെക്കാണാനോ?

അവസാനം അവളെങ്കിലും വന്നല്ലോ എന്നു സന്തോഷിച്ചതു മുത്തശ്ശി മാത്രം. അച്ഛനും തന്നോടു ക്ഷമിച്ചു. ഈ അവസാന നിമിഷത്തിൽ.

മനസിൽ നിറയെ സംശയങ്ങളായിരുന്നു. അപരാധബോധത്തിൽനിന്നുളവായ ആശങ്കകൾ! വഴിപിഴച്ചു വീട്ടിൽ നിന്നിറങ്ങിപ്പോയ മകളെക്കാണാൻ അച്ഛൻ ഇഷ്ടപ്പെടുമോ!

അവളുടെ ശൂന്യമായ കണ്ണുകളിലെ ഇരുണ്ട നിഴലുകൾ കണ്ടിട്ടു മുത്തശ്ശി പറഞ്ഞു.

"ഇപ്പോഴെങ്കിലും ഒന്നു വരാൻ തോന്ന്യല്ലോ, കുട്ടീ"

അച്ഛൻ കിടന്നിരുന്ന മുറിക്കു മുമ്പിലെത്തിയപ്പോൾ ഒരു പ്രത്യേക ഗന്ധം മൂക്കിലണഞ്ഞു. രോഗത്തിന്റെ ഗന്ധം! ദൗർഭിക്ഷത്തിന്റെ ഗന്ധം. സുഭിക്ഷതകണ്ടു തഴമ്പിച്ച ഈ കാറ്റ് മറിച്ചുവീശാൻ തുടങ്ങിയതെന്നാണ്? താൻ ഓർമിക്കുന്ന കാലം തുടങ്ങി ഇതിങ്ങനെ ആയിരുന്നില്ലേ?

അച്ഛന്റെ ധാരാളിത്തത്തിന്റെ ഫലമായ സുഭിക്ഷതയുടെ അടിയിലെല്ലാം തകർച്ചയുടെ നിശ്വാസങ്ങൾ പതുങ്ങിയിരിപ്പുണ്ടായിരുന്നു. ആരും അതറിഞ്ഞില്ല.

താൻ വർഷങ്ങൾക്കുശേഷം കയറിവരുമ്പോൾ, കോണിച്ചുവട്ടിൽ വാടിയ കുറുന്തോട്ടിയിലകൾ ചിതറിക്കിടന്നിരുന്നു. പകുതി ചതഞ്ഞ വെറ്റില കുട്ടിയുരലിൽ കിടന്നു. സർവത്ര ശൂന്യത, അനാഥത്വം!

വീടുനിറയെ ഉണ്ടായിരുന്നവരൊക്കെ പോയി! കിഴക്കെ വയലിന്നക്കരെ ശ്രീധരപാപ്പന്റെ പുതിയ മാളിക തലയുയർത്തി നിൽക്കുന്നു. പറമ്പിന്റെ തെക്കുപടിഞ്ഞാറു മൂലയ്ക്കു വേലായുധപാപ്പന്റെ ഒതുങ്ങിയ ചെറിയ വീട്. കാണാപ്പുറത്താണ് മറ്റെല്ലാവരും—മൂത്തമ്മ, ഇളയമ്മ, ഏടത്തി-

വലിയ മരത്തിൽനിന്നു വിത്തുകൾ വീണു, കിളുത്തു, വലുതായി. അകലെ തെറിച്ചുവീണവ മുളച്ചുപൊങ്ങി, തഴച്ചുവളർന്നു. എല്ലാവർക്കും തണലേകിയിരുന്ന ഒരു വൻമരമായിരുന്നു, അച്ഛൻ! അയൽക്കാർക്കും! ബന്ധുക്കൾക്കും, സ്വന്തക്കാർക്കും, മിത്രങ്ങൾക്കും, ശത്രുക്കൾക്കു പോലും ഇന്നൊരു പൂതൽപിടിച്ച, വീഴാറായ മരം. അടുത്തുള്ളവർ ഭയപ്പെടുന്നു. വീണാൽ അപകടമല്ലേ?

മരണമടിയന്തിരങ്ങൾക്ക് പണം വേണ്ടേ? പഴയ വീട്ടിന്റെ ഇടനാഴികളിലും, മുറികളിലും ശബ്ദമില്ലാതെ നടക്കുന്ന മുത്തശ്ശിക്കു വയസുകാലത്തു തുണ നൽകേണ്ടേ? എങ്ങോനിന്നു കയറിവന്ന ആ പെണ്ണില്ലേ? തറവാടിന്റെ മാനംകെടുത്ത സന്തതി! ഒരു തണൽ അവൾക്കും നൽകേണ്ടേ? ആരും അധികം അടുത്തു പെരുമാറുന്നില്ലെന്നു വന്ന ഉടനെ അവൾ മനസിലാക്കി.

അച്ഛന്റെ തുമ്മൽ കേട്ടു ഞെട്ടി. ഇടനാഴിയിലെ ഇരുട്ടിൽത്തന്നെ നിൽക്കുകയായിരുന്നു. രണ്ടുമൂന്നു ജോഡി ഉടുപ്പുകളും, പഴയ സർട്ടിഫിക്കറ്റുകളും മാത്രം അടങ്ങിയ ഉറപ്പില്ലാത്ത പ്ലാസ്റ്റിക്ക് ബാഗ് കയ്യിൽത്തന്നെ തൂങ്ങിക്കിടന്നു. മുത്തശ്ശി പറഞ്ഞു.

"അതവിടെവച്ച്, ഇവിടെങ്ങാനും കുത്തിര്ന്നൊ!"

അകത്ത് അച്ഛന്റെ തുമ്മൽ കേട്ടു ഞെട്ടി. ഉള്ളിലേക്ക് കാലുവയ്ക്കാൻ മടിതോന്നി. എങ്ങനെ കടക്കും? എന്തു പറയും?

തട്ടിന്മേൽ പല്ലികൾ ചിലച്ചുകൊണ്ടിരുന്നു. ജനവാസമില്ലാത്ത വീട്ടിലെന്നപോലെ എലികൾ പരക്കംപാഞ്ഞുകൊണ്ടിരുന്നു. കാറ്റത്തടിക്കുന്ന കരിയിലകളുടെ ശബ്ദം വീട്ടിനുചുറ്റും പാറിനടന്നു.

"അച്ഛനുണർന്നോ" മുത്തശ്ശിയുണ്ട്, തൊട്ടുപിറകിൽ. അവൾ ഞെട്ടി.

മുത്തശ്ശിയുടെ കയ്യിൽ, ആവിപൊന്തുന്ന, പഴയ ഓട്ടു ഗ്ലാസ്സ്. തേക്കാൻ ശ്രമിച്ചിട്ടും, തിളക്കമുള്ള വരകൾക്കുപിന്നിൽ പഴക്കത്തിന്റെ കറകൾ മറഞ്ഞിരിക്കുന്നു. വാതിൽക്കൽനിന്നു മാറി.

മുത്തശ്ശി അകത്തുകടന്നു. പാത്രം കട്ടിലിന്നു കാൽക്കൽ പെട്ടിപ്പുറത്തുവച്ചു ജനലിന്റെ ഒരു പാളി തുറന്നിട്ടു. ഒന്നേയുള്ളൂ മറുഭാഗത്ത് മെടഞ്ഞ ഓലക്കഷണം ചേർത്തുവെച്ചു കെട്ടിയിരിക്കുന്നു. കയർക്കഷണംകൊണ്ടു വലിച്ചുകെട്ടിയ ജനൽപ്പാളിയുടെ, പൊട്ടാതെ അവശേഷിച്ച, തുരുമ്പുപിടിച്ച ഒറ്റവിജാഗിരി ഉറക്കെക്കരഞ്ഞു.

കെട്ടിനിന്ന അന്തിവെളിച്ചം അകത്തേക്കൊഴുകി.

പെട്ടിപ്പുറത്തെ ചെല്ലത്തിലിരുന്ന ടീസ്പൂണെടുത്ത് ആദ്യം വിരലുകൊണ്ടും, പിന്നെ ഉടുമുണ്ടിന്റെ കോന്തലകൊണ്ടും തുടച്ച് മുത്തശ്ശി പറഞ്ഞു;

"യാരുക്കുട്ട്യേ, ഒന്നെണീറ്റിതു കുടിക്ക്!"

അച്ഛൻ ഒന്നനങ്ങി. കണ്ണു തുറക്കാതെതന്നെ ചോദിച്ചു;

"ആരാ അവടെ വന്നത്?"

"അതോ, പറയാം. ആദ്യം ഇതു കുടിക്ക്!"

മുത്തശ്ശിയുടെ എല്ലിച്ച ഞരമ്പെഴുന്നുനിൽക്കുന്ന കൈകൾ ഉണർന്ന് പുത്രനെ എഴുന്നേൽപ്പിക്കാൻ ശ്രമിച്ചു. അവൾ ഒരുനിമിഷം നിന്നു. ഓടിച്ചെന്നു താങ്ങി.

അച്ഛൻ പെട്ടെന്നു തിരിഞ്ഞുനോക്കി. നോക്കുന്നതിനിടയിൽ ചുമ പൊട്ടി. മുത്തശ്ശിയുടെ കയ്യിലിരുന്ന ഓട്ടുഗ്ലാസിലെ വെള്ളം തുള്ളിത്തുളുമ്പി. അവൾ അതുവാങ്ങി.

അച്ഛൻ പെട്ടെന്നു വായ്പൊളിച്ചു വെള്ളം രണ്ടുവലിക്ക് അകത്താക്കി.

"കിടക്കണം"...............

പതുക്കെക്കിടത്തി. അയാൾ കണ്ണുമിഴിച്ചു മകളുടെ വിളർത്ത മുഖത്തു നോക്കിക്കൊണ്ടു കിടന്നു. അണയാൻ പോകുന്ന സൂര്യന്റെ വെളിച്ചം ആ പ്രകാശമറ്റ കണ്ണുകളെ തടവി.

മുത്തശ്ശി ദീർഘനിശ്വാസം ചെയ്തു. കോണിച്ചുവട്ടിൽ ചെന്നിരുന്നു പകുതി ചതച്ച വെറ്റില വീണ്ടും ചതയ്ക്കാൻ തുടങ്ങി. ടക്.ടക്...ടക്... ചെറിയ ഇരിമ്പുലക്ക ചിലപ്പോൾ കുഞ്ഞുരലിന്റെ വക്കിൽത്തട്ടി ശബ്ദമുണ്ടാക്കി.

തട്ടിൻപുറത്തു പെരുച്ചാഴികൾ ഓടിനടന്നു ശബ്ദമുണ്ടാക്കിക്കൊണ്ടിരുന്നു. തട്ടിന്റെ ഇരുണ്ട മൂലയിൽ പതുങ്ങിക്കിടന്നിരുന്ന നരിച്ചീർ ചിറകടിച്ചു തുറന്നിട്ട ജാലകത്തിലൂടെ പറന്നുപോയി. ഇരുട്ട് പതുക്കെപ്പതുക്കെ കയറിവരുന്നുണ്ടായിരുന്നു.

അച്ഛൻ തന്റെ നേരെ നോക്കിക്കൊണ്ടു തിരിഞ്ഞൊന്നു കിടന്നു. അവൾ വിചാരിച്ചു. ഇതാ അവസാനം ആ നിമിഷം എത്തിയിരിക്കുന്നു. അച്ഛൻ സംസാരിക്കാൻതന്നെയാണ് ഭാവം.

"നിയ്യൊറ്റക്കേ വന്നത്?" തളർന്ന സ്വരം. അതിൽ ആകാംക്ഷ നിറഞ്ഞുനിന്നിരുന്നു. അവൾ പ്രയാസപ്പെട്ടു ശബ്ദിച്ചു.

"ങ്ഉം."

ആ വൃദ്ധനേത്രങ്ങൾ അവളെ അടിമുടി ഒന്നുഴിഞ്ഞു. മകൾ വളർന്നിരിക്കുന്നു. കൊല്ലങ്ങൾക്കു മുമ്പു പടിയിറങ്ങിപ്പോയ മകൾ. എല്ലാവരുംകൂടി അവളെ ആട്ടിപ്പായിച്ചതല്ലേ? ഒരുതരം ഭ്രാന്തു പോലായിരുന്നു. അന്നവൾ കയറിവന്നപ്പോഴേ കലികയറി. നല്ല സമയം! രണ്ടു മക്കളും ജീവനോടെയിരുന്നിട്ടും എന്നെന്നേക്കും നഷ്ടപ്പെട്ടിരിക്കുന്നു എന്ന് ആ നിമിഷം തോന്നി. പലരെ ഊട്ടിവളർത്തി. കയ്യോ, കാലോ വളരുന്നതെന്നു നോക്കി വളർത്തി. അനുജന്മാരെ, അനിയത്തിമാരെ. അവരുടെ മക്കളെ. തന്റെ രണ്ടു മൂന്നു സന്തതികളെയും. അവസാനം ആരുമില്ല. ആരും വേണ്ട. ഒറ്റയ്ക്കാണ് ഈ ഭൂമിയിൽ പിറന്നത്. ഒറ്റക്കുതന്നെ ജീവിക്കാനും തുടങ്ങി. അവസാനവും തനിച്ചുതന്നെ. ഈ വലിയ യാത്രയ്ക്കിടയിൽ പലതും കണ്ടു. കേട്ടു. അനുഭവിച്ചു. പ്രവർത്തിച്ചു. കേറിക്കിടന്നു വിശ്രമിക്കാൻ ഒരു നിഴലുണ്ടോ എന്നുപോലും അന്വേഷിക്കാൻ ഇടകിട്ടാത്തവണ്ണം ദീർഘമായ, എങ്ങും തങ്ങാൻ കഴിയാതിരുന്ന ബദ്ധപ്പാടുനിറഞ്ഞ ഒരു യാത്ര!

താൻ ഒറ്റയ്ക്കാണെന്നു കരുതി അവസാനം മകൾ വന്നിരിക്കുന്നു. വേണ്ട. ഒന്നും ചോദിക്കേണ്ട. അവൾ വന്നല്ലോ. അതുമതി.......

ഈ മുറിക്കകത്ത് ഇങ്ങനെ കിടക്കാൻ തുടങ്ങിയിട്ടു വർഷങ്ങൾ കഴിഞ്ഞെന്ന ഒരു തോന്നൽ. രാവിലെ ഇരുണ്ട ഇടനാഴിയും, കോണിപ്പടിയും കടന്നു പകൽവെളിച്ചം എത്തിനോക്കാത്ത മുറിയിൽ, ഉച്ചതിരിഞ്ഞാൽ തളർന്ന സൂര്യരശ്മികൾ കഴുത്തുനീട്ടി പതിഞ്ഞുകിടക്കുന്നു. നീളംകൂടി വരുന്ന ചുവന്നുതുടങ്ങിയ വെയിൽനാളങ്ങൾ കണ്ടു മടുക്കുന്നു. തട്ടിന്മേൽ വേട്ടാളൻകൂടുകളുണ്ട്. അവ ഒഴിഞ്ഞു കിടക്കുന്നു. എന്നോ പറന്നുപോയ വേട്ടാളന്മാരുടെ കൂടുകൾ!

ആവശ്യമില്ലാത്ത കൂടുകൾ, വീണുപോവാൻ കൂട്ടാക്കാതെ തട്ടിന്റെ മൂലകളിൽ പറ്റിപ്പിടിച്ചുനിൽക്കുന്നു. ഇനി എത്ര കൊല്ലങ്ങളെങ്കിലും അതവിടെ കിടക്കും. ഈ പഴകിയ തറവാട് ദ്രവിച്ചു നിലംപൊത്തുന്നതു വരെ. ദ്രവിച്ചു വീണടിയാൻ കടക്കാരനുവദിക്കുമോ?

മസാലപ്പീടികക്കാരൻ വേലുവോ, തേങ്ങാക്കച്ചവടക്കാരൻ ഗോവിന്ദനോ, ഒരുനാൾ വേലക്കാരെയും കൊണ്ടുവന്ന് ഈ വീട് ഇടിച്ചുനിരപ്പാക്കും. പുതിയ വീടുവയ്ക്കും. പുതിയ കുടുംബങ്ങൾ, ഈ പഴയ മണ്ണിൽ കിളിർക്കും, വളരും. ആ വീട്ടിലേക്കാണ് മകൾ അവസാനം കയറിവന്നിരിക്കുന്നത്. താൻ മരിച്ചാൽ ഇവൾക്ക് ഇവിടംവിട്ടുപോവേണ്ടിവരില്ലേ!

അയാൾ വീണ്ടും കണ്ണുതുറന്നുനോക്കി. അവൾ തന്റെ മുഖത്തു കണ്ണുനട്ടുംകൊണ്ടു അനങ്ങാതിരിക്കുന്നു. അവളുടെ ക്ഷീണിച്ച കൺതടങ്ങൾ കറുപ്പുവലയങ്ങളായിരുന്നു. വെയിലിന്റെ ഒരു ചുവന്നനാട അവളുടെ നെഞ്ചിലൂടെ നിലത്തു വീണുകിടന്നു.

പെട്ടെന്നു ചോദിച്ചു;

"നീയ്യെന്നാ തിരിച്ചുപോണത്?"

എങ്ങോട്ട്! അവൾ മിണ്ടാൻ വയ്യാതെ ഇരുന്നു. എന്നാണ്? എന്തി

നാണ്? അച്ഛനു ഈ മകളെപ്പറ്റി വല്ലതും അറിയാമോ! അതോ, തന്നെ പരീക്ഷിക്കയോ!

"എത്ര ദിവസത്തെ അവധിയുണ്ട്"

വയ്യ. ഇതിനിയും സഹിക്കാൻ വയ്യ! അവധി! അവധിതന്നെ, എന്നും അവധി. തന്റെ ജോലി നഷ്ടപ്പെട്ടിരിക്കുന്നു. അരുതാത്തതു ചെയ്തു. അനേകവർഷങ്ങളിലെ പരിശ്രമഫലമായി ലഭിച്ച ജോലി വലിച്ചെറിഞ്ഞു പോന്നു. ഇനി ഒന്നും ബാക്കിയില്ല. ജോലിയില്ല. മാനമില്ല. ജീവിതത്തിനൊരവലംബവുമില്ല. എന്താണച്ഛനോടു പറയേണ്ടത്. അവശേഷിച്ച പ്രാണനെ ഞെക്കിക്കൊന്നുകളയാൻ തക്ക സത്യാവസ്ഥകളെല്ലാം പറയണോ? അമ്മയില്ലാത്ത ഖേദം അനേകം കൊല്ലങ്ങൾക്കുശേഷം വീണ്ടും അവളുടെ ഉള്ളിൽ തലയുയർത്തി. എന്തിനേ ഇങ്ങോട്ടു വന്നത്? എന്തിനു വന്നു? എന്തിന്? എന്തിന്?

രണ്ട്

പലരും രോഗമന്വേഷിച്ചു വരുന്നു. പതിവിലധികം ആളുകൾ, തന്റെ രോഗം അത്രയ്ക്കപകടസ്ഥിതിയിലാണോ! എന്താണ് രോഗം! തലകറക്കം, നെഞ്ചിടിപ്പ്, ചുമയും. ശരീരം ദിനംപ്രതി ശോഷിച്ചുവരുന്നു. വിശപ്പ് തീരെയില്ല. രണ്ടുനേരവും ഓരോ ഇറക്ക് വെള്ളം വേണം. കാപ്പിയോ, ചായയോ—എന്തെങ്കിലും. കുറച്ചുദിവസങ്ങളായി പാലാണ്, തരുന്നത് അമ്മ. തെക്കേമുറ്റത്തിനരികിൽ വീടോളം വലിപ്പമുണ്ടായിരുന്ന ആലയുടെ തറമാത്രം അവശേഷിക്കുന്നു. ഇന്ന് ഒരു തുള്ളിപ്പാലിനു ക്ഷാമം.

അമ്മയുടെ രണ്ടു കോഴികൾ മുട്ടയിടുന്നുണ്ട്. കോഴിമുട്ടകൊടുത്താണ് പാൽ വാങ്ങുന്നത്. അതുകൊണ്ടു തികയില്ല. തികയാത്തതിന് അമ്മ ചെയ്യുന്നജോലി കണ്ടപ്പോൾ പൊട്ടിക്കരയണമെന്നു തോന്നി. തന്റെ അമ്മ! തൊണ്ണൂറുകഴിഞ്ഞ അമ്മ!

ദാഹിക്കുന്നെന്നു തോന്നി. ഒന്നുരണ്ടുതവണ വിളിച്ചു. അമ്മ കേട്ടില്ല. അതുകൊണ്ടു ഇടനാഴിയുടെ ചുവർ പിടിച്ചു പതുക്കെപ്പതുക്കെ നടന്നു. കുണ്ടും കുഴിയുമായിക്കിടക്കുന്ന അടുക്കളക്കോലായിൽ എന്തോ നിഴൽ കണ്ടപോലെ തോന്നി. അമ്മയവിടെയുണ്ട്. വെള്ളം വാങ്ങിക്കുടിക്കാം. വാതിൽപ്പടിയിൽ നിന്നു ഒരു കാൽ തളത്തിലേക്കു വച്ചതേയുള്ളൂ. ഞെട്ടിപ്പോയി. അമ്മയും ഒന്നു ഞെട്ടിയെന്നു തോന്നുന്നു. വയസായ അമ്മ തട്ടിപ്പിടഞ്ഞെണീക്കാൻ ബദ്ധപ്പെട്ടു കാലുകൾ ശരിക്കു വരുന്നില്ല. തൊണ്ണൂറുകഴിഞ്ഞ അമ്മ ചകിരി പിരിച്ച് ചൂടിയുണ്ടാക്കുന്നു. ഈ മൂത്ത മകനെ പുലർത്താൻ. ചകിരിയുടെ നേർത്ത നാരുകൾ അമ്മയുടെ നരച്ച തലമുടിയിൽ അവിടവിടെ പറ്റിപ്പിടിച്ചുകിടന്നിരുന്നു. ചെയ്തുകൊണ്ടിരുന്ന ജോലി മകന്റെ കണ്ണിൽനിന്നു മറയ്ക്കാൻ അവർ പെട്ടെന്നു വാതിൽക്കലേക്ക് വന്നു മറഞ്ഞുനിന്നു. പാവം അമ്മ! ആറടിപൊക്കമുള്ള പുത്രനു മുമ്പിൽ കഷ്ടിച്ചഞ്ചടിപൊക്കമുള്ള, പ്രായംകൊണ്ടു കൂന്നുപോയ അമ്മയുടെ രൂപം ഒന്നും മറയ്ക്കാനാവാതെ നിന്നു. അടുക്കളത്തളത്തിലെ

ചകിരിനാരുകൾ കാറ്റത്തു വിറച്ചുകൊണ്ടിരുന്നു. അമ്മ പിരിച്ചിട്ട നീണ്ടചൂടി നിലത്തു വളയങ്ങളായിക്കിടന്നു.

"നിയ്യെന്തിനേപ്പഴ്ങ്ങട്ട്ണീറ്റ് വന്നത്"

"കുറച്ചുവെള്ളം."

അമ്മ ചെയ്തുകൊണ്ടിരുന്ന ജോലിയെപ്പറ്റി ഒന്നും പറയാൻ തോന്നിയില്ല. പാൽ വെറുതെയാരും തരില്ല. രണ്ടാളെങ്കിലും നാഴിയരിക്കു നാഴിയരിവേണ്ടേ? താൻ ഒന്നും സമ്പാദിച്ചുവച്ചിട്ടില്ലല്ലോ. അമ്മയോട് പരാതി പറയാൻ എന്തധികാരം. തനിക്കാവുമ്പോലെ ജീവിതം മുന്നോട്ടുന്തിക്കൊണ്ടുപോകാൻ അമ്മ ശ്രമിക്കുന്നു. ഒന്നും താൻ കണ്ടില്ലെന്നു നടിച്ചു. അമ്മയുടെ വിറയ്ക്കുന്ന കൈകളിൽനിന്ന് വെള്ളം വാങ്ങി ഒരു വലിക്കു കുടിച്ചിട്ട് വന്നപോലെ തിരിച്ചുപോയിക്കിടന്നു. പാവം, അമ്മ!

കൂന്നുകൂന്നുകൊണ്ടു ഇടനാഴിയുടെ അങ്ങറ്റത്തുള്ള അടുക്കളയിൽനിന്ന് ഇങ്ങറ്റം താൻ കിടക്കുന്ന മുറിവരെ നടക്കണം. പലതവണ. അമ്മയുടെ കാലുകൾ പതിഞ്ഞ്, ഇടനാഴിയിലെ നിലത്ത് ചരക്കല്ലുകൾ തേഞ്ഞു തിളങ്ങുന്നു. അധ്വാനത്തിന്റെ ഭാരം ചുമന്നു മുതുകെല്ലുവളഞ്ഞുപോയ അമ്മ!

എല്ലാവരും രോഗമന്വേഷിച്ചുവരുന്നു. ഇന്ന് പതിവിലധികം ആളുകൾ. ഇവരൊക്കെ മകളെക്കാണാനും കൂടിയാണ് വരുന്നത്. കാണട്ടെ. സ്വന്തമെന്നു പറയാവുന്ന അവളേയുള്ളൂ തുണ. അവൾ വരുന്നതുവരെ എന്തായിരുന്നു സ്ഥിതി! കൈമാറി എന്തെങ്കിലും ഒന്നെടുക്കാൻ അമ്മയ്ക്കു തുണയായി. ദിവസത്തിലൊരിക്കലേ അടുപ്പിൽ തീപുകയുന്നുള്ളൂ. എന്നാലും അമ്മക്കു സദാ ജോലിതന്നെ. അവസാനിക്കാത്ത ജോലി. പഴകി ദ്രവിച്ച വീട് അടിച്ചാലും, തുടച്ചാലും വൃത്തിയാവില്ല. വർഷങ്ങൾക്കുമുമ്പ് സരസുവിന്റെ അമ്മയും ഇതുതന്നെ പറഞ്ഞു. അടിച്ചാലും തുടച്ചാലും നന്നാവാത്ത പഴയവീട്. ചെയ്താൽ തീരാത്ത ജോലികൾ....

"നമുക്കിവിടം ഒന്നു സിമന്റിടീക്കണം."

"വേണം."

"വേണംവേണന്ന് പറയാൻ തുടങ്ങീട്ട് കൊല്ലങ്ങളെത്ര്യായി!"

പറഞ്ഞ വാക്കുകൾ പുതുക്കിക്കൊണ്ടിരുന്നു. ചാണകം മെഴുകാറുള്ള ആ കൈകൾ തളരുകയായിരുന്നു.

അവൾ തളർച്ചയെപ്പറ്റി ചിന്തിച്ചില്ല. മറ്റെന്തെല്ലാം കാര്യങ്ങൾ ചിന്തിക്കാനുണ്ടായിരുന്നു! ചെയ്യാനുണ്ടായിരുന്നു! അതുപോലെ നിറവേറ്റപ്പെടാത്ത അനേകം ആഗ്രഹങ്ങൾ അവളുടെ ഉള്ളിലുണ്ടായിരുന്നിരിക്കണം.............

പിടിവിട്ട മനസ്സ് കൈവിട്ടുപോയ ഒരു നൂലുണ്ടപോലെയാണ്. ഒരിക്കൽ പിടിവിട്ടാൽ അതങ്ങനെ കറങ്ങി അഴിഞ്ഞുകൊണ്ടേയിരിക്കും. പിടിച്ചുനിർത്താൻ ശ്രമിക്കുന്തോറും അഴിഞ്ഞുപോവുന്ന ചിന്തകളുടെ ചുരുളുകൾ!

മഴക്കാലം വരാൻ കാത്തിരുന്നു. ബാല്യകാലം.....

ഇന്നൊരു മഴപെയ്താൽ നനഞ്ഞു കുതിർന്നൊരു മൺകൂനപോലെ ഇരുന്നുപോവും, ഈ വീട്.

അന്ന് വീടിനെപ്പറ്റി ചിന്തകളില്ല. അടുക്കളത്തളത്തിലെ മൂലയോടിന്നു അന്നും ചോർച്ചയുണ്ടായിരുന്നു. അതൊന്നും അന്ന് ചിന്താവിഷയമല്ല.

മിഥുനം കർക്കിടകം മാസങ്ങൾ പുതുമകളുടെ മുന്നോടിയാണ്. പുതിയ ക്ലാസ്, പുത്തൻ ഉടുപ്പ്, പുതിയ കുട, പുത്തൻ പുസ്തകങ്ങൾ!

അക്കൊല്ലത്തിന് കൂടുതൽ വിശേഷമുണ്ട്. എട്ടാം ക്ലാസാണ് ജയിച്ചിരിക്കുന്നത്.

പുതിയ പുസ്തകങ്ങൾ. ട്രൗസറിന്നുപകരം, മുണ്ട്! അച്ഛൻ വിഷുവിന്നു സമ്മാനിച്ച മുണ്ട്! ഒന്നുകൂടി കിട്ടണം. ചുവന്ന കരയുള്ള പാവുമുണ്ടല്ല. ചാലിയൻ കൊണ്ടുവരുന്ന മുണ്ടുടുത്ത് നഗരത്തിലെ സ്കൂളിലേക്കു പോകാൻ വയ്യ. വേലുവിന്റെ അച്ഛന്റെ പീടികയിൽ കണ്ണാടി അലമാരയിൽ അടുക്കിവച്ചിരിക്കുന്ന മല്ലുമുണ്ട്! പതിവുപോലെ വാങ്ങാറുള്ള നീലവരയൻ ഷർട്ടിനു പകരം അച്ഛൻ രണ്ടു വെളുത്ത ഷർട്ടുകൾ തുന്നിച്ചു.

പുതിയ സ്കൂളിന്റെ പടിപോലും ചവുട്ടേണ്ടിവന്നില്ല.

സ്കൂൾ തുറക്കുന്ന ദിവസം രാവിലെ.

കുളികഴിഞ്ഞു പുതിയ ഷർട്ടിട്ടു കണ്ണാടിയിൽ നോക്കുമ്പോൾ അമ്മ പിന്നിൽ വന്നുനിന്നു. അവരുടെ ചുവന്ന മുഖവും, കവിളിലെ കണ്ണീർച്ചാലുകളും ഇന്നും ഉള്ളിലുണ്ട്.

"മോൻന്ന് സ്കൂളിൽപോണ്ട. അച്ഛനെന്തോ നല്ല സുഖല്യ."

അച്ചന് സുഖക്കേടോ? അവിശ്വാസത്തിന്റെ നിഴൽ മുഖത്തു പരന്നതു കണ്ടിട്ടാവണം അമ്മ പറഞ്ഞു;

"അച്ഛനിന്നു പീടികയിൽ പോവാത്തതു നീ കാണുന്നില്ലേ."

"എവിടെ?"

"അകത്തു കിടക്കുന്നു"

അച്ഛൻ അകത്തു സുഖമില്ലാതെ കിടക്കുന്നു. താനറിഞ്ഞില്ല! വെറുപ്പും, സങ്കടവും, നിരാശയും ഒന്നിച്ചുണ്ടായി. സ്കൂളിൽ പോകണം പുതിയ സ്കൂളിൽ – ഒരൊറ്റ വിചാരമേ ഉള്ളിലുണ്ടായിരുന്നുള്ളൂ. അച്ഛന് രോഗം!

പകൽ വെളിച്ചത്തിൽ അച്ഛനെ കാണാറില്ല. വെളുക്കുന്നതിന് മുമ്പു പീടികതുറക്കാൻ പോകുന്നു. വരുന്നത് പത്തുമണികഴിഞ്ഞ്. ചിലപ്പോൾ പാതിരാവും ആകും. അച്ഛനെ കാണുന്നത് രണ്ടാഴ്ചയിലൊരിക്കൽ വയറിളക്കാൻ വീട്ടിലിരിക്കുമ്പോഴാണ്. ഇടക്കൊരു വയറ്റിൽ വേദന. 'ചുണ്ണാമിക്ക' ഇല കുതിർത്ത വെള്ളത്തിൽ ശർക്കരയരിഞ്ഞിട്ടു കുടിച്ചാൽ വൈകുന്നേരമാവുമ്പോഴേക്കും ഭേദമാവും.

അന്ന് അതുകൊണ്ട് മാറിയില്ല. ഉച്ചകഴിഞ്ഞപ്പോഴും. അച്ഛൻ കിടക്കയിൽനിന്നു എണീറ്റില്ല. പതിയിരുന്ന രോഗം അവിചാരിതമായി കടന്നാക്രമിച്ചിരിക്കുന്നു.

മുൻകൂട്ടി എല്ലാം അറിയുന്നപോലെ അച്ഛൻ പറഞ്ഞു;

"താക്കോലെടുത്ത് പീടിക തുറക്കണം" പുതിയ സ്കൂളിൽ ചേരുന്നതിനെപ്പറ്റി അച്ഛൻ ഒന്നും പറഞ്ഞില്ല. തലയിണച്ചുവട്ടിൽ നിന്ന് അന്നെടുത്ത താക്കോൽ പിന്നീടൊരിക്കലും നിലത്തുവയ്ക്കാൻ കഴിഞ്ഞിട്ടില്ല.

പ്രാരാബ്ധങ്ങളുടെ ലോകത്തേക്കൊരു വഴി അതു തുറന്നു. അതു കൊട്ടിയടച്ചിരിക്കുന്നു. ഏൽപ്പിച്ചുകൊടുക്കാൻ മറ്റൊരാളില്ല. മൂന്നുമാസംകൊണ്ടു പീടിക പൂട്ടി. താഴെ അഞ്ചു കുട്ടികളും, പീടികയിൽ കുറെ കടവും, ഈ പഴയ വീടും, അമ്മയും ബാക്കിയായി. എന്നാൽ അദൃശ്യമായ ഒരു താക്കോൽ ജീവിതകാലമത്രയും തന്റെ കയ്യിലിരുന്നു. ബാധ്യതകൾകൊണ്ടും കെട്ടുപാടുകൾകൊണ്ടും നിറഞ്ഞ ജീവിതത്തിന് പുറം തിരിഞ്ഞു നിൽക്കാൻ സാധിച്ചില്ല. ആ താക്കോൽ കയ്യിൽവച്ചുകൊണ്ടു തുറക്കാവുന്ന കവാടങ്ങളെല്ലാം തുറന്നു. ഒന്നും ലഭിച്ചില്ല.

അന്നത്തെ തിരിമുറിയാത്ത മഴയും, പുതിയ ഷർട്ടും, മുണ്ടും, വർണചിത്രക്കടലാസുകൊണ്ട് ചട്ടയിട്ട പുസ്തകങ്ങളും മനസിൽ നിന്നൊരിക്കലും മാഞ്ഞുപോയില്ല. പ്രതീക്ഷയുടെ പുതിയ കൂമ്പുകൾ.......

അഞ്ചുനാഴികദൂരം. നഗരത്തിലെ സ്കൂളിലേക്കാണ് പോകുന്നത്. ബസുകളില്ല. ഇല്ലാഞ്ഞിട്ടല്ല. കാണാത്തഭാവത്തിൽ കടന്നുപോകുന്ന പണക്കാരും, ദുരഭിമാനികളുമായ ബന്ധുജനങ്ങളെപ്പോലെയാണ്, ബസ്. അവ വയനാടൻ മലകളിൽനിന്നു അലറിയിറങ്ങിവരുന്നു. ഗർവിന്റെ ചെമ്മണ്ണു പൂശി, ശ്വാസംവിടാൻ നേരവും, മാർഗവും ഇല്ലാതെ പരിചയത്തിന്റേതായ കണ്ണിമപോലും ഇളകാതെ, മൂക്കുയർത്തിപ്പിടിച്ചു കടന്നുപോവുന്നു. ചെമ്മണ്ണും, കരിങ്കൽച്ചില്ലുകളും ഇട്ടമർത്തിയ നാട്ടിൻപുറത്തെ റോഡ് പൊടിപടലത്തിൽനിന്നു കണ്ണുതിരുമ്മി രക്ഷപ്പെടാൻ കുറച്ചുനേരം പിടിക്കും. നഗരത്തിന്റെ പ്രൌഢി നാട്ടിൻപുറത്തെത്തിക്കുന്ന ഒരേയൊരു വഴി. പല പുതുമകൾ അതിലേ കടന്നുവരും. സിനിമാശാലക്കാരുടെ സ്പീക്കർ പിടിപ്പിച്ച കാറുകൾ, കുന്നിൻചെരിവുകളിൽ മാറ്റൊലിയുയർത്തുന്ന ഒരു മോട്ടോർ സൈക്കിൾ, സ്വർണത്തലമുടിയുള്ള മദാമ്മമാർ ഓടിക്കുന്ന കാറുകൾ. മോട്ടോർസൈക്കിൾ പാതിരിയച്ചന്റേതായിരുന്നു.

സ്കൂളിലേക്കു അഞ്ചുമൈൽ നടക്കുകതന്നെ വേണം.

“ദിവസം അഞ്ചുനാഴിക അങ്ങോട്ടും, ഇങ്ങോട്ടും നടക്കാൻ നിന്നെക്കൊണ്ടാവോ.”

“ആവും.”

രാവിലെ കുളിച്ചു. പുത്തൻ ഷർട്ടു ധരിച്ചു. മുണ്ടിനുമീതെ, മില്ലുകാർ പതിച്ച സ്വർണത്താറാവിന്റെ ചിത്രം വെള്ളം തൊട്ടു, നനച്ചു; പൊളിച്ചെടുത്തു, ഉമ്മറത്തെ വാതിൽക്കട്ടിലയുടെ നേരെ മുകളിൽ, നടുക്കായി പതിച്ചു. മൂലക്കഴുക്കോലിൽ തൂക്കിയ പഴയ ഭസ്മക്കൊട്ടയിൽ നിന്ന് ഒരു നുള്ള് ഭസ്മമെടുത്തു, പിൻതിരിഞ്ഞ്, സ്വർണത്താറാവിന്റെ മീതെ പുഞ്ചിരിച്ചുകൊണ്ടിരുന്ന സരസ്വതിയുടെ മുഖത്തുനോക്കി നെറ്റിയിൽ ഒരു ഗോപിവരച്ചു. സരസ്വതിയുടെ കാൽച്ചുവട്ടിലെ തമിഴുലിപികളിൽ ഒന്നു കണ്ണോടിച്ചു.

ഇടുങ്ങിയ കുണ്ടനിടവഴികളിലൂടെ നടന്നു. പുതിയ മിനുത്ത ചട്ടയിട്ട പുസ്തകങ്ങൾ കൈപ്പത്തിയിൽ ഇക്കിളിയുണ്ടാക്കി. വേലിയിൽ നിന്നടർന്നുവീണ പഴയ ഇല്ലിമുള്ളുകളും, ചരക്കല്ലുകളും കാൽക്കീഴിൽ ഞെരി

ഞ്ഞമർന്നു. പഴുത്തുവീണ കാഞ്ഞിരക്കായകൾ പൊട്ടിവീണു ചിതറിക്കിടക്കുന്ന ഇടുങ്ങിയ ഇടവഴിയിൽ സർപ്പത്തിന്റെ ഗന്ധം നിറഞ്ഞുനിന്നു.

മസാലപ്പീടികയുടെ മുമ്പിൽ നിർത്തിയിട്ട വണ്ടിക്കാരൻ ശങ്കരന്റെ വണ്ടിക്കുകെട്ടിയ മൂരികൾ പതുക്കെ തലയാട്ടിക്കൊണ്ടിരുന്നു. അവയുടെ കഴുത്തിൽ കുടമണികൾ കിലുങ്ങി.

ശങ്കരൻ; ചുണ്ണാമ്പുതേച്ച ചുരുട്ടിയ വെറ്റില അണയിലേക്കു തിരുകി, വിരൽ വണ്ടിച്ചക്രത്തിന്മേൽ തുടച്ചു, തന്റെ മുഖത്തുനോക്കി. അത്ഭുതമല്ലേ, ആ കണ്ണുകളിൽ? ഇന്നലെവരെ ചെമ്മണ്ണും പറങ്കിമാങ്ങാക്കറയും പുരണ്ട ട്രൗസറിട്ടുനടന്ന ചെക്കൻ, ഇതാ വെളുത്ത മുണ്ടും, ഷർട്ടുമിട്ടു മുന്നിൽ!

"വന്നോ!" തുപ്പൽ പുറത്തേക്കു തെറിക്കാതിരിക്കാൻ കീഴ്ത്താടി മുന്നോട്ടുതള്ളി, ഉയർത്തിപ്പിടിച്ചുകൊണ്ട് അയാൾ ചോദിച്ചു.

"എത്രമണിക്കാ സ്കൂളിലെത്തണ്ടത്.?"

"ഒമ്പതരയ്ക്ക്!"

"കേറിയിരുന്നോ!"

"ങ്ഹേ!"

"അച്ഛൻ പറഞ്ഞിട്ട്ണ്ട്, സ്കൂളിൽപ്പോകുമ്പം കണ്ടാൽ, നെന്നേം കയറ്റിക്കൊണ്ടോവാൻ!"

പുതിയ ഷർട്ടിന്റെ ബട്ടനിടാത്ത വിടവിലൂടെ തണുത്ത കാറ്റ് അരിച്ചുകടന്നു ശരീരത്തെ തഴുകി. മനസുപോലും തണുത്തു.

ഈ വെളുത്ത മുണ്ടിലും ഷർട്ടിലും അഴുക്കാക്കണോ? പുറത്തു നിൽക്കുമ്പോൾത്തന്നെ, കാറിയ വെളിച്ചെണ്ണയുടെ ഗന്ധം മൂക്കിലടിക്കുന്നു. വെളിച്ചണ്ണപ്പാട്ടകളുടെയടുത്ത് ഈ നല്ല മുണ്ടുമുടുത്തു ചെന്നിരിക്കാനൊ! ഇളകുമ്പോൾ, കട...കട........കക്കട..........എന്ന ശബ്ദം. അതു കേട്ടു അഞ്ചുമൈൽദൂരം ഇരിക്കേണ്ടേ? ഇറങ്ങിപ്പോകുമ്പോൾ കാറിയ വെളിച്ചെണ്ണയുടെ ഗന്ധം ക്ലാസുമുറിയിലും പിന്നാലെ വരില്ലേ?

മഞ്ഞിന്റെ നനവുവറ്റാത്ത ശിരസുയർത്തിപ്പിടിച്ചു വയനാടൻ ബസുകൾ ഒന്നിനുപുറകെ ഒന്നായി ഇരച്ചുപാഞ്ഞു.

ഒന്നെങ്കിലും നിറുത്തേണ്ടേ! ഈ ഡ്രൈവർമാർക്ക് എന്തൊരു പത്രാസാണ്! സ്വർഗത്തിൽനിന്നുവരുന്നു എന്നാണ് ഭാവം. തണുത്തുറഞ്ഞ വയനാടൻ മലകളിൽനിന്നല്ല! കണ്ടക്ടർമാർ അതിലും നന്ന്! ഫുട്ബോഡിൽ ചവുട്ടി, കമ്പികളിൽ വാവലുകളെപ്പോലെ തൂങ്ങിക്കിടക്കുന്നു, വഴിക്കെങ്ങാനും നിൽക്കാൻ ഭാവിക്കുന്ന ബസിനെ വിരട്ടിയോടിക്കുന്നു.

"ആളുവേണ്ട."

ആളുവേണ്ടപോലും! പിന്നെ മൃഗങ്ങളെക്കയറ്റാനാണോ, ഈ ബസുകളൊക്കെ! വണ്ടിക്കാരൻ ശങ്കരച്ചനോടുതോന്നിയ ദേഷ്യം മുഴുവനും ബസുകാരുടെ നേരെയായി.

തനിക്കൊരു ചെറുപഴുത് തരാൻ ഇവർക്കു വയ്യേ? തണ്ണീർപ്പന്തലിന്നു തൊട്ടു പടിഞ്ഞാറുള്ള വീട്ടുമുറ്റത്തു വേലായുധനിപ്പോൾ ഉമിക്കരിയും വായിലിട്ടുകൊണ്ടു നിരത്തിലേക്കുനോക്കി നിൽക്കുകയാവും.

പെട്ടെന്ന്

എന്തുഭാഗ്യം!

മോട്ടോർ സൈക്കിൾ വരുന്നു! പാതിരിയച്ചന്റെ മോട്ടോർ സൈക്കിൾ, സ്വർണംകെട്ടിച്ച ഒരു പല്ലും, സ്വർണത്തലമുടിയും, ചുമന്ന പറങ്കിമാങ്ങ യുടെ നിറവുമുള്ള വെള്ളക്കാരൻ. അയാൾ മുഴുക്കെ ചിരിക്കുന്നു. തന്നോട് ഇംഗ്ലീഷിൽ എന്തോ ചോദിക്കുന്നു.

വരുന്നോ, എന്നാണോ?

വണ്ടിക്കാരൻ കാത്തുനിൽക്കുന്നു. കാറിയ വെളിച്ചെണ്ണയുടെ ഗന്ധ മുള്ളവണ്ടി. മുറ്റത്തു പല്ലുതേച്ചുകൊണ്ടു താൻ സ്കൂളിലേക്കു പോകു ന്നതു കാണാൻ കാത്തുനിൽക്കുന്ന വേലായുധൻ. മോട്ടോർ സൈക്കി ളിൽ അവന്റെ മുമ്പിൽക്കൂടി ഒരു പറക്കൽ!

"വരുന്നച്ചാ!"

കയറിയിരുന്നു.

മോട്ടോർ സൈക്കിൾ ഓടി. അല്ല പറന്നു. ഇരുവശത്തുമുള്ള ആളു കൾ അത്ഭുതത്തോടെ പകച്ചുനോക്കി. ഇന്നലെവരെ കുന്നിൻപുറങ്ങളിൽ നിരങ്ങി, പറങ്കിമാങ്ങ പറിച്ചുതിന്നു നടന്ന ചെക്കൻ! പെട്ടെന്നൊരുപൊ ട്ടൽ! കണ്ണടച്ചു തുറന്നു. എവിടെ മോട്ടോർ സൈക്കിൾ? എവിടെ സ്വർണ പ്പല്ലുകാരൻ പാതിരിയച്ചൻ?

പുതിയ പുസ്തകങ്ങളെവിടെ?

വീഴുകയാണ്. പിടിക്കണം. എവിടെയാണ് കേറിപ്പിടിക്കേണ്ടത്? വീണ്ടും ഒരു പൊട്ടിത്തെറി.

"ഹമ്മേ..." ഒച്ച പുറത്തുവന്നുവോ! പതുക്കെ കണ്ണുതുറന്നുനോക്കി.

ഇടിയുടെ ശബ്ദം വീണ്ടും കേട്ടു. ജനൽപ്പാളിയുടെ നേർക്ക് മിന്ന ലിന്റെ വാളുകൾ ചുഴറ്റിവീശുന്ന കറുകറുത്ത മേഘങ്ങൾ ആകാശത്തു തിങ്ങിക്കൂടുന്നു. കൈകൾ കട്ടിലിന്റെ വക്കിനു ശക്തിയായിപ്പിടിച്ചിരിക്കു ന്നു. ആകെ വിയർപ്പ്! വെള്ളം വേണം വെള്ളം!

ഇരുട്ടിന്റെ കെട്ടഴിഞ്ഞ ചുരുളുകൾ നാലുപാടും പരന്നുവീണിരുന്നു. കോണിച്ചുവട്ടിൽ തിരിതാഴ്ത്തിയ ഒരു റാന്തൽവിളക്ക് മങ്ങിക്കത്തുന്നു. പൊട്ടിയ ചിമ്മിനിയിൽ പലഭാഗത്തും കടലാസു കഷണങ്ങൾ പതിച്ചിരി ക്കുന്നു. അടുക്കളയിൽനിന്നുവന്ന അമ്മ പറഞ്ഞു;

"സന്ധ്യാവുമ്പഴയ്ക്ക് തൊടങ്ങി, കാറ്റും ഇടീം. ഒന്നു താഴത്തു വീഴണ്ടേ, മഴ! അതൂല്യ."

റാന്തലിന്റെ തിരിയിൽനിന്നു തീപ്പൊരികൾ പൊട്ടിത്തെറിച്ചു വിള ക്കെടുത്തു കുലുക്കിനോക്കിയിട്ട് അമ്മ പറഞ്ഞു,

"എണ്ണയില്ലല്ലോ, ഇതിൽ."

സരസു അകത്തുചെന്ന് പെട്ടിതുറന്നു കത്തിശേഷിച്ച ഒരു മെഴുകു തിരിക്കഷണം കൊണ്ടുവന്നു.

മൂന്ന്

തലേന്നു വൈകുന്നേരം കണ്ട ആ സ്വപ്നം! പറങ്കിമാമ്പഴം പോലെ ചുവന്ന മുഖമുള്ള ആ പാതിരിയച്ചൻ ഇന്നെവിടെ? വേലായുധൻ മരിച്ചിട്ടുതന്നെ വർഷങ്ങൾ പലതായി. പോസ്റ്റാഫീസിനു മുമ്പിലുള്ള മൈതാനത്തു കളിക്കാൻ വരുന്ന കുട്ടികൾക്ക് അയാൾ ളോഹയുടെ ആഴമേറിയ പോക്കറ്റിൽ നിന്നു ചെറിയ മിഠായികൾ വാരിക്കൊടുക്കും. നിലയങ്കിയുടെ, അദൃശ്യമായിക്കിടക്കുന്ന, രണ്ടു പോക്കറ്റുകളെക്കുറിച്ച് കുട്ടികൾക്കു ആദ്യമൊക്കെ ഭയമായിരുന്നു. ശാഠ്യം പിടിച്ചുകരയുന്ന കുട്ടികളെ ഉറക്കാൻ അമ്മമാർ പറയും;

"കരേണ്ടാട്ടൊ. പാതിരിയച്ചൻ പിടിച്ചോണ്ടോവും!"

ചുമന്നുതുടുത്ത സ്വർണരോമങ്ങളുള്ള കൈകൾ നിലയങ്കിക്കുള്ളിലേക്കു താണുപോവുമ്പോൾ കുട്ടികൾ ഭയപ്പെടാതായി. മിഠായിയാണ്! കുട്ടികളുമായി അടുക്കാൻ അയാൾ കണ്ടുപിടിച്ച ആ വിദ്യ ഏതായാലും അവർക്കൊക്കെ രസിച്ചു.

പലപ്പോഴും അയാളുടെ കയ്യിൽനിന്നു മിഠായി കിട്ടിയതൊന്നും സ്വാദു നോക്കുകപോലും ചെയ്തില്ല. വീട്ടിൽ അനുജന്മാരും അനിയത്തിമാരും ഉണ്ട്. വല്യേട്ടൻ വരുന്നതുനോക്കി ഏറ്റവും ഇളയവളായ അമ്മിണിയും ശ്രീധരനും വേലായുധനും അമ്മുവും കാത്തിരിക്കും. വീട്ടിലെത്തി, പങ്കിട്ടുവരുമ്പോഴേക്കും അധികമൊന്നും ബാക്കിവരില്ല. നനഞ്ഞൊട്ടിയ മിഠായികൾ പകുത്തുകൊടുത്തു വീണ്ടും പറങ്കിമാവുകൾ തേടിപ്പോകുന്നു. കുന്നിൻപുറത്തെ പറങ്കിമാന്തോട്ടത്തിനു ഒരുടമയുണ്ടെന്ന കഥതന്നെ അന്നു കുട്ടികൾക്കറിവില്ലായിരുന്നു. അവ പൂക്കും കായ്ക്കും, പഴുക്കാൻ കുട്ടികൾ അനുവദിക്കില്ല. എന്നാലും ഒളിഞ്ഞുകിടക്കുന്ന കായ്കൾ പഴങ്ങളായി നിലംപതിക്കുന്നു. വേനലൊഴിവുകളിൽ ശബ്ദകോലാഹലം കൊണ്ടു കുന്നിൻ പുറങ്ങൾ മാറ്റൊലിക്കൊള്ളും. പിന്നെപ്പിന്നെ യുദ്ധം വന്നപ്പോൾ പറങ്കിയണ്ടിക്കു വിലകയറി. പറങ്കിമാവുകൾക്കും, അവ നിൽക്കുന്ന പാറക്കുന്നിനും ഉടമയുണ്ടായി. അജ്ഞാതനായ അയാൾ ലേലത്തിനുവിൽക്കുന്ന പറങ്കിമാവുകളിൽ കായ്കൾ നിറഞ്ഞു. മുഴുക്കെ പഴുത്തു. കാവലായി. വീണുകിടക്കുന്ന അണ്ടികൾ പെറുക്കാൻ നാട്ടിലെ കുട്ടികൾ വീണ്ടും കുന്നുകയറി. ആയിരം പെറുക്കിയാൽ ആറണകൂലി. കൂലിപ്പണിചെയ്യാൻ അഭിമാനം അനുവദിക്കാത്തവർ വൈകുന്നേരം വരെ കാത്തിരുന്നു. കുന്നിൻപുറത്തു മേച്ചിൽ കഴിഞ്ഞു പുറത്തുവരുന്ന പശുക്കളുടെ പിന്നാലെ നടന്നു. ചാണകത്തിൽ ചീർത്തുകിടക്കുന്ന അണ്ടികൾ തോണ്ടിയെടുത്തു ശേഖരിച്ചു. വില എല്ലാറ്റിനും ഒന്നുതന്നെ.

വേനൽക്കാലത്ത് ഇടവഴിയുടെ വക്കത്ത് 'ക്രഷ്' കച്ചവടം ചെയ്യുന്ന അബു നാലു ജൂനിയർ സൈക്കിളുകൾ വാടകയ്ക്കു കൊടുക്കാൻ തയാറാക്കി വയ്ക്കും. സൈക്കിളുകൾക്ക് വാടകയായി അവൻ കുട്ടികൾ കൊണ്ടുവരുന്ന അണ്ടിയോ, അണ്ടിപെറുക്കുന്നവർക്കു കിട്ടുന്ന കൂലിയോ

വാങ്ങി. കൊയ്ത്തുകഴിഞ്ഞ പാടത്തൂടെയും, ഇടവഴികളിലൂടെയും കുട്ടികൾ സൈക്കിൾ സവാരിചെയ്തു തൃപ്തിപ്പെട്ടു. താൻ മാത്രം പോയില്ല. ഇന്നും സൈക്കിൾ ചവുട്ടാനറിയില്ല. കിട്ടിയ കൂലി അമ്മയെ ഏൽപ്പിച്ചു.

അച്ഛൻ മരിച്ചപ്പോൾ അണ്ടിപെറുക്കാനോ, സ്കൂളിൽ പോകാനോ ഇടകിട്ടിയില്ല. അതു രണ്ടുമായിരുന്നു, സമപ്രായക്കാരുടെ വിനോദവും, ജോലിയും.

തോടയിട്ടു, വെളുത്ത മേൽമുണ്ടുമാത്രം ഉടുത്തു മിനുങ്ങിനടക്കാറുണ്ടായിരുന്ന അമ്മ അപ്പോഴേക്കും ഒരു കരിക്കൊള്ളിപോലായിരുന്നു. തിറകാണാനും നാഗപ്പാട്ടിന്നും മാത്രം പുറത്തിറങ്ങാറുണ്ടായിരുന്ന അമ്മ, പുലർന്നന്തിയാവോളം പുറത്തുതന്നെ. നെല്ലുമെതിക്കും. കുത്തും. ഓലമെടയും.

അമ്മയുടെ കൈകൾ ഇന്നും വേലചെയ്യുന്നു. പ്രായവും, തളർച്ചയും അവരെ വഴിമാറിപ്പോയതാണോ!

കിണ്ണത്തിൽ കരിയും ചാണകവും കൂട്ടിക്കുഴച്ചതും മറുകയ്യിൽ മുറിച്ച പാളക്കഷണവുമായി അമ്മ കൂന്നുകൂന്നു കയറിവന്നു. മകൻ ഉറങ്ങുകയാണെന്നു കരുതിയിരിക്കും.

"എന്താത്?"

"ചാണകൂം കരീം. ഒന്നു തേച്ചിട്ടു എത്ര ദെവസായി!"

"ആരാപ്പൊവടെ ചാണകം തേക്കാനുള്ളത്?"

"എല്ലാടത്തും തേയ്ക്ക്ണ്ല്യ. ആളോള് പെരുമാറ്ണ മുറികളിൽ മാത്രം ഒന്നു തേയ്ക്കേള്ളൂ."

"വേണ്ട വേണ്ട, ആരെയെങ്കിലും വിളിപ്പിക്കാം, നാളെയാട്ടെ."

"ഒന്നും കൊടുക്കാൻല്ല്യാതെ"

"അതൊക്കെണ്ടാവും."

അമ്മ കിണ്ണവുമായി തിരിച്ചുപോയി. കൈകഴുകിവന്നു. കോപ്പയിൽ ബാർലിവെള്ളം കൊണ്ടുവന്നു.

കിണ്ണത്തിൽ കരിയുമായിവന്ന സരസു നിലം മെഴുകാൻ തുടങ്ങി. പരിചയമില്ലാത്ത കൈകൾ.

"നാളെ തെക്കേലെ മാധവിക്കുട്ട്യേ വിളിക്കാം."

"വേണ്ടച്ഛാ. ഈ ചെറിയ ജോലിക്കു അവളെ വിളിക്കേണ്ട." അവൾ ജോലി തുടർന്നു.

"നായ കടിക്ക്യോ" മുറ്റത്തുനിന്ന്. ഇതുവരെ കാത്തിരുന്ന സ്വരം. പണിക്കരുമാഷാണ്. വരണമെന്ന് പറഞ്ഞയച്ചു. അയാൾ ഒരുങ്ങീട്ടുതന്ന്യാവും വരുന്നത്. നാലുദിവസം മുമ്പ് ഏൽപ്പിച്ച കാര്യമാണ്.

"നായകടിക്ക്യോ?" വീണ്ടും ആ വിളി.

"കയറിവരട്ടെ" എന്നാണ്. കാനേഷുമാരിക്കു വീടായ വീടുതോറും കയറിയിറങ്ങി നടന്ന കാലത്തു ശീലിച്ചുപോയതാണ്. ഒന്നിലധികം തവണ നായ് കടിച്ച കലകൾ ഇന്നും മാഷുടെ കാൽവണ്ണയിലും പുറങ്കയ്യിന്മേലും ഉണ്ട്. താളം പിടിച്ചുകൊണ്ട് നീങ്ങിനീങ്ങിവരുന്ന നീലക്കുട വേലിയരികിലെ ഒടിച്ചു കുത്തിച്ചെടികൾക്കുമീതെ കണ്ടാലറിയാം, താഴെ ഇടവഴിയിൽക്കൂടി പണിക്കരുമാഷ് വരുന്നുണ്ട്.

പുറത്ത് കൂട പൂട്ടുന്ന ശബ്ദം.

"അകത്തേക്ക് തന്നെ വന്നോളു, മാഷേ. ഇവിടെ വിശേഷിച്ചാരു ല്ല്യല്ലോ." അമ്മ ഇടനാഴിയിൽച്ചെന്നു പറഞ്ഞു.

പണിക്കർമാഷ് ഒരു വീട്ടിലേക്കു കയറിച്ചെല്ലുന്നുവെങ്കിൽ അവിടെ യൊരു വസ്തു വിൽപ്പനക്കുണ്ടെന്നു മനസിലാക്കാം. അതിന്നത്തെക്കഥ. മുമ്പ് ഇതിലും കുറഞ്ഞ കാര്യങ്ങളുദ്ദേശിച്ചും അദ്ദേഹം പല വീടുകളിലും കയറിയിറങ്ങീട്ടുണ്ട്. അനേകം അമ്മമാരുടെ ആശംസകൾ കരസ്ഥമാ ക്കീട്ടുണ്ട്. വണ്ടിക്കാളയെപ്പോലെ മടിച്ചിരിക്കുന്ന കുട്ടികളെ എങ്ങനെയും വലിച്ച് സ്കൂളിലെത്തിക്കാൻ പണിക്കർക്കറിയാമായിരുന്നു.

സരസു, പെട്ടന്ന് കിണ്ണവുമായി അപ്പുറത്തേയ്ക്കു പോകാനെണീറ്റു.

"അല്ല ഇതാര്!" മാഷ്ടെ ഉറക്കെയുള്ള ചോദ്യം.

തെല്ലിട നിശ്ശബ്ദത

"ഞാൻതന്നെ, മാഷെ." സരസുവിന്റെ വ്യക്തമായ മറുപടി. അവൾ ക്ഷണത്തിൽ നടന്നപ്പുറത്തുപോയെന്നു തോന്നുന്നു.

"ഏതായാലും കഷ്ടായീട്ടൊ!" അവൾ ജോലി വേണ്ടെന്നുവച്ചു എന്ന കഥ പറഞ്ഞിട്ടുണ്ടാവണം. അതും പറഞ്ഞുകൊണ്ടാണയാൾ അകത്തു വന്നത്.

"മാഷ് ആ പെട്ടിപ്പുറത്തുതന്നെയിരിക്ക്യാ!"

"ഞാനിരുന്നോളാം. അപ്പൊ, എല്ലാം തീരുമാനിച്ചു ഇല്ല്യേ?"

"തീരുമാനിക്കാൻ ഒന്നൂല്യ. കടക്കാരോട് സമാധാനം പറയാൻ എന്റെ കാലശേഷം ഇവടാരാള്ളത്?"

"ഞാനതല്ല നിരീക്കണത്. പത്തുരണ്ടായിരത്തിനു അയ്യായിരത്തിന്റെ ഒരു വസ്തു വിൽക്കണോ?"

"രണ്ടായിരത്തിനു രണ്ടായിരം വേണ്ടേ? ഒരു മൂല മുറിച്ചു കൊടുത്താ വല്ലോർക്കും ഉപകരിക്ക്യൊ? വാങ്ങുമോ?"

"ഞാൻ ഒരു കക്ഷ്യെ കണ്ടുവച്ചിട്ടുണ്ട്. നാലരയാ പറയുന്നത്. അഞ്ച് തികച്ചും ഇല്ലെങ്കിൽ ഇങ്ങട്ട് വരേ വേണ്ട എന്നാണ് പറഞ്ഞിരിക്കുന്നത്."

"കക്ഷി വരോ?"

"വരും. ഇന്നുവരുംന്നാ പറഞ്ഞിരിക്കുന്നത്."

"അതു ശരി"

"രാരുക്കുട്ടീടെ വെഷമം ഞാനും മനസിലാക്ക്ണ്ണ്ട്."

രാരുക്കുട്ടിയുടെ വിഷമത്തിന്റെ ഒരംശം മനസിലാക്കാൻ ആരും ഇല്ലല്ലോ!

അന്ന് അച്ഛൻ കയ്യിൽത്തന്ന താക്കോലുമായി പീടിക തുറക്കാൻ പോയപ്പോൾ, മനസിൽക്കരുതി– ഉള്ളതൊന്നും നശിപ്പിക്കരുത്. സമ്പാ ദിച്ചില്ലെങ്കിലും വേണ്ടില്ല. ഇളയകുട്ടികളെ 'അയ്യേ' എന്നു പറയിപ്പിക്കാൻ ഇടവരുത്താതെ വളർത്തുകയും വേണം. എന്നിട്ടെന്തേ ഉണ്ടായത്?

മെതിക്കാനും നെല്ലുകുത്താനും അമ്മ പോയതുകൊണ്ടു അഞ്ചെട്ടു വയറുകൾ പുലർന്നില്ല. കൊല്ലന്തോറും ചെലവുവർധിച്ചു. മുതിർന്ന പെൺകുട്ടികൾ അമ്മയെ വീർപ്പുമുട്ടിച്ചു. അച്ഛന്റെ പീടിക അടച്ചുപൂട്ടി.

നഗരത്തിലെ മികച്ച ഫർണിച്ചർ കമ്പനിയിൽ ഗെയ്റ്റ്കീപ്പറുടെ ജോലി കിട്ടി. അഭിമാനക്കുറവുതോന്നിയില്ല. മെതിക്കാനും നെല്ലുകുത്താനും പോകുന്ന അമ്മയുടെ മൂത്തമകനാണിന്ന്. കിട്ടിയത് സ്വർഗം. കച്ചവടം ചെയ്തു സമൃദ്ധമായി കുടുംബം ഭരിച്ച അച്ഛൻ സമ്പാദിച്ച അഭിമാനം തനിക്കുള്ളതല്ല. അമ്മാവൻ നെറ്റിചുളിച്ചു. ഗേറ്റ് കീപ്പറുടെ ജോലിയോ?

അച്ഛൻ മരിക്കുമ്പോൾ ഉണ്ടായിരുന്നത്.

രണ്ടുവളപ്പുകൾ. നിറയെ തെങ്ങ്, മാവ്, കവുങ്ങ്, പ്ലാവ്. തൊഴുത്തിലുണ്ടായിരുന്ന രണ്ടു പശുക്കൾ പെറ്റുപെരുകി–ഈ വീട്–ഇത്, അന്നിത്ര പഴയതായിരുന്നില്ല. ചുറ്റും വാ പിളർന്നുനിൽക്കുന്ന പ്രാരാബ്ധങ്ങൾ –മൂന്നു പെങ്ങന്മാർ. പത്തെണ്ണത്തിന് വേണ്ടതു അവർ മൂവർക്കും വേണ്ടിചെയ്തു എന്ന് അനുജൻ ഒരിക്കൽ കുറ്റപ്പെടുത്തി...........വീട്ടിൽ രണ്ടു പത്തായങ്ങളും, അവയിൽ നിറയെ ഓട്ടുപാത്രങ്ങളുമുണ്ടായിരുന്നു. തട്ടിൻ പുറത്തു വലിയ രണ്ടു 'ചരക്കുകൾ'. എല്ലാം പടിയിറങ്ങിപ്പോയി. 'ലക്ഷ്മി'ക്ക് തന്നോടിത്ര വിരോധം എന്ത്? താനൊരു അധികച്ചെലവുകാരനായിരുന്നോ? ഫർണിച്ചർ കമ്പനിയിൽനിന്നു കിട്ടുന്ന കാക്കിയൂണിഫോറം അഞ്ചുകൊല്ലം ഉപയോഗിക്കാം. ഇടവിട്ട കൊല്ലങ്ങളിൽ മാനേജർ പുതിയ യൂണിഫോറം തുണികൾ തരുമ്പോൾ പറഞ്ഞു. "പഴയതു കീറീട്ടില്ല." കൂടെ ഡ്യൂട്ടിചെയ്തിരുന്ന നാണുനായർ പറഞ്ഞു,

"വിഡ്ഢി!"

നാണുനായർ സമർഥനായിരുന്നു. എല്ലാത്തവണയും കാക്കിത്തുണിവാങ്ങി. നല്ല വിലയ്ക്കു പുറത്തുവിറ്റു. പഴയതു സമർഥമായി തുന്നിക്കൂട്ടിയിട്ടു.

ചായപ്പീടികയിൽ വല്ലപ്പോഴും കയറിയാലും ഒരു 'കാലിച്ചായ'കൊണ്ടു തൃപ്തിപ്പെട്ടു. സ്വന്തമായൊരു വെള്ളഷർട്ട് തുന്നിച്ചാൽ അഞ്ചോ ആറോ കൊല്ലം കേടുകൂടാതെ ഉപയോഗിക്കുമായിരുന്നു. എന്നിട്ടും അവസാനംവരെ കടം നാലുപാടും പൊട്ടിമുളച്ചു, തഴച്ചു, പെരുകി.

അമ്മേടത്തിയെ അച്ഛനുള്ള കാലത്തു കല്യാണം കഴിച്ചുകൊടുത്തിരുന്നു.

അച്ഛൻതന്നെ ഒരു ദിവസം അവരെയുംകൂട്ടി വീട്ടിൽവന്നു കയറി. അമ്മയോടു പറഞ്ഞു;

"ദാ നെന്റെ മകളെ കൊണ്ടുവന്നിരിക്കുന്നു. തിന്നാനും, തേക്കാനും, ഉടുക്കാനും ഉള്ളതുപോലെ കൊടുത്തോളണം. കണ്ടവന്റെ കുണ്ടപേറാൻമാത്രം മക്കളുണ്ടായിട്ടില്ല എനിക്ക്."

അമ്മേടത്തി അകത്തുനിന്നു തേങ്ങി. ആ തേങ്ങൽ പെട്ടെന്നവസാനിച്ചു.

അമ്മ അച്ഛനെ ഉപദേശിച്ചുകൊണ്ടിരുന്നു.

"കല്യാണം കഴിച്ചുകൊടുത്ത പെങ്കുട്ട്യാണ്. ഇങ്ങനെ പിടിച്ചു നിർത്ത്യാലോ?"

"എന്നാൽ കൊന്നുകള"

"കൊന്ന്വളയാമ്മാത്രം ഞാൻ പെറ്റിട്ടില്ല."

"ങ്ഹാ!അതോർമയുണ്ടായാമതി. ആരാന്റെ കുപ്പയിൽ കിടന്നു ചാവാമ്മാത്രം നിക്കുംണ്ടായിട്ടില്ല."

അമ്മയ്ക്കു വാക്കു മുട്ടുന്നു.

ഒരു വലിയ തറവാട്ടിലെ, മിടുക്കരായ ആൺമക്കളുടെയിടയിൽ, ഒരു 'പേടാ'യ മകനു കല്യാണം കഴിച്ചുകൊടുത്തയച്ചതാണ് അമ്മേടത്തിയെ. ശങ്കരേട്ടനെ കല്യാണത്തിനുമുമ്പു സഹോദരന്മാരുടെ മേൽവിലാസത്തിലാണ് എല്ലാവരും അറിഞ്ഞത്. ശങ്കരേട്ടന്നുമാത്രം ജോലിയൊന്നും ഇല്ലായിരുന്നു. സഹോദരന്മാരുടെ മുന്തിയ കച്ചവടത്തിന്നു സഹായികളായി സ്വന്തമായൊന്നുമില്ലാത്തവരും ആവശ്യമായിരുന്നു. അങ്ങനത്തെ അനേകം പേർ. ശങ്കരേട്ടനും അതിലൊന്ന് എന്ന് തെളിഞ്ഞത് കുറേ വൈകിയിട്ടാണെന്നുമാത്രം. കൊള്ളരുതാത്തവന്റെ, ഒന്നുമില്ലാത്തവന്റെ ഭാര്യയായിച്ചെന്നുകേറിയ, അമ്മേടത്തിക്ക് അതിനൊത്ത പദവി തറവാട്ടിൽ ലഭിച്ചു. ഏട്ടന്മാരുടെ ഭാര്യമാർക്ക് ദേഹമനങ്ങിയാൽ രോഗം. അവരുടെ ഭർത്താക്കന്മാർ കൊണ്ടുവരുന്നതുകൊണ്ടു കുടുംബം പുലരുന്നു. 'വേണ്ടാതെതന്നെ' കുറെപ്പേർ പറ്റിക്കൂടുമ്പോൾ വേലക്കാരെ വേറെയും നിറുത്തേണ്ട കാര്യമെന്ത്? അങ്ങനെ, 'വേണ്ടാതെ പറ്റിക്കൂടുന്ന'വരിൽ ഒരുവളാണ് താനെന്നകഥ അമ്മേടത്തി അതുവരെ ആരോടും പറഞ്ഞിരുന്നില്ല. അച്ഛൻ ഒരു സന്ധ്യക്കു കയറിച്ചെന്നു. എങ്ങോ പോയവഴി. മകളെ ഒന്നു കണ്ടുകളയാം. കൊല്ലത്തിലൊരിക്കലേ എത്ര ശ്രമിച്ചാലും അവളെച്ചെന്നു കാണാൻ പറ്റൂ.

വലിയവീട്. വീടുനിറയെ ആളുകൾ. സന്ധ്യക്കുകയറിച്ചെന്നാൽ പെണ്ണുങ്ങൾക്കു പിടിപ്പതുപണിയുണ്ടാവും. ഒരു മണിക്കൂർ ക്ഷമയോടെ കാത്തു. രണ്ടാമത്തെ മണിക്കൂർ കടന്നുപോവുമ്പോൾ അത്രക്കങ്ങു ക്ഷമിക്കാൻ കഴിഞ്ഞില്ല.

"അമ്മുവെ ഒന്നു കാണണായിരുന്നല്ലോ!"

അമ്മായിയമ്മ അകത്തുപോയിവന്നു,

"ഇപ്പോൾവരും. എന്തോ ചെറിയ ഒരു പണിയിലാ. ഇപ്പക്കഴിയും"

വീണ്ടും ഒരു മണിക്കൂർകൂടി കടന്നുപോയി.

എനിക്കവിടെത്തണം. അമ്മുവെ ഒന്നു കാണാൻപറ്റ്ല്ല്യെന്ന്?

തള്ള വീണ്ടും വന്നുപറഞ്ഞു,

"അവള് രാവിലത്തെ കഞ്ഞിക്ക് അരിവെളുപ്പിക്ക്യാ. ഇതാവന്നുപോയി."

അവസാനം ഒരു കൊല്ലത്തിനുശേഷംവന്ന അച്ഛനെക്കാണാൻ മകൾ അടുക്കളയിലെ കരിയിൽനിന്നും, പുകയിൽനിന്നും നൂണുവരുമ്പോൾ സമയം രാത്രി പത്തര. പുറത്തുവന്ന ഉടനെ ഒന്നുനോക്കി. മകൾതന്നെ! മൂത്തമകൾ അമ്മു! വലിയവീട്ടിലേക്ക് കല്യാണം കഴിച്ചുകൊണ്ടുപോന്ന മകൾ!

"നിയ്യെന്തെടുക്കായിർന്നു, ഇതുവരെ."

അവൾ പറഞ്ഞു,

"അടുക്കളേൽ കുറച്ച് പണിണ്ടായ്ർന്നു."

"എന്നാ പോര്. ഞാൻ നെന്നെ വിളിക്കാനാ വന്നത്!"

അവൾ മിഴിച്ചുനിന്നു.

"വിളിക്കാനോ?"

"അതേ. നിയ്യവിടെന്നുവന്നുപോന്നിട്ട് കൊല്ലം ഒന്നരയായില്ലേ?

മകൾ തലതാഴ്ത്തിനിന്നു.

"ഉം വേഗാവട്ടെ. എറങ്ങിയ്ക്ക്യോ. അമ്മായ്യമ്മയോടു ചേദിച്ചുപോര്. ശങ്കരനെവിടെ?"

"പീടേയ്യന്ന് വന്ന്ട്ട്ല്യ"

"ഇത്തരം പണി അവിടെംണ്ടാവല്ലോ!"

വീട്ടിൽ പോകാമെന്ന സന്തോഷത്തോടെ അവൾ അകത്തുപോയി അമ്മായിയമ്മയോട് വിവരം പറഞ്ഞു.

അവർ ഒരു കൊടുങ്കാറ്റുപോലെ പുറത്തേക്ക് പാഞ്ഞുവന്നു.

"എന്താപ്പോ ങ്ങനെയൊരു പോക്ക്!"

"ഒന്നൂല്യ. രണ്ടുദിവസം തള്ളേടെ അടുത്തൊന്നു വന്നുനിൽക്കട്ടെ."

"അപ്പോ, ഇവിടെയാരാ!"

"ശങ്കരനോട് പീടികയിൽപ്പോകാതെ, അടുക്കളയിൽ നിന്നോളാൻ പറഞ്ഞേക്കിൻ!"

ഉടുതുണി മാറ്റിയുടുക്കാനുംകൂടി സമ്മതിക്കാതെ, അച്ഛൻ പടിയിറക്കിക്കൊണ്ടുവന്ന അമ്മേടത്തിയെ എങ്ങനെയെങ്കിലും ഒന്നു സമാശ്വസിപ്പിച്ചയയ്ക്കണം. എങ്ങനെ? എങ്ങനെയെന്ന ചോദ്യം മനസിൽ ചുറ്റിത്തിരിഞ്ഞു.

ശങ്കരേട്ടനെച്ചെന്നു കാണുകതന്നെ. എവിടെയന്വേഷിക്കണം. ഭാഗം കഴിഞ്ഞെന്നു കേട്ടു. അച്ഛൻ മരിച്ചപ്പോൾ വീട്ടുകാരറിയാതെ ശങ്കരേട്ടൻ വന്നു. ആ ബലത്തിന്മേലാണ് പോകുന്നത്.

അന്വേഷിച്ചുകണ്ടുപിടിക്കേണ്ടിവന്നു. പേരെടുത്തിരുന്ന ആ വലിയ തറവാട്ടുഗൃഹംപോലും പൊളിച്ചു ഭാഗംവച്ചിരുന്നു. ചെന്നുകയറിയത് അവിടെയാണ്. താൻ തന്റെ തൊലിക്കുള്ളിലേക്കു ചുരുങ്ങിക്കൂടുകയാണെന്നകാര്യം ശ്രദ്ധിച്ചില്ല. അമ്മേടത്തിയായിരുന്നു, മനസിൽ. അമ്മ കൊയ്ത്തിനും, മെതിക്കും പോകുമ്പോൾ വീടു മിനുക്കിത്തുടച്ചു സൂക്ഷിക്കുന്ന അമ്മേടത്തി. സ്വന്തമായൊരു വീടിന്റെ നാഥയായാൽ അവരെത്ര തെളിയും എന്നു പലപ്പോഴും തന്നത്താൻ ചോദിച്ചുനോക്കിയിട്ടുണ്ട്.

ഒരു ദിവസം പുറത്തേക്കു പോകാൻ ചീർപ്പും അന്വേഷിച്ചു കോണിച്ചുവട്ടിലെ തെക്കേമുറിയിൽ ചെന്നപ്പോഴാണ് – അവർക്കു ശങ്കരേട്ടനോട് അന്നുമുള്ള സ്നേഹത്തിന്റെ ആഴം കണ്ടു നടുങ്ങിപ്പോയി. ഒരുതരം അപരാധബോധം എന്നും മനസിനെ ഞെരിച്ചമർത്തിക്കൊണ്ടിരുന്നു.

തുരുമ്പുകയറിത്തുടങ്ങിയൊരു ഇരുമ്പുപെട്ടി, പത്തായപ്പുറത്ത് ജനലരികിൽതുറന്നുവച്ച് ഉള്ളംകയ്യിൽ ഒരു പഴയ പോക്കറ്റ് വാച്ചിന്റെ വെള്ളിച്ചങ്ങലയുംവച്ചു അതിൽത്തന്നെ കണ്ണുനട്ടിരിക്കയായിരുന്നു അവർ. താൻ കയറിച്ചെന്നത് അവരറിഞ്ഞില്ല.

"അമ്മേടത്തീ"

ശബ്ദം കേട്ടപ്പോൾ അവർ ഞെട്ടിയെണീറ്റു. തിരിഞ്ഞുനോക്കിയ മുഖത്ത് ഉണങ്ങാത്ത കണ്ണീർച്ചാലുകൾ തിളങ്ങി. പെട്ടെന്നു ജനലിന്ന്

നേരെ, തനിക്കു പുറംതിരിഞ്ഞുനിന്ന് അവർ കൈകൾകൊണ്ടു കണ്ണു തിരുമ്മുകയാണെന്നഭാവത്തിൽ തുടച്ചു. വാച്ചുചങ്ങല പെട്ടിയിലെ ഒരളുക്കിൽ വളരെ ഭദ്രമായടച്ചുവച്ചു. അവരുടെ മുഖത്ത് ഒരുതരം സംഭ്രമം തെളിഞ്ഞു.

ആ വാച്ചുചങ്ങല പഴയ കാര്യങ്ങളെ ഓർമിപ്പിച്ചു.

അമ്മേടത്തിയുടെ വിവാഹം കഴിഞ്ഞ് ആദ്യത്തെ ഓണമായിരുന്നു. ഓണത്തിനു തലേദിവസം വൈകുന്നേരംതന്നെ അവർ വന്നു. ശങ്കരേട്ടൻ പിറ്റേന്നേ വരൂ.

അനുജന്മാർക്കും, അനുജത്തിമാർക്കും എല്ലാം സന്തോഷം. മൂത്ത ഏടത്തിയുടെ പുത്തൻ ഓണത്തിനു 'കോടി' കിട്ടും. പുതിയ ഉടുപ്പുകൾ. ശങ്കരേട്ടൻ വരുമ്പോൾ കൊണ്ടുവരും.

ശങ്കരേട്ടൻ വന്നു. കയ്യിൽ ഒരു വലിയ പൊതിയുണ്ടായിരുന്നു. എല്ലാവർക്കും പുതിയ ഉടുപ്പുകൾ.

അമ്മയ്ക്ക് ഏറ്റവുംകൂടുതൽ സന്തോഷം. മൂത്ത മകളുടെ ഭർത്താവ് ഓണപ്പുടവ കൊണ്ടുവന്നിരിക്കുന്നു! അപ്പോൾ ആളുകൾ പറഞ്ഞുണ്ടാക്കിയതൊക്കെ വെറുതെ. ഓണപ്പുടവ വാങ്ങാനുംകൂടി, സ്വന്തം കയ്യിൽനിന്നെടുക്കാൻ ഒരു കാശില്ലാത്തവന് കല്യാണം കഴിച്ചുകൊടുത്തു. തറവാട്ടിൽ എന്തുണ്ടായിട്ടെന്താ, ശങ്കരന് ഒന്നുമില്ല, സ്വന്തമായിട്ട്! ഇപ്പോൾ ഉണ്ടായതെങ്ങനെ? എങ്ങനെ എന്ന രഹസ്യം പിന്നീടു താൻ മാത്രം അറിഞ്ഞു. ഏട്ടന്റെ പോക്കറ്റിൽ പതിവായിക്കാണാറുണ്ടായിരുന്ന വാച്ച് ഉണ്ടായിരുന്നില്ല.

പോക്കറ്റിൽനിന്ന് മനോഹരമായ ആ വെള്ളിച്ചങ്ങല മാത്രം എടുത്തു ഏടത്തിയുടെ കയ്യിൽ കൊടുക്കുമ്പോഴാണ് പറഞ്ഞത്,

"ആരും തരാനുണ്ടായില്ല. എന്റെ കയ്യിലെവ്ട്ന്നാ പൈസ? വാച്ച് വിറ്റു. ചങ്ങല കൊടുക്കാൻ തോന്നിയില്ല. ഇതെങ്കിലും സൂക്ഷിച്ചുവയ്ക്ക്. മറ്റൊന്നു കിട്ടുമ്പോൾ പിടിപ്പിക്കാം." തരിച്ചുനിന്നു. ഏട്ടൻ തന്നെക്കാണും മുമ്പ് ഇടനാഴിയിലെ ഇരുട്ടിൽ നിന്നു കോലായിലേക്കുതന്നെ തിരിച്ചുപോന്നു!

ശങ്കരേട്ടനെ വിളിക്കാൻ ചെല്ലുമ്പോൾ ഇതൊക്കെ ഓർത്തു. അന്നു വാങ്ങിയ ഓണക്കോടികൾ കീറിപ്പോവുന്നതുവരെ വാച്ചിനെക്കുറിച്ചുള്ള ചിന്ത വിടാതെ പിൻതുടർന്നു. കണ്ണിൽ കരടുപോയാലുള്ള ഒരുതരം അസ്വാസ്ഥ്യം. ഏട്ടന് അത്തരമൊരു വാച്ചുവാങ്ങാൻ പിന്നീടൊരിക്കലും സാധിച്ചിട്ടുണ്ടാവില്ല. കൊല്ലങ്ങളായി ആ വെള്ളിച്ചങ്ങല ഏടത്തിയുടെ പ്രിയപ്പെട്ട, പഴയ, ഇരുമ്പുപെട്ടിക്കകത്തു കിടക്കുന്നു.

വഴിയന്വേഷിച്ചാണ് പോയത്. പണക്കാരായ ബന്ധുജനങ്ങളുടെ വീട്ടിലേക്ക് പോകാറില്ല. ഫർണിച്ചർ കമ്പനിയിൽ ഗെയ്റ്റ് കീപ്പറുദ്യോഗം നോക്കുന്ന അളിയനു ചെന്നുകേറാൻ പറ്റിയ ഇടമല്ല, അവിടെ.

മാഞ്ചുവട്ടിലെ മോരു കച്ചവടക്കാരന്റെയടുത്തുചെന്നു വഴിചോദിച്ചു. അയാൾ പറഞ്ഞ വഴിക്കു നടന്നു. ചുവന്ന വെട്ടുകല്ലുകൾ അടുക്കിയിട്ട ആ വഴിയുടെ ഓരങ്ങൾ എന്തുകൊണ്ടോ ഇന്നും മനസിലുണ്ട്.

പടിപ്പുരയുടെ മേൽക്കൂരയില്ല. നഗ്നമായ ചുമരുകൾ എഴുന്നേറ്റു നിൽക്കുന്നു. മഴപെയ്തു പൂപ്പൽ പിടിച്ച കറുത്ത ചുമരുകൾ.

കടന്നുചെന്നപ്പോൾ അന്തംവിട്ടുനിന്നുപോയി. പറമ്പിൽ കൽക്കഷണങ്ങളും, കുമ്മായപ്പൊട്ടുകളും, പൊട്ടിയ ഓടുകളും ചിതറിക്കിടക്കുന്നു. പഴയ വീടിന്റെ അവശിഷ്ടങ്ങൾ. മുക്കാലും കൊത്തിക്കോരിയ പഴയതറയുടെ ഒരു മൂലയ്ക്ക് ചെറിയൊരു വീട്. വീട്ടിന്റെ വടക്കുഭാഗത്ത് ശങ്കരേട്ടന്റെ മൂത്തജ്യേഷ്ഠന്റെ ഭാര്യ ആടിനെക്കറന്നുകൊണ്ടിരുന്നു. അവരുടെ കണ്ണിൽപ്പെടാതെ തന്നെ പടിപ്പുരച്ചുവരുകൾക്കു പുറത്തുകടന്നു. താൻ ചെറുപ്പകാലത്തുകണ്ടിട്ടുള്ളതിൽവെച്ച് ഏറ്റവും വലിയ ആ വീടിന്റെ ചിത്രം മനസിൽ കറങ്ങിക്കൊണ്ടിരുന്നു. പുലിമുഖംവച്ച കനത്ത വാതിലുകൾ. കോലായിലെ തട്ടിന്മേൽ വിഷ്ണുചക്രം കടഞ്ഞുണ്ടാക്കിയത് അതിന്റെ നടുക്കു രസഗുളകൾ. മുൻവശത്തെ ഉത്തരത്തിൽ പലതരം പുന്നെൽക്കതിരുകൾ. കണ്ണാടിപോലെ മിന്നുന്ന, കരിമെഴുകിയ നിലം.

അമ്മേടത്തിതന്നെ പറഞ്ഞുകേട്ടിട്ടുണ്ട്. കോലായിൽ ചാണകം തേച്ചാൽ, അമ്മായിയമ്മ പെട്ടിയിൽനിന്നു അലക്കിയൊരു മുണ്ടെടുത്തു കൊണ്ടുവരും. അതുകൊണ്ടു മെഴുകിയുണങ്ങിയ നിലത്തൊന്നു തുടയ്ക്കും. തുടച്ച തുണിയിൽ കരിയുടെ പാട് കാണരുത്. അത്രയ്ക്കു നന്നായി വടിച്ചെടുക്കണം. നിലത്ത് ഒരു പൊടി കാണരുത്. മുണ്ടിൽ കരി പുരണ്ടുകണ്ടാൽ അന്ന് വീട്ടിലെ പെണ്ണുങ്ങൾക്കു സൈ്വരമില്ല. ചീത്ത പറഞ്ഞു കണ്ണു പൊടിച്ചുകളയും. വലിയ പ്രഭാവത്തോടെ വിളങ്ങിയിരുന്ന ആ ഉമ്മറക്കോലായുടെ സ്ഥാനത്താണ് ഇന്നത്തെ ആട്ടിൻകൂട്.

മോരുകാരൻനായരോട് ശങ്കരേട്ടനെപ്പറ്റി അന്വേഷിച്ചു:

"നിർഗതിണ്ടാവെ, അത്തറവാട്ടിൽ പിറന്നോർക്ക്! പുരത്തറയുംകൂടി പൊളിച്ചല്ലൊ. ഭാഗംവച്ചത്! ഇല്ലാഞ്ഞിട്ടാണെങ്കിൽ തരക്കേടില്ല. കാരണവന്മാർ നേടിയത് കാലംചെല്ലുന്നതിനുമുമ്പുതന്നെ ങ്ങനെ ചുട്ടുതിന്നു കണ്ടിട്ടില്ല. പലതും കണ്ടതാണേ ഈ നായര്!"

"ശങ്കരേട്ടനെവടെപ്പോയിരുന്നു?"

"ഇതെല്ലാം കണ്ടും കേട്ടും പഴനിക്കോ മറ്റോ പോയീന്ന് പറേണ കേട്ടു. ആറുമാസം കഴിഞ്ഞിട്ടാ പിന്നെ വന്നത്. രണ്ടു നാലീസം ഇവിട്യൊക്കെ ചുറ്റിനടക്ക്ന്ന കണ്ടു."

"ഭാഗത്തിൽ ഒന്നും കിട്ടീല്ലേ?"

"എന്തു കിട്ടാനാ. തമ്മില് പോര് നടത്ത്വല്ലായിര്ന്നോ, ബാക്കിള്ളോര്. തനിക്കായിട്ടൊന്നും വേണ്ടാന്നും പറഞ്ഞിട്ടാ എറങ്ങിപ്പോയത്."

തിരിഞ്ഞുനടക്കാൻ ഭാവിച്ചപ്പോൾ അയാൾ പിറകിൽനിന്നു വിളിച്ചു;

"പോകാൻ വരട്ടെ. ശങ്കരൻ. ഇപ്പഴ് ആ തുന്നക്കാരന്റെ വീടിന്റെ ചായ്പ്പിലാ താമസം. ചെന്നുനോക്കിൻ കാണാതിരിക്കില്ല."

ചെന്നുനോക്കി. താടിയും മുടിയും വളർന്ന ഒരു വൃദ്ധനെയാ കണ്ടത്. ശങ്കരേട്ടൻ! കൊഴുത്തു നെടുങ്ങനെയൊന്നും ആയില്ലെങ്കിലും ഒരൊത്ത മനുഷ്യനായിരുന്നു. അവിടെവിടെ നര തുടങ്ങിയ താടിമീശ

കൾക്കിടയിൽ നിന്നു സ്നേഹം നിറഞ്ഞ ആ കണ്ണുകൾ തിളങ്ങി-

അമ്മേടത്തിയെപ്പറ്റി ഒന്നും പറയാൻ തോന്നിയില്ല. ശങ്കരേട്ടൻ ചോദിക്കുന്നുമില്ല. ഒരു തരം സങ്കോചം എല്ലാം പ്രകടമായിരുന്നു.

ചുറ്റും ഒന്നു കണ്ണോടിച്ചു. രണ്ടുകഷണങ്ങൾ ചേർത്ത ബെഞ്ച് ചുവരോട് ചേർത്തിട്ടിരിക്കുന്നു. മുറിയുടെ അറ്റത്ത് അടുത്ത മരുന്നുഷാപ്പിലെ കാലിക്കുപ്പികൾ വാരി ഇട്ടിരിക്കുന്നു. കഴുകാത്ത കുപ്പികൾ! മരുന്നിന്റെ ഗന്ധം നിറഞ്ഞുനിന്നു. മുറിയല്ല. ഇടനാഴിയുടെ ഒരു കഷണം. ജനലില്ല ഒറ്റപ്പൊളി വാതിലാണൊന്നുള്ളത്. തന്നെ അവിടെയിരുത്തി സംസാരിക്കാൻ ഏട്ടൻ ഇഷ്ടപ്പെടുന്നില്ലെന്നു തോന്നി. തുന്നക്കടയിലിരുന്നു സംസാരിച്ചു. തുന്നക്കാരൻ ദാമു ഉണ്ണാൻ പോയിരുന്നു.

"ഞാൻ വന്നത് "

"ഉം?"

"ഒരു കാര്യം പറയാനാ"

ഏട്ടൻ മുഖത്തു നോക്കുകമാത്രം ചെയ്തു.

"അമ്മേടത്തിടെ കാര്യം" അപ്പോൾ വേണ്ടതിലധികം അഭിമാനിയായ അച്ഛനെ ഓർത്തു.

"നിങ്ങൾ രണ്ടുപേർക്കും കൂടി താമസമാക്കിക്കൂടേ."

"ഈ സ്ഥലത്തോ?" ഏട്ടന്റെ കണ്ണുകൾ അത്ഭുതം കൊണ്ടു വിടർന്നു.

"വേറെ വഴികാണണം."

ഏട്ടൻ കൈമലർത്തി. വേറെ വഴിയുണ്ടായിരുന്നെങ്കിൽ ഈ അവസ്ഥയിലെത്തുമായിരുന്നില്ലല്ലോ എന്ന്.

"ഏട്ടന്നു ഓഹരി കിട്ടിയില്ലേ"

"ഇല്ല. തറവാട്ടുസ്വത്ത് അച്ഛന്റെ ആദ്യഭാര്യയുടെ പേരിലാക്കിയിരുന്നു. അച്ഛൻ"

" അതെന്താ അങ്ങനെ"

"എന്തോ" പിന്നെയതു മാറ്റാൻ വിട്ടുപോയി. പെട്ടെന്നായിരുന്നല്ലോ, മരണം!"

"കേസു കൊടുത്തിട്ടൊന്നും ഗുണമില്ല. വേറെ വഴിനോക്കാം." മനസിൽ ഒരു പുതിയ വഴിതെളിയിച്ചു.

"ഞാൻ നാലുദിവസം കഴിഞ്ഞുവരാം."

അമ്മേടത്തിയെപ്പറ്റി അറിയാൻ ഏട്ടന്റെ എല്ലാം കൊതിക്കുന്നുണ്ടെന്നു തോന്നി. സ്നേഹപൂർവം പറഞ്ഞു.

"അമ്മേടത്തിക്ക് സുഖം തന്നെ. ഇങ്ങോട്ടു വരുന്നകാര്യം ഞാൻ പറഞ്ഞില്ല."

ഏട്ടനോട് വരുന്നോ എന്നു ചോദിച്ചില്ല.

ഈ രൂപത്തിൽ വേഷത്തിൽ ഏതായാലും വന്നുവിളിച്ചാലും വരില്ല.

തട്ടിൻപുറത്തിരുന്ന ചരക്കുകൾ രണ്ടും അന്ന് അത്യമാനാജിക്കു വിറ്റു. എണ്ണൂറുപ്പിക! അന്നത്തെ എണ്ണൂറുറുപ്പിക്കു ഏട്ടന്റെ തറവാടുനിന്നിരുന്നതിന്നടുത്തെ നാലുകണ്ടം വാങ്ങി കല്ലുവെട്ടിച്ചു പുരപണിതു. ശങ്ക

രേട്ടൻ വന്ന് ഏടത്തിയെ കൊണ്ടുപോകുന്നത് നിറഞ്ഞ കണ്ണുകളോടെ നോക്കിനിന്നു.

"മൂന്നാൾക്കുവേണ്ടതല്ല, പത്താൾക്കു വേണ്ടതു ചെയ്തു മുടിഞ്ഞതിന് ആരെക്കുറ്റം പറയനൊ അരുതാത്തതു ചോദിച്ച അനുജന്റെ മുഖം മനസിൽ വേദനയോടെ ഉറവുപൊട്ടിച്ചു.

നാല്

പണിക്കർമാഷ് അച്ഛനുമായി സംസാരിക്കുന്നത് അവൾ അടുക്കള ക്കോലായിൽ നിന്നുകേട്ടു.

"മകൾ ലീവിലാണോ?"

"ആയിരിക്കും. ഒന്നും ചോദിക്കാൻ ഇടകിട്ടീല. ഇന്നലെങ്ങു വന്ന ല്ലേള്ളൂ."

ലീവിലാണ് എന്ന സങ്കൽപ്പം അച്ഛന്റെ മനസിൽ നിൽക്കട്ടെ.

"ന്റെ കുഞ്ഞിലക്ഷ്മിക്ക് കുട്ടികൾ മൂന്നായി." മാഷ്.

കുഞ്ഞിലക്ഷ്മി തന്റെ കൂടെ പഠിച്ചവളാണ്. അവൾ മിടുക്കിയായിരുന്നു. പഠിക്കാൻ മടി കാണിച്ചാൽ, ചന്തിയിലെ തോലങ്ങുപൊളിയും. പണിക്കരുമാഷ് തന്റെ എട്ടുമക്കളേയും കഷ്ടപ്പെട്ടു വളർത്തി.

ഭാര്യ പ്രസവിച്ചാൽ രണ്ടാഴ്ചത്തേക്കു മാഷെ സ്കൂളിൽ കാണില്ല. എന്നാലും മൂത്തമകളെ വീട്ടുജോലിക്കു നിർത്തിയില്ല.

എട്ടു കുട്ടികളെയും വയസായ തള്ളയെയും പുലർത്തേണ്ട മാഷ് വളരെയധികം കഷ്ടപ്പെട്ടിരുന്നിരിക്കണം.

സന്ധ്യക്ക് തന്റെ കടും നീലസഞ്ചിയും തൂക്കി മാഷ് ഇടവഴിയിലൂടെ വന്നുകയറും വീട്ടിൽ. ഗേറ്റുകടന്നു മുറ്റത്തുവരുമ്പോൾ നാലുപാടും നോക്കും. കയ്യിലെ നീലസഞ്ചി കോലായിലെ തൂണിനു മറവിൽ വയ്ക്കും. അമ്മ കൊടുക്കുന്ന അഞ്ചുറുപ്പിക പോക്കറ്റിലിട്ട് ഒഴിഞ്ഞ സഞ്ചി ഉള്ളം കയ്യിൽ ചുരുട്ടിപ്പിടിച്ച് വന്നതിനെക്കാൾ കൂടുതൽ ധൃതിയിൽ തിരിച്ച് പോവുകയും ചെയ്യും.

ആ സഞ്ചിയിൽ കൊണ്ടുവന്നതെന്താണെന്നൂഹിക്കാൻ ഒരു പ്രയാസവുമില്ലായിരുന്നു...........

ഒരു ദിവസം സ്കൂൾവിട്ട് പുസ്തകങ്ങൾ വാരിക്കൂട്ടി സഞ്ചിയിൽ കുത്തിനിറച്ചു ഓടുമ്പോൾ പണിക്കരുമാഷ് പറഞ്ഞു:

"എല്ലാവരും കോപ്പിപ്പുസ്തകം വാങ്ങീട്ടേ പോകാവൂ."

ഒന്നു നേർത്തേ തന്നിരുന്നെങ്കിൽ. അന്നു 'കലിയ'നാണ്. കർക്കിടകസംക്രമം. വീട്ടിൽ ചെന്നിട്ടുവേണം വാഴക്കണ മുറിച്ചു കലിയനു കൂടുണ്ടാക്കാൻ. പ്ലാവില പെറുക്കി കാളകളെ ഉണ്ടാക്കണം. ഒരു പുതിയ സാധനം ഉണ്ടാക്കണം. മോറ. അതെന്താണെന്ന് ക്ലാസിലെ പല കുട്ടികൾക്കും അറിഞ്ഞുകൂടാ. തന്റെ വീട്ടിലെ ചന്ദ്രേട്ടന്നു പോലും!

ജാനകി, മാധവി, ഉണ്ണിക്കുറുപ്പ്......! ഓരോരുത്തർ മാഷ്ടെ കയ്യിൽനിന്നു പുസ്തകം വാങ്ങി ഓടി. അഞ്ചാം ക്ലാസിൽ പഠിക്കുന്ന ചന്ദ്രേട്ടൻ സ്കൂൾ

മുറ്റത്ത്. ചതുരക്കള്ളിയുടെ കഷണങ്ങൾ മുറിച്ചു വിതരണം ചെയ്യുകയാണ്, സ്ലേറ്റു മായ്ക്കാൻ.

ക്ലാസിലെ പല കുട്ടികൾക്കും പുസ്തകം കിട്ടി. എല്ലാവരും പോയിത്തുടങ്ങി. തന്റെ പുസ്തകം എപ്പോഴാണ് കിട്ടുക! എൻ സരസു– ഇല്ല. അതു പാറുക്കുട്ടിയുടെ പുസ്തകമാണ്. *ബാലൻ* മാസികയുടെ പുറംകടലാസുകൊണ്ടു പൊതിഞ്ഞ തന്റെ പുസ്തകം ഏറ്റവും അടിയിലാണെന്ന് അവൾ കണ്ടുപിടിച്ചു.

"സരസു എൻ!" ധൃതിയിൽ പുസ്തകം വാങ്ങാൻ കൈനീട്ടി. ചന്ദ്രേട്ടൻ കള്ളിക്കഷണങ്ങൾ മുഴുവനും കൊടുത്തുകഴിഞ്ഞിരുന്നു.

"എന്താത്ര ധൃതി? ചായ തണുത്തുപോകോ?"

"ഉം...ഉം...."

"വൈകുന്നേരം എന്താ കഴിക്ക്യാ?"

"കാപ്പി."

"എന്തേ ചായയില്ലാത്തത്."

"ചായയ്ക്കു പാലില്ല. രാവിലെ മാത്രമേ കിട്ടൂ"

"എന്നും ചായ കുടിക്കണോ?..........." മാഷ് എന്തോ ആലോചിച്ചുകൊണ്ടു നിർത്തിക്കളഞ്ഞു. പോരുമ്പോൾ വഴിക്കു ചിന്തിച്ചു,

"ഈ മാഷ്ക്ക് അറിയേണ്ടാത്ത കാര്യല്യല്ലോ!"

മുറ്റത്തെ വൈക്കൽമൂടയ്ക്കടുത്തു, വാഴക്കണകൊണ്ടു കലിയനു വീടുണ്ടാക്കിക്കൊണ്ടിരുന്നപ്പോൾ ഉള്ളിലൊരു ആന്തൽ! പണിക്കർമാഷ്! നീലക്കുട! ഇടവഴിവക്കത്തെ വേലിയരിപ്പൂച്ചെടികളുടെ മീതെ, പൊന്തിയും താണും പൊന്തിയും താണുമങ്ങനെ വരുന്നു!

രാവിലെ വീട്ടുകണക്കു തെറ്റിച്ചതു പറയാൻ വരികയാണോ? അതല്ല. വൈകുന്നേരം യശോദയ്ക്കുകൊടുത്ത പൊതി മാഷു കണ്ടിരിക്കണം. അമ്മകാണാതെ പൊതിഞ്ഞുകെട്ടിയ ഓവൽടിൻ. ഒരു ഗ്ലാസു പാലിലിടാനുള്ളതേയുള്ളൂ. അതെന്താണെന്നു യശോദയ്ക്കറിഞ്ഞുകൂടാഞ്ഞിട്ടാണ്. അതു പറയാനിപ്പോൾ ഇങ്ങോട്ടു വരണോ?

"നീയ്യെവ്ട്യാ നോക്കണത്. രണ്ടുകഷ്ണം പച്ചീർക്കില്കൊണ്ടാ" മുറിച്ചുകൊണ്ടിരുന്ന വാഴക്കണ ഏട്ടൻ നിലത്തിട്ടു.

"മാഷെന്തിനാപ്പോ വര്ണത്?"

"ആര്"

"അതാ"

ചന്ദ്രേട്ടനും ഒന്നു ഞെട്ടി. അതു കാണിക്കാതെ മുറ്റുത്തുനിന്നു കോലായിലേക്കു കയറാൻ മുതിരുന്ന മാഷോടു പറഞ്ഞു;

"അമ്മാമൻ ഇവ്ടില്യ."

മാഷ് ചിരിച്ചു. സമാധാനം. അച്ഛനില്ലെന്നുപറഞ്ഞിട്ടു പോയില്ലെങ്കിൽ വേണ്ട. ചിരിക്കുന്നുണ്ടല്ലൊ, വേറെ വല്ല കാര്യത്തിനും ആയിരിക്കും. പറമ്പിന്റെ പടിഞ്ഞാറെത്തല വിൽക്കണമെന്നു അച്ഛൻ അമ്മയോടു പറയുന്നതു കേട്ടിരിക്കുന്നു.

"അമ്മയില്ലേ?"

"അകത്തുണ്ട്." മാഷ്ടെ മുമ്പിൽനിന്നു രക്ഷപ്പെടാൻ ഒരു മാർഗം. ക്ഷണനേരംകൊണ്ട് അകത്തേക്ക് ഓടി. അമ്മ പുറത്തുവന്നപ്പോൾ പിന്നിൽ മറഞ്ഞുനിന്നു.

മാഷ് പതുക്കെ സംസാരിച്ചു.

"അതിന്ന് അവൾടെ അച്ഛനിവിടില്ലല്ലോ."

"ആവട്ടെ. വന്നിട്ടു തന്നാമതി"

"ഇതൊക്കെ വല്ലോരും അറിഞ്ഞൂന്ന് വച്ചാ മോശാണ്."

"സാധനം ചില്ലറയാണോ വർണത്. പൂത്തു കട്ടകെട്ടിക്കിടക്ക്വല്ലെ. എറിഞ്ഞു കളയുമ്പഴ് കഷ്ടം തോന്ന്വാണ്."

കൊണ്ടുവന്ന നീലസഞ്ചി മാഷ് അമ്മയെ ഏൽപ്പിച്ചു. അമ്മ ഉള്ളിലുള്ള സാധനം പുറത്തേക്കെടുക്കാൻ തുനിഞ്ഞപ്പോൾ മാഷ് പറഞ്ഞു.

"സഞ്ചിയോടെ എടുത്ത് അകത്തേക്ക് കൊണ്ടുപോവിൻ! മുള്ളുവേലിക്കു പോലും കണ്ണുള്ള കാലാണ്."

അമ്മ സഞ്ചിയുമായി അകത്തുപോയി തിരിച്ചുവന്നു. നാലായി മടക്കിയ സഞ്ചിയും ഒരു അഞ്ചിന്റെ നോട്ടും മാഷ്ടെ കയ്യിൽ വച്ചുകൊടുത്തു.

"ഇവിടെ ചില്ലാനം വാങ്ങാൻ തന്ന പൈസയാണ്. കണക്കൊക്കെ നിങ്ങളുതമ്മിൽ. മാഷ്ടെ ആവശ്യം വിചാരിച്ചിട്ടാ"

"അതേതെ." വെറ്റിലക്കറപിടിച്ച വലിയ പല്ലുകൾ കോലായിൽ കൊളുത്തിയ സന്ധ്യാദീപത്തിന്റെ വെളിച്ചത്തിൽ വെട്ടിത്തിളങ്ങി.

സഞ്ചി ഒന്നുകൂടി മടക്കി ഉള്ളംകയ്യിലൊതുക്കി, നോട്ടു നിവർത്തി വീണ്ടും മടക്കി പോക്കറ്റിലിട്ടു മാഷ് ഇറങ്ങിനടന്നു.

അമ്മ കൊണ്ടുവച്ച സാധനം കണ്ടുപിടിച്ചു. അലമാരയുടെ കൊളുത്തിട്ട പൊളിയുടെ പിന്നിലിരിക്കുന്നു. പാൽപ്പൊടി! ഒരുടിന്ന് പാൽപ്പൊടി!

ലക്ഷ്മിക്കുട്ടിയുടെ പാവാടയുടെ കീറൽ മനസിൽ തെളിഞ്ഞു. കീറലിന്നടിയിൽക്കൂടിക്കാണുന്ന ചുകന്ന കോണകവാൽ. അവൾക്ക് അടിയിലിടാൻ കമ്മീസില്ല. അന്നവൾ ചോറുകൊണ്ടുവരാതിരുന്നതോർത്തു. ഉച്ചയ്ക്കു വിട്ടപ്പോൾ നേരെ കിണറ്റിൻകരയിൽ പോയി ഒരു വീർപ്പ് പച്ച വെള്ളം കുടിച്ചു. ഊണുകഴിഞ്ഞു ചെന്ന തന്റെ കയ്യ് മണത്തുകൊണ്ട് അവൾ പറഞ്ഞു:

"ഇന്നെന്താ കൂട്ടാനെന്നു ഞാമ്പറയട്ടെ"

"മോരൊഴിച്ച ചേമ്പുകൂട്ടാൻ".

പൊട്ടിച്ചിരിച്ചു. ഉലുവാ വറുത്തിട്ട വെറും ചക്കക്കുരുവിന്റെ കൂട്ടാൻ. അതിലിടാൻ ഒരു പിടി പരിപ്പ് കിട്ടിയില്ലെന്ന് അമ്മ പറയുന്നതു കേട്ടു. ശ്രീധരപ്പാപ്പന്റെ ഭാര്യ ലീല ഇളയമ്മ ഉണ്ടുകൊണ്ടിരുന്നപ്പോൾ നൊടിഞ്ഞു:

"എന്നും ഒരു ചക്കക്കുരു! ഇനി വേനലുകഴിയുന്നതുവരെ ഇതുതന്നെ ഒരു ശരണം!" അവരുടെ വെളുത്ത മുഖം ചുവന്നിരുന്നു. പേടി തോന്നി. ഇന്നു രാധാകൃഷ്ണപ്പാപ്പൻ വന്നാൽ നല്ല കോളായി. ഇളയമ്മയുടെ മുഖം ചുവന്നാൽ രാധാകൃഷ്ണപ്പാപ്പൻ സർവരെയും ചീത്തപറയും......

"എന്താ കുട്ടി ആലോചിക്ക്ണ്"

"ഒന്നൂല്യ. ലക്ഷ്മിക്കുട്ടിക്കു എന്തേ കൂട്ടാൻ"

"ഞാനിന്നു ചോറു കൊണ്ടന്നില്ല"

"എന്തേ."

"സഞ്ചീലൊക്കെ ചെളി. അമ്മ തിരുമ്പിയിട്ടു. ഉണങ്ങീട്ടില്ല. ഞാൻ രാവിലെ ഉണ്ടു." കണ്ണു വലിഞ്ഞു കുണ്ടിൽ പോയ അവളുടെ മുഖത്തു നോക്കാൻ മടിതോന്നി. എല്ലാ വെള്ളിയാഴ്ചകളിലും ലക്ഷ്മിക്കുട്ടിയുടെ സഞ്ചി തിരുമ്പിയിടുന്നതെന്താണ്? ശനിയാഴ്ചയായിക്കൂടെ അപ്പണി? ചന്ദ്രേട്ടനാണ് പറഞ്ഞുതന്നത്.

"അവള് വെറുതെ പറയാ. നോക്ക്, സരസ്വൊ, റേഷനരി അഞ്ചീസ ത്തേക്കേണ്ടാവുള്ളൂന്ന്, അമ്മ പറയാറ്ല്ല്യേ. മ്മക്ക് കരിഞ്ചന്തേല് അരി വാങ്ങീട്ടാ എന്നും ഉണ്ണാൻ തെകയ്ണത്."

"മാഷ്ക്കും വാങ്ങിച്ചൂടെ, അരി?"

"അരി വെറുതെക്കിട്ട്വോ? മസാലപ്പീട്യേല്യ്ക്ക് തേങ്ങാ വലിച്ചു കൊടുക്കാൻ മാഷ്ക്ക് പറമ്പൊന്നൂല്യ."

അച്ഛൻ പറമ്പിന്റെ പടിഞ്ഞാറെത്തല വിൽക്കണമെന്നു പറയുന്നത് മസാലപ്പീടികയിലെ വേലുവിന്റെ കടം വീട്ടാനാണ്. നാനൂറുറുപ്പികയിലും മീതെ ആയെന്നു പറയുന്നതു കേട്ടു.

"ഇനി അരി വാങ്ങുന്നത് കുറച്ചൊക്കെ ഒന്നു ചുരുക്കാ."

"ഞാനെന്തു കാട്ടീട്ടാ ചുരുക്കണ്ടത്?"

"രാവിലത്തെ കഞ്ഞി വേണ്ടാന്ന് വയ്ക്കണം. ചായയ്ക്കെന്തെങ്കിലും തിന്നാനുണ്ടാക്കാം."

"രാവിലെ കഞ്ഞി കുടിക്കാഞ്ഞാൽ തലചുറ്റലുണ്ടാവുന്നോർക്കോ?" അതിന് അച്ഛൻ സമാധാനം പറഞ്ഞില്ല. ലീല ഇളയമ്മയ്ക്കു രാവിലെ കഞ്ഞിവേണം. തേങ്ങാപ്പാലൊഴിച്ച കഞ്ഞിയും പുഴുക്കും. കഞ്ഞികുടി ച്ചുശീലിച്ചതാണ്. കുടിച്ചില്ലെങ്കിൽ തലവേദന വരും.............

അപ്പോൾ ഈ ലക്ഷ്മിക്കുട്ടിയ്ക്കോ? വെറുതെപറയുന്നതാവും,

"നെണക്ക് തലവേദനിണ്ടോ?"

ലക്ഷ്മിക്കുട്ടി അത്ഭുതത്തോടെ നോക്കീട്ടു ചോദിച്ചു, "എന്താ കുട്ടീ ഇപ്പറേണത്"?

"ചോറുണ്ണാഞ്ഞിട്ട് നെണക്ക് തലവേദനിണ്ടോ?"

"ഇല്ല. വിശപ്പേള്ളൂ. ചൊറുണ്ണാഞ്ഞാൽ തലവേദനയുണ്ടാവേ!"

അവൾ പിന്നെ ഒന്നും ചോദിച്ചില്ല.

പാലുകുടിക്കാനുള്ള ബെല്ല്കേട്ട് അവൾ ഓടിപ്പോയി. കുറെക്കഴിഞ്ഞു അവൾ വന്നപ്പോഴും താൻ അച്ഛൻ പറഞ്ഞകാര്യം ഓർക്കുകയായിരുന്നു. പറമ്പിന്റെ പടിഞ്ഞാറെത്തല വിറ്റാൽ, ഇക്കൊല്ലം തിരുവാതിരയ്ക്ക് ഊഞ്ഞാലിടുന്നതെവിടെയാണ്? കലിയന്നു കാലികളെ ഉണ്ടാക്കാൻ അത്ര വലിയ പ്ലാവില മറ്റൊന്നിന്റെ ചുവട്ടിൽനിന്നും കിട്ടില്ല.........

പാലുകുടിച്ചുവന്ന് ഏമ്പക്കം ഇട്ടു ലക്ഷ്മിക്കുട്ടി പറഞ്ഞു.

"ഇന്നത്തെ പാലിന്നു എന്തൊരു സ്വാദ്!"

"ഈ പാല് ചായേലൊഴിച്ചാൽ ഒരു സ്വാദൂല്യട്ടൊ" നാവിൻ തുമ്പത്തുനിന്നു വഴുതിവീണ വാക്കുകൾ തിരിച്ചെടുക്കാൻ വയ്യ.

"മാഷോടു പാൽപ്പൊടിവാങ്ങി, ചായണ്ടാക്കുന്നകാര്യം സ്കൂളില് ആരോടും പറയര്ത്ട്ടൊ!" അമ്മ ഓർമിപ്പിച്ച കാര്യം പറഞ്ഞുപോയി. സാര മില്ല. മാഷ്ടെ മകൾ ലക്ഷ്മിക്കുട്ടിയോടല്ലെ, പറഞ്ഞുള്ളൂ!..................

അച്ഛനോട് യാത്രപറഞ്ഞു മാഷ് ഇടനാഴിയിലേക്ക് വന്നു.

"എന്താ ഒളിച്ചിരിക്കുന്നത്."

ആ പഴയ ചിരി. പ്രാരാബ്ധത്തിന്റെ രേഖകൾ കൺകോണുകളിൽ അടിഞ്ഞുകൂടിയിരുന്നു. പണിക്കരുമാസ്റ്റർക്ക് വലിയ വ്യത്യാസമൊന്നും വന്നിട്ടില്ല. നീലവരകളുള്ള പഴയ ഷർട്ടിനുപകരം, വരകളില്ലാത്ത വെള്ള ഷർട്ട്. കട്ടനീലം പിഴിഞ്ഞ, ചുളുക്കുകൾ വീണ മുണ്ടല്ല. നല്ല നിറമുള്ള മുണ്ടും ഷർട്ടും.

"എന്താ നോക്കുന്നത്? ഞാൻ ലക്ഷ്മിക്കുട്ടീടടുത്തു പോയിട്ടു വരുന്ന വഴിയാ"

അവൾ ചിരിക്കുകമാത്രം ചെയ്തു.

"എന്നാ ഞാനിറങ്ങട്ടെ."

മാഷ് ഇറങ്ങിപ്പോയപ്പോഴാണ്, ഓർത്തത്, ലക്ഷ്മിക്കുട്ടിയുടെ വിവരങ്ങളൊന്നും ചോദിച്ചില്ലല്ലോ! തന്നെപ്പറ്റി എന്തു വിചാരിക്കും! ഒന്നാം ക്ലാസുതുടങ്ങി പത്താംതരംവരെ ഒന്നിച്ചു പഠിച്ച ലക്ഷ്മിക്കുട്ടി. അവൾ എന്നും പഠിപ്പിൽ 'ഒന്നാമനകാ'യിരുന്നു. ഉദ്യോഗമുണ്ട്. ഭർത്താവായി. കുട്ടികളുമായി.

മുത്തശ്ശി പറഞ്ഞു:

"നമ്മടെ കിഴക്കെക്കണ്ടം മാഷ്ടെ ലക്ഷ്മിക്കുട്ടിയാണ് വാങ്ങ്ണത്!"

വിശ്വസിക്കാൻ കഴിഞ്ഞില്ല. ലക്ഷ്മിക്കുട്ടി ഈ പറമ്പിന്റെ അവസാ നത്തെ മണ്ണും വാങ്ങുക. മറ്റു ഭാഗങ്ങളൊക്കെ പലർക്കുമായി വിറ്റിരിക്കു ന്നു. വേദനയും, അമർഷവും തോന്നി. കണ്ണിനു മുമ്പിൽ വീടുവച്ച് ലക്ഷ് മിക്കുട്ടിയും ഭർത്താവും കുട്ടികളും വന്നു താമസിക്കും – താനിവിടെ ഈ പഴയ വീട്ടിൽ.

വേണ്ടച്ഛാ....അതു ലക്ഷ്മിക്കുട്ടിക്കു കൊടുക്കേണ്ട. മറ്റാർക്കുവേണ ങ്കിലും കൊടുക്കാം – ഇതു മുടക്കണം. ആർക്കു വിറ്റാലും കാശുകിട്ടും. തനിക്കിതു സഹിക്കാൻ വയ്യ. ലക്ഷ്മിക്കുട്ടിയും ഭർത്താവും കൺമു മ്പിൽവന്നു താമസിക്കുക. മനസിൽ വേദനയുടെ പാമ്പുകൾ പുളഞ്ഞു. അച്ഛൻ താൻ പറയുന്നതു കേൾക്കില്ലേ?

തന്റെയീ അവസാനത്തെ ആശ അച്ഛൻ ചെവിക്കൊള്ളാതിരിക്കുമോ?

അല്ലെങ്കിൽ താനെന്തിന് അവളോടിത്ര വെറുപ്പുകാണിക്കുന്നൂ.? അവൾ അർഹിക്കുന്നതു നേടി. അവൾ തന്നേക്കാൾ സുന്ദരി. ആരെയും ആകർഷിക്കും. ചെറുപ്പകാലത്തു അവൾ കുറെ കഷ്ടപ്പെട്ടില്ലേ? ഒരു കമ്മീസിടാൻ ഭാഗ്യമില്ലാതിരുന്ന പെൺകുട്ടി. വീടെത്തിയാൽ, സ്കൂളി ലേക്കിടുന്ന ഒരേയൊരു പാവാട നനച്ചിട്ടു, ഏതു തണുപ്പിലും പട്ടുകോ ണകം മാത്രമുടുത്തു അടുപ്പിന്നടുത്തു കുത്തിയിരിക്കാറുള്ള ലക്ഷ്മിക്കു ട്ടി! അവളുടെ വെളുത്ത കാലുകളിൽ ചിരങ്ങിന്റെ കറുത്ത കലകൾ കാണാമായിരുന്നു. ഇന്നതൊന്നും ഉണ്ടാവില്ല. അവൾ സുന്ദരിയാണ്.

പണംകൊണ്ട് എന്തും സാധിക്കും. അവളുടെ അമ്മാവൻ സിങ്കപ്പൂരിൽനിന്നു വന്നിരിക്കുന്നു. അനേകം ട്രങ്കുപെട്ടികൾ. കൊണ്ടുവരാത്ത സാധനങ്ങളില്ല എന്നാണ്, അന്നുകേട്ടത്. അമ്മാവൻ അന്നു വന്നില്ലായിരുന്നെങ്കിൽ—എങ്കിൽ ലക്ഷ്മിക്കുട്ടിയോട് തനിക്കീ പകതോന്നേണ്ട കാര്യമില്ല. തനിക്കപരിചിതരായ മറ്റുവല്ലവരെയും അദ്ദേഹം കല്യാണം കഴിക്കുമായിരുന്നു. പണമുള്ള, സൗന്ദര്യമുള്ള, പെൺകുട്ടികളെ—ലക്ഷ്മിക്കുട്ടി എന്തു കുറ്റംചെയ്തു? അവൾക്കു വേണ്ടതിലധികം കഷ്ടപ്പാടുകളുണ്ടായിരുന്നു. ഭാഗ്യം വന്നപ്പോൾ ഒന്നിച്ചുവന്നു. താനതിനു തടസമായി നിൽക്കേണ്ടകാര്യം.....

ഈ വീടിനു മുമ്പിൽ അവളൊരു വീടുപണിയിക്കും. ആവട്ടെ. പക്ഷേ, താൻ എന്നും ഇവിടെയുണ്ടാവില്ല. കടക്കാർ തന്നെയതിനു അനുവദിക്കില്ല. ഈ പഴയവീടു തകർന്നുതരിപ്പണമാവും. പഴയമണ്ണിൽ പുതിയ വീടുകൾ ഉണ്ടാവും—പുതിയ മനുഷ്യർ. പുതിയ പ്രാരാബ്ധങ്ങൾ.

അച്ഛൻ എന്തിനോ വിളിച്ചെന്നുതോന്നി. അവൾ കണ്ണും മുഖവും തുടച്ചുചെന്നു.

ശ്രീധരപ്പാപ്പൻ! അകത്തെ കട്ടിലിന്നരികെ, പഴയ ചൂരക്കസേരയിൽ പാപ്പൻ ഇരുന്നു.

ശ്രീധരപ്പാപ്പൻ വീട്ടിൽനിന്നിറങ്ങിപ്പോയ നാളുകൾ വിസ്മരിക്കാനാവുന്നില്ല. ഈ ഇരിക്കുന്നത് അന്നത്തെ ആളല്ല

ചുവന്നുതുടുത്ത മുഖം. കറുത്തിരുണ്ടു മിന്നുന്ന തലമുടി. ചുളിവീഴാത്ത, തൂവെള്ള ഡബിൾധോത്തി. ചുണ്ടിൽ മന്ദഹാസം. ആരോഗ്യം, പ്രസരിപ്പ്— ഇതായിരുന്നു, ചെറിയച്ഛൻ. പതിന്നാലു വയസിനു താഴെ, അഞ്ചു മക്കൾ, ചരൽപ്പറമ്പിന്റെ നടുക്കൊരു വീട്! തുച്ഛശമ്പളമുള്ള ഒരുദ്യോഗം — ഇതാണ് സമ്പാദ്യം.

പൂമുഖത്തെ ചുവരുകളിൽ, ചെറിയച്ഛന്റെ, ആ നല്ല ചെറുപ്പകാലം. കണ്ണാടിക്കൂടുകളിലെ ഫോട്ടോകളിൽ അവശേഷിക്കുന്നു. നിറംമങ്ങി, കറുപ്പും വെളുപ്പും ഇഴുകിച്ചേർന്ന ആ പഴയ ഫോട്ടോകൾ ഉമ്മറക്കോലായിലെ തുരുമ്പുപിടിച്ച ആണികളിൽ, മാറാലകളാൽ വലയംചെയ്യപ്പെട്ടു തൂങ്ങിക്കിടക്കുന്നു.

അച്ഛന്റെ ചെറിയ അനുജനെപ്പറ്റി, അമ്മ പലപ്പോഴും പറയാറുണ്ടായിരുന്നു. രസകരമായ നോവലുകൾ തേടിപ്പിടിച്ചു കൊടുക്കുന്നതിൽ, ചെറുപ്പകാലത്ത് ശ്രീധരപ്പാപ്പൻ അമ്മയ്ക്കു നല്ലൊരു കൂട്ടായിരുന്നു. പതിമൂന്നു വയസിൽ കല്യാണം കഴിഞ്ഞു. വന്നുചേർന്ന അമ്മയുടെ കളിച്ചങ്ങാതി.

“എനിക്കിനിയും പഠിക്കണം.” അച്ഛൻ എതിരു പറഞ്ഞില്ല. വീട്ടിലെ ഓമന. മുത്തച്ഛൻ മരിക്കുമ്പോൾ, കൈക്കുഞ്ഞായിരുന്ന ഇളയ മകനെ, അന്യവീടുകളിൽ വേലയെടുത്തു മുത്തശ്ശി വളർത്തി. ഇളയ അനുജന്റെ പഠിപ്പിന്റെ കാര്യത്തെക്കുറിച്ച് ഏറെച്ചിന്തിക്കാൻ നിന്നില്ല, അച്ഛൻ. ആലോചിച്ചതുകൊണ്ടു ഗുണമില്ല. മലർത്തിയിട്ടിരിക്കുന്ന രണ്ടേ രണ്ടു പേജുകൾ മാത്രമുള്ളൊരു പുസ്തകമാണ്, അച്ഛനെ സംബന്ധിച്ചേടത്തോളം

ജീവിതം. ഒന്നാമത്തെ പേജ് കഴിഞ്ഞ കാലത്തിന്റേതാണ്. രണ്ടാമത്തേത് വർത്തമാനത്തിന്റേതും. പ്രാരബ്ധങ്ങളുടെയും കടപ്പാടുകളുടെയും രണ്ടു പുറംചട്ടകൾക്കുള്ളിൽ ഇവ ഒതുങ്ങിക്കിടക്കുന്നു. ഒന്നു പിന്തിരിഞ്ഞു നോക്കാതെ, ഒരിക്കൽ മുന്നോട്ടുനോക്കാതെ എല്ലാം ഹൃദിസ്ഥമാണ്. മറിച്ചു നോക്കേണ്ടാത്ത ആ ഏടുകൾ ഒന്നും വാഗ്ദാനം ചെയ്തിട്ടില്ല. അനുജനെ പഠിപ്പിക്കണം, മാന്യനാക്കണം. തനിക്കുനേടാൻ കഴിയാത്തതു അവനു നേടിക്കൊടുക്കണം— ഇതായിരുന്നു, അച്ഛന്റെ ആഗ്രഹം.

ശ്രീധരപ്പാപ്പൻ താൻ സഹിച്ച ത്യാഗങ്ങളെക്കുറിച്ചു പറഞ്ഞു,

ഏട്ടനെ ഉപദേശിക്കുമായിരുന്നു. വെറുതെ നടന്നാൽ ഒന്നുമാവില്ല.

"വല്യേട്ടൻ രാവിലെ രണ്ടണയാ സ്കൂളിൽപ്പോകുമ്പോൾ തന്നിരുന്നത്. അയ്യഞ്ചു നാഴിക അങ്ങോട്ടും, ഇങ്ങോട്ടും നടക്കേണ്ടേ? രണ്ടണയ്ക്ക് ഉച്ചയ്ക്ക് ചായ കുടിക്കും. ഒരൊറ്റക്കാശ് അധികം എന്തെങ്കിലും തന്നിട്ടുണ്ടോ, എന്നു നിന്റെ അച്ഛനോടൊന്നു ചോദിച്ചുനോക്ക്!"

രണ്ടണയും കൊടുക്കാനില്ലാത്തപ്പോൾ, തലേദിവസം വിരിയിക്കാൻവച്ച കോഴിമുട്ടകൾ എടുത്തുകൊടുത്തിട്ടുണ്ട്, അമ്മ. അല്ലെങ്കിൽ അരയ്ക്കാനിട്ട ഒരു തേങ്ങ. അതു മസാലപ്പീടികയിൽ കൊടുത്ത്,പത്തു പൈസയോ, പതിനഞ്ചു പൈസയോ, കിട്ടുന്നതും വാങ്ങി സ്കൂളിൽപ്പോകുന്നു. പൈപ്പിലെ പച്ചവെള്ളം മാത്രം കുടിച്ചു വൈകുന്നരമാക്കിയ നാളുകളും കുറവില്ല.

പഠിച്ചു കഴിഞ്ഞിട്ടും ഏറെ നാളത്തേക്ക് ഒരു ജോലിയും കിട്ടിയില്ല. അവസാനം ജോലികിട്ടി. പ്രൈമറി സ്കൂളിലെ വാധ്യാരുദ്യോഗം. അതുകൊണ്ടു രണ്ടറ്റവും തൊടീക്കാൻ ഒരിക്കലും കഴിഞ്ഞില്ല. അപ്പോൾ ഒരിക്കൽ പറഞ്ഞു.

"നിങ്ങളെന്തിനേ എന്നെ പഠിപ്പിച്ചത്. തെങ്ങിൽ കയറുന്ന വാപ്പുവിന്നു ദിവസം പത്തുറുപ്പിക കിട്ടുമല്ലോ! പഠിച്ചതുകൊണ്ടു അതിനും വയ്യാതായി."

ശ്രീധരപ്പാപ്പൻ കുടുംബഭാരം അറിഞ്ഞത് ഇവിടെ വിട്ട് വേറെ താമസിക്കാൻ ഇറങ്ങിയപ്പോഴാണ്. അതുവരെ സുഖിച്ചു. അല്ലലെന്തെന്നറിഞ്ഞില്ല.

ശ്രീധരപ്പാപ്പൻ ഭാഗ്യവാനാണെന്നു എല്ലാവരും പറഞ്ഞു.

വെളുത്തുചുവന്ന നിറവും ചുരുളൻ തലമുടിയും നല്ലപെരുമാറ്റവും ആഭിജാത്യവുമൊക്കെയുണ്ടായിരുന്ന പാപ്പനു പണമുള്ള വീട്ടിൽ നിന്നൊരു പെണ്ണുകിട്ടി.

ലീല ഇളയമ്മ വീട്ടിൽവന്നപ്പോൾ പല പരിഷ്കാരങ്ങളും ഉണ്ടായി. വണ്ണമുള്ള അഴികളുള്ള, സ്വതേതന്നെ വെളിച്ചം കടക്കാത്ത ചെറിയ ജനലുകൾക്കു വിരികൾ, കിണറിന്നടുത്തൊരു കുളിമുറി, കോലായയിലിടാൻ രണ്ടു പുതിയ കസേരകൾ.

വീട്ടിലിരിക്കുമ്പോൾ മുന്തിയ സാരികളുടുക്കുന്ന ഇളയ മരുമകളെ നോക്കി മുത്തശ്ശി പിറുപിറുത്തു;

"അടുക്കളേൽ പണിയെടുക്കാനെന്തിനാ ഇത്രനല്ല സാരി."

മുത്തശ്ശി കരുതിയപോലെ, ഇളയമ്മ അടുക്കളയിൽ പണിയെടുക്കാമെന്നു കരുതിയല്ല വന്നത്—വാവലുകളും, പ്രസവിച്ചു കിടക്കുന്ന പൂച്ചകളും എലികളും മാത്രം പെരുമാറിയിരുന്ന മുകളിലെ മുറികളിലൊന്ന് അവർ താമസിക്കാൻ തെരഞ്ഞെടുത്തു. കിടപ്പും, ഇരിപ്പും, എല്ലാം അവിടെത്തന്നെ.

കുട്ടികളുണ്ടായാൽ ഇതൊക്കെ 'വിറ്റു പോവും' എന്നു അയലത്തെ പെണ്ണുങ്ങൾ പറഞ്ഞു. അകത്തെ സ്ത്രീകൾക്ക് ധൈര്യം പോര. ശ്രീധരപ്പാപ്പൻ വലിയ ദ്വേഷക്കാരൻ. ഭാര്യ, വലിയ വീട്ടിലെ ഏക സന്തതി.

രണ്ടു മൂന്നു കുട്ടികളുണ്ടായി. കുട്ടികൾക്കു വല്യമ്മയെ മതിയായിരുന്നു. മുത്തശ്ശിയേയും. ഉച്ചയ്ക്കുണ്ണുമ്പോഴും രാവിലെ കാപ്പിക്കും, സന്ധ്യക്കും എല്ലാം ഒരു പടക്കളം പൊലെയായിത്തീരുന്നു, അടുക്കള.

അടുക്കളയുടെ പുറത്ത് പകലൊരിക്കലും അമ്മയെ കണ്ടിട്ടില്ല. അമ്മയ്ക്കുപരാതിയില്ല. ഉണ്ടെങ്കിലും പറഞ്ഞുകേട്ടിട്ടില്ല.

"വല്യമ്മേ നിയ്ക്ക് ചോറ്".

"വല്യമ്മേ കൂട്ടാൻകിട്ടിട്ട്ല്ല്യാ"

"ന്റെ വെള്ളം ഏട്ടൻ കുടിച്ചുതീർത്തു."

"ന്റെ വെള്ളത്തില് ചെക്കൻ വറ്റിട്ടു.

"നിയ്ക്ക് പച്ചെള്ളം മതി."

എല്ലാവരുടെ മക്കൾക്കും വല്യമ്മ മതി. മുത്തശ്ശിയായാലും തരക്കേടില്ല. ലീല ഇളയമ്മയ്ക്കും യശോദ ഇളയമ്മയ്ക്കും കുട്ടികളെക്കൊണ്ടു ഒരു ബുദ്ധിമുട്ടും ഉണ്ടാവില്ല. ഊണുകഴിഞ്ഞ തളം യുദ്ധം കഴിഞ്ഞ പടക്കളംപോലിരിക്കും.

അമ്മ ഉണ്ണാനിരിക്കുമ്പോൾ സമയം രണ്ടര.

ചോറു വിളമ്പിവച്ച് അമ്മ കോണിച്ചുവട്ടിൽച്ചെന്നു വിളിക്കുന്നു.

"ലീലേ, ലീലേ..."

"ഓ വരുന്നു!" വിശപ്പ് കത്തിക്കാളുകയാണ്. മൂന്നാവുമ്പോഴേക്കെങ്കിലും ഉണ്ണണം. വൈകുന്നേരത്തെ അടുപ്പെരിക്കാൻ നേരമാവുന്നതിന്നു മുമ്പ്.

എല്ലാവരും ഉണ്ണാനിരുന്നാലും ഒരു പലക ഒഴിഞ്ഞുകിടക്കും

"ലീല ഇറങ്ങിവന്നില്ലേ"

"ഞാൻ വിളിച്ചല്ലോ"

"വേണമെങ്കിൽ വരട്ടെ."

"എനിക്കു വയ്യ, എന്റീശ്വരാ " ഉരുട്ടിയ ഉരുള കിണ്ണത്തിൽത്തന്നെയിട്ടു അമ്മ വീണ്ടും എണീക്കുന്നു. എച്ചിൽക്കയ്യോടെ കോണിച്ചുവട്ടിൽച്ചെന്നു വീണ്ടും വിളിക്കുന്നു.

"നിയ്യ് ഉണ്ണാൻ വാ"

"വരാം."

വരുമ്പോൾ മൂന്നുമണി. ഊണു കഴിഞ്ഞു കൈകഴുകുമ്പോൾ ശ്രീധരപ്പാപ്പൻ സ്കൂളിൽനിന്നു വരുന്നുണ്ടാവും. "ഇതുവരെ ഊണൊന്നും കഴിഞ്ഞില്ലേ? നേരം നാലുമണി കഴിഞ്ഞു"

എല്ലാവർക്കും രക്ഷ കർത്താവായിരുന്നു, അച്ഛൻ. പഴകി ദ്രവിച്ച വാതിലുകൾക്കും ഉറക്കുത്തിയ ജനലുകൾക്കും ചോർച്ചയുള്ള ഓടുകൾക്കും പൊളിഞ്ഞുതുടങ്ങിയ ആലയ്ക്കും— എല്ലാം ഒരേ ഒരു കഥയേ പറയാനുള്ളൂ. അച്ഛന്റെ പ്രാരാബ്ധങ്ങളുടെ കഥ.

അച്ഛന്റെ അച്ഛൻ ശക്തിയേറിയ ഒരു മനുഷ്യനായിരുന്നു. ശക്തിയുടെ ആ ദുർഗം തകർന്നപ്പോൾ മുത്തശ്ശി ആകാശം നോക്കി. മുലകുടിക്കുന്ന ഇളയ കുട്ടിയെ, അമ്മുവല്യമ്മയെ ഏൽപ്പിച്ചു അവർ വേലചെയ്തു.

അമ്മ ചെയ്ത ത്യാഗങ്ങൾ താൻകൂടി ഏറ്റെടുത്തപ്പോൾ ഇനി എല്ലാം തന്റെ ഉത്തരവാദിത്വമാണെന്ന് അച്ഛനു തോന്നി. കൊല്ലങ്ങൾക്കു ശേഷം തന്റെ പരിരക്ഷയിൽ തഴച്ചുവളർന്ന വലിയ കുടുംബം നോക്കി അച്ഛൻ ആശ്വാസത്തിന്റെ നെടുവീർപ്പിട്ടു. തനിക്കുള്ള കുട്ടികൾ ചെറുപ്പം. അവരും അങ്ങു വളരും........

വൈകിട്ടു ജോലികഴിഞ്ഞു വരുന്ന മൂത്ത മകനോടു മുത്തശ്ശി പറയുന്നു;

"നാളെ എനിക്കു അമ്മിണീന്റാടെ ഒന്നു പോകണം."

മുണ്ടുമാറ്റി തോർത്തുടുത്തു പറമ്പിൽ, പകൽ വീണുകിടക്കുന്ന ഉണക്കമടലുകൾ പെറുക്കി അടുക്കളമുറ്റത്തു കൂട്ടുന്നതിനിടയിൽ അച്ഛൻ ആവശ്യങ്ങളും പരാതികളും മൂളിക്കേൾക്കുന്നു.

"ചെറിയ പെണ്ണിന്റെ ചോറൂണാണ്. എന്തെങ്കിലും കൊടുക്കേണ്ടേ?"

ചോദ്യമല്ല. അതു തീരുമാനംതന്നെ. കൊടുക്കണം എന്നു പറഞ്ഞാൽ കൊടുക്കുകതന്നെ. എന്തു വേണം? അഞ്ചാമത്തെ കുട്ടിയുടെ ചോറൂണിനു എന്തു കൊടുക്കണം? കൊടുക്കേണ്ടത് വല്യമ്മാമന്റെ ബാധ്യത. കുട്ടിയുടെ ജാതകം എഴുതിവാങ്ങിക്കേണ്ട രക്ഷകർത്താവിന്റെ!

ഒന്നും, രണ്ടും, മൂന്നും കുട്ടികൾക്കുവീതം കഴുത്തിലേക്കു ചെയിൻ കൊടുത്തു, അരയിലേക്കു സ്വർണനൂലും. ഇതിനൊക്കെ പണം എവിടുന്ന്, എന്നാരും അന്വേഷിച്ചില്ല. അനുജന്മാർ പറഞ്ഞു, തറവാട്ടു സ്വത്തില്ലേ? എല്ലാം ഏട്ടനല്ലേ എടുക്കുന്നതും ചെലവാക്കുന്നതും.

തറവാട്ടുസ്വത്ത്! അച്ഛൻ മരിക്കുമ്പോഴുണ്ടായിരുന്ന രണ്ടു വളപ്പുകളും കുറെ കടങ്ങളും. ഒരു പറമ്പ് വിറ്റു കടങ്ങൾ വീട്ടി. രണ്ടാമത്തേതുണ്ട്. ഇരുപത്തിമൂന്നംഗങ്ങളുടെ കുടുംബം പുലരണം. അനിയന്മാർ കൊടുക്കുന്നത് മാസംപ്രതി ഇരുപത്തഞ്ചു രൂപാ. അവരുടെ ഭാര്യമാരുടെയും കുട്ടികളുടെയും ചെലവു കഴിയണം. കല്യാണം കഴിച്ചുകൊടുത്ത പെങ്ങന്മാരോടുള്ള ബാധ്യതകൾ വേറെ!

മുത്തശ്ശി പറഞ്ഞു:

"ചെയ്യേണ്ടത് ചെയ്യാതെ പറ്റ്വോ?" പറ്റില്ല. ചെയ്യണം. അമ്മിണിയുടെ അഞ്ചാമത്തെക്കുട്ടിയുടെ ചോറൂണിന്നു വലിയമ്മാവൻ എന്തെങ്കിലും കൊടുക്കുകതന്നെ വേണം! നാളെ ചോറൂണ്. ഇന്നലെപ്പറഞ്ഞു. ഇന്നും പറയാം. മുൻകൂട്ടി പറഞ്ഞില്ലെങ്കിൽ തന്നെയെന്താ, അറിഞ്ഞു ചെയ്യേണ്ടതല്ലേ, ഇതൊക്കെ? കുഞ്ഞുണ്ടായത് ഇന്നല്ല. മാസം പത്തു കഴിഞ്ഞു. ആറാം മാസത്തിൽ ആഘോഷിക്കേണ്ട ചോറൂണ്!"

അന്നു സ്കൂളിൽ പോകുമ്പോൾ, മുത്തശ്ശി പറഞ്ഞു:

"എഴുത്തുപള്ളീന്ന് വേഗം വരണംട്ടൊ, വൈകുന്നേരംമ്മക്ക് അമ്മിണി എളേമ്മയുടെ കുട്ടീടെ ചോറൂണിന്നു പോണം."

ബഹു സന്തോഷം. മുത്തശ്ശിയുടെ തീരുമാനം മാററുത്. ഇളയമ്മ മാരുടെ കുട്ടികളെ ആരെയെങ്കിലും കൂട്ടിന് വിളിച്ചാലോ, മുത്തശ്ശി?

യശോദച്ചെറിയമ്മ ചിലപ്പോൾ ചോദിക്കും;

"അതുപോലത്തെ പേരക്കുട്ട്യോളല്ലേ, എന്റെ സുജാതയും ശ്രീധരന്റെ കുട്ടികളും ഒക്കെ?"

"സുജാതയും, പവിത്രനുമൊന്നും നടക്കൂല്ല, അല്ലേ, മുത്തശ്ശീ?"

"നീ പോന്നൊ! എല്ലാരേം കൂടെങ്ങനെ കൊണ്ടുപോകാനാണ് ഞാനൊരാള്! ആ തോട്ടുമ്മലെ പാലം കടക്കണംന്ന്ച്ചാൽ ഇത്തിരി നയിപ്പുണ്ട്."

നേരത്തെ സ്ക്കൂളിൽ നിന്നു വന്നു. പെട്ടിയിലെ, സെന്റിന്റെയും, കൂറക്കോട്ടികളുടേയും മണമുള്ള ഉടുപ്പെടുത്തു. മുത്തശ്ശി കസവുകരയുള്ള ധോത്തിയുടുത്തു. ശ്രീധരപ്പാപ്പന്റെ കല്യാണപ്പുടവ മുത്തശ്ശിയാണ് ഉത്സവത്തിന് പോകുമ്പോഴും മറ്റും ഉടുക്കുന്നത്.

ഒരുങ്ങിക്കഴിഞ്ഞിട്ടും അച്ഛനെക്കാണുന്നില്ല. അച്ഛൻ വന്നിട്ടുവേണം പോകാൻ. ചോറൂണിനു ഒരു ഓട്ടുകിണ്ണമെങ്കിലും സമ്മാനിക്കണം. ഉച്ചയ്ക്കു സ്കൂൾവിട്ടു വരുമ്പോൾ അമ്മ അടുക്കളയിൽ അട പുഴുങ്ങുന്ന തിരക്കായിരുന്നു. പല്ലട. അമ്മിണി ഇളയമ്മയുടെ കുട്ടിക്ക് പല്ലുവന്നപ്പോൾ ആരും പോയതുമില്ല. ഒന്നും കൊടുത്തതുമില്ല. മുത്തശ്ശി പറഞ്ഞു. ഏതായാലും പോവുകയല്ലേ, ജാനക്യേ നിയ്യ് കുറച്ച് അടയുണ്ടാക്ക്! കഴിഞ്ഞ രാത്രിയാണ് മുത്തശ്ശിക്കു ഭൂതോദയം! ഞായറാഴ്ചയായിരുന്നതു നന്നായി. റേഷൻ കിട്ടിയതു പച്ചരിയായിരുന്നെങ്കിൽ ഇത്തവണ എത്ര നന്നാവുമായിരുന്നു, എന്നമ്മ പറഞ്ഞു.

മുത്തശ്ശി പറഞ്ഞു:

"ചോറ്ററികൊണ്ടു അടയുണ്ടാക്യാലും നന്നാവും"

"നന്നാവില്ലെന്നാരു പറഞ്ഞു? പച്ചരിയാണെങ്കിൽ എങ്ങനെയെങ്കിലും ഇടിച്ചുപൊടിക്കാം. പുഴുങ്ങലരി ആരെക്കൊണ്ടാവും ഈ രാത്രി ഇടിക്കാൻ."

"ആരെക്കൊണ്ടാവും എന്നോ! അച്ഛൻ ചായക്കച്ചവടം നടത്തിയിരുന്ന കാലത്ത് പത്തിടങ്ങഴി പുഴുങ്ങലരി ഓരോ രാത്രിയും ഒറ്റയ്ക്കൊറ്റ നിന്നു ഇടിച്ചവളോടാണൊ ഇപ്പറയുന്നത്!"

അമ്മ മറുപടി പറഞ്ഞില്ല.

നാലുദിവസത്തെ ഊണിനുള്ള, അരി വെള്ളത്തിലിട്ടു രാത്രി എല്ലാവരും കിടന്നപ്പോൾ ഇടിക്കാൻ തുടങ്ങി. ഉറക്കം വരുംവരെ, അടുക്കള ക്കോലായിൽ അമ്മ അരിയിടിക്കുന്ന ശബ്ദം കേട്ടുകൊണ്ടു കിടന്നു. അമ്മ എപ്പോഴാണുറങ്ങിയത്! നേരം വെളുത്ത് എണീറ്റു വരുമ്പോഴും അമ്മ അടുക്കളയിൽതന്നെ.

വൈകുന്നേരം വരുമ്പോഴേക്കും വാഴയിലയിൽ പൊതിഞ്ഞു കെട്ടിയ

അടകൾ സഞ്ചിയിൽ നിറച്ചു, ഭദ്രമായി കെട്ടിവച്ചിരുന്നു. അച്ഛൻ പതിവു സമയത്തു വന്നില്ല. വഴിക്കണ്ണുമായി കാത്തുനിന്നു മുത്തശ്ശി പിറുപിറുത്തുകൊണ്ടിരുന്നു.

"ഇന്യെപ്പഴാ അങ്ങെത്തുക! തോടും, പാലൂം കടന്ന് ഇച്ചെറിയ പെണ്ണിനേംകൊണ്ട്!"

അവസാനം അച്ഛൻ വരുമ്പോൾ സന്ധ്യ മയങ്ങാറായിരുന്നു. കൂടെ കിണ്ണക്കാരൻ മാപ്പിളയും ഉണ്ടായിരുന്നു. മാപ്പിള ഭാണ്ഡം തുറന്നു. മുത്തശ്ശി ഘനമുള്ള ഒരു കുണ്ടൻകിണ്ണം തെരഞ്ഞെടുത്തു.

"ഏതായാലും വാങ്ങ്വല്ലെ. എന്തെങ്കിലും ഒരു കാര്യത്തിനുപകരിച്ചോട്ടെ! മാപ്പിള ഭാണ്ഡം മുറുക്കുന്നതിന്നുമുമ്പ് ഇറങ്ങി. നേരം നന്നെ വൈകി. അച്ഛൻ ചോദിച്ചു: കൂട്ടിനു ബാലനെ വിടണോ?

"വേണ്ട .രാവുവെളിച്ചണ്ടാവും സന്ധ്യക്കു ഏഴുമണിക്ക് അങ്ങെത്താം." ദ്വാരം വീണിരുന്ന വലിയ വെള്ളോട്ടുരുളി കിണ്ണം വാങ്ങിയ മാപ്പിളയ്ക്ക് അച്ഛൻ പകരം കൊടുത്തിരുന്നു എന്ന കാര്യം മുത്തശ്ശി അറിയാൻ കുറെ നാളുകളെടുത്തു. മാപ്പിളയ്ക്കു വേറെയും കടമുണ്ടായിരുന്നു. അമ്മുവല്യമ്മയുടെ മകളുടെ കുട്ടിക്കു മേടമാസത്തിൽ ചോറൂണായിരുന്നു. അന്നും വാങ്ങി ഒരു കിണ്ണം. പഴയ കടം തീർക്കാതെ, മാപ്പിള ചരക്കു തരില്ല.

സന്ധ്യയ്ക്കു ചെന്നുകയറിയപ്പോൾ അമ്മിണി ഇളയമ്മയ്ക്കു വലിയ സന്തോഷം. വരാതിരിക്കില്ലാന്നറിയാം,

"ഞാൻ നോക്കിനിൽക്വായ്ര്ന്നു."

"യാരുക്കുട്ടി എത്താൻ വൈകി"

ഇളയമ്മയുടെ മൂത്ത മകൾ ലളിതേടത്തി വന്നു മുത്തശ്ശിയുടെ കയ്യിലിരുന്ന ഭാരിച്ച സഞ്ചിയും, തന്റെ കയ്യിലെ ഓട്ടുകിണ്ണത്തിന്റെ പൊതിയും വാങ്ങി അകത്തു കൊണ്ടുപോയി.

"സരസു അല്ലെങ്കിലും കുടുംബസ്നേഹള്ളോളാ" ഇളയമ്മ വാത്സല്യപൂർവം പറഞ്ഞു. ആങ്ങളയുടെ മകൾ ഇടയ്ക്കു വരുന്നവളല്ല. അവളെ സൽക്കരിക്കണം. രാത്രിതന്നെ അവർ തെക്കേവീട്ടിലെ പാണൻ ചെക്കനെ പീടികയിലയച്ചു. മധുരമുള്ള പലഹാരങ്ങളേ കുട്ടികൾക്കിഷ്ടമാവൂ.

അമ്മയുടെ കൈച്ചൂട് വിട്ടിട്ടില്ലാത്ത അടയും ഇളയമ്മ കൊണ്ടുവരുവിച്ച മധുരപലഹാരങ്ങളും തിന്നുകൊണ്ടിരുന്നപ്പോൾ അവരെപ്പറ്റി നല്ല മതിപ്പുതോന്നി. ഇവിടുന്ന് വല്ലവരും തന്റെ വീട്ടിൽ വന്നാൽ അമ്മ ഇങ്ങനെ നന്നായി സൽക്കരിക്കാത്തതെന്തുകൊണ്ടാണ്?

ചോറൂണ് പ്രമാണിച്ച് രണ്ടുദിവസം മുമ്പുവന്ന മോഹനേട്ടനെ പിന്നെയങ്ങോട്ടു കണ്ടിട്ടേയില്ല. പഴയ ഇരുമ്പുപെട്ടി തുറന്നു അനേകം സിനിമാപ്പാട്ടുപുസ്തകങ്ങളും വർണാഞ്ചിതമായ സിനിമാ നോട്ടീസുകളും പുറത്തെടുത്തു നിരത്തി. ഹായ് എന്തു ചന്തം! ആ പഴയ ഇരുമ്പുപെട്ടിയിൽ ഇല്ലാത്ത അത്ഭുതങ്ങളില്ല. വാലിന്നടുത്തു ഒന്നു ഞെക്കിയാൽ വളഞ്ഞു പുളഞ്ഞോടുന്ന ഒരു പിച്ചളമ്പ്രാല്!

"ഇതെവ്ട്ന്നു കിട്ടി?"

"അതോ,അത്"

അപ്പോഴേക്കും ചാരിയിട്ടിരുന്ന വാതിൽ തള്ളിത്തുറന്നു ലളിതേടത്തി അകത്തുവന്നു. അവരുടെ കയ്യിൽ, താൻ കൊണ്ടുവന്ന കിണ്ണം ചിമ്മിനി വിളക്കിന്റെ പ്രകാശത്തിൽ വെട്ടിത്തിളങ്ങുന്നുണ്ടായിരുന്നു. അവർക്കു പത്തായം തുറക്കണം. പത്തായപ്പുറത്താണ് മോഹനേട്ടനും താനും ഇരിക്കുന്നത്.

ഏടത്തിവന്ന തിരക്കിൽ ഏട്ടൻ ബ്രാലിനെ സിനിമാനോട്ടീസുകൾക്കിടയിലൊളിപ്പിച്ചു.

"എന്താദ് ഞാനൊന്നു കണ്ടോട്ടെ!" അവരുടെ സമർഥമായ കണ്ണുകളെ കബിളിപ്പിക്കാൻ കഴിഞ്ഞില്ല.

ബ്രാലിനെ അവർ കണ്ടുപിടിച്ചു.

"എടാ, കള്ളാ നീയതു തട്ടിയെടുത്തല്ലേ. ശശി ചെറുതായിരുക്കുമ്പോ രാരുക്കുട്ടി വല്യമ്മാമൻ കൊണ്ടുവന്ന സാധനം. ഞാനിതു കൊണ്ടുനടക്കുന്നു, എത്ര കാലായിട്ട്!" അവർ അതു തട്ടിപ്പറിച്ചു, കിണ്ണത്തിലിട്ടു. വലിയ പത്തായത്തിന്റെ പൂട്ടും മൂടിയും തുറന്നു. അതിന്റെ ഉള്ളിലെ ഇരുട്ടിലേക്കു വലിഞ്ഞിറങ്ങിനിന്നു. വലിയൊരു മാറാപ്പ് വളരെ പ്രയാസപ്പെട്ടു പുറത്തെടുത്തു.

"എന്താണ് ഇത്ര വലിയൊരു ഭാണ്ഡം?"

"എന്താത്ര ധൃതി? കാണിച്ചുതരാം."

അവർ തുണിത്തുമ്പുകളിലെ മുറുകിയ കെട്ടുകൾ അഴിക്കുന്നതുവരെ ക്ഷമാപൂർവം കാത്തിരുന്നു. തിളങ്ങുന്ന, പല വലുപ്പത്തിലുള്ള ഓട്ടു കിണ്ണങ്ങൾ! കണ്ണഞ്ചിപ്പോയി. അവർ ചിമ്മിനിവിളക്കിന്റെ പ്രഭയിൽ ഓരോന്നും പൊടിതുടച്ചു മലർത്തി നിരത്തി. അവ ഒരിക്കലും ഉപയോഗിക്കത്തവയാണെന്നു ഒറ്റ നോട്ടത്തിൽ മനസിലായി.

അവർ ഓരോന്നു വലുപ്പക്രമത്തിൽവെച്ചു. തൊട്ടുകാണിച്ചുകൊണ്ടു പറഞ്ഞു:

"ഇത് മോഹനേട്ടന്റെ ചോറൂണിന്നു കിട്ടിയത്. ഇത് എനിക്ക്. ഇത് ശശിയുടെ ചോറൂണിന്ന്. ഇത് സുഭദ്രക്ക്. മറ്റതു ബാലചന്ദ്രന്ന്."

അത്ഭുതം തോന്നി. ഇത്രകാലവും ഇതൊക്കെ നനവു തട്ടാതെ ഇവർ സൂക്ഷിച്ചിരിക്കുന്നല്ലൊ:

വൈകുന്നേരം പോരുമ്പോൾ ചന്ദ്രേട്ടൻ ഒരു കിണ്ണത്തിന്നുവേണ്ടി നിലവിളിക്കുന്നുണ്ടായിരുന്നു. കൂട്ടത്തിൽ, കനംകുറഞ്ഞ, ഒരു മലർന്ന തളിക. അച്ഛൻ പറഞ്ഞു:

"അബ്ദുമാപ്പിളെ ഒന്നും നിരത്തേണ്ട. വേഗം കെട്ടിക്കൊളിൻ. ഇപ്പൊ പൈസയൊന്നും എടുക്കാൻ ല്യവ്ടെ."

വൈകുന്നേരത്തെ ഊണിനു ബ്ലാക്കരി വാങ്ങാൻ ബാലനെ എവിടെങ്കിലും ഒന്നയച്ചു നോക്കണം; സഞ്ചിയുമായി, അച്ഛന്റെ ശ്രദ്ധയും കാത്ത് അമ്മ കോലായിൽത്തന്നെ നിന്നിരുന്നു.

"ഒരു വടി ഞാനെടുക്കട്ടെ! തിന്നാനരിയില്ല. അവന്നു കിണ്ണം! ഇവിടുള്ള കിണ്ണത്തിലൊക്കെ ഊണു കഴിച്ചിട്ടല്ലേ!"

അമ്മ ഏട്ടന്നു കിണ്ണം വാങ്ങിക്കൊടുക്കാൻ അനുവദിച്ചിട്ടുണ്ടാവില്ല. അഥവാ വാങ്ങിയിട്ടുണ്ടെങ്കിലും ഇതുതന്നെ അതിൽ ചോറുണ്ടിട്ടുണ്ടാവ ണം. ലളിതേടത്തിയുടെ നേരെ അത്ഭുതാദരങ്ങൾ തോന്നി. കുറച്ചൊര സൂയയും. അവർ കിണ്ണങ്ങളൊക്കെ അടുക്കി, ഏറ്റവും പുതിയതിന്റെ ഘനം ഒരു കയ്യിലിട്ടു പരിശോധിച്ചിട്ടു. എല്ലാംകൂടി പഴമുണ്ടിൽക്കെട്ടി വളരെ പ്രയാസപ്പെട്ടു പത്തായത്തിലേക്കു നൂണിറങ്ങി......

പിറ്റേന്നു രാവിലെ ചെറിയകുട്ടിയെ കുളിപ്പിച്ചു കുപ്പായമിടുവിക്കു മ്പോൾ ഇളയമ്മ പറഞ്ഞു,

“നാലമ്മാമന്മാരുണ്ടായിട്ട്, ഒരു പുതിയ കുപ്പായം വാങ്ങിത്തന്നോന്ന് ചോദിക്കെടാ!” അവൻ ബലമില്ലാത്ത കാലുകളിൽ, അമ്മയുടെ സഹാ യത്തോടെ നിന്നുകൊണ്ടു ചിരിച്ചു.

“ഇത് ഇവന്റെ ഇളയപ്പൻ കൊണ്ടുവന്നു കൊടുത്തതാ”

പാലുകുടിക്ക് അച്ഛൻ കൊടുത്ത സ്വർണനൂൽ അവന്റെ അരയിൽ കുടുങ്ങിക്കിടപ്പുണ്ടായിരുന്നു.

“ന്നാലും ഒരാൺകുട്ട്യായിരുന്നില്ലേ. കഴുത്തിലേക്കെന്തെങ്കിലും ഒന്ന്, നാലാളുംകൂടി വിചാരിച്ചാൽ സാധിക്ക്യായ്‌രുന്നില്ലേ?” ഇളയമ്മ.

“അതിന്നവിടെ ചെലവൊഴിഞ്ഞിട്ടു വേണ്ടേ? എല്ലാറ്റിനും വേണ്ടേ, ആ യാരുക്കുട്ടി ഒരുത്തൻ!”

“തനിക്കു തികഞ്ഞിട്ടു കൊടുക്കാൻ സാധിക്ക്യോ?”

ചോറൂണു കഴിഞ്ഞു. പിറ്റെന്നു വൈകുന്നേരം വീട്ടിലേക്കു നടക്കു മ്പോൾ കിണ്ണങ്ങളെപ്പറ്റിയായിരുന്നു, ആലോചന. ലളിതേടത്തിയുടെ ഒരു പത്രാസ്! നിധിപോലെ സൂക്ഷിച്ചിരിക്കയല്ലേ!

“കല്യാണം കഴിയ്ക്കുമ്പോൾ അതൊക്കെ അവൾക്കു കൊടുക്കാ നുള്ളതാണ്ന്നാ അമ്മ പറേണത്!” മോഹനേട്ടൻ പറഞ്ഞു.

ലളിതേടത്തിയുടെ കല്യാണം പിന്നീട് ഏറെ വർഷങ്ങൾക്കുശേഷ മാണ് കഴിഞ്ഞത്. അവരാഗ്രഹിച്ചതുപോലെ കിണ്ണങ്ങളൊന്നും അവർക്കു കിട്ടിയുമില്ല. വീട്ടിൽനിന്നു കിട്ടേണ്ട ഒന്നും കിട്ടിയില്ല.

വീട്ടിലെത്തിയപ്പോൾ അമ്മ മുഖം വീർപ്പിച്ചിരിക്കുന്നു. മുത്തശ്ശി ചോദിച്ചു:

“എന്താ നെണക്കൊരു കനം”

ആലയിൽ തെക്കെ മൂലയ്ക്ക്, അമ്മ കഞ്ഞിവെള്ളവും പച്ചപ്പുല്ലും വച്ചുകൊടുത്തു തീറ്റിപ്പോറ്റിയ പശുക്കുട്ടിയെ കാണാനുണ്ടായിരുന്നില്ല.

“പൈക്കുട്ടി എവിടെപ്പോയി ജാനക്യേ?”

“അതൃമാൻ മാപ്പിളയ്ക്ക് വിറ്റു.”

“എന്തേപ്പൊ അതിന്നുമാത്രൊക്കെ ഒരു ചെലവുണ്ടായതിവിടെ?”

“അരിവാങ്ങാതെ, ഇക്കണ്ടവർക്കൊക്കെ ഈയാഴ്ച എന്തെടുത്തിട്ടാ ചോറു കൊടുക്കാ?” അമ്മയുടെ സ്വരം കുറെ കനത്തിരുന്നു.

“ഓ ഒരു കുഞ്ഞനുണ്ടായിട്ട് പല്ലട കൊണ്ടുക്കൊടുത്തതിനാണ് ഇത്ര്യൊക്കെ?”

“വേണ്ടെങ്കിൽ വേണ്ട. മകൻ വരുമ്പോൾ, അരി കരിഞ്ചന്തയില്

വാങ്ങിക്കേണ്ടെന്നു പറയ്. വരുന്നാഴ്ചത്തെ റേഷൻ കിട്ടീട്ട് ഇനി ഇവിടെ അരിവച്ചാമതി."

പിന്നെ മുത്തശ്ശി ഒന്നും പറഞ്ഞില്ല.

അഞ്ച്

അകത്തു അനക്കമൊന്നും കേൾക്കാനില്ല. സരസു ആകെ മാറിപ്പോയിരിക്കുന്നു. ആൺകുട്ടികളുടെ കൂടെ ഓടിച്ചാടി കളിച്ചിരുന്ന തന്റെ ഈ മകൾക്ക് എന്തു പറ്റിപ്പോയി! എത്ര ഒച്ചയുമനക്കവും ഉണ്ടായിരുന്നൊരു വീടാണിത്! ശവപ്പറമ്പിലെ നിശബ്ദതയാണിവിടെയിപ്പോൾ. വീടുനിറയെ കുട്ടികൾ ഉണ്ടായിരുന്ന ആ നല്ലനാളുകൾ ഇവിടെയിനി തിരിച്ചുവരില്ല. അധ്വാനിക്കുന്നതിനും കടം വാങ്ങുന്നതിനുമൊക്കെ ഒരു ലക്ഷ്യമുണ്ടായിരുന്നു. ചിരിക്കുന്ന മുഖങ്ങൾ.......

നിറഞ്ഞുനിൽക്കുന്ന സന്ധ്യ. ഇരുണ്ടുതുടങ്ങിയ ആകാശം. മിന്നലുകൾ പാമ്പുകളെപ്പോലെ പുളയാൻ തുടങ്ങീട്ടു നാളുകൾ കുറെയായി. വളരെ വളരെയകലെ മഴയുണ്ടാവും എന്നു തോന്നുന്നില്ല. പെയ്താൽ ആകെ നാശമാവും. അടുക്കളത്തളത്തിലെ ചോർച്ച പണ്ടേയുണ്ട്. മഴ വീണ് ചാണകവും കരിയും മെഴുകിയ നിലത്തു വെള്ളം തുള്ളിത്തെറിച്ച് ചരക്കല്ലുകൾ എഴുന്നുനിൽക്കും.

"ഈ ചോർച്ചയൊന്ന് അടയ്ക്കാൻ പറഞ്ഞിട്ട് – ചരക്കല്ലിൽ ചാണകംതേച്ച് കയ്യിലെ തോലൊക്കെപ്പോയി."

അരിവാങ്ങാൻ പണമില്ലാത്തപ്പോഴാണ്, ഓടുവാങ്ങി ചോർച്ചയടയ്ക്കുന്നത്! മെടഞ്ഞ ഓലക്കഷണങ്ങൾകൊണ്ടു തൽക്കാലം കര്യമൊപ്പിക്കാം. വീണ്ടും തെറിക്കുന്ന വെള്ളം വീഴുന്നേടത്തു വലിയ ഓട്ടുരുളികൾ വയ്ക്കും തളികകളും. ടക് ടക് ടക് എന്ന സ്വരം അങ്ങനെ ഇടവിടാതെ തുടരും.

ഇന്നു മഴ പെയ്താൽ എടുത്തുവയ്ക്കാൻ ഓട്ടുരുളിയില്ല. തളികയുമില്ല. ഓരോ ആവശ്യത്തിനു എല്ലാം വിറ്റു. അവസാനം ഒരുരുളിയുണ്ടായിരുന്നു. കുറെ വലിയ ഒന്ന്. സദ്യകൾക്കു ശർക്കരയുപ്പേരിയുണ്ടാക്കാൻ കൊണ്ടുപോയിട്ടു ആരോ അതിനടിയിൽ കരിപിടിപ്പിച്ചു. പിന്നെ ഒന്നും അതിൽ പാകംചെയ്യാൻ കഴിഞ്ഞില്ല. അതും വിൽക്കേണ്ടിവന്നു. പകരം ചെറിയ ഒരുരുളി വാങ്ങി.

ഉണ്ണൂലിഇളയമ്മ മരിച്ചപ്പോൾ 'വിളക്കുകാത്ത'വൾക്കു കൊടുക്കാൻ.

'ഉണ്ണൂലി ഇളയമ്മ' എന്നു വിളിക്കും. അവർ തന്റെ ഇളയമ്മയായിരുന്നില്ല. ആരുമായിരുന്നില്ല, സത്യത്തിൽ, ബന്ധത്തിലൊരു പെങ്ങളെ കല്യാണംകഴിച്ചവന്റെ വയസ്സായ അമ്മ.

വീട്ടിലെ വിളക്കായിരുന്നു, ആ പെങ്ങൾ എന്നു അമ്മ പലപ്പോഴും പറഞ്ഞുകേട്ടിട്ടുണ്ട്. നല്ലവർക്കു ദീർഘായുസില്ല. കാഴ്ചയിൽ സുന്ദരനും ആരോഗ്യവാനും ആയിരുന്നു കാർത്ത്യായനിയുടെ ഭർത്താവ്. പോലീസുകാരൻ. ഉദ്യോഗം ദൂരെയായിരുന്നു. അച്ഛനോ അമ്മയോ ഇല്ലായിരുന്ന

ആ പെങ്ങളെ നല്ല നിലയ്ക്കു കല്യാണം കഴിച്ചുകൊടുത്തല്ലോ എന്നായിരുന്നു സമാധാനം.

ഭർത്താവ് കോയമ്പത്തൂർക്ക് മാറ്റംപോവുമ്പോൾ അവൾ യാത്രപറയാൻ വന്നു.

"കാണാത്ത നാട്ടിലേക്ക് പോവാണേട്ടാ....."

"അത്തന്ന്യാ നല്ലത്, പകുതിയവിടെയും, ബാക്കിള്ളോരിവിടെയും ആയാൽ ഇരട്ടിച്ചെലവാ"

അവൾ കോയമ്പത്തൂർക്കു പോയപ്പോൾ വീട് ശൂന്യമായപോലെ തോന്നി. അവളുടെ രണ്ടു കുട്ടികളും കൂടെപ്പോയി. ഒരു കൊല്ലമേ അവർക്കു ഭർത്താവിന്റെ കൂടെത്താമസിക്കാൻ കഴിഞ്ഞുള്ളൂ.

തിരിച്ചുകൊണ്ടുപോരാൻ ചെന്നത് കമ്പി കിട്ടിയപ്പോഴാണ്. അളിയൻ വസൂരിപിടിച്ചു മരിച്ചു. ആസ്പത്രിയിൽ. ചെന്നപ്പോൾ ഇരുപത്തേഴു തികയാത്ത ചെറിയ കുഞ്ഞിനെ മടിയിലിരുത്തി അലമുറയിട്ടുകരയുന്ന പെങ്ങളെക്കണ്ടു. അവളുടെ നിറം കരുവാളിച്ചുപോയിരുന്നു. ചിരങ്ങുപിടിച്ച മൂത്ത രണ്ടു കുട്ടികളെ കണ്ടിട്ടു തിരിച്ചറിഞ്ഞില്ല. പോലീസ് ക്വാർട്ടേഴ്സിലെ അടുത്ത മുറികളിലും അത്തരം ചിരങ്ങുപിടിച്ച, മൂക്കൊലിക്കുന്ന കുട്ടികൾ മുറ്റത്തു അവരുടെ കൂടെ കളിച്ചുകൊണ്ടിരുന്നു.

അളിയന്റെ ശവം മറവുചെയ്യിച്ച് തുണിയിൽപ്പൊതിഞ്ഞ ഇരുപത്തെട്ടു തികയാത്ത കൊച്ചുകുഞ്ഞിനെയും ചിരങ്ങുപിടിച്ചഴുകിയ വിലാസിനിയെയും പ്രേമലതയെയും, ദാമോദരനെയും കൊണ്ടു വീട്ടിൽ വന്നു കയറിയപ്പോൾ കണ്ടുനിന്നു സഹിക്കാൻ കഴിയാത്ത കാഴ്ചയായിരുന്നു, അവിടെ. അളിയന്റെ അമ്മ ഉണ്ണൂലി ഇളയമ്മയെ സമാധാനിപ്പിക്കാൻ ആർക്കും കഴിഞ്ഞില്ല. മുപ്പത്തഞ്ചു വയസിൽ തന്റെ ഏകമകനെ പോറ്റിയ ആ സ്ത്രീയുടെ നിർഭാഗ്യം അവിടെയും അവസാനിച്ചില്ല.

കുട്ടിക്കു ഒരു വയസാകുന്നതിനുമുമ്പു കാർത്ത്യായനി മരിച്ചു. ചോര തുപ്പി മരിച്ചു. എന്തുചെയ്യണം എന്നിറിയാതെ അമ്പരന്നു. ഉണ്ണൂലിയിളയമ്മയുടെ മുഖത്തു നോക്കാൻ കഴിഞ്ഞില്ല. ശപിക്കപ്പെട്ട ആ വീടിന്റെ പടി കയറിച്ചെല്ലാൻ ഉൾഭയം തോന്നി. ഭാഗ്യക്കേടുകൾ കൂട്ടത്തോടെ വരുമെന്നു പറഞ്ഞുകേട്ടിട്ടേ ഉണ്ടായിരുന്നുള്ളൂ.

അമ്മയോടു ചോദിച്ചു:

"അവരെ ഒറ്റയ്ക്കിവിടെ നിർത്താമോ?"

" രണ്ടുമൂന്നു പൊടിക്കുഞ്ഞുങ്ങളേയും കൊണ്ടു ആ തള്ള എന്താകാണിക്ക്യാ! ഇങ്ങോട്ടു പോന്നോട്ടെ. ഉള്ളതുകൊണ്ട് കഴിയാം "

ഉള്ളതുകൊണ്ടു കഴിയാം. അമ്മ അനുകൂലിച്ചപ്പോൾ സന്തോഷം തോന്നി. രക്തബന്ധമുള്ള ആ മൂന്നു കുട്ടികൾ. പെങ്ങൾ സ്വന്തമല്ലെങ്കിലും അമ്മിണിയോടുള്ളതിനേക്കാൾ പ്രിയം കാർത്തിയോടായിരുന്നു. സരസു ജനിക്കുന്നതിനു എട്ടുപത്തു കൊല്ലങ്ങൾക്കു മുമ്പു അവളെ കണ്ടുതുടങ്ങിയതാണ്. അമ്മിണിയെ കല്യാണം കഴിച്ചു കൊടുത്തശേഷം വീട്ടിൽ അവളൊറ്റയ്ക്കായി. അമ്മിണിക്കു ചേർന്നതിനേക്കാൾ നല്ലൊരു വരനെ അവൾക്കു സമ്പാദിച്ചുകൊടുത്തപ്പോഴേ മനസു കുളുർത്തുള്ളു.

അവളുടെ കുട്ടികളാണ് അനാഥയായിരിക്കുന്നത്.

പ്രയോഗികബുദ്ധി തികഞ്ഞ അനുജന്മാർ പറഞ്ഞു:

“ഈ ഏട്ടനു പ്രാന്താ! അല്ലെങ്കിൽത്തന്നെ ഇവിടെ സമൃദ്ധിയല്ലേ? ഇനി അവരേയുംകൂടി ഇങ്ങു കൊണ്ടുവന്നു കഷ്ടപ്പെടുത്തണോ?”

സമൃദ്ധിയോടെ മൂന്നു പൊടിക്കുഞ്ഞുങ്ങളെയും ആ തള്ളയെയും ഇവിടെ കൊണ്ടുവന്നു പുലർത്താൻ തന്നെക്കൊണ്ടാവില്ല. അവർ കഷ്ട പ്പെടുന്നെങ്കിൽ ഇവിടെയാവട്ടെ. കണ്ണുകാണാപ്പുറത്തുള്ള ആ വീട്ടിൽ വേണ്ടല്ലോ.

വീടിനെക്കുറിച്ചു പ്രശ്നമൊന്നുമില്ല. നഗരത്തിലായതുകൊണ്ടു നല്ല വാടക കിട്ടും. സാമാന്യം നല്ല പുതിയൊരു വീട്. അളിയൻ വേലചെ യ്തുണ്ടാക്കിയ ആ നല്ല വീടിനു അക്കാലത്തു നാൽപ്പതുറുപ്പിക കിട്ടി യതു നിധിയായിരുന്നു. പറമ്പിൽ നിൽക്കുന്ന തെങ്ങുകൾക്കു സംരക്ഷ ണയുമായി....വാടകയ്ക്കു ആളെ ഏൽപ്പിച്ചു, മരസാമാനങ്ങൾ ഇങ്ങോട്ടു കൊണ്ടുപോരാൻ വണ്ടിക്കാരൻ ശങ്കരനേയുമേൽപ്പിച്ചു രാവിലെത്തന്നെ പുറപ്പെട്ടു.

കായവറുക്കുന്ന കണ്ടന്റെ പീടികയിൽനിന്നു ഒരു സേർ വറുത്ത കായ വാങ്ങി.

“ഓല വെട്ടാൻ ഏൽപ്പിച്ചിട്ടുണ്ട്, കേട്ടോ. ആരെയെങ്കിലും പറഞ്ഞ യച്ചോളൂ.” കണ്ടന്റെ കടം അങ്ങനെ തീർക്കാം.

കാറ്റിന്നു മാങ്കൊമ്പ് വീണ് വീടിന്റെ മുൻഭാഗം ചതഞ്ഞിരുന്നു.

കുട്ടികൾ സന്തോഷംകൊണ്ടു താനിരുന്ന കസേരയ്ക്കു ചുറ്റും ഓടി ക്കളിച്ചു. ചെറിയ കുട്ടി മടിയിൽനിന്നു താഴെ ഇറങ്ങിയില്ല.

“ഉണ്ണൂലി ഇളയമ്മേ, ഞാൻ നിങ്ങളെ കൂട്ടിക്കൊണ്ടുപോവാൻ വന്നി രിക്ക്യാണ്!”

“എങ്ങോട്ടു മോനേ?” ഒരിക്കലും ഉണങ്ങാത്ത കണ്ണീർചാലുകൾ അവരുടെ ചുളിവുവീണ കവിളുകളിൽ തെളിഞ്ഞു കാണാമായിരുന്നു.

“ഇനി ഈ വയസുകാലത്ത് എങ്ങോട്ടു പോകാനാ?”

“വീട്ടിലേക്കു പോകാം. ഈ വീടു കൂലിക്കു കൊടുത്തിട്ടു എല്ലാ വർക്കും അവിടെത്താമസിക്കാം.”

“വീടു കൂലിക്കു കൊടുക്കെ?”

“പിന്നെ ഈ ഇത്തിരിപ്പോന്ന കുട്ടികളെയുംകൊണ്ടു നിങ്ങൾക്കി വിടെ താമസിക്കാനൊക്കോ?”

“എങ്ങനേം കഴിയും. ദൈവം വച്ചിരിക്കുന്നത് അനുഭവിക്കാ തൊക്കോ!”

എത്ര പറഞ്ഞിട്ടും അവൾ കൂട്ടാക്കിയില്ല. താൻ ഭർത്താവൊന്നിച്ചു രണ്ടേരണ്ടു കൊല്ലം താമസിച്ച വീട്. ഒരു പിഞ്ചുകുട്ടിയെയും തന്ന് അയാ ളങ്ങു പോയി. തനിക്കാണ്, ഇതൊക്കെ കാണാനും കേൾക്കാനും യോഗം. ഒരു പൊടിക്കുഞ്ഞിനെയും വച്ച് ഒറ്റക്കല്ലേ ഇവിടെ താമസിച്ചിരുന്നത്? അടച്ചുറപ്പുണ്ടായിരുന്നില്ല, അന്ന്. പനമ്പുകൊണ്ടു മറച്ച ചെറ്റയായിരു ന്നു. മുപ്പതു വയസുവരെ സ്വന്തം കൈകൊണ്ടു വെള്ളം മുക്കിക്കൊടു

ത്തും, കഞ്ഞികൊടുത്തും പോറ്റി......

തള്ള പൊട്ടിക്കരഞ്ഞു. മകനും മരുമകളും മരിച്ചപ്പോൾ തള്ള പൊട്ടിക്കരഞ്ഞില്ല. കണ്ണുകൾ അമർത്തിത്തുടയ്ക്കുക മാത്രം ചെയ്തു. അകത്തെ ഇരുട്ടിൽ ചെന്നിരുന്നു. കണ്ടുനിന്നവർ അന്നൊക്കെപ്പറഞ്ഞു.

"വല്ലാത്തൊരു കടുപ്പമുള്ള മനസുതന്നെ!"

കണ്ണീരുമാത്രം കുടിച്ചു വളർന്ന, തളർന്ന തള്ളയുടെ മനസിന്റെ അഗാധത എത്രത്തോളം കടുത്തതാണെന്നു മനസിലായി.

തന്റെ മകൻ അധ്വാനിച്ച് ആദ്യം വീടു പണിതു. അമ്മ ഇനിയെങ്കിലും, വയ്യാത്ത കാലത്ത് ഓല മെടയാൻ മിനക്കെടേണ്ടല്ലോ! ആ വീട്ടിലിരിക്കാൻ അവനു യോഗമുണ്ടായില്ല. കുട്ടികളെങ്കിലും ഇവിടെ വളരട്ടെ. തന്റെ കൈകൾ തളരുന്നതുവരെയെങ്കിലും.

തള്ള തന്റെ ദൈനംദിനജീവിതത്തിലെ കഷ്ടപ്പാടുകൾ വിവരിച്ചു.

"ഈ ചെറിയ മോൻ മീനില്ലാതെ ഒരു പിടി വറ്റു തിന്നൂല. രണ്ടണ കൊടുക്കാതെ മീൻ കിട്ട്വോ! പണ്ട് രണ്ടു പൈസയ്ക്കു കിട്ടുന്ന മീനാണ്!"

"എന്നിട്ട് എന്താ ചെയ്ക?"

"നെനക്കൊന്നും തോന്നണ്ട മോനേ. മനസിന്റെ വെറുപ്പുകൊണ്ടു പറഞ്ഞുപോണതാണ്. ഒരണക്കു ഉണക്കമുള്ളൻ വാങ്ങിക്കും. ഈരണ്ടെണ്ണം ചുട്ട്, മുളകും തേങ്ങയും കൂടി അരച്ചു പതപ്പിക്കും. അതും കൂട്ട്യാ ഈ കുട്ട്യോളു രണ്ട് വറ്റ് തിന്ന്ണത്. എന്റെ മോനുള്ള കാലത്ത് എറച്ചീം മീനും കണ്ടു മടുത്തവരാ, മൂത്തവര് രണ്ടാളും. ചെറിയ മോന്അതിന്നും യോഗണ്ടായില്ലല്ലോ."

പറഞ്ഞുപറഞ്ഞു നേരം ഉച്ചയോടടുക്കുന്നെന്നു തോന്നി. കുട്ടികൾക്കു വിശപ്പു തുടങ്ങി. കൂടെ വരുന്നില്ലെന്നു തള്ള അറുത്തുമുറിച്ചു പറഞ്ഞു.

"നെണക്കാണേൽ പ്രാരാബ്ധാ. എത്ര ആളുടെ കാര്യം നോക്കണം. നയിച്ചു നയിച്ച് നിയ്യെല്ലാമ്പാടെ എന്തായിപ്പോയിന്റെ മോനേ"

"സാരല്യ എളേമ്മെ. അവിടുത്തെ പ്രാരബ്ധം നിങ്ങളു നോക്കേണ്ട. വരുന്നോ"

"മോൻ പൊയ്ക്കൊ! നിയ്ക്ക് വയ്യാണ്ടാവുമ്പം ഇക്കുട്ട്യോളെ നോക്കണം. ന്നാലതൊരു പുണ്യമാ."

ഇറങ്ങിപ്പോരുമ്പോൾ മനസ്സ് നട്ടുച്ചയിലെ ആകാശംപോലെ ശുദ്ധശൂന്യമായിരുന്നു. ചുട്ടുപുകയുകയായിരുന്നു. ഇടവഴി തിരിഞ്ഞ് നാരായണൻനായരുടെ ഹോട്ടലിന്നടുത്തെത്തിയപ്പോൾ വിശന്നിരിക്കുന്ന കുട്ടികളെ ഓർത്തു. തള്ള ഒന്നും വച്ചിട്ടില്ലല്ലോ. "രണ്ട് ഊണ് ഇളയമ്മയ്ക്ക് വീട്ടിലേക്കു കൊടുത്തയയ്ക്കണം, നായരെ."

"കൊടുക്കാം. ദാ ഇപ്പൊത്തന്നെ!"

നാരായണൻനായർ അടുക്കുചെമ്പിൽ ചോറും കറികളും, വിളമ്പി രണ്ടു നാക്കിലകൾകൊണ്ടു അടച്ച് വേലക്കാരൻ ചെക്കന്റെ കയ്യിൽ കൊടുത്തയക്കുന്നതുവരെ അവിടെ നിന്നു.

പോക്കറ്റിൽ കയ്യിട്ടു. റേഷൻകാർഡും നാലുറുപ്പികയും ഉണ്ട്. രണ്ടു

ദിവസത്തെ റേഷനെങ്കിലും വാങ്ങണം. വേറെയൊന്നും ഇല്ല. റേഷൻ നാളെ വാങ്ങാം. ഇന്ന് ഗോവിന്ദന്റെയടുത്തു നിന്നു കരിഞ്ചന്തയ്ക്കു അഞ്ചു സേർ അരി വാങ്ങാം. എട്ടണ നാരായണൻനായർക്കു രണ്ടൂണിന്നു കൊടുത്തു. നേരെ കണ്ടന്റെ വറുത്തചായപ്പീടികയിൽച്ചെന്നു, അവന്റെ കണക്കും തീർത്തു. കീശയിൽ ആറണ ബാക്കി.

അങ്ങാടിയിലെത്തിയപ്പോൾ കുട്ടികളുടെ നൂറ് ആവശ്യങ്ങൾ മനസിൽ നിറഞ്ഞു. ഓണമടുത്തിരുന്നു. ഭംഗിയേറിയ, വായ് കുടുങ്ങിയ ഓലപ്പൂവട്ടികൾ ചരടുകളിൽ പീടികതോറും ഞാന്നു കിടന്നിരുന്നു. വേലായുധന്റെ കുട്ടികൾക്കു നാലെണ്ണം. ശ്രീധരന്റെ കുട്ടികൾക്ക് മൂന്ന്. തന്റെ കുട്ടികൾക്കും മൂന്ന്. ആകെ പത്തു പൂവട്ടികൾ. ഓരോരുത്തർക്കും ഓരോന്നെടുക്കാം. ഈരണ്ടെണ്ണം വേണ്ടതായിരുന്നു. ഒരണ ബാക്കി. ഒരണക്കു തീപ്പെട്ടിയും. പൂവട്ടികൾ കാണുമ്പോൾ കുട്ടികളുടെ വികസിക്കുന്ന മുഖങ്ങൾ മനസിൽ കണ്ടുകൊണ്ടുനടന്നു. അവയ്ക്കു പിറകിൽ ബ്ലാക്കരി വാങ്ങിക്കൊണ്ടുചെല്ലുന്നതു കണ്ടു ഭാര്യയുടെ ചുവന്ന മുഖം കാണാൻ കഴിഞ്ഞില്ല.

ആറ്

അകത്തു കിടന്നു മടുത്തു. പോക്കുവെയിലിന്റെ നാളങ്ങൾ കഴുത്തുനീട്ടി ജനലഴികളിൽക്കിടയിലൂടെ എത്തിനോക്കുന്നു. വേട്ടാളൻകൂടുകളും, വേട്ടാളന്റെ മൂളലും മാത്രം.

പുറത്തിറങ്ങിയിരിക്കണം. അമ്മയോടു പറഞ്ഞാൽ,

"തണുപ്പ് പിടിക്കും. പനിവരും രാത്രി കുരയ്ക്കും."

തൊണ്ടയിലും നെഞ്ചത്തും കഫം കെട്ടും. പുറത്തിരിക്കാതെ, കരിമ്പടംകൊണ്ടു മൂടി അകത്തു കിടന്നാൽ മാറാത്ത വിയർപ്പും!

പതുക്കെ എണീക്കണം. തലയ്ക്കകത്തൊരുതരം വിങ്ങലാണ്. "മോളേ"

അവൾ അടച്ചിട്ടിരുന്ന, പുസ്തകങ്ങൾ നിറച്ച അരമാര തുറന്നു നോക്കുകയായിരുന്നു. ഏട്ടന്റെ അലമാര. ഏട്ടൻ പോയതിനു ശേഷം അതൊരിക്കലും തുറന്നുനോക്കീട്ടില്ല. ആരു തുറന്നുനോക്കാനാണ്!

അവൾ അച്ഛന്റെ വിളികേട്ട്, തുരുമ്പുപിടിച്ച വിജാഗരികൾ ശബ്ദിക്കാതിരിക്കത്തക്കവണ്ണം, പതുക്കെ അലമാരയടച്ച് അടുത്തേക്കുവന്നു.

കുറച്ചുനേരം പുറത്തിരിക്കട്ടെ. ഉണർന്നിരുന്ന ഓരോ നിമിഷവും എന്തെങ്കിലും ജോലി കണ്ടുപിടിച്ചു ചെയ്തിരുന്ന അച്ഛൻ! സന്ധ്യക്കു ജോലികഴിഞ്ഞുവന്നാൽ കാക്കിഷർട്ടും, മുണ്ടും അഴിച്ചിട്ട് ഒരു തോർത്തുമുണ്ട് ചുറ്റി ഇറങ്ങുന്നു.

മലയിൽ മേയാൻപോയ പശുക്കൾ പറമ്പുനീളെ അലയുകയാവും. അച്ഛനെക്കണ്ടാൽ അവ കഴുത്തുയർത്തി, ഓടിവന്നു, മണം പിടിച്ച് ചുറ്റും നിന്നു ചെവിയിളക്കുകയും വാലാട്ടുകയും ചെയ്യുന്നു. അച്ഛൻ നീട്ടിക്കാണിച്ചുകൊടുക്കുന്ന കൈപ്പത്തിയിലും കൈവണ്ണയിലും നക്കിത്തുടച്ച്,

അനങ്ങാതെ നിന്നുകൊടുക്കും. താടിചൊറിഞ്ഞു, കൊമ്പും നെറ്റിയും തടവി, ചെവികൾ പൊക്കിനോക്കി, ചെള്ളുകളെ പറിച്ചുകളഞ്ഞ് എത്ര നേരവും അച്ഛൻ പശുക്കളുടെ കൂടെക്കഴിയും. അച്ഛന്നു മെരുങ്ങാത്ത ഒരു പശുവും വീട്ടിലില്ലായിരുന്നു. നെറ്റിയിൽ ചൂട്ടുള്ള 'കാളപ്പയ്യ്' പ്രസവിച്ചാൽ ഒരു ജീവിയെയും അടുക്കാൻ സമ്മതിക്കില്ല. കാളകളുടേതു പോലുള്ള കൊമ്പുയർത്തി, മൂക്കുവിടർത്തി പോരിനു വിളിച്ചു കൊണ്ടെന്നപോലെ ഒരു നിൽപ്പാണ്. അച്ഛനെക്കണ്ടാൽ ആട്ടിൻകുട്ടിയെപ്പോലെ, തലയും താഴ്ത്തി അനങ്ങാതെനിൽക്കും. അഴിച്ചുകെട്ടാം. വെള്ളംകൊടുക്കാം. കായലിലവെട്ടിയിട്ടു തിന്നാൻ കൊടുക്കാം.

അച്ഛന്നു കാലികളെ കയറിൽ കെട്ടിയിടുകയെന്നതു വളരെ പ്രയാസമുള്ള ഒരു ജോലിയായിരുന്നു. നാൽക്കാലിയല്ലേ? മിണ്ടാപ്രാണി! കെട്ടിയിടുന്നത്, ഒരു ജീവിക്കും സഹിക്കില്ല. രസിക്കില്ല. മലയിൽ മേഞ്ഞുവന്നു പറമ്പിൽ തലങ്ങും വിലങ്ങും നടക്കുന്ന പശുക്കളെക്കാണുമ്പോൾ വൈകുന്നേരത്തെ വെപ്പുപണിയിൽ മുഴുകിയിരിക്കുന്ന അമ്മ, കരിയും മാറാലയും പിടിച്ച അഴികൾക്കിടയിലൂടെ പുറത്തേക്കുനോക്കിപ്പറയും,

"ഇനി ആ പയ്ക്കളെക്കെട്ടാനും കൂടി എന്നെവ്ട്ന്ന് എഴുന്നള്ളിക്കണല്ലോ, ഈശ്വര!"

"വേണ്ട വേണ്ട. ഞാൻ കെട്ടിയിട്ടോളാം. നീ നിന്റെ പണിനോക്ക്!"

"അതും പറഞ്ഞു പിന്നേയും അഴിച്ചിടും. ചീരത്തടം ചവുട്ടിമെതിക്കും. മുളകിന്റെ ഒരു തല ബാക്കിവയ്ക്കില്ല. ശ്രീധരൻ വന്നാൽ പറയുന്നതു കേൾക്കാൻ ഞാനേണ്ടാവൂ."

പിന്നെ വൈകിക്കില്ല. ശ്രീധരപ്പാപ്പൻ ജോലിചെയ്യുന്നേടത്തുനിന്നൊ, മറ്റൊ കൊണ്ടുവന്ന മുളകുവിത്താണ്. ചീരയുമതെ.

"എടാ, ചോമ്പാലാ, പറങ്ങോടാ, വെള്ളപ്പയ്യേ, നെറ്റീച്ചുട്ടാ—വന്നു ആലേൽക്കയറിക്കൊ! കൊമ്പായി കൊണ്ടന്ന പുല്ല് അസ്സലാണ്."

പൈക്കൾ മനസില്ലാമനസോടെ പതുക്കെപ്പതുക്കെ ആലയിൽക്കേറുന്നു. കൊമ്പായിച്ചെറുമി, ഒരുകെട്ട് പച്ചപ്പുല്ലുകൊണ്ടുവന്നു, അച്ഛൻ കാണുന്നതിന്നുമുമ്പ് എല്ലാം കെട്ടഴിച്ച് തട്ടിക്കുടഞ്ഞ് പെരുപ്പിച്ച് പുല്ലുവട്ടിയിൽ ഇട്ടിരിക്കും.

ചിലപ്പോൾ ചെറിയകെട്ട് അച്ഛന്റെ ദൃഷ്ടിയിൽപ്പെടും.

കൊമ്പായ്യേ്യ, നാൽക്കാലിക്കുള്ള തീറ്റയാണ്. ഇതിന്റെ ശാപം നിനക്കാണ്. പശു തിന്നാത്ത കാട്ടപ്പയും, അസ്ത്രപ്പുല്ലും ഒക്കെ എന്തിനാ കൊണ്ടുവന്നിരിക്ക്ണത്?

"എത്രയ്ക്കാ പുല്ല്?"

"പാര്യൻ എട്ടണ തന്നേ."

"എട്ടണയോ?"

"ഇവിടത്തേക്കായതോണ്ടാ. ഒരുറുപ്പികയ്ക്കുണ്ട് സാതനം." അച്ഛൻ അകത്തുപോയിക്കൊണ്ടുവന്നുകൊടുക്കുന്നത്, എട്ടണയല്ല, പത്തണയായിരിക്കും. അവളാവശ്യപ്പെട്ടതിലും രണ്ടണയധികം നാൽക്കാലികളുടെ കാര്യമാണ്. ശാപംകിട്ടും. മനുഷ്യൻ ചെയ്യുന്ന ജോലിയുടെ ശാപം!

കൊമ്പായി നന്ദിയില്ലാത്തവളായിരുന്നു. എന്നും കൊടുക്കുന്ന എട്ട ണയ്ക്കുപുറമെ, രണ്ടണ വല്ലപ്പോഴും കൊടുത്താൽ അപ്പോഴത്തേക്കുമാത്രം സന്തോഷം. ഒരു തരിപ്പുല്ല് അവൾ കണക്കിലധികം കൊണ്ടുവരില്ല, മഴ ക്കാലത്തുപോലും. ഒരുദിവസം എട്ടണയില്ലാതെവന്നാൽ അവളുടെ സ്വരം മാറും. മുഖം കൂടുതൽ കറുക്കും. അവൾക്കു അന്നന്നു കാശുവേണം. കുട്ടികളെപ്പുലർത്തണം. നാലെണ്ണത്തിന് വേറെ ആരുകൊടുക്കും? പുല്ലു കൊടുക്കുന്ന വീടുകളിൽ നിന്നല്ലാതെ?

വീട്ടിൽ ചെലവുവർധിച്ചു വന്നപ്പോൾ അച്ഛൻ അവളോടു പുല്ല് പതി വായി വാങ്ങുന്നതുനിർത്തി. ലാഭം അവൾക്കുതന്നെ. ബജാറിൽ കൊണ്ടു ചെല്ലുന്ന അതേ പുൽക്കെട്ട് ഒരുറുപ്പികകൊടുത്തും അച്ഛൻ ചിലപ്പോൾ വാങ്ങും. മസാലപ്പീടികയിൽനിന്നു പറ്റുകണക്കിലേക്കുചേർത്തു, ഗോവി ന്ദൻ ഓരോ ഉറുപ്പിക കൊടുക്കും. ഒരിക്കലും ഇല്ലെന്നു പറഞ്ഞില്ല. അവൻ നല്ലവനായിരുന്നു! ഇതച്ഛന്റെ അഭിപ്രായമാണ്. മനുഷ്യന്റെ അഭി മാനത്തിനു വിലകൽപ്പിച്ചിരുന്നവനായിരുന്നു ഗോവിന്ദൻ, പണത്തെക്ക ഴിച്ചാൽ. അച്ഛനു കൊടുക്കുന്ന കടങ്ങൾ ഈടാക്കാൻ, അവൻ ഒരുതര ത്തിലല്ലെങ്കിൽ മറ്റൊരുതരത്തിൽ മാർഗം കണ്ടുവച്ചിരിക്കും.

പശുവിനു പിണ്ണാക്കുവാങ്ങാൻ കഴിയാതെ വരുന്ന നാളുകളുണ്ടാ വും. പറ്റുപീടികയീൽ ചരക്കുതീർന്ന ദിവസങ്ങളിൽ.

"ഒരുസേർ അരിയെടുത്തു നല്ലോണം വേവിച്ച് കഞ്ഞിയാക്കിക്കൊ!" അമ്മ എതിരുപറയില്ല. റേഷനരിയാണെങ്കിലും പശുവിനുകൊടുത്തില്ലെ ങ്കിൽ അച്ഛനന്ന് ഊണില്ല.

അച്ഛൻ പറഞ്ഞതിന്റെ നാലിലൊന്നെങ്കിലുമെടുത്തു കഞ്ഞിവച്ച്, കുറെ തവിടുമിട്ടു വലിയ മരമരിക നിറയെ കഞ്ഞി അമ്മ തയാറാക്കിവ യ്ക്കും. അതുകൊടുത്തുകഴിഞ്ഞേ അച്ഛൻ കുളിക്കുകയോ, കഞ്ഞികുടി ക്കയോ ചെയ്യൂ.

"നിങ്ങളിനീം ചോറുണ്ണാൻ വരുന്നില്ലേ?"

"കുട്ടികൾക്കൊക്കെ കൊടുത്തോ?"

"അവർ ഒരുറക്കമായിട്ടുണ്ടാവും."

"ബാലന്നൊ"

"ബാലന്നും."

"അമ്മ ചോറുണ്ടോ?"

"പിന്നെ അമ്മയ്ക്കുമാത്രം കൊടുക്കാതിരിക്ക്യാ" പണിയെടുത്തു തളർന്ന അമ്മയ്ക്കു കലികയറുകയാവും. എന്നാലും അടക്കുകയേയു ള്ളൂ.

"വരുവാണെങ്കിൽ വരിൻ. എനിക്കൊന്നു കുളിക്കണം, വെയിലാറും മുമ്പ്. പല്ല് വേദനിച്ചിട്ടു വയ്യ, അല്ലെങ്കിൽത്തന്നെ!"

കൈകഴുകി ഉണ്ണാനിരിക്കുന്നതിനിടയിൽ;

"പൈക്കൾക്കു കഞ്ഞികൊടുത്തോ?"

"കൊടുത്തു." കൊടുത്തില്ലെങ്കിലും കൊടുത്തു എന്നു പറയണം. അല്ലെങ്കിൽ ഉണ്ണാനിരിക്കുന്നേടത്തുനിന്നെണീറ്റു അടുക്കളപ്പുറത്തുനിന്നു

കഞ്ഞിയുമെടുത്തു ആലയിലേക്ക് നടക്കും. അതുകഴിഞ്ഞ് വീണ്ടും കൈകഴുകിട്ട് ഊണ്.

അച്ഛനു വിളമ്പിക്കൊടുത്ത്, കഞ്ഞിവലിയ ബക്കറ്റിലൊഴിച്ച്, അടുക്കളവാതിൽ തുറന്നു പിറകിലൂടെ അമ്മ ആലയിലേക്കു നടക്കും. ഉണ്ടെണീക്കുമ്പോഴേക്കും കാലികൾ കഞ്ഞി കുടിച്ചു കഴിഞ്ഞിരിക്കണം.

ഒരു ദിവസം ഉച്ചയ്ക്ക്. പൈക്കൾ വരാൻ മൂന്നുമണിയാകും. അച്ഛൻ ഉണ്ണാനിരിക്കുകയായിരുന്നു. മേയാൻ പോയ പൈക്കൾ അന്നു നേരത്തെ വന്നു. മലയിലെ കാവൽക്കാരൻ അന്നു നേരത്തെ ഗേറ്റടച്ചു. മലയ്ക്കു ചുറ്റും ആയിടെ ഉയരത്തിലുള്ള കമ്പതിൽ കെട്ടിയിരുന്നു. പശുക്കൾ തൊടിയിൽ മുഴുവനും അലഞ്ഞുനടന്നു. കണ്ടം നിറയെ പച്ചോല വെട്ടിയിട്ടിരുന്നു. വിൽക്കാനുള്ളതാണ്. അല്ല വിറ്റുകഴിഞ്ഞത്. അതിനുള്ള വില എന്നോ വാങ്ങി ചെലവാക്കിക്കഴിഞ്ഞിരുന്നു. വെട്ടോലയ്ക്കു നൂറ്റിനു പത്തുറുപ്പിക വിലയുള്ളപ്പോൾ ആറിന് അച്ഛന്റെ കയ്യിൽ നിന്നുകിട്ടും എന്ന് ആവശ്യക്കാർക്കറിയാം. ധനുവിൽ വെട്ടുന്ന ഓലയ്ക്ക് കർക്കിടകത്തിലേ, കാശുകൊണ്ടുവന്ന് അച്ഛനെ പിടിപ്പിക്കും, അച്ചാരം. അഞ്ഞൂറോ അറുനൂറോ മടൽ ഓലയുണ്ടാവും. അഞ്ചോ പത്തോ ഉറുപ്പിക അച്ചാരം വാങ്ങിയാൽ അക്കൊല്ലത്തെ ഓല മുഴുവനും അയാൾക്കുള്ളതാണ്. ബാക്കിയുള്ള പണം 'അരയും മുറിയു' മായിട്ടാണച്ഛനു കിട്ടുക. അതു തന്നെ നൂറുവട്ടം ആളെ അയയ്ക്കണം.

ഉണ്ണാൻ തുടങ്ങിയ ഉരുള കിണ്ണത്തിൽത്തന്നെയിട്ട് അച്ഛൻ എണീറ്റു. പശുക്കൾ മീതെയുള്ള കണ്ടങ്ങളിലേക്ക് കയറിപ്പോവാനുള്ള ഉയർന്ന വരമ്പിന്റെ ഇടുക്കിനു താഴെ കൂട്ടമായി നിൽക്കുന്നു. അച്ഛൻ ഓടിയിറങ്ങി. പശുക്കൾ വിറളിയെടുത്തു. അവയ്ക്കു അന്നു നിറഞ്ഞിട്ടില്ല. 'കാളപ്പയ്യി'ന്റെ സൂചിപോലെ കൂർത്ത ഒരു കൊമ്പ്, അച്ഛന്റെ മുതുകിൽ തുളഞ്ഞു കയറി. അച്ഛൻ വീണുപോയി. മുത്തശ്ശി ഉറക്കെനിലവിളിച്ചു. അയൽക്കാർ ഓടിക്കൂടി. പശു വേണമെന്നുവച്ച് കുത്തിയതല്ല. ആർത്തിയേറിയ നോട്ടം മീതെ കണ്ടങ്ങളിൽ വിരിച്ചിട്ട പച്ചോലകളിലായിരുന്നു. വെയിലുകൊണ്ടു വരണ്ടുപോയ കണ്ടങ്ങൾ മരുഭൂമിപോലെയായിരുന്നു. അവയ്ക്കും എന്തെങ്കിലും തിന്നേണ്ടെ?

ജീവിതത്തിൽ, തനിക്ക് ഓർമവന്നതിൽപ്പിന്നീട് അച്ഛൻ ആദ്യമായി കിടപ്പിലായി. ആശുപത്രിയിലെ മരുന്ന്, വീട്ടിൽനിന്ന് കൊണ്ടുപോകുന്ന ഭക്ഷണം. പരിചരിക്കാൻ ആളുകൾ മാറി മാറിയിട്ട്. കിടന്ന കിടപ്പിൽനിന്നെണീക്കരുത്. വേണമെങ്കിൽ ആവും. ആരും ഇല്ലെങ്കിൽ ഒന്നു പരിശ്രമിച്ചുനോക്കാം എന്നുമുണ്ട്. അച്ഛന്നു ആകെ മടുത്തു. വീട്ടിലേക്ക് പോണം, വീട്ടിലേക്ക് പോണം എന്നൊരു പറച്ചിൽ മാത്രം.

പശുക്കൾക്കു പുല്ലു കിട്ടുന്നുണ്ടോ?
നേരത്തിനു വെള്ളം കിട്ടുന്നുണ്ടോ?
പച്ചോല കൊണ്ടുപോയോ?
റേഷൻ വാങ്ങേണ്ടെ?
ചെറിയ കുട്ടികൾക്കു തിന്നാനെങ്കിലും വേണ്ടെ? മൊന്തയിൽ കഞ്ഞി

കൊണ്ടുച്ചെല്ലുന്ന ബാലനോടു നൂറുകാര്യങ്ങൾ ചോദിച്ചറിയണം. ബാലൻ ഒരുകാര്യം മാത്രം മിണ്ടിയില്ല. പശുക്കളെ കൂട്ടത്തോടെ വിറ്റ കഥ. ചെറുതും വലുതുമായി, പതിനെട്ടുകാലികൾ ഉണ്ടായിരുന്നു. എല്ലാമുണ്ടായിട്ടും ഒരുതുള്ളി പാലെങ്കിലും കിട്ടാത്ത കാലമുണ്ട്. അച്ഛന്നു പരിക്കുപറ്റിയതറിഞ്ഞപ്പോൾ ശ്രീധരപ്പാപ്പന്നു കലശലായ കോപംവന്നു.

"കൊണ്ടാലേ പഠിക്കൂ. പറഞ്ഞാ മനസിലാവില്ല. ഒരുപകാരത്തിനു പറ്റാത്ത കുറെ പൈക്കളെ കെട്ടിവലിച്ചുകൊണ്ടു നടന്നിട്ടെന്തായി? എത്ര തവണ വേണ്ടെന്നു പറഞ്ഞു? പ്രസവിക്ക്യോ? പാലുകിട്ട്വോ? രണ്ടു പച്ചമുളകിൻതൈകൾ നട്ടാൽ തിന്നാനല്ലാതെ ഇവറ്റകളെക്കൊണ്ടു എന്താണൊരു ഗുണം! ഇപ്പഴ് നല്ലോണം കിട്ടിയല്ലൊ!"

"ഇവറ്റയെച്ചൊല്ലി നേരത്തിനും, കാലത്തിനു, എന്തെങ്കിലും തിന്നാറുണ്ടോ ഏട്ടൻ? ഇന്നുതന്നെ കണ്ടില്ലേ? ചോറു തിന്നാനിരുന്നതാ. ഉരുള വായിലിടുന്നതിനുമുമ്പ് പൈക്കള് വന്നു."

ഒന്നാകെ അത്യമാൻമാപ്പിളയ്ക്കു വിറ്റുകളയാം. തിടുക്കംവരുമ്പോൾ കുട്ടികളെപിടിച്ചു കിട്ടുന്ന വിലയ്ക്കു കൊടുക്കുന്നത് അത്യമാൻമാപ്പിളയ്ക്കാണ്.

അമ്മ പേടിച്ചു. അച്ഛനെന്തു ചെയ്യും. മുത്തശ്ശിക്കുമുണ്ട് പേടി.

പശുക്കളെ വിൽക്കണം. കുത്തി മുറിവേൽപ്പിച്ചതിന്റെ പക കൊണ്ടല്ല. ആസ്പത്രിയിൽ നല്ലൊരു തുക കൊടുക്കേണ്ടിവരും. ധർമാസ്പത്രിയെന്നു പേര്. സിസ്റ്റർമാർ അതും പറഞ്ഞു പിരിവുണ്ടാക്കാറുണ്ടെങ്കിലും ഉറുപ്പിക എണ്ണിക്കൊടുത്താലെ, ധനികരല്ലെന്നു സംശയം തോന്നുന്നരെ അഡ്മിറ്റുചെയ്യൂ. മുറിക്കു കൂലി. മരുന്നിനു വില. ഡോക്ടർക്കു മധുരനാരങ്ങ സമ്മാനം. അത്യമാനോടു അമ്പതുറുപ്പിക വാങ്ങിയതു കൊടുത്തിട്ടാണ് ആസ്പത്രിയിൽ അഡ്വാൻസ് കൊടുത്തിരിക്കുന്നത്.

എന്നാലും അച്ഛനോടൊരു വാക്കു ചോദിക്കാതെ വിൽക്കാമോ?

അച്ഛൻ സ്വന്തം മക്കളെക്കാളും, അനുജന്റെ മക്കളെക്കാളും കൂടുതൽ സ്നേഹിക്കുന്ന ആ കാലികളെ വിൽക്കുമ്പോൾ ഒരു വാക്കു ചോദിക്കേണ്ടേ?

ഇപ്പാപ്പൻ പറഞ്ഞു, വേണ്ട. ചോദിച്ചാൽ അനുവദിക്കില്ല. മുറിവുണങ്ങുന്നതിനുമുമ്പ് ഇങ്ങെണീറ്റു പോരുകയും ചെയ്യും. എത്രകാലം വിയർപ്പുവറ്റിച്ചു തിന്നാൻ കൊടുത്തതാണ്! അമ്മ ഒന്നും പറഞ്ഞില്ല, പിന്നീട്. അച്ഛൻ ആശുപത്രിയിൽ കിടന്നു, ഭേദമായിട്ടു വേണം... ചുമന്നിരുന്നതൊക്കെ പകുതിവഴിക്കു കിടക്കുന്നു, എവിടെയെങ്കിലും ഒന്നെത്തിക്കണം.

അത്യമാൻ കയറിട്ടുകൊണ്ടുപോകുമ്പോൾ പശുക്കളുടെ ശബ്ദം ചെകിട്ടിലെത്താതിരിക്കാൻ അമ്മ അടുക്കളയിൽച്ചെന്നു അരയ്ക്കാനുള്ള മുളക് ഇടിച്ചുകൊണ്ടിരുന്നു.

അച്ഛന് ആസ്പത്രി വിടാറായിരുന്നു. അമ്മയ്ക്കു ഒരുതരം ഉൾഭയമുണ്ടായിരിക്കണം. ഏറെ സമയവും അമ്മ മൗനിയായിരിക്കും. എന്താണ് പറയുക? ഒഴിഞ്ഞുകിടക്കുന്ന ആലയാണ് കയറിവരുമ്പോൾ ആദ്യം

കാണുക. ഒരു ഭാഗത്തു വിറകും ഉണക്കമടലും അടുക്കിവച്ചിരുന്നു. പഴയ വൈക്കോൽത്തുരുമ്പുകൾ ചിതറിക്കിടക്കുന്ന ആലയിലേക്ക് നോക്കാൻതന്നെ അമ്മയ്ക്കു ഭയമായിരുന്നിരിക്കണം.

കയറിവരുമ്പോൾ അച്ഛന്റെ മുഖത്തുനിന്നും അമ്മ കണ്ണെടുത്തുകളഞ്ഞു. ആ ചുണ്ടുകൾ പതുക്കെ വിറയ്ക്കുന്നുണ്ടായിരുന്നു. ആലയുടെ നേർക്ക് ഒരിക്കൽ നോക്കുകമാത്രം ചെയ്തു. നേരെ അകത്തു വിരിച്ചിട്ടിരുന്ന കട്ടിലിൽ പോയിക്കിടന്നു.

ആസ്പത്രിയിൽവച്ച് അത്യമാൻതന്നെ കച്ചവടക്കാര്യം പറഞ്ഞിരുന്നു. കിടക്കവിട്ടെണീറ്റ് അന്നുതന്നെ അച്ഛൻ ആല പൊളിപ്പിച്ചുകളഞ്ഞു. പശുക്കുട്ടികൾക്കു പ്രത്യേകമുണ്ടായിരുന്ന കൂടുമാത്രം അവിടെ ഏറെക്കാലം കണ്ടു. പശുക്കളെ വിറ്റപ്പോൾ അമ്മ ഒരാടിനെ വാങ്ങി. ചായ കുടിക്കണമല്ലോ. പണിക്കരുമാഷ് തരുന്ന പാൽപ്പൊടി എന്നും കിട്ടില്ല. ടിന്നിനു അഞ്ചുരൂപ കൊടുക്കുന്നതു നഷ്ടമായിട്ടല്ല. അതൊന്നിച്ചു കൊടുക്കാൻ കഴിയേണ്ടേ? ഇരുപതു ദിവസത്തോളം, ഒരു നേരത്തെ ചായയുണ്ടാക്കാൻ അതു തികയും. പൊടിയൊഴിഞ്ഞാൽ ആഴമേറിയ കിണറ്റിലേക്ക് ഘനംകുറഞ്ഞ ബക്കറ്റായി അതുപയോഗിക്കാം.

അന്നു മുതൽക്ക് അച്ഛന്നു ഒരുതരം മടുപ്പുതോന്നി, എല്ലാ ജീവികളോടും. വീട്ടിൽ ധാരാളം പൂച്ചകളുണ്ടായി, ഇരുപത്തി മൂന്നെണ്ണം! അച്ഛൻ ഉണ്ണാനിരിക്കുമ്പോൾ അവ ചുറ്റും വന്നിരിക്കും. ഊണുസമയത്ത് അച്ഛനു ചുറ്റും കൂടിയിരിക്കാൻ പൂച്ചകൾക്കും വീട്ടിലെ കുട്ടികൾക്കുമിടയിൽ ഒരു മത്സരമായിരുന്നു. പിടിച്ചുവലിയും കടിച്ചു മാന്തിയും തട്ടിയും നീക്കിയും അച്ഛന്റെ അടുത്തിരിക്കാൻ എല്ലാവരും ശ്രമം നടത്തും. അവിടെ മുൻഗണന പൂച്ചകൾക്കായിരുന്നു. ആദ്യം കുഴയ്ക്കുന്ന ചോറ് ചെറിയ ഉരുളകളാക്കി ചുറ്റും വന്നിരിക്കുന്ന പൂച്ചകളുടെ മുമ്പിൽ നിരത്തും. പലപ്പോഴും എല്ലാ പൂച്ചകളും ഒന്നിച്ചെത്തും. അയൽപക്കങ്ങളിലെ പൂച്ചകൾക്കും തലസ്ഥാനം അച്ഛന്റെ അഭയകേന്ദ്രമായിരുന്നു.

ജോലിക്കു പോകുമ്പോൾ, എത്ര വൈകിയാലും, വഴിവക്കത്തിരുന്നു കരയുന്ന ഒരു പൂച്ചയെക്കണ്ടാൽ അച്ഛൻ എടുത്തുകൊണ്ടു വന്നു വീട്ടിലെ പൂച്ചശേഖരത്തിന്നു എണ്ണം വർധിപ്പിക്കും. വല്ലവരുടെയും വളർത്തുപൂച്ചയാണെങ്കിൽ ഒരു നേരത്തെ ചോറും തിന്നുപോകട്ടെ!

പൂച്ചകളുടെ ഊഴം കഴിഞ്ഞാൽ അടുത്തത് തങ്ങൾക്കാണെന്നു കുട്ടികൾക്കറിയാം.

"വല്യച്ഛാ, ആദ്യത്തെ ഉരുള നിയ്ക്ക്"

"നിയ്ക്കുവേണം."

"എനിക്കുവേണം വല്യച്ഛാ"

"വേണ്ടട്ടോ. നിനക്കല്ലെ ഇന്നലെക്കിട്ടിയത്."

"ഞാൻ സമ്മതിക്കൂല."

അവർ അച്ഛന്റെ കാലൊച്ച വളരെ ദൂരത്തുവച്ചുതന്നെ തിരിച്ചറിഞ്ഞിരുന്നു. വന്നുകയറുന്നതിന്നുമുമ്പ് പൂച്ചകൾ ങ്യാവു ങ്യാവൂ എന്നു വാലും പൊക്കി മുറ്റത്തെത്തും. കാലിൽക്കൂടി അങ്ങോട്ടും, ഇങ്ങോട്ടും ഉരസിന

ടക്കും. കയ്യിൽ എടുക്കാൻ വയ്യാത്തവിധം പൊതികളായിരിയ്ക്കും.

"വല്യച്ഛാ അരിമുട്ടായെയ്യവടെ?"

"അമ്മാമാ, നിയ്ക്ക് പമ്പരംല്ല്യേ?"

"നിയ്ക്ക് കടലാസിൽ പൊതിഞ്ഞമുട്ടായി"

"നിയ്ക്ക് കറുത്ത നിറത്തിലുള്ള മുന്തിരങ്ങ"

"വല്യച്ഛൻ തരാം, ഇതാ ഇപ്പോൾ തരാം. ആരും ലഹളകൂടേണ്ട. പറഞ്ഞതുകേട്ടു നിൽക്കണം, കെട്ടോ. അടിപിടികൂട്യാൽ ആർക്കും തര്ല്യാ."

"എന്റെ അരിഷ്ടംം തീർന്നു. ഇപ്രാവശ്യം ബലാരിഷ്ടംം മതി."

"ഞാനിപ്പഴ് പുറത്തേയ്ക്കുപോകുമ്പോൾ കൊണ്ടുവരാമമ്മേ!"

മുത്തശ്ശിക്ക് മൂത്തമകനെ വിശ്വാസമാണ്. തള്ളയുണ്ടെന്ന ഒരു വിചാരം അവന്നേയുള്ളൂ. ചിറകുമുളച്ചാൽ പറന്നുപോകുന്നവരാണ് മറ്റു മക്കളൊക്കെ. ഇപ്പോഴേ അറിയാം. എല്ലാറ്റിന്നും പണം വേണം. നിറയെ പണം. അതിനു മാർഗമന്വേഷിക്കുന്നു.

പോക്കറ്റിൽ നിറയെ പണമായപ്പോൾ മനസിനൊരു ലാഘവം.

രാവിലെ മുതൽക്കു ഒരിരുമ്പുകഷണം പോലെ നെഞ്ചിന്നുള്ളിൽ എന്തോ ഒരു ഭാരം തൂങ്ങിക്കിടക്കുകയായിരുന്നു. തന്റെ സ്വന്തം ആവ ശ്യത്തിനല്ലല്ലോ എന്നൊരാശ്വാസം ഉള്ളിലുണ്ട്. വിഷു വരുന്നു. പല ചെല വുകളുണ്ട്. മുത്തച്ഛന്റെ കാലത്ത് വാർപ്പിച്ച 'ചരക്കാ'യിരുന്നു. തകിട് കൊടുത്തു വാർപ്പിച്ച വലിയൊരു ചരക്ക്? അതു അങ്ങാടിയിൽവച്ചു കൈമാറിയപ്പോൾ എന്തോ ഒന്നു ഉള്ളിൽനിന്നു പറിഞ്ഞുപോയില്ലേ? എന്താണത്?

താൻ പൂർവികസ്വത്ത് വിറ്റുമാറ്റുന്നു. ചെലവാക്കുന്നു. പിന്നേയും വിൽക്കുന്നു. വീണ്ടും വിൽക്കുന്നു. ഒരിക്കലും ആർത്തി തീരാത്ത ചെന്നാ യ്ക്കളെപ്പോലുള്ള ചെലവുകൾ. ആവശ്യങ്ങൾ ചുറ്റും നിന്നും ആർത്തി യോടെ നാക്കുനീട്ടുന്നു. നിമിഷംതോറും ഇരയിട്ടു കൊടുത്താലും ആർത്തി തീരാത്ത ആ ചെന്നായ്ക്കൾ തന്നെ കീഴടക്കാൻ ശ്രമിക്കുക യാണെന്നു താൻ അറിഞ്ഞില്ല............

പാളയത്തിൽ, കാളവണ്ടിയിൽ കൊണ്ടുവന്നിറക്കിയ വലിയ 'ചെമ്പ്' കണ്ടപ്പോൾ, ആവശ്യക്കാർ ധാരാളം വന്നു. തേടിനടക്കേണ്ടിവന്നില്ല. വണ്ടിക്കു ചുറ്റും, മീൻവഞ്ചിക്കുമീതെ കാക്കപ്പട വന്നണയുമ്പോലെയാ ണ്, ആളുകൾ വന്നുകൂടിയത്.

ഇത്രവലിയ ചരക്കോ? വിൽക്കാനൊ? എവിടുന്നു കിട്ടി? യുദ്ധകാല ത്തിനു മുമ്പുള്ളതായിരുന്നു. കലർപ്പില്ലാത്ത അസൽ ചെമ്പു തകിട്.

"ഇനി ഞാൻ പോകട്ടെ. ഇതെവിടെ ഇറക്കും" വണ്ടിക്കാരൻ ചോദിച്ചു.

ചുമട്ടുകാർ പൊതിഞ്ഞു. ഒരുവൻ വന്നു അറ്റം പിടിച്ചുപൊക്കാൻ നോക്കി. സാധിക്കുന്നില്ല. ഭാരം ചുമന്നു റബർപോലെ ഉറച്ച, ചുമട്ടുകാ രന്റെ പേശികൾ ഒന്നു വിറയ്ക്കുകമാത്രം ചെയ്തു. അവൻ പരാജയം സമ്മതിച്ചു. അരിച്ചാക്കുകൾ ചുമക്കുന്ന നാലുപേർ ചേർന്നാണ് അതിറ ക്കിയത്. എവിടേക്കാണ്?

"കച്ചവടമാക്കാനാണൊ? തനിക്കു ആവശ്യമില്ലെന്ന ഭാവവുമായി ഒരു ചെമ്പോട്ടി മുമ്പോട്ടുവന്നു.

"അതെ"

മനസിൽ കണക്കുകൂട്ടി.

ഇരുനൂറ്റമ്പതുറുപ്പിക. അത് വർഷങ്ങൾക്കുമുമ്പാണ്. അരിക്കു സേറിന്നു ഒന്നരയണ ഉണ്ടായിരുന്നകാലം. ഒരു തോണിക്കു തേങ്ങ അങ്ങാടിയിലെത്തിച്ചാൽ പന്ത്രണ്ടുറുപ്പികയും കൊണ്ടുപോന്ന കാലം. ഒരുറുപ്പികയുണ്ടെങ്കിൽ വലിയ ഒരു കുടുംബത്തിന്റെ ചെലവു മുഴുവനും സമൃദ്ധിയായി നടന്നു, വല്ലതും മിച്ചം വയ്ക്കാനുണ്ടായിരുന്നു, അന്ന്.

'ചരക്ക്' പടിയിറക്കിക്കൊണ്ടുപോരുമ്പോൾ അമ്മ പറഞ്ഞു,

"ആയിരം ഉറുപ്പിക കൊടുത്താൽ കിട്ട്വോ, അതിന്റെ പകുതി ഘനമുള്ള ഒന്ന്?"

ഒന്നും മിണ്ടിയില്ല.

കേടുപാടു തീർക്കാൻ കൊണ്ടുപോവുകയല്ലേ! അഥവാ, അങ്ങനെ വിശ്വസിപ്പിക്കാനല്ലേ ശ്രമിച്ചത്? അമ്മയ്ക്കും തന്റെ മേലുള്ള വിശ്വാസം കുറഞ്ഞുവരികയാണൊ?

അതിരാവിലെ എണീറ്റു, അന്ന്.

തെക്കെ അറയ്ക്കുള്ളിൽ പൊടിപറ്റി മാറാലപിടിച്ച്, എലികൾ കൂടു കൂട്ടിക്കിടന്നിരുന്ന ചെമ്പ് പുറത്തെടുത്തിട്ടു നാളുകൾ കുറെയായി. നല്ല വേനൽ. ഒരിക്കലും ഉറവു വറ്റാത്ത കിണറിലെ വെള്ളം രാവിലെ പത്തു മണിയാവുമ്പോഴേക്കും കലങ്ങുന്നു. രാവിലെ വെള്ളം നിറച്ചിടാൻ നന്ന്. വിൽക്കുന്നതിനെപ്പറ്റി ചിന്തിച്ചതേയില്ല.

കിണറ്റിൻകരയിൽ കപ്പി കറകറ ശബ്ദിക്കുന്നുണ്ടായിരുന്നു. ബാലൻ വന്നു രാവിലെ വെള്ളം നിറയ്ക്കുംമുമ്പ് അതു തേച്ചുകഴുകി ഇപ്പുറം കൊണ്ടു വയ്ക്കണം. കപ്പിയുടെ കരച്ചിൽ കേട്ടു ദ്വേഷ്യം. അത് നാട്ടുകാരെ മുഴുവനും ഉണർത്തും. അൽപ്പം എണ്ണയിടണമെന്നു എത്ര പറഞ്ഞാലും ആരാ അനുസരിക്കാനുള്ളത്! അതിനും താൻ തന്നെ വേണം. ആദ്യം തോന്നി എല്ലാം ചെയ്തുകഴിയുമ്പോഴേക്ക് നേരം വെളുക്കും . വണ്ടിക്കാരൻ കാത്തുനിൽക്കുകയില്ല. പുലരുംമുമ്പു എത്തിക്കും എന്നാണ് പറഞ്ഞത്.

ഒരു കരണ്ടിയിൽ കുറച്ച് എണ്ണയുമെടുത്ത് കിണറ്റിൻ കരയിലേക്കു ചെന്നു. അപ്പുറത്തെ കൂവക്കാട്ടിൽനിന്നു രാത്രി ഒറ്റപ്പെട്ടുപോയ ഒരു കുറുക്കൻ പെട്ടെന്നോടിപ്പോയി. പതിവിലും നേർത്തെയാണ്. നിലാവസ്തമിച്ചിട്ടില്ല.

കോട്ടവാതിൽപോലത്തെ ഉമ്മറവാതിൽ തുറക്കുന്ന ശബ്ദം നാട്ടുകാരെ ഉണർത്തുന്നതാണ്. ഈ കരയുന്ന കപ്പിപോലെ. ടോമി വാലാട്ടിക്കൊണ്ടു പിന്നാലെ ചെന്നു. അവൻ, തന്നെ എവിടെയും പിൻതുടരുന്നു. അവൻ വട്ടമിട്ടു വട്ടമിട്ടു ഒടുവിൽ കണ്ടത്തിലേക്ക് കയറാൻ തുടങ്ങി. രാത്രി ഉണങ്ങിവീഴുന്ന തേങ്ങയും മടലും പെറുക്കാനും അവൻ കൂടെ വരും.

നിൽക്കട്ടെ. ഇന്ന് പ്രധാനകാര്യം വേറെകിടക്കുന്നു. തൊടിയിൽ പോയി വരുന്നതിനിടയ്ക്കു കമ്പനിപ്പണിക്ക് പോകുന്ന പെണ്ണുങ്ങൾ

വെള്ളംകോരാൻ വരും. കാര്യമില്ലെങ്കിലും ചോദ്യമാവും.

"എന്തിനാ ചെമ്പ് എടുത്തുകൊണ്ടുപോകുന്നത്?" ഭാഗ്യത്തിന് ആരും എത്തിയിട്ടില്ല. ചെമ്പ് അലക്കുകല്ലിന്നടുത്താണ്. എടുത്താൽ പൊങ്ങുകയില്ല. വട്ടത്തിൽ കറക്കിക്കറക്കി കിണറുവരെ എത്തിച്ചു. എന്തൊരു വഴുവഴുപ്പ്! എത്ര കാലത്തെ അഴുക്കും പൂപ്പലുമാണ്! കഴിഞ്ഞ വിഷുവിനു ചുണ്ണാമ്പു നീറ്റിക്കഴിഞ്ഞു തേച്ചു കഴുകിയതാവണം. പിന്നത്തെ കഴുകൽ ഒരുവക! വെള്ളം കൊണ്ടൊരു ചുഴറ്റൽ. കമഴ്ത്തിക്കളയാൻ വിഷമം. പാത്രംകൊണ്ടു കോരിക്കളയണം.

വളരെ ശ്രമപ്പെട്ടു കഴുകിക്കഴിഞ്ഞപ്പോഴേക്കും വിയർത്തു. ചെമ്പ് ചരക്കല്ലുകളിൽ ഉരസി ശബ്ദിക്കാതിരിക്കാൻ ശ്രമിച്ചു. താൻ ഗൂഢമായൊന്നും ചെയ്യാൻ ശ്രമിക്കയല്ലെന്നു മനസിൽ വിശ്വസിപ്പിക്കാൻ ശ്രമിച്ചു. തന്റെ മുതൽ. വിൽക്കുന്നത് സ്വകാര്യ ആവശ്യങ്ങൾക്കൊന്നും അല്ലതാനും. വെറും കൈകൊണ്ടു തേച്ച് കഴുകിയിട്ടു ചെമ്പിന്റെ വഴുവഴുപ്പ് മാറിയില്ല. ഇത്തിരി സോഡാക്കാരവും സോപ്പും ചകിരിയും വേണം.

തേങ്ങാക്കൂടിന്റെ കോലായിൽ പൊളിച്ചിട്ട ചകിരിയിൽനിന്ന് ഒരുപിടി നാരുകൾ വലിച്ചെടുത്തു.

ചാരിയിട്ട ഉമ്മറവാതിൽ പതുക്കെ തള്ളിത്തുറന്ന്, ഇടനാഴിയിലെത്തി. അമ്മയുടെ മുറിയിൽ മണ്ണെണ്ണവിളക്ക് കത്തുന്നുണ്ട്. പടിഞ്ഞാറ്റയിലാണ് അമ്മയുടെ കിടപ്പ്. ഒരു മുട്ടവിളക്ക് നേരം വെളുക്കുംവരെ കത്തിക്കൊണ്ടിരിക്കണമെന്ന് അമ്മയ്ക്കു നിർബന്ധം. അമ്മ എണീറ്റിട്ടില്ല. അത്രയും നല്ലത്. ഇതിലും നേർത്തെ എഴുന്നേൽക്കുക പതിവാണ്. ഇന്നലെ കാലിന്നു കടച്ചിലുണ്ടെന്നു പറഞ്ഞു. പിണ്ഡതൈലം വേണം. തൈലം വാങ്ങാൻ കയ്യിൽ പണമില്ലായിരുന്നു. വൈദ്യർക്ക് കുറയേറെ കൊടുക്കാനുണ്ട്. ഇനിയും കടം വാങ്ങുന്നതെങ്ങനെ? തന്റെ മുഖത്തു നോക്കി, തരില്ലെന്നു വൈദ്യർ പറയില്ല. ആരും പറയില്ല വാങ്ങാൻ ചെല്ലുന്നവർ ചിന്തിക്കേണ്ട കാര്യമാണല്ലോ, അത്. തേങ്ങാ പറിപ്പിക്കാൻ സമയം തികഞ്ഞിട്ടില്ല. ഇനിയും പത്തു ദിവസം കഴിയണം. കാലിലെ വേദന പത്തു ദിവസം വച്ചുകൊണ്ടിരിക്കാമോ? പത്തുദിവസം പോയിട്ട് രണ്ടുനാൾ ക്ഷമിക്കില്ല, അമ്മ സഹിക്കില്ല. മൂന്നാൺമക്കൾ ഉദ്യോഗസ്ഥരായുണ്ടായിട്ട് ഒരൗൺസ് പിണ്ഡതൈലം വാങ്ങാൻ കഴിഞ്ഞില്ലല്ലോ! പൊടിപോലത്തെ മക്കളെ ഇത്രത്തോളം വലുതാക്കിയെടുത്തില്ലേ? അമ്മ പറയുന്നതു ശരി. ധാരാളം കഷ്ടപ്പെട്ടിട്ടുണ്ട്, അമ്മ.

അമ്മയ്ക്കു പിണ്ഡതൈലം വാങ്ങണം. ഇന്നുതന്നെ വാങ്ങണം ഇടനാഴിയിൽക്കൂടി നടക്കുമ്പോൾ അമ്മയുടെ നേർത്ത ശ്വാസോച്ഛ്വാസം കേട്ടു. അടുക്കളയിൽ ശബ്ദമുണ്ടാക്കാതെ എത്തുന്നതിനു കുറെ സമയമെടുത്തു. ജനലഴികളിലൂടെ വന്ന നിലാവെളിച്ചത്തിൽ, അലമാരയിൽ സോഡാക്കാരമിട്ടു വയ്ക്കുന്ന ടിൻ കണ്ടെടുത്തു. ഒരു നുള്ളു കാരവുമെടുത്തു, തിരിച്ചു കിണറ്റുകരിയിൽ എത്തുമ്പോഴേക്കും, അവിടെ ആരോ എത്തിയിരിക്കുന്നു.

"ആരാണ്?"

"ഞാനാണേയ്"

കല്യാണിയമ്മ
"ഇന്നു ടോമിയെ കെട്ടീട്ടില്ലെ?"
"ഇതാ, ഇപ്പൊ കെട്ടിക്കളയാം."
കിണറിന്നടുത്തു അന്യനൊരാളെക്കണ്ടു മുരണ്ടുതുടങ്ങിയിരുന്ന ടോമിയെ വിളിച്ചു. അവൻ വാലാട്ടിക്കൊണ്ട് പിറകേപോന്നു.

ടോമിയെ കുടുക്കിട്ടു തിരിച്ചു കിണറ്റുകരയിൽ എത്തിയപ്പോഴേക്കും കല്യാണിയമ്മ പോയ്ക്കഴിഞ്ഞിരുന്നു. ഭാഗ്യം! അല്ലെങ്കിൽ, പല ചോദ്യങ്ങൾ ഉയർന്നേനെ. ഇത്ര നേർത്തെ വലിയ ചെമ്പുപാത്രം തേച്ചുകഴുകന്നതെന്തിന്? അതിനു ബാലനില്ലേ, ഇവിടെ? എവിടെയാ ഇന്ന് കല്യാണം? വേണങ്കിൽത്തന്നെ ആവശ്യക്കാർ വന്നു തേച്ചുകഴുകി കൊണ്ടുപോകട്ടെ.

കല്യാണിയമ്മ പോയപ്പോൾ, ഒരു ബക്കറ്റിൽ വെള്ളമെടുത്തുവച്ച് തേപ്പുതുടങ്ങി. സോഡാക്കാരം ചേർന്നപ്പോൾ അഴുക്കിളകി. കിണറ്റിൻതടത്തിലൂടെ ചെളികലർന്ന വെളുത്ത നുരയോടുകൂടിയ വെള്ളം ഒഴുകി. എത്ര ശ്രമിച്ചിട്ടും ചരക്കല്ലുകൾ ഒച്ചയുണ്ടാക്കിക്കൊണ്ടിരുന്നു. അകവും പുറവും തേച്ചു. സമയത്തെപ്പറ്റി ചിന്തിച്ചില്ല.

"അല്ല, ഇതെന്താ കുറെ നേരായല്ലോ, തുടങ്ങീട്ട്?"

ഞെട്ടിപ്പോയി. അത്രയുറക്കെ ഒന്നുമല്ല, കല്യാണിയമ്മ ചോദിച്ചത്. പണിക്കു പോകുന്ന വേഷത്തിൽ കല്യാണിയമ്മ മീതെ വരമ്പത്തു നിൽക്കുന്നു. തൂവെള്ളമുണ്ട്. പച്ച ബ്ലൗസ്, പച്ചക്കരയുള്ള വേഷ്ടി. വലതുകയ്യിൽ പണിയെടുക്കുമ്പോൾ ഉടുക്കാനുള്ള തുണിപ്പൊതി. കിഴക്കു വെള്ളവീശുന്നുണ്ടായിരുന്നു. ഉയർന്ന വരമ്പത്തു കിഴക്കോട്ടു നോക്കി നിൽക്കുന്ന കല്യാണിയമ്മയുടെ മുഖത്തു ചുവന്ന രശ്മികൾ തലോടുന്നു. അമ്മയോ, മകളോ സുന്ദരി?

അവർ നടന്നുപോയി. ശ്രദ്ധവീണ്ടും ചെയ്തിരുന്ന ജോലിയിലേക്കുതിരിഞ്ഞു. പോകുന്ന പോക്കിൽ അവർ തിരിഞ്ഞുനിന്നു പറഞ്ഞു;

"ആക്കുട്ട്യോളെ ആരെയെങ്കിലും വിളിച്ചു അതൊന്നു കഴുകിച്ചൂടെ! ഒരു മനുഷ്യന്നു രാവും പകലും പണിതന്നെ!"

ചിരിച്ചു.

"കുട്ടികൾ തൊട്ടുമിനുക്കിയാലൊന്നും, ഇത് തെളിയൂല."

അവർ ഇടതുകയ്യും വീശി വെയിൽ വീണ വരമ്പത്തൂടെ അതിവേഗം നടന്നുതുടങ്ങി.

പാത്രം ഒരുവിധം തേച്ചുകഴുകി, ഉരുട്ടി നനവില്ലാത്ത നിലത്തേക്ക് വച്ചു. നെറ്റിയിൽനിന്നു വിയർപ്പുചാലുകൾ ഒഴുകി.

അടിഭാഗത്തു വലിയ ചതവാകാം. ഇത്ര ഘനമേറിയ തകിടിനു ഇങ്ങനെ ചതവുവരണമെങ്കിൽ പരിക്കുകൾ കുറെ വലിയതു തന്നെയാവണം ഏറ്റത്.

നിവർന്നുനിന്നു നോക്കിയതു അമ്മയുടെ മുഖത്ത്.

"ഇതെന്താ യാരുക്കുട്ട്യേ?" പതുങ്ങിയതെങ്കിലും, ആ സ്വരത്തിന് കാഠിന്യമുണ്ടായിരുന്നു. കഷ്ടപ്പാടുകൾകൊണ്ടു പരുപരുത്തുപോയ സ്വരം. നരച്ച തലമുടിയിഴകളിൽ വിരലോടിച്ചുകൊണ്ട് അമ്മ ചോദിച്ചു:

"ഇതെന്തിനാ?" അമ്മയുടെ നരച്ച കണ്ണുകൾക്കു കൂർപ്പിച്ച പാറക്കഷണത്തിന്റെ മൂർച്ചയുണ്ട്.

"ഇതൊന്നു കേടുതീർപ്പിക്കണം. അടിയിലൊക്കെ ചതവു പറ്റിയിരിക്കുന്നു."

താൻ പറഞ്ഞതമ്മ വിശ്വസിച്ചില്ലെന്നു, പഴയ നോട്ടത്തിൽ നിന്നു മനസിലായി. അമ്മ എന്താണോർത്തത്? കഴിഞ്ഞകൊല്ലം സരസുവിന്റെ അമ്മയുടെ വളകൾകൊണ്ടുപോയ കഥയോ? ഭാര്യയുടെ വളകൾ അത്യാവശ്യം വന്നപ്പോൾ വിറ്റു. ഇത്രയൊക്കെ പറയാനുണ്ടോ? ഇപ്പോൾ പണമില്ല സ്വർണം വീട്ടിൽ സ്വന്തമായിട്ടില്ല. എല്ലാം വിറ്റുതുലച്ചു. തുലച്ചില്ല ചെലവാക്കി.

"ചേമ്പുവളപ്പിൽ കല്യാണമായിരുന്നു." ചാത്തുക്കുട്ടി പറഞ്ഞു,

"വീട്ടിൽ വളയില്ലേ? രണ്ടുജോഡി കൊണ്ടത്തരണം."

ചാത്തുക്കുട്ടി വേണ്ടപ്പെട്ടവനാണ്. വളരെ സന്തോഷത്തോടെ കൊടുക്കാം. ഭാര്യ സിന്ദൂരച്ചെപ്പിൽ സൂക്ഷിച്ചിരുന്ന വളകൾ എടുത്തുതന്നു,

"ഇന്നുതന്ന കൊണ്ട്വരണേ!"

അവൾ പറഞ്ഞു. അവൾക്കു രണ്ടു ദിവസം കഴിഞ്ഞു, തന്റെ വീട്ടിൽ പോകണം.

"നിന്റെ വീട്ടിൽ പോകാനെന്തിനാ വള? നിനക്കു വളയുള്ള കാര്യം അവർക്കറിഞ്ഞൂടേ?"

താൻ കളവു പറഞ്ഞതല്ല. വൈകിട്ടു കൊണ്ടുവരാം എന്നു തന്നെ കരുതി. കല്യാണം മൂന്നുമണിക്കുമുമ്പുകഴിയും. വൈകുന്നേരം. വള തിരിച്ചുതരുമ്പോൾ ചാത്തുക്കുട്ടിയുടെ പീടികയിൽ അന്റെ അച്ഛനും ഉണ്ടായിരുന്നു. പീടിക നിറയെ സാമാനം, വാങ്ങാൻവന്ന ആളുകൾ ! ചാത്തുകുട്ടിയുടെ അച്ഛൻ ഗോവിന്ദന്റെ കച്ചവടം ബജാറിലെ ഏറ്റവും മികച്ചതായിരുന്നു. സാമാനം വാങ്ങാൻ വരുന്ന ആളുകൾ നേരെമുമ്പിലുള്ള റോഡിൽ കൂട്ടംകൂടി നിൽക്കും. പലതരത്തിലുള്ളതായിരുന്നു കച്ചവടം. ഒന്നോ, രണ്ടോ തേങ്ങ കൊണ്ടുവന്നുവിറ്റു സാമാനം വാങ്ങുന്നവർ. വാഴക്കുല കൊണ്ടുവരുന്നവർ. മാങ്ങ കൊണ്ടു വരുന്നവർ ചൂടികൊണ്ടുവരുന്നവർ. റൊക്കം പണംകൊടുത്തു സാധനം വാങ്ങുന്നവർ വിരളമായിരുന്നു. പറ്റുകണക്കെഴുതി മാസംതോറും പച്ചത്തേങ്ങ, ഏറ്റവും കുറഞ്ഞ നിരക്കിൽ കൊടുക്കുന്നവരായിരുന്നു, ഏറെ. എല്ലാത്തരക്കാരെയും വേണ്ട വിധം പ്രീതിപ്പെടുത്താനറിയാവുന്ന ഗോവിന്ദൻ ഈയിടെ പീടികയിൽ വരുന്നതു കുറച്ചിരുന്നു. പ്രായം കുറെയായി.

"എന്താ ഇന്നു വിശേഷിച്ച്?"

അയാൾ ചോദിച്ചു

"പറ്റ് എത്ര്യായീന്നറിയ്യൊ? അറുനൂറ്റിച്ചില്ല്വാനം രൂപ!"

"ഇമ്മാസം തേങ്ങാ വലിക്കാറായി".

"എന്നിട്ടെന്താ? തേങ്ങാവില പകുതിയും റൊക്കം പണമായിട്ടു വാങ്ങൂലോ? പച്ചത്തേങ്ങയ്ക്കുവില നന്നെക്കുറയും! പകുതി കണക്കു തീർക്കാനൊക്കൊ!" ഒന്നു ചിരിച്ചിട്ടു വെറും സ്വാഭാവികമെന്ന മട്ടിൽ

അയാൾ ചോദിച്ചു:

"ഇദാർടേതാ വള?"

കാലിൽനിന്നൊരു തരുതരുപ്പ്! എന്താണാച്ചോദ്യത്തിന്നർഥം! പീടികയിൽനിന്നു കടംവാങ്ങിത്തീർന്നതിന്റെ കണക്കുതീർക്കാതെ, ഭാര്യ സ്വർണവളയിട്ടു നടക്കുന്നു എന്നല്ലേ? അയാളുടെ മകൻ ചാത്തുക്കുട്ടിയുടെ ഭാര്യക്കു വളയില്ല. അതുകൊണ്ടു പറ്റുകാരനായ തന്നോടു വായ്പ വാങ്ങിയിരിക്കുന്നു!

ആ വളകൾ വിറ്റു കടം വീട്ടിയാലോ എന്നു ഒരുനിമിഷം ആലോച്ചിച്ചു. വിൽക്കാൻ തനിക്കെന്തധികാരം? അവളുടെ ആങ്ങളമാർ അവൾക്കണിയാൻ കല്യാണസമയത്തു പണിതുകൊടുത്ത വള. അതവൾ സൂക്ഷിക്കുന്നു. അതേയുള്ളു സമ്പാദ്യം. മറ്റെന്തും എവിടെയും കടം. ചാത്തുക്കുട്ടിയോടു ഒന്നും മിണ്ടാതെ, വളയും പോക്കറ്റിലിട്ടു ഇറങ്ങിനടന്നു. ഇടവഴിയിലേക്കു തിരിഞ്ഞപ്പോഴാണ്, കയ്യിലുള്ള സഞ്ചി ഒഴിഞ്ഞുതന്നെയിരിക്കുന്നു എന്നകാര്യം ഓർത്തത്. വീട്ടിൽ ഉച്ചയ്ക്കുവയ്ക്കാൻ ഒരുമണിയരിയുണ്ടായിരുന്നില്ല. ഭാര്യതന്ന സാധനങ്ങളുടെ ലിസ്റ്റ് മാത്രമെയുള്ളൂ പോക്കറ്റിൽ. ഒരു കാശില്ല. ഇപ്പോൾ നാലുസ്വർണവളകൾ ഉണ്ട്.

മനസ്സ് വളരെയെളുപ്പം കണക്കുകൂട്ടി. ആറുപവൻ. നാനൂറുറുപ്പികയെങ്കിലും കിട്ടും. മുന്നൂറ് ചാത്തുക്കുട്ടിയുടെ പീടികയിൽ കണക്കുതീർക്കാം. കഴിഞ്ഞാഴ്ച റേഷൻവാങ്ങിയതുതന്നെ അനുജൻ വേലായുധനോടു വാങ്ങീട്ടാണ്. വേലായുധൻ അനുജനാണ്. അവനും ഭാര്യക്കും രണ്ടു കുട്ടികൾക്കും കൂടി മാസം ഇതുപത്തഞ്ചു രൂപാവീതം ചെലവിനു തരുന്നു. ബാക്കി തറവാട്ടുസ്വത്തിൽനിന്നെടുത്തുകൊള്ളണം! തറവാട്ടുസ്വത്ത്! വളം ചേർക്കാതെ എളുപ്പം പിറ്റയായിപ്പോയ, തുമ്പ് കുറ്റിച്ചൂലുപോലെ നിൽക്കുന്ന കുറെ തെങ്ങുകൾ! അതിൽനിന്നു കിട്ടുന്ന തേങ്ങകൊണ്ടു ഒന്നുമാവില്ല.

വളപ്പൊതി ഒന്നുകൂടി തപ്പിനോക്കി, ആദ്യം വന്ന ബസിനു ടൗണിലേക്ക് കയറി.

സാറാപ്പു, ഉയരം കുറഞ്ഞ മേശപ്പുറത്തു അടുക്കിവച്ച നോട്ടുകൾ വാരിയെടുത്തു വേഗം നടന്നു. താനിങ്ങനെ വിറ്റുമുടിക്കുന്നത് പരിചയക്കാരാരും കാണേണ്ട. "എന്തോ തിടുക്കം വന്നിട്ട് വിൽക്കാണോ." വേലക്കാരൻ സാറാപ്പിനോട് പറയുന്നതു കേട്ടു.

എല്ലാവരും തന്നെ അവമാനിക്കുന്നു. പറ്റുപീടികക്കാരനും, സ്വർണം വാങ്ങിയ സാറാപ്പും എല്ലാം. അക്കൊല്ലത്തെ വിഷു ഗംഭീരമായി. കുട്ടികൾക്കു പടക്കം. അനുജന്റെ മക്കൾക്കും തന്റെ കുട്ടികൾക്കും ഉടുപ്പുകൾ. അടുക്കളത്തളം നിറയെ പലതരം പച്ചക്കറികൾ. മാർക്കറ്റിൽ കിട്ടാവുന്നതിൽ വച്ച് ഏറ്റവും വിലപിടിച്ച മീൻ. കുട്ടികൾ എല്ലാവരും 'എക്സിബിഷൻ' കണ്ടു. ഫോട്ടോ എടുത്തു. കളിപ്പാട്ടങ്ങളും മിഠായികളും വാങ്ങി. ശ്രീധരന്റെ മൂത്തമകൻ അഞ്ചുറുപ്പികകൊടുത്തു സ്റ്റാളിൽനിന്നു ഒരു പഞ്ചവർണക്കിളിയെ വാങ്ങി. അതു രണ്ടുദിവസം കൊണ്ടു ചത്തുപോയി. അതിനേക്കാൾ വേഗത്തിൽ പോക്കറ്റിലെ പണം

തീർന്നു. പിന്നീടു രണ്ടുമാസത്തേക്കു ചാത്തുക്കുട്ടിയുടെ അച്ഛൻ മുഖം കറുപ്പിച്ചില്ല. ആവലാതി പറഞ്ഞില്ല— ഭാര്യയുടെ ഒഴിഞ്ഞ കൈകളിലേക്ക് അവൾ കാണെ നോക്കിയില്ല.

അമ്മ ഇതൊക്കെ ഓർക്കുകയാണോ? കഴിഞ്ഞകൊല്ലം ഓട്ടുരുളികൊണ്ടുപോയി വിറ്റതും ഓർക്കുന്നുണ്ടാവും. അമ്മ പറഞ്ഞതാണ്, പൊട്ടിയ ഓട്ടുപാത്രങ്ങൾ വീട്ടിൽ വയ്ക്കുന്നതു അശ്രീകരമാണ്. ശർക്കരയുപ്പേരിയുണ്ടാക്കാൻ പാവുകാച്ചി, അടി കരിച്ചുകൊണ്ടുവന്നത്, ആരോ ആണ്. കരി ചുരണ്ടിക്കളഞ്ഞപ്പോൾ ദ്വാരം വീണു.

ഒരുരുളി വീട്ടിലുള്ളതുകൊണ്ടു സൈ്വരക്കേടായി എന്ന് അമ്മ പറയും. തട്ടിൻപുറത്തെ ഉരുളി കല്യാണക്കാലം വരുമ്പോൾ, അകത്തേക്കും പുറത്തേക്കും സഞ്ചരിച്ചുകൊണ്ടേയിരിക്കും. വിറ്റുകിട്ടിയ പണം അമ്മിണിയുടെ നാത്തൂൻ കല്യാണം കഴിച്ചപ്പോൾ അവൾക്കു മോതിരം വാങ്ങാനെടുത്തു. ഇല്ലെങ്കിലോ? മറ്റു ബന്ധുക്കളുടെയിടയിൽ മഹാ കുറച്ചിൽ!

ഇപ്പോൾ അമ്മയുടെ തറച്ച നോട്ടം തന്നിൽനിന്നു ഊരിയെടുക്കാനോ, അതിൽനിന്നു സ്വയം വഴുതി മാറാനോ തനിക്കാവില്ല......

അമ്മ നിന്നിരുന്ന വരമ്പത്തേക്കു മനഃപൂർവം നോക്കാതിരുന്നു.

ബാലൻ അവന്റെ ജോലി ചെയ്തുതീർക്കാൻ നേരത്തെവന്നു. വലിയ ചെമ്പ് കുളിച്ചു വൃത്തിയായി വരമ്പത്തു നിൽക്കുന്നതുകണ്ട് അവൻ അന്ധാളിച്ചിരിക്കണം.

“ഇന്നതിൽ വെള്ളം നിറയ്ക്കേണ്ട. വലിയ ബക്കറ്റിലും, ഡ്രമ്മിലും നിറച്ചാമതി.”അവന്റെ മുഖം ചുളിഞ്ഞു. ഇന്നിനി ഈ കപ്പിച്ചുവട്ടിൽനിന്നു നീങ്ങാനാവില്ല. എത്രതവണ വെള്ളം നിറയ്ക്കാൻ വരണം! വലിയ ചെമ്പുണ്ടെങ്കിൽ രാവിലെ വെള്ളം നിറച്ചിട്ടു അവനു അവന്റെ പാട്ടിനു പോകാം. പിന്നീട് സന്ധ്യക്ക് നിറച്ചാൽ മതി.

ചെമ്പു പടിയിറക്കിക്കൊണ്ടുപോവുമ്പോൾ, തെല്ലപരാധബോധത്തോടെ പറഞ്ഞു,

“കേടുപാടു തീർക്കാനാണ്.” ആരും മറുപടി പറഞ്ഞില്ല. ആരും വിശ്വസിച്ചുമില്ല. തലേദിവസം പറ്റുകടയിൽ ചെന്നപ്പോൾ അരിയും സാമാനങ്ങളും കൊടുത്തയയ്ക്കാതിരുന്ന കഥ ഏവർക്കും അറിയാം. കന്നുപൂട്ടിയ നാരായണൻ നായർ പലതവണ പണത്തിനു വന്നു തിരിച്ചുപോയിരുന്നു. വേലികെട്ടാൻ ഇല്ലിമുള്ളു കൊണ്ടുവന്നിട്ടതു പറമ്പുനീളെ കിടക്കുന്നു. വിഷു അടുത്തുവരുന്നു. എല്ലാവരും എല്ലാം കാണുകയും കേൾക്കയും ചെയ്യുന്നു. പരിഹാരം കാണാൻ ഒരാളെ ഉള്ളൂ. ആ ആൾ വേണ്ടതു ചെയ്യുന്നു. ചെയ്യട്ടെ. പതിനാറു വയസിൽ ചുമക്കാൻ തുടങ്ങിയ ഭാരം. ഒന്നു താങ്ങുതരാൻ ആരും മുന്നോട്ടുവന്നില്ല.

ഏഴ്

പടിഞ്ഞാറെ കുന്നിന്റെ നിഴൽ കിഴക്കെ വയലിനെ വിഴുങ്ങിക്കൊണ്ടിരിക്കുന്നു. കോലായിലെ വലിയ ആം ചെയറിൽ ആവൾ അച്ഛനെ കൊണ്ടുവന്നിരുത്തി. പണ്ടെന്നോ, മെടഞ്ഞിരുന്ന ചൂരൽ ദ്രവിച്ചു, പകരം പലകകൾ ആണിയടിച്ചുറപ്പിച്ചിരുന്ന കസേര അച്ഛന്റെ ഭാരമില്ലാത്ത ശരീരം അമർന്നപ്പോഴും കിറുകിറുങ്ങനെ ശബ്ദിച്ചു.

അക്കരെ, വയലിനും പുഴയ്ക്കും അപ്പുറം പൊൻപാറക്കുന്നിനു കാവൽ നിൽക്കുന്ന വലിയ മൂളിയൻ മാവിന്റെ തലയ്ക്ക് അന്തിവെളിച്ചം കിരീടം ചാർത്തുന്നു. അച്ഛൻ ആ മരത്തിൽത്തന്നെ കണ്ണുനട്ടിരുന്നു.

എത്രകാലമായി അതവിടെ നിൽക്കാൻ തുടങ്ങിയിട്ടെന്ന് അവൾ ഓർത്തു. തന്റെ ഓർമവച്ച കാലം മുതൽക്കേ, കറുപ്പുരാശി കലർന്ന കുരുടിച്ച ഇലകളോടുകൂടിയ ആ കിഴവൻ മാവ് അവിടെ നിൽപ്പുണ്ട്. ചുവട്ടിൽ നിന്നു നോക്കിയാൽ കണ്ണും കഴുത്തും കഴയ്ക്കുന്ന അത്ര ഉയരം ഉണ്ടായിരുന്നു. അതിന്റെ പടർന്നു പന്തലിച്ച കൊമ്പുകളും ചില്ലകൾക്കിടയിൽ ബിന്ദുക്കൾപോലെ കാണാമായിരുന്ന കാക്കക്കൂടുകളും. അതോ പരുന്തിൻ കൂടുകളോ!

പണ്ട് കുട്ടികൾ അതിനുചുവട്ടിൽ കളിച്ചുകൊണ്ടിരുന്ന കാലത്ത്, ബാലൻ അതിന്മേൽ കയറാൻ ധൈര്യപ്പെട്ടു. ഓണക്കാലം. പൂവും തിരഞ്ഞു, വയലും പുഴയും കടന്നു. അക്കരെ തരിശായിക്കിടക്കുന്ന സ്ഥലം. അവിടെ തുമ്പപ്പൂക്കളും, അരിപ്പൂക്കളും ധാരാളം ഉണ്ടായിരുന്നു. പുഴകടക്കാൻ വിഷമം തോന്നി. അൽപ്പം മീതെ അഗാധമായ കയം. താഴെ പാറക്കെട്ടുകൾക്കിടയ്ക്കും, ഒഴുകി വന്നടിഞ്ഞുകിടക്കുന്ന മുൾപ്പടർപ്പുകളും മരക്കൊമ്പുകളുമാണ്. ചെറിയ പുഴയാണെങ്കിലും ഒഴുക്കിനു നല്ല ശക്തി. കവച്ചുവച്ചു കടന്നുപോകാൻ ഇടയ്ക്കിടെ പാറകളുണ്ട്. ബാലൻ പറഞ്ഞു:

"പെങ്കുട്ട്യോളാരും പോരേണ്ട."

അവൾ കരഞ്ഞു. അവനലിവുതോന്നി. "എന്നാൽ വാ ഞാൻ ചുമലിലെടുക്കാം." ബാലന്റെ ചുമലിൽ കയറിയിരുന്നു പുഴ കടന്നു. ബാലൻ വലിയ സാഹസികനായിരുന്നു. ഒരു പേടിയുമില്ല. വയനാടൻ മലകളിൽ ഒറ്റയ്ക്കു അലഞ്ഞുനടന്നവൻ എന്നാണ് പ്രസിദ്ധി. അവനു കാട്ടിലെക്കഥകൾ ധാരാളം പറയാനുണ്ട്. വിറകടുക്കി കെട്ടുകളാക്കി, അതിനു പിറകിൽ മറഞ്ഞുനിന്നു, മനുഷ്യനെ കബളിപ്പിച്ചു ശാപ്പാടാക്കുന്ന കരടിയുടെ കഥ. കുരങ്ങന്മാരുടെ കഥകൾ. അവൻ പറയുന്ന കഥകൾ നേരാണെന്നു അക്കാലത്തൊക്കെ ധരിച്ചിരുന്നു. അച്ഛൻ ഫർണിച്ചർ കമ്പനിയിലെ ഗേറ്റ് കീപ്പറായിരുന്ന കാലത്ത് തടികയറ്റാൻപോയ ലോറിയിൽ കയറിയിരുന്നു. വയനാട് കാണണം. പിന്നീടു പലപ്പോഴും പോയി. വരുമ്പോഴൊക്കെ പല അഭയാർഥികളെയും കൂടെക്കൊണ്ടുപോന്നു. നീണ്ട രോമങ്ങളുള്ള ഒരു നായ്ക്കുട്ടി, ഒരു പൂച്ചക്കുട്ടി, നല്ല ഉയരമുള്ള ടർക്കിക്കോഴികൾ- അങ്ങനെ പലതും. കാലാവസ്ഥ പിടിക്കാഞ്ഞിട്ടോ എന്തൊ, നായ്ക്കുട്ടി

കളൊക്കെ വന്ന് ഏറെനാൾ കഴിയുന്നതിനുമുമ്പ് ചത്തുപോയി. പൂച്ചകളുടെ എണ്ണം വർധിച്ചു.

ഒരിക്കൽ വേലായുധപ്പാപ്പന്റെ ഇളയകുട്ടിയുടെ കിടക്കയിൽ ഒരു സർപ്പക്കുഞ്ഞ്. കുട്ടിയെ കുളിപ്പിക്കാൻ എടുത്തുകൊണ്ടുപോയിരുന്നു, ഒരു പൂച്ച അടുത്തുനിന്നു അതിനോടു കളിച്ചു കൊണ്ടിരുന്നു. കുട്ടിയെ ഉറക്കിക്കിടത്താൻ വന്ന ഇളയമ്മ അമ്പരന്നു. പേടിച്ചു നിലവിളിച്ചു. തട്ടിൻപുറത്ത് ഇളയമ്മയുടെ നിലവിളികേട്ടു. എല്ലാവരും പേടിച്ചു. കോണിപ്പടികൾ ചട പട ശബ്ദിച്ചു. വീട്ടിലുള്ളവരെല്ലാം മുകളിൽ. അച്ഛൻ വീട്ടിലുണ്ടായിരുന്നു. തരിച്ചുനിന്നു. ബാലനാണ് ബുദ്ധിവന്നത്. അവൻ മൂലയ്ക്കു ചാരിവച്ചിരുന്ന, അയക്കോലു കെട്ടാനിരുന്ന മുളക്കഷണം എടുത്ത് ഒരൊറ്റയടിക്കു പാമ്പിൻ കുഞ്ഞിനെ കൊന്നു. ഒരടിക്ക് തികയില്ലായിരുന്നു. നാരുപോലെയിരുന്ന അത് ചതഞ്ഞു ചമ്മന്തിയായി. കുട്ടിയുടെ കിടക്ക പായോടെ താഴേക്കുകൊണ്ടുപോയി. വിരികൾ ചുട്ടുകളഞ്ഞു.

ഉച്ചയ്ക്കുണ്ണാനിരുന്നപ്പോൾ, അച്ഛൻ എല്ലാപ്പൂച്ചകൾക്കും മീൻകൂട്ടിക്കുഴച്ചു ഓരോ വലിയ ഉരുളകൾവീതം കൊടുത്തു. അവ തിന്നുതീരാറായപ്പോൾ പറഞ്ഞു:

"ബാലാ, എല്ലാറ്റിനേം പിടിച്ച് ചാക്കിലാക്ക്."

പൂച്ചകളെപിടിച്ചു കുടുക്കുന്നതിന്നിടയിൽ ബാലൻ പറഞ്ഞു:

"ഇനി ഞാനും പോകേണ്ടിവര്വൊ എന്തൊ?

ബാലനും അങ്ങനെ വന്നവനാണ്.

കൊടും തണുപ്പ്. വയനാടൻമലകളിലെ കടിച്ചുതിന്നുന്ന തണുപ്പ്. ഫർണീച്ചർ തടികയറ്റാൻപോയ ഒരവസരത്തിൽ, രാത്രി ഊണുകഴിച്ച ഹോട്ടലിന്റെ ഇറയത്തു നിൽക്കുന്നു, തണുത്തുവിറച്ചു കൊണ്ടു ഒരു ചെക്കൻ. കമ്പിളിയുടെ ഉള്ളിലേക്കും തുളച്ചെത്തുന്ന തണുപ്പ്. ഏതോ ഒരു ഡ്രൈവറൊ, കണ്ടക്ടറൊ കൊടുത്ത കീറിയ ഒരു കാക്കിട്രൗസർ മാത്രം ധരിച്ചിരുന്നു, അവൻ. അലഞ്ഞു നടക്കുകയായിരുന്ന അവന് ചോറ്റുകടക്കാരൻ പൗലോസ് ഒരൂണ് കൊടുത്തു. 'കൊല്ലി'യിലെ ഉറവിൽനിന്നു പത്തുടിൻ വെള്ളം കൊണ്ടുവരുവിച്ചു. വെള്ളം തുളുമ്പിവീണ് അവൻ അടിമുടിനനഞ്ഞുകുതിർന്നിരുന്നു. നനഞ്ഞ കാക്കിട്രൗസർ തണുപ്പിനെ വർധിപ്പിച്ചു. പല്ലുകൾ കൂട്ടിയടിച്ചുകൊണ്ടിരുന്ന അവനെ അച്ഛൻ വീട്ടിലേക്കുകൊണ്ടുപോന്നു. പശുക്കളെ കെട്ടാനും അഴിക്കാനും അവയ്ക്കുവെള്ളംകാട്ടാനും ഒരാൾവേണമല്ലോ! വീട്ടിൽ, പുലർത്താനുള്ള അനേകം വയറുകളിൽ ഒന്നിതും: അവനുവേണ്ടി പ്രത്യേകം ഒന്നും കരുതേണ്ടതില്ല.

"ഈ റേഷൻ കാലത്ത് ഒന്നിനേയും കൂടി പുലർത്താനോ?" അമ്മ ചോദിച്ചു: "കല്യാണിഅമ്മയുടെ ചെക്കനില്ലേ, ഇവിടെ?"

"വെള്ളം നിറയ്ക്കാൻതന്നെ വേണ്ടേ ഒരാള്? ആരുംല്ല്യാത്തൊരു കുട്ട്യല്ലെ! അവന്നുവേണ്ടി ചോറുവയ്ക്കുന്ന കലം മാറ്റുകയൊന്നും വേണ്ടല്ലൊ!"

അമ്മ ഒന്നും പറഞ്ഞില്ല. പറഞ്ഞാലും അച്ഛന് ഒന്നും മനസിലാവില്ല. വെള്ളം നിറയ്ക്കാനും, പശുവിനെ അഴിച്ചുകെട്ടാനും മാത്രമായിട്ടു ബാലൻ സമയം കളയണോ? അച്ഛൻ ആലോചിച്ചു. ബാലനു പഠിക്കാൻ നല്ല വാസനയുണ്ട്. അവൻ ചന്ദ്രന്റെയും, സരസുവിന്റെയും പുസ്തകങ്ങൾ എന്തു കൗതുകത്തോടെയാണ് മറിച്ചു നോക്കുന്നത്! അവർ പഠിക്കുമ്പോൾ വായിലേക്ക് നോക്കി കൗതുകപൂർവം ഇരിക്കും.

"ബാലാ നെനക്ക് പഠിക്കണോ?"

അവൻ സന്തോഷപൂർവം തലയാട്ടി

"സ്കൂളിൽ പോണൊ?"

"പോകണം"

വൈകുന്നേരം ചെറിയച്ഛൻ വന്നപ്പോൾ അച്ഛൻ ചോദിച്ചു:

"സ്കൂള് തുറന്നു ഒരു മാസം കഴിഞ്ഞാലും കുട്ട്യോളെ ചേർക്കോ അവര്?"

ഏട്ടൻ എന്തോ പുതിയ പദ്ധതി കൊണ്ടുവരികയാണെന്നു മനസിലാക്കിയ ചെറിയച്ഛൻ പെട്ടെന്നുത്തരം പറഞ്ഞില്ല.

"എന്തിനാ, ഏട്ടാ?"

"ഈ ബാലനെ ഒന്നു സ്കൂളിൽ പറഞ്ഞയച്ചാലെന്താന്ന് ആലോചിക്ക്യാണ്."

ശ്രീധരപ്പാപ്പൻ ഉത്തരമൊന്നും പറഞ്ഞില്ല. എല്ലാം ഏട്ടന്റെ ഇഷ്ടം. തനിക്കെന്താ! ചെലവു വഹിക്കുന്നതും കാര്യങ്ങൾ നോക്കുന്നതും ഏട്ടൻതന്നെ.

അങ്ങനെ ബാലനെ സ്കൂളിൽ ചേർത്തു. അവനായിരുന്നു, അവന്റെ ക്ലാസിലെ ഏറ്റവും വലിയ കുട്ടി.

"ഏട്ടന്നു കുട്ടികളെ പഠിപ്പിക്കാൻ പൂതിയായിട്ടാ!" ശ്രീധരപ്പാപ്പൻ പറഞ്ഞു.

ബാലനെക്കുറിച്ചു ആവലാതികൾ എമ്പാടും ഉണ്ടായി.

"അവൻ പശുക്കളെ നോക്കുന്നില്ല. കണ്ടില്ലേ, ചീരത്തടവും റോസുകളുമെല്ലാം അവ ചവുട്ടി നാശമാക്കി."

"ബാലാ, ഇന്നു കുളിമുറീല് വെള്ളം നിറച്ചില്ല, അല്ലേ, വേലായുധേട്ടനിങ്ങു വരട്ടെ!" വേലായുധച്ചെറിയച്ഛന്റെ ഭാര്യ പറഞ്ഞു.

ചെയ്യുന്ന വീട്ടുകണക്കു മാറ്റിവച്ച്, സ്കൂളിലേക്കുടുക്കുന്ന ട്രൗസർ മാറ്റിയിട്ട് അവൻ കിണറ്റുകരയിലേക്കു നടന്നു. അവന്റെ കണ്ണുകൾ നിറഞ്ഞിരുന്നു.

"ബാലാ, കരയ്വാണൊ?"

"അല്ല, സരസൂ. കണ്ണിലെന്തോ വീണതാ."

അവൻ കുളിമുറിയിലെ വലിയ കൊട്ടത്തളത്തിൽ വെള്ളം നിറയ്ക്കുമ്പോൾ കണ്ണീർത്തുള്ളികൾ ബക്കറ്റിൽ അടർന്നുവീണുകൊണ്ടിരുന്നു. അതാരും കാണാതിരിക്കാൻ അവൻ ബക്കറ്റിലെ വെള്ളമെടുത്തു മുഖം കഴുകി.

"ഞാൻ കോരട്ടെ, ഇനി?" അവന്റെ മുട്ടോളമേ, താൻ അന്നു വലുപ്പം ഉണ്ടായിരുന്നുള്ളൂ എന്ന് അവളോർത്തു.

"വേണ്ട. വേണ്ട. ഇനി അതിനുംകൂടി ചീത്ത കേൾപ്പിക്കണൊ?"

ബാലനുവേണ്ടി, മറ്റാരും കാണാതെ അവനെ ജോലികളിൽ സഹായിച്ചിരുന്ന ഒരാളുണ്ടായിരുന്നു. ഉണ്ണൂലിഇളയമ്മയുടെ കൂടെ വീട്ടിൽ താമസമാക്കിയ വിലാസിനിയേടത്തി........

* * * *

ഒരു ദിവസം സന്ധ്യ കഴിഞ്ഞപ്പോൾ, ഒരാൾ കയറിവന്ന് ഉമ്മറത്തു കയറാതെ മുറ്റത്തു നിന്നുകൊണ്ടു ചോദിച്ചു,

"ഇവിടാരൂല്ല്യെ?"

"ഉണ്ടുണ്ട്, അല്ലാ, നാരായണൻനായരൊ? മുത്തശ്ശി, നെറ്റിയിൽ ഭസ്മക്കുറി വരഞ്ഞുകൊണ്ടുവന്നു.

"എന്തേയ് നാരായണൻനായരേ, ഉണ്ണൂലി ഏടത്തിക്കൊക്കെ സുഖം തന്നെയൊ?"

"സുഖം!കഷ്ടംണ്ടേയ് നിങ്ങളൊക്കെ ഒന്നങ്ങട് തിരിഞ്ഞു നോക്കാതിരുന്നാൽ. ആ തള്ളയവ്ടെ ചക്രശ്വാസം വലിച്ച് കെടക്ക്വാ. കുട്ട്യോള് മൂന്നും കണ്ടമാനം നടക്ക്വാ. എങ്ങനെ?

മുത്തശ്ശിക്കു പരിഭ്രമമായി.

ഒന്നുമില്ലെങ്കിൽത്തന്നെ നാട്ടുകാര് പറയില്ലേ? അന്നു ചെന്നു വിളിച്ചിട്ടു പോന്നില്ല. കൊല്ലങ്ങൾ എത്ര കഴിഞ്ഞു? മൂത്തപെൺകുട്ടി മുതിർന്നു. ഇളയ ആൺകുട്ടിക്കു വയസ്സ് അഞ്ചൊ ആറൊ ആയി.

വൈകുന്നേരംവന്നു ഒരു ഗ്ലാസ് വെള്ളംകുടിക്കുന്നതിനുമുമ്പു തന്നെ മുത്തശ്ശി അച്ഛനെ കാര്യം ധരിപ്പിച്ചു.

"ഉടനെ പോകണം. നാഥനില്ലാത്ത ആ കുട്ടികളുടെ ഗതിയെന്താവും? പാവം തള്ള. ഒരു മകനുണ്ടായിരുന്നതു പോയി. അഭിമാനംകൊണ്ടു ഇതുവരെ ദുഃഖങ്ങളൊക്കെ സഹിച്ചു. ഇനികൊണ്ടുവരികതന്നെ. മക്കളെ വിചാരിച്ച് തടസ്സം പറയുകില്ലായിരിക്കും."

അച്ഛൻ പോയി. രാത്രിക്കു രാത്രി രോഗംകൊണ്ടും വാർധക്യം കൊണ്ടും അവശയായ തള്ളയെയും മൂന്നു മക്കളെയും കൊണ്ടുവന്നു. വിലാസിനിയേടത്തിക്കു പ്രാരാബ്ധങ്ങളൊന്നും പ്രശ്നമല്ല. നല്ല വളർച്ച എന്തു നിറം! വിലാസിനിയേടത്തി വന്നപ്പോൾ അമ്മയുടെ കൈയ്ക്ക് കുറെ വിശ്രമം കിട്ടി.

"നല്ലോണം പണ്ണ്യെടുത്താ ഞാനവളെ പോറ്റിയത്. അവളെക്കൊണ്ടു അടുക്കളപ്പണ്ണ്യാക്കെ എടുപ്പിച്ചു. വല്ലോന്റെ അടുക്കളയിൽ കേറിച്ചെല്ലേണ്ട പെങ്കുട്ട്യല്ലെ!"

വീട്ടിലെ ആളുകളുടെ എണ്ണം വർധിച്ചു. നിയന്ത്രിക്കാൻ കഴിയാത്ത ചെലവ്. മദിച്ച കുതിരയെപ്പോലെ കടം കണ്ടമാനം കയറി. വിലപിടിച്ച ഒന്നും വീട്ടിൽ ബാക്കിയില്ലാതായി. അമ്മയുടെ കാതിലെ കമ്മൽപോലും വിറ്റു. മുത്തശ്ശിയുടെ താലിച്ചെയിനടക്കം വിറ്റു. അവസാനം മുത്തശ്ശി ഒരിക്കലും കൈവിട്ടുകളയാതിരുന്ന താലിയും മണിയും മാത്രം ബാക്കിയായി. പെട്ടിക്കാരന്റെ അടുത്തുനിന്നു ഒരണയ്ക്കുവാങ്ങിയ കറുത്ത ചരടിൽ കോർത്ത താലിയും മണിയും മുത്തശ്ശി കഴുത്തിൽത്തന്നെ കെട്ടി. മാല അച്ഛനു കൊടുത്തു.

"ഇനി ഒന്നും എന്നോടു ചോദിക്കേണ്ട കേട്ടോ!"

മുത്തശ്ശിക്കു സങ്കടമില്ല. ദുഃഖങ്ങളൊക്കെ അവർ എന്നോ അനുഭവിച്ചുതീർത്തിരിക്കുന്നു. മുഖത്ത് ഒരുതരം പാരുഷ്യം എന്നും നിലനിന്നു. പേരക്കുട്ടികളെ നോക്കുമ്പോൾ മാത്രമെ അതു മാഞ്ഞുള്ളൂ.

ഉണ്ണൂലിഇളയമ്മവന്നപ്പോൾ മുത്തശ്ശിക്കും, വീട്ടിലെ കുട്ടികൾക്കും കൂട്ടായി. ഉണ്ണൂലി ഇളയമ്മ കിടക്കുന്ന വടക്കെ അറയിൽ പിണ്ഡതൈലത്തിന്റെയും, ടർപ്പൻടൈനിന്റെയും മണം വിടാതെ നിന്നു. രാത്രി മുഴുവൻ അവർ ഏങ്ങുകയും കുരയ്ക്കുകയും ചെയ്തു. മുത്തശ്ശി വേലിക്കലുള്ള ആടലോടകത്തിന്റെ ഇലകൾ പറിച്ചു കൊണ്ടുവന്നു, വെയിലത്തുണക്കി ഇടിച്ചുപൊടിയാക്കി, പഞ്ചാരയും ചേർത്തു ഇടയ്ക്ക് ഇളയമ്മയ്ക്കു തിന്നാൻകൊടുത്തു. പഞ്ചസാര ചേർത്തിട്ടും കയ്പ് ഒടുങ്ങാത്ത ആ പൊടി ഇളയമ്മ എങ്ങനെ തിന്നുന്നു എന്ന് അത്ഭുതം തോന്നി. എന്തു കയ്പ്! ഇടയ്ക്കു പഞ്ചസാരയുണ്ടാവില്ല.

"അങ്ങനെത്തന്നെ മതി." അവർ പറഞ്ഞു.

നാണിത്തള്ള കൊല്ലംതോറും വന്നു രക്ഷചെയ്യാൻ. അവർ അച്ഛന്റെ സംരക്ഷണം കാംക്ഷിച്ചുവരുന്ന ഒരഭയാർഥിയായിരുന്നു. അച്ഛൻ മരുന്നുപീടികയിൽ കൊടുക്കുന്ന സംഖ്യ വർധിച്ചു. അതോ, കടമോ? ഉണ്ണൂലി ഇളയമ്മയ്ക്കു പിണ്ഡതൈലം, രാസ്നാദിപ്പൊടി, മുത്തശ്ശിക്കു ബലാരിഷ്ടവും, ദശമൂലാരിഷ്ടവും ചേർത്തത് നാണിത്തള്ളയ്ക്ക് എന്തായാലും മതി. മരുന്നും, കുഴമ്പും ലേഹ്യവും എന്തും അവർക്കു ചേരും. ആരുവാങ്ങിയ അരിഷ്ടവും അവരെടുത്തു കുടിക്കും. എല്ലാവരുടെ കുഴമ്പും തൈലവും ദിനംപ്രതി പരീക്ഷിച്ചുനോക്കും.

"ജാനക്യേ, കുളിക്കാനിത്തിരി ചൂടുവെള്ളം വേണമല്ലൊ, അരിവെന്ത അടുപ്പത്തേക്കിത്തിരി വെള്ളം ചെമ്പില് വച്ചോണം കേട്ടൊ."

"എനിക്കിവിടെ നൂറുകൂട്ടം പണീണ്ട്. നാണ്യേടത്ത്യേ, ങ്ങള് തന്നെ ഒന്നിങ്ങട്ട് വരിൻ."

"ഒരു പാത്രം വെള്ളം അടുപ്പത്തേക്കു വയ്ക്കാനും ഞാൻ വേണല്ലെ? നാത്തൂൻ നാത്തൂനെന്നു പറഞ്ഞിട്ടെന്താ, പണിക്കാരെപ്പോലല്ലെ എന്നെ കരുതീക്കണെത്." ഇതു പതുക്കെപ്പറയും. ഉറക്കെപ്പറഞ്ഞാലും അമ്മയ്ക്കു വിരോധമില്ല. അമ്മയുടെ സഹനശക്തിയുടെ കാഠിന്യത്തെക്കുറിച്ചു പലപ്പോഴും അത്ഭുതം തോന്നീട്ടുണ്ട്.

വീട്ടിൽ പിറുപിറുപ്പ് വർധിച്ചു. ഉണ്ണാൻ രുചിയില്ല. എന്തൊരുതരം കറികളാണ് വയ്ക്കുന്നത്. എന്തുവച്ചാലും തികയില്ല. പച്ചക്കറിക്കു തീപിടിച്ച വില. മത്സ്യത്തിനോടടുക്കേണ്ട. തെങ്ങിൻതടത്തിൽ രണ്ടുവള്ളി ചീരയൊ, നാലുതടം മത്തനൊ ഇടാമെന്നുവച്ചാൽ കന്നുകാലികൾ സമ്മതിക്കില്ല. അതിരില്ലാതെ മതിലില്ലാതെ പുറമ്പോക്കുപോലെ കിടക്കുന്ന, ചരൽപറമ്പ്. നെടുകെ നിൽക്കുന്ന കുറെ പീറ്റത്തെങ്ങുകളും.

വേലായുധച്ചെറിയപ്പന്റെ ഭാര്യ പല പൊടിക്കൈകളും പ്രയോഗിക്കുന്നതിൽ സമർഥയായിരുന്നു. നാഴിപ്പരിപ്പ് കറിവച്ച് അതിൽ കുറെ ചൂടുവെള്ളമോ, കഞ്ഞിവെള്ളമോ ഒഴിച്ച്, ഒന്നോ, രണ്ടോ പിടി ഉപ്പും വാരിയിടും.

ഉപ്പ് ഏറിയ കറി അധികം ആരും കൂട്ടുകയില്ല. എന്നാൽ എല്ലാവർക്കും തികയും. അതായിരുന്നു അവരുടെ സിദ്ധാന്തം. 'സർവാണി'ക്കു അതു മതി. വെള്ളവും കൂടുതൽ ഉപ്പും ചേർക്കുന്നതിനിടക്ക് ഒരു വലിയ കോപ്പ നിറയെ അവർ വേറെ എടുത്തുവയ്ക്കും. 'ആണുങ്ങൾക്ക്' എന്നാണ് പേര്. കൂടെ തനിക്കും. ഉദ്യോഗത്തിനു പോകുന്ന താൻ അവരിൽപ്പെടുന്നു. എന്നാണ് ഭാവം! ആഫീസ് അടുത്തായതുകൊണ്ട് അവർ നേർത്തെ എത്തും 'സ്കൂൾകുട്ടികൾ' വരുന്നതിനുമുമ്പ് സർവാണിക്കറി തയാറാക്കും.

പൊടിക്കൈകൾക്കും പ്രശ്നങ്ങൾ പരിഹരിക്കാൻ വയ്യാത്ത അവസ്ഥ. അച്ഛന്റെ അനുജന്മാർക്കു മാറിത്താമസിക്കണം എന്ന സംസാരം പലതവണ കഴുത്തുയർത്തി. അച്ഛൻ കൂടെക്കൂടെ മൗനിയായി. മക്കളെപ്പോലെ കരുതി സംരക്ഷിച്ചുപോന്ന അനുജന്മാർ. അവർക്കു ചിറകു മുളച്ചപ്പോൾ പറന്നുപോകണം. പോകട്ടെ എന്നു വയ്ക്കരുതൊ? നാട്ടിൽ എത്ര സഹോദരന്മാരുണ്ട്, കുടുംബങ്ങളായിട്ടും ഒന്നിച്ചും താമസിക്കുന്നവർ. തന്റെ മക്കൾ വളർന്നുവരികയല്ലെ? സ്വന്തം കാലിൽ നിൽക്കാറായാൽ അവരും നടന്നകലും.

ഉണ്ണൂലിഇളയമ്മയുടെ അസ്വസ്ഥത വർധിച്ചുവന്നു. പ്രായം ഏറെയായി. അവരിനി അധികം കിടക്കില്ല. ബോധമറ്റവരെപ്പോലെ ഇടയ്ക്കു മയങ്ങിക്കിടക്കും. ഉണരുമ്പോൾ ഭ്രാന്തന്മാരെപ്പോലെ പറഞ്ഞതുതന്നെ പറഞ്ഞുകൊണ്ടിരിക്കും.

"ന്റെ മോനേ, രാമോദരാ" ദാമോദരനെന്ന പേരക്കുട്ടി ഇപ്പോൾ പറങ്കിമാങ്ങകൾ പെറുക്കി, മാവിനു കല്ലെറിഞ്ഞു, കാടുകേറി നടക്കുകയാവും. എപ്പോഴും വിളിച്ചാൽ കുട്ടികൾ വരുമോ? തന്റെ മുത്തശ്ശിയുടെ അടുത്തേക്കു വരാൻ അവന്നു മടിയായിരുന്നു.

"ഒന്നൂല്യങ്കിലും, നെന്നെ ഇത്രത്തോളമാക്കീല്ലെടാ?"

വേലായുധപ്പാപ്പന്റെ ഭാര്യ ചോദിക്കും.

"അമ്മാമയ്യെന്താ, ഇപ്പറയുന്നത്. എപ്പഴും എപ്പഴുംങ്ങനെ വിളിച്ചോണ്ടിരുന്നാൽ"

"എന്നാലും ഒന്നു ചെല്ല്. ഇനി ഇത്ര ദിവസം എന്നില്ലേ?

അമ്മായി പറയുമ്പോൾ അവൻ അനുസരിക്കും. കയ്യിൽ പറ്റിയ പറങ്കിമാങ്ങക്കറ ഉടുത്ത ട്രൗസറിൽത്തന്നെ തുടച്ച് അവൻ വടക്കെ അറയുടെ ഇരുട്ടിന്റെ മുഖത്തു ചെന്നുനിൽക്കും. ആകെയുള്ള ഒറ്റ ചെറിയ ജനൽ. ഉണ്ണൂലിഇളയമ്മ അവിടെ കിടക്കാൻ തുടങ്ങിയശേഷം അത് എന്നും അടച്ചിരിക്കും. അവർക്ക് പകൽ വെളിച്ചം കണ്ടുകൂടാ. ഇളന്നീർക്കുഴമ്പ് കണ്ണിലൊഴിച്ച്, ഇരുട്ടിനെ ധ്യാനിച്ചുകൊണ്ട് അവർ ഒരേയൊരു പല്ലവി ആവർത്തിക്കും.

"ന്റെ രാമോദരനെവിടെ?"

"എന്തേ മുത്തശ്ശ്യേ. ഞാനിതാ വന്ന്ക്ക്ണ്."

"നിയ്യെവ്ട്യാരുന്നു, ന്റെ മോനെ ഇതുവരെ?"

അവനതിനു സമാധാനം പറയില്ല.

"നിയ്യിന്നും പറങ്കിമാഞ്ചോട്ടില് പോയി ഇല്ലേ?" മാങ്ങാച്ചാറൊലിച്ച

അവന്റെ കവിളിലും കയ്യിലും ട്രൗസറിലും അവരുടെ കൈകൾ പരതി നടക്കും.

"നിയ്യ് ഇതുവരെ വെയില്കൊണ്ടു, മണ്ണിലും മരത്തിലും കൂത്താടി നടക്കായിര്ന്നു, ഇല്ലേ?"

അവന്റെ ചപ്രത്തലമുടിയിൽ അവരുടെ വിരലുകൾ പലതവണ തടവും.

"വല്യമ്മായീന്റെടുത്തൂന്ന് എണ്ണതേച്ചു നിയ്യൊന്നു കുളിച്ചുവാ, മോനെ. ഈശ്വരാ ഇതിന്റെ ഗതി ഇങ്ങനെ ആയല്ലൊ!"

അവൻ കുളിച്ചുകൊണ്ടിരിക്കുമ്പോഴും പഴയ വിളി;

"ന്റെ മോനേ രാമോദരാ"

മരിക്കുമ്പോഴും അവർക്കു ബോധമുണ്ടായിരുന്നു, ദാമോദരനെ വിളിച്ച് അടുപ്പിച്ചുനിർത്തി അവർ പറഞ്ഞു:

"അമ്മാവനു ഭാരം ആവാതെ കഴ്യേണം ന്റെ കുട്ടി."

ഉണ്ണൂലിഇളയമ്മ മരിച്ചപ്പോൾ, ആ മൂന്നു കുട്ടികളുടെ കൂടി ഭാരം തന്റേതാണ് എന്ന ബോധത്തോടെ അച്ഛൻ പെരുമാറി. പഠിപ്പ് നിറുത്തിയിരുന്ന അവരെ പുതിയ സ്കൂളിൽ ചേർത്തു.

മന്തിയായിരുന്ന വിലാസിനിയേടത്തി അഞ്ചാംക്ലാസിൽ മൂന്നുകൊല്ലം ഇരുന്നു പഠിപ്പുനിറുത്തി. ബാലന്റെ കൂടെ കൊത്തങ്കല്ലുകളിയ്ക്കുന്നതിലായിരുന്നു ശ്രദ്ധ. വീട്ടിലെത്തി ഒന്നുരണ്ടു കൊല്ലങ്ങൾക്കുള്ളിൽ അവർ പെട്ടെന്നു തടിച്ചുകൊഴുത്തു. അവരുടെ വെളുത്ത കവിളുകൾക്കു സാമാന്യത്തിലധികം വലുപ്പമുണ്ടെന്നു തോന്നി.

മുത്തശ്ശിക്കു വിലാസിനിയേടത്തിയെ വലിയ കാര്യമായിരുന്നു. അച്ഛനുമമ്മയുമില്ലാത്ത പെണ്ണ്. വീട്ടുവേലകളെല്ലാം ഒരെതിർപ്പും കൂടാതെ ചെയ്യും. സർവ ആളുകളുടെ വിഴുപ്പുകൾ മുറിതോറും നടന്നു പെറുക്കിക്കൂട്ടി, വടക്കെ മുറ്റത്തു കരിയില അടിച്ചുകൂട്ടി, മൂന്നു കല്ലുകൾ കൊണ്ടൊരു അടുപ്പുണ്ടാക്കി അവർ സോപ്പും കാരവുമിട്ടു തിളപ്പിക്കും. നനയ്ക്കാനിട്ട തുണികൾ അവരോളം തന്നെ പൊക്കത്തിൽ കൂടിക്കിടക്കും. ആദ്യമാദ്യം അലക്കിത്തുടങ്ങുമ്പോഴേക്കും അവരുടെ കൈകൾ ചുവക്കും. നഖത്തിന്റെ ഇരുവശങ്ങളിലും പൊട്ടും. കണ്ണീരൂറുന്ന നേത്രങ്ങൾ ആരും കാണാതെ തുടയ്ക്കും.

"ന്റെ മുത്തശ്ശി തന്നെങ്കിലുംണ്ടായിരുന്നങ്കിൽ"

അടുക്കളയിലെ പുകയും കരിയുമേറ്റു വാടിയ മുഖത്തു ഇത്തിരി തണുത്ത കാറ്റേൽക്കാൻ പുറത്തേക്കെത്തിനോക്കിയ അമ്മ പറയും,

"വിലാസിനി അവിടെ നിൽക്ക്. ന്റെ പണ്യ്യൊന്നു കഴിഞ്ഞോട്ടെ. രണ്ടാൾക്കുംകൂടി തുണിയൊക്കെ അടിച്ചുനനയ്ക്കാം."

വല്യമ്മായി വേലചെയ്തു ക്ഷീണിച്ചിരിക്കുന്നു. തനിക്ക് ഈയൊരു ജോലി ഒറ്റയ്ക്കു ചെയ്യാൻ വയ്യെ? വലിയ ബക്കറ്റിൽ, സോപ്പിട്ട തുണികൾ നിറച്ചു ബാലന്റെ സഹായത്തോടെ, കൽപ്പടവുകൾ ഇറക്കി താഴെക്കണ്ടത്തിലുള്ള കിണറ്റുകരയിലെത്തിക്കുന്നു.

കുറെനേരം അടിച്ചലക്കിക്കഴിഞ്ഞാൽ അവരൊന്നു നടുനിവർത്തി

നിൽക്കും. കൈകൾ കുടയും. കിണറ്റിൽനിന്ന് ഒരു ബക്കറ്റ് വെള്ളം കോരിയെടുത്തു ഒരു വീർപ്പങ്ങു കുടിക്കും. അലക്കുകല്ലിന്നു സമീപം ഒരു നല്ല പേരയ്ക്കാമരം ഉണ്ടായിരുന്നു. ബാലൻ അതിനു മുകളിൽ കയറും. ബലം കുറഞ്ഞ കൊമ്പുകൾ അവന്റെ വലിയ ശരീരത്തിന്റെ ഭാരം താങ്ങാനാവാതെ ആടിയുലയും.

"ദാ, ബാലാ ന്റെ മേലേക്ക് നിയ്യും, പേരക്കൊമ്പുകൂടി മുറിഞ്ഞു വീഴരുത്. ട്ടൊ!"

"നെണക്ക് പേരയ്ക്ക വേണോ? നല്ല പഴുത്ത ചൊങ്ക്ളിക്കായ?"

"ഉം."

"ന്നാ, വാതൊറക്കാതെ അവടെ്യങ്ങാനും നിന്നൊ?"

ബാലൻ നല്ല പഴുത്ത പേരയ്ക്കാ നോക്കി താഴേക്കെറിഞ്ഞു കൊടുക്കും.

"ഒന്നിനിക്കും ബാലാ." സരസു പറയും.

"ഇല്ലില്ല. പണ്യെടുക്കുന്നോർക്കെ കൂലിയുള്ളൂ. 'ന്റെ ട്രൗസറും മുണ്ടുമൊക്കെ തിരുമ്പിത്തരുന്നേനുള്ള കൂല്യാ ഇത്."

"ഒന്നു സരസൂനും കൊടുത്തേ. ഇല്ലേൽ ഞാൻ ഇപ്പൊ മുത്തശ്ശീനെ വിളിക്കും."

"എന്നാ വിളി"

"ദാ, മുത്തശ്ശ്യേ ബാലൻ ....."

വിളികേട്ടു വരുന്നത് മുത്തശ്ശിയാവില്ല. വിലാസിനിയേടത്തി ജോലി ചെയ്യുന്നേടത്തെല്ലാം അമ്മായിയുടെ കണ്ണുകൾ അന്വേഷിച്ചു നടക്കും. അവരെന്താണന്വേഷിക്കുന്നതെന്നു അന്നു മനസിലായില്ല.

"കെണറ്റിൻ കരേല് വന്നുനിന്നു രണ്ടാളുംകൂടി കളിക്ക്യാ അല്ലേ? നിയ്യൊരു പ്രായംചെന്ന പെങ്കുട്ട്യാ. ചെറുപ്പക്കാര് ആണുങ്ങളോട് കളിക്കുന്നത് ഓർത്തു വേണം." ഇളയമ്മ മുഖം കനപ്പിച്ചുകൊണ്ടു പറഞ്ഞു. ദ്വേഷ്യം വരുമ്പോൾ അവരുടെ അറ്റം കൂർത്ത ചെറിയ മൂക്ക് ചുവക്കുകയും മൂക്കുത്തിയിലെ ചുവന്ന കല്ല് കൂടുതൽ ചുവപ്പായിത്തീരുകയും ചെയ്യും.

ബാലൻ ഇളയമ്മയ്ക്കിട്ട ഓമനപ്പേരായിരുന്നു,

"ഓന്ത്?"

"നിയ്യെന്തും കൊണ്ടാ ഇത് തിരുമ്പാൻ വന്നിരിക്കണത്." ഇളയമ്മ വീണ്ടും "ഈ തലേണ ഉറയും വിരിയുമൊക്കെ എടുക്കാതെ".

"മിനിഞ്ഞാന്നല്ലെ, അതൊക്കെ തിരുമ്പ്യേതെന്നുവച്ചിട്ടാ"

"അത് നീ നോക്കേണ്ട പെണ്ണ് തർക്കുത്തരം പറയുന്നു. തിന്നുന്നത് വയറ്റിക്കെടന്നു കുത്ത്വാ."

ഒരു കെട്ടു വിഴുപ്പുകൂടി അവരുടെ മുഖത്തേക്കു വലിച്ചെറിഞ്ഞ് അവർ ധൃതിയിൽ നടന്നു പോകുന്നു.

"നിയ്യവിടെ നിൽക്ക്!" അവസാനം വലിച്ചെറിഞ്ഞ ഒരു ഭീഷണിയും.

തുണികൾ നിവർത്തി നോക്കി വിലാസിനിയേടത്തി പറയും,

"ഇതിലൊക്കെ എന്തഴുക്കാള്ളത്!"

"തിന്നത് വയറ്റിക്കെടന്നു കുത്ത്യാല് ഓന്തിനെന്താ ചേതം." ബാലൻ "വല്യമ്മാമനല്ലെ എല്ലാവർക്കും ചെലവിനുതരുന്നത്!"

"നിയ്യൊന്നും പറ്യാതെ പോയ്ക്കൊ ബാലാ"

ദേഷ്യപ്പെട്ടാലും, ഇളയമ്മ ചിലപ്പോൾ അടുത്തുവിളിക്കും, അവരുടെ മുറിയിലേക്ക്.

കുട്ടികൾക്കു കൊണ്ടുവന്നുവച്ചു ചീഞ്ഞുപോയ പഴമോ, ഉണങ്ങീപ്പോയ റൊട്ടിക്കഷണമൊ കൊടുക്കും.

"ന്റെ മോള് ഇത് തിന്ന്വാളാ വെശക്ക്ണ്ണ്ടാവും. എത്ര പണിയെടുക്കുന്നതാ" പിന്നീട് ചോദിക്കുന്നത് നന്നെ പതുക്കെയാണ്.

"വല്യമ്മായി ഇന്നെന്താ നെന്നോടു പറഞ്ഞുകൊണ്ടു നിന്നത്"

"ഒന്നൂല്ല്യല്ലൊ"

"പോടീ! നേർത്തെ തിരുമ്പിക്കഴിഞ്ഞപ്പഴ്"

"അതോ"

"അതുതന്നെ?"

"ഇളയമ്മായി എന്താ ചീത്ത പറഞ്ഞതെന്നു ചോദിച്ചതാ"

"വേറൊന്നും എന്നെക്കൊണ്ടു പറഞ്ഞില്ലേ!"

"ഇല്ല്യല്ലൊ"

"പോടീ അല്ലെങ്കില് നന്ദി എന്നത് തൊട്ടുതെറിച്ചിട്ടില്ലാത്ത വകയാ"

പിന്നെ വിലാസിനിയേടത്തി അവിടെ നിൽക്കില്ല. നേരെ കിണറ്റുകരയിൽവന്നു അവർ കൊടുത്ത റൊട്ടിക്കഷണം, പാവാടയുടെ ഞൊറികൾക്കിടയിൽ നിന്നെടുത്ത് താഴെക്കണ്ടത്തിലുള്ള പൊട്ടക്കിണറ്റിലേക്കു വലിച്ചെറിയും.

എട്ട്

ഉണ്ണൂലിഇളയമ്മ മരിച്ച് ഒരു മാസത്തിനകം യശോദ ഇളയമ്മ താമസം മാറ്റി. പോകുമ്പോൾ പറഞ്ഞു;

"വല്യേട്ടാ വിലാസിനി എന്റെ കൂടെ പൊന്നോട്ടെ? ഏട്ടന്നു ഒരു ഭാരം ആവേണ്ട. ഇനിയും രണ്ടാളുണ്ടല്ലോ അവളുടെ താഴെയായിട്ട് ഇവിടെ?"

അച്ഛന്റെ ഭാരം കുറുക്കാനല്ല, തനിക്കു വീട്ടുവേലയ്ക്കാണ് ഇളയമ്മ വിലാസിനിയേടത്തിയെ കൂടെക്കൊണ്ടുപോയത്.

മുത്തശ്ശിക്കു സമ്മതമായിരുന്നു. അത്രയ്ക്കു ഭാരം കുറഞ്ഞല്ലൊ, രാരുക്കുട്ടിയ്ക്ക്! അവളൊരു മുതിർന്ന പെൺകുട്ടിയല്ലേ? അമ്മാവന്മാർ നോക്കി വളർത്തേണ്ടവൾ. അച്ഛനുമമ്മയുമില്ലാത്തവൾ. പ്രായം തികഞ്ഞു. ഇനി ഒരുത്തന്റെ തലയിൽ കെട്ടിയേൽപ്പിക്കണം. അതിനുള്ള മിടുക്ക് യശോദയ്ക്കുണ്ട്.

സമ്മതമില്ലാതിരുന്നിട്ടും, വിലാസിനിയേടത്തി ഇളയമ്മയുടെ കൂടെ പോയി. പോകുമ്പോൾ ഇളയമ്മ മുത്തശ്ശിയോട് ഇതുകൂടിപ്പറഞ്ഞു:

"ഞാനിവളെ കൂട്ടിക്കൊണ്ടോവുന്നത്, ഇവളുടെ നന്മയ്ക്കുതന്ന്യാ." കുറെക്കൂടി സ്വരം താഴ്ത്തി, "ആ ബാലൻ ഒരു ബാല്യക്കാരനായില്ലേ?

അവന്റെ കൂടെ കളിച്ചു തിമർക്കാൻ ഇനീം ഇവളെ വിട്ടിട്ട് എന്തെങ്കിലും ഏനക്കേട് വരുത്തിവച്ചാലൊ?"

"അതു നന്നായി. നിന്റെ കൺമുമ്പില് അവൾക്ക് കേടൊന്നും പറ്റൂലാ"

"വല്യേടത്തിക്കാണ്ന്ന് വച്ചാൽ ഒന്നിനും കണ്ണില്ല. അടുക്കളയേ ശരണം"

ഇളയമ്മ വിലാസിനിയേടത്തിയെ കൂട്ടിക്കൊണ്ടുപോയി വളർത്തി. തന്നെ, പിന്നീട് കുറെക്കൊല്ലങ്ങൾക്കുശേഷം സംരക്ഷിക്കാൻ ബദ്ധപ്പെട്ടതും ഇതുപോലെതന്നെയല്ലേ? സരസ്വതി ഓർത്തു.

ഇളയമ്മ താമസിക്കുന്ന, ചെത്തിത്തേക്കാത്ത ആ വീട്ടിലേക്കു പോകാൻ ഇവിടെ ആരും ഇഷ്ടപ്പെട്ടില്ല. അവിടേക്ക് ആരെങ്കിലും ചെല്ലുന്നത് അവർക്കും ഇഷ്ടമല്ലായിരുന്നു. ഒരിക്കൽ അമ്മ പനിപിടിച്ചു കിടപ്പിലായി.

"വിലാസിനിയെ ഒന്നു വിളിപ്പിക്കായ്ർന്നു." മുത്തശ്ശി പറഞ്ഞു.

"യശോദ ഏതായാലും ലീവിലാണെന്നല്ലേ ബാലൻ പറഞ്ഞത്."

"വിളിപ്പിക്കാം."

ബാലൻ വിളിക്കാൻ പോയി. കൂടെ താനും ഉണ്ടായിരുന്നു. ബാലന്റെ കൂടെ ഇളയമ്മ ഏടത്തിയെ പറഞ്ഞയച്ചില്ലെങ്കിലോ?

കുന്നു കയറിയിറങ്ങി പുഴക്കരയിലൂടെ നടന്നു. മൂളിയൻ മാവിനു ചുവട്ടിലെത്തിയപ്പോൾ ബാലൻ ചോദിച്ചു:

"മാങ്ങ വേണോ?"

പേടി തോന്നി. അവൻ പണ്ടത്തെപ്പോലെ ആ വലിയ മാവിലെ ങ്ങാനും കയറി വീണാൽ?"

"വേണ്ട വേണ്ട. നീ മാവിൽ കേറ്വാന്ന് വച്ചാല് ഞാൻ വീട്ടിലേക്ക് തന്നെ പോകും."

അവൻ കയറിയില്ല. നടന്നു വേഗം നടന്നു. അവനു നല്ല സന്തോഷം. വിലാസിനിയേടത്തിയെ വിളിക്കാനാണ് പോകുന്നത്.

"വിലാസിനിയേടത്തി വന്നാല് അവർക്കിനി ഇവിടെ നല്ല സുഖായിരിക്കും ല്ലേ?"

"അതിന്ന് ആ ഓന്ത് വിടോന്ന് ആര് കണ്ടു?"

"വിടൂല്ലേ?"

"പോയി നോക്കാം." അവന്റെ മുഖം ക്രമേണ വാടി.

"ഞാനൊരു കാര്യം പറേട്ടെ?"

"എന്താണ്?"

"വിലാസിനിയേടത്തിക്കു കല്യാണംണ്ടന്ന്."

"ആരു പറഞ്ഞു?"

"ഞാൻ കഴിഞ്ഞാഴ്ച ചക്ക കൊണ്ടുപോയിക്കൊടുക്കാൻ ചെന്നപ്പഴ് അവടെ പറയ്ണ കേട്ടു."

"ആരാ കല്യാണം കഴിക്കുന്നത്?"

"ചൊറിയൻ ജനാർദനൻ."

"ആര്?"

മേലൊക്കെ കുഷ്ടം പിടിച്ചപോലെ നടക്ക്ണ ഓന്തിന്റെ അനുജൻ."

"ജനാർദനേട്ടൻ ഇവിടെണ്ടോ?"

"പിന്നില്യാതെയാ"

"അയ്യേ, കരിവിട്ടീപോലത്തെ ജനാർദനേട്ടനെ വിലാസിന്യേടത്തി കല്യാണം കഴിക്ക്യോ? നിയ്യ് നൊണ പറയ്യാ"

"അല്ലല്ല, നിയ്യ് നോക്കിക്കൊ" അവൻ പിന്നീട് മിണ്ടാതെ നടന്നു. വെയിലിനു നല്ലപോലെ ചൂടു പിടിച്ചു തുടങ്ങിയിരുന്നു. മുന്നിൽ നടക്കുന്ന ബാലന്റെ നിഴൽ കുറുകിക്കുറകി വന്നു.

പുഴക്കരയിൽനിന്നു വടക്കോട്ടുമാറി, പാറകൾ എഴുന്നുനിൽക്കുന്ന, മൊട്ടക്കുന്ന് മുകളിലെത്തിയപ്പോഴേക്കും വശംകെട്ടു. പോകേണ്ടായിരുന്നു എന്നു തോന്നി.

കാക്കയ്ക്കുപോലും ഇരിക്കാൻ നിഴലില്ലാത്ത ഒരു ചരൽപ്പറമ്പത്തെ നടുക്ക് ചെങ്കല്ലുവെട്ടി നിരപ്പാക്കിയ കുറച്ചു സ്ഥലം. ചെമ്മണ്ണു മെഴുകിയ ചുവരുകളുള്ള ആ ചെറിയ വീട് കത്തുന്ന വെയിലിൽ നിർവികാരമായി നിന്നു. കുറച്ചു താഴേക്കു മാറി, കൽവെട്ടുകുഴിയുടെ അടുത്തുള്ള കിണറ്റിൻകരയിൽ വിലാസിനിയേടത്തി തുണിയലക്കുന്നു.

നേരെ അവരുടെയടുത്തേക്ക് ചെല്ലാം. പുറത്തെ കോലായിൽ ആരെയും കണ്ടില്ല. ഇളയമ്മ കാണാതിരിക്കട്ടെ. വിലാസിനിയേടത്തിയേയും വിളിച്ചുകൊണ്ടു പോകണം. ഇളയമ്മ അനുവദിക്കുമോ? അവർ ലീവിലാണെന്നല്ലേ പറഞ്ഞത്? അകത്തു കാണും. ഒരടി വച്ചു. രണ്ടാമത്തെ അടി വയ്ക്കുന്നതിനുമുമ്പ്, വീടിന്റെ കോലായിൽനിന്നൊരു വിളി.

"ഈ നട്ടുച്ചയ്ക്കെന്താ രണ്ടാളുംകൂടി. എങ്ങട്ടാ സരസു പോണത്. നിയ്യിങ്ങോട്ടു പോരേ"

അവരുടെ കൺമുമ്പിൽ നിന്നു തെറ്റാൻ വയ്യ.

തിരിഞ്ഞു, വീട്ടിലേക്കു കയറിപ്പോകുന്ന ചെമ്മണ്ണുനിറഞ്ഞ ഒറ്റയടിപ്പാതയിലൂടെ നടന്നു.

"എന്തേപ്പൊ, ഈ ഉച്ച നേരത്ത്?"

"ഞങ്ങൾ വിലാസിന്യേടത്ത്യേ വിളിക്കാൻ വന്നത്."

"എന്താ വിലാസിനിയേടത്തിക്കൊരു കോള്?"

"അമ്മ പനിച്ചു കെടക്ക്വാ."

"അപ്പെണ്ണിനെ ഇത്ര കാലം അവിടെയിട്ട് കഷ്ടപ്പെടുത്ത്യേതൊന്നും പോരാഞ്ഞിട്ടാ"

താൻ ഒന്നും മിണ്ടിയില്ല.

"എന്തു കഷ്ടപ്പാടാ? അവിടെപ്പൊ ഞങ്ങൾ വല്യമ്മാമനും വല്യമ്മായീം, മുത്തശ്ശിം അല്ലേ ഉള്ളു."

"വിലാസിനി പോന്നിട്ട് ഇവിടെ ആരാള്ളത്? ഇപ്പൊ വര്ണ്ല്ല്യന്ന് ചെന്ന് പറഞ്ഞേക്കൂ."

ബാലൻ മുറ്റത്തിറങ്ങി, കിണറ്റിൻകരയിലേക്കു നടന്നു.

"നിയ്യെന്തിനാപ്പൊ അവൾടെ അടുത്തേക്ക്?"

"പോരുന്നൊ എന്നു ചോദിക്കാൻ"

"അതു ഞാൻ ചോദിച്ചോളാം, ചോദിക്കേം വേണ്ട. വരുന്നതും വരാതിരിക്കുന്നതും നിശ്ചയിക്കേണ്ടതു ഞാനാ"

"സരസു അവിടെ ഇരിക്ക്. ഉണ്ണാറായിരിക്ക്ണു. വെയിലാറീട്ടു പോകാം."

"ഞാമ്പോണ്. നിയ്യ് വരുന്നോ?" ബാലൻ മുറ്റത്ത് വെയിലിനു മറ പിടിച്ചു നിന്നുകൊണ്ടു ചോദിച്ചു.

"അവൾ വെയിലാറീട്ടു വരും. നിയ്യ് പോയ്ക്കോ."

അവൾ മറുപടി പറയാൻ തുടങ്ങുന്നതിനു മുമ്പു ഇളയമ്മ ബാലനെ പറഞ്ഞയച്ചു.

സരസു കിണറ്റിൽൻകരക്കു നടന്നു. വെയിലുകൊണ്ടു വിലാസിനി ഏടത്തിയുടെ മുഖം കരുവാളിച്ചിരുന്നു. അവരുടെ സമൃദ്ധമായ മുടി പാറിപ്പറന്നു കെട്ടാൻ വയ്യാത്തവണ്ണം ഭാരിച്ചു കിടന്നു. അലക്കിപിഴിഞ്ഞ തുണികൾ വലിയ ബക്കറ്റു നിറയെ അടുക്കിവച്ചിരുന്നു.

"ഞങ്ങൾ നിങ്ങളെ കൂട്ടിക്കൊണ്ടോവാൻ വന്നതാ, വിലാസിനിയേടത്തീ."

"ന്ന്ട്ട് ചെറ്യമ്മായി എന്തുപറഞ്ഞു." അവരുടെ മുഖത്ത് അന്നു നിറഞ്ഞുകണ്ട ആകാംക്ഷ ഒരിക്കലും മറക്കാനാവില്ല.

"വരണ്ടാന്ന്"

"നിയ്ക്കുപോരാൻ മോഹമുണ്ട്!"

"ഇളയമ്മ സമ്മതിക്കൂല്ല. ഒരു സൂത്രം ചെയ്യാം അലക്കു തുണികൾ ഉണക്കാനിട്ട് നിങ്ങളെന്റെ കൂടെപ്പോരീൻ. ഇനിക്കു വഴ്യറിയാം"

"അവര് ചീത്ത പറയും."

"അറിയാതെ പോന്നാലൊ?"

"അവരങ്ങോട്ടുവരും.."

"രണ്ടാളും വെയിലത്തുനിന്നു വർത്തമാനം പറയാണ്ടെ ഇങ്ങുകേറിപ്പോരിൻ!" കോലായത്തുമ്പത്തുനിന്നു ഇളയമ്മ വിളിച്ചുപറഞ്ഞു.

ബക്കറ്റിലെ തുണികൾ വിലാസിനിയേടത്തിക്കു ചുമക്കാൻ മാത്രം ഉണ്ടായിരുന്നു. മീതെയുള്ള തുണികൾ കുറെ താൻ കൈത്തണ്ടയിൽ തൂക്കിയിട്ടു.

എന്തോ ആലോചിച്ചുകൊണ്ടുനടന്ന വിലാസിനിയേടത്തി പറഞ്ഞു,

"നിയ്യ് പോയ്ക്കൊ സരസ്വൊ, വൈകുന്നേരം. ഞാൻ വരണില്ല."

അഗാധമായ നൈരാശ്യം നിറഞ്ഞ ആ വാക്കുകൾ മുതിർന്നതിനു ശേഷവും തന്റെ മനസിൽ മുഴങ്ങിക്കൊണ്ടിരുന്നു.

ചൊറിപിടിച്ച ജനാർദനേട്ടൻ തന്നെ വീട്ടിൽക്കൊണ്ടുവിടാമെന്നേറ്റു, വൈകുന്നേരം.

"വേണ്ട. ഞാനൊറ്റയ്ക്കു പോയ്ക്കോളാം."

"ജനാർദൻ അവളെ പുഴകടത്തിക്കൊടുത്തതാ" ഏതായാലും ജനാർദനേട്ടന്റെ കൂടെപ്പോരുന്നത് തനിയ്ക്കു തീരെ രസിച്ചില്ല. അവരുടെ സന്ധികളിലെല്ലാം ചൊറിപിടിച്ചു, കറുത്ത പാടുകളുണ്ടായിരുന്നു. കൈമ

ടക്കിലും, കാലിന്റെ മടക്കിലും, വിരലുകൾക്കിടയിലും പുരട്ടിയ മരുന്നിന്റെ ഗന്ധം പുഴക്കരവരെ പിൻന്തുടർന്നു.

ഈ ജനാർദനേട്ടനാണ് വിലാസിനിയേടത്തിയെ കല്യാണം കഴിയ്ക്കാൻ പോകുന്നത്. ഇളയമ്മയുടെ അനുജനാണെന്നു തോന്നില്ല. ചൊറിപിടിച്ചു കൂടുതൽ കറുത്തനിറം. ഇളയമ്മയുടെ പൊക്കം മാത്രമെയുള്ളൂ. ചപ്രത്തലമുടി. ചുണ്ടുകൾ സാമാന്യത്തിലധികം നീണ്ടതായിരുന്നു. ചിരിക്കുമ്പോൾ അണ്ണിവരെയുള്ള എല്ലാ പല്ലുകളും പുറത്തു കാണും. വർക്കുഷോപ്പിൽ പണിചെയ്യുന്ന ജനാർദനേട്ടനു രോഗമായിട്ടു ലീവിൽവന്നിരിക്കയാണ്. അവർക്കു മരുന്നുകൾ തയാറാക്കാനുണ്ട്. അതുകൊണ്ട് വിലാസിനിയേടത്തിയെ തൽക്കാലം അയക്കാൻ പറ്റില്ല.

പുഴക്കരയിലെത്തിയപ്പോൾ ജനാർദനേട്ടൻ പറഞ്ഞു:

"ഇനി നീ പോകുമല്ലോ. എന്തൊരുചൂട്, വെയിലാറീട്ടും!" പോക്കറ്റിൽനിന്നു ഒരു തൂവാലയെടുത്തു മുഖവും, കൈത്തലങ്ങളും തുടച്ചുകൊണ്ട് ഏട്ടൻ പറഞ്ഞു: പൂക്കൾ തുന്നിയ തൂവാല.

"ഇതാരേ തുന്നീത്?"

"നിന്റെ വിലാസിനിയേടത്തി. ഞാൻ തട്ടിപറിച്ചെടുത്തതാ. മറ്റാർക്കോ വേണ്ടി തുന്ന്യേതാണ്ന്നാ പറഞ്ഞത്?"

"തന്ന്യോ?"

"അതെ. നാണംകൊണ്ട് അങ്ങനെ പറഞ്ഞതാവും. എനിക്കുതരാൻ കൂട്ടാക്കാഞ്ഞിട്ട് നിന്റെ ഇളയമ്മ അവളെ കുറെ ചീത്ത പറഞ്ഞു."

"നിങ്ങളെന്തിനാ അവർക്കിഷ്ടല്യാത്തത് തട്ടിപ്പറിച്ചെടുത്തത്?"

"തട്ടിപ്പറിച്ചില്ലേലും തരുവിക്കാൻ എനിക്കറിയാം. ഏടത്തി ആപ്പീസിൽപ്പോയാൽ, പണികളൊക്കെ വേഗം തീർത്ത് ഇതും തുന്നി ഇരിക്കലാ അവൾടെ പണി. നോക്കട്ടെ എന്നു പറഞ്ഞാൽ ഒന്നു കാണിച്ചുതരില്ല. ഞാൻ തട്ടിപ്പറിച്ചു. തുന്നിത്തീരാറായപ്പോൾ."ഏട്ടൻ തൂവാല നിവർത്തിക്കാണിച്ചു. അവരുടെ വിരൽത്തുമ്പുകളിൽ ആ വെള്ളത്തൂവാല പാറിക്കളിച്ചു. സന്ധ്യക്കു ദൂരെ ആകാശത്തൂടെ പറന്നു പോകാറുള്ള ആ ഒരൊറ്റ കൊക്കിനെ അവൾക്ക് ഓർമ വന്നു. അത് മൂളിയൻ മാവിന്റെ മുകളിലേക്കാണ് പറന്നുപോവുക. ജനാർദനേട്ടൻ നല്ല വെടിക്കാരനായിരുന്നു. വേലായുധപാപ്പന്റെ കൈവശമുള്ള ഒരു പഴയ തോക്കുമെടുത്തു സന്ധ്യക്ക് ഏട്ടൻ ഇറങ്ങും. ഒരൊറ്റ വെടിക്കു ഉന്നംവച്ചത് ഏതു ജീവിയായാലും വീഴും. വെള്ളക്കൊക്കൊ, പ്രാവൊ എന്തായാലും മൂളിയൻ മാവിൽ കുടുകൂട്ടുന്ന പക്ഷികളായിരുന്നു പലപ്പോഴും, ജനാർദനേട്ടന്റെ ഉന്നം.

"ഈ മിണ്ടാപ്രാണികളെ ഇങ്ങനെ കൊന്നൊടുക്കീട്ടാ, അവന്ന് ഈ മാറാരോഗം പിടിച്ചിരിക്ക്ണത്." മുത്തശ്ശി പലപ്പോഴും പറയും.

താൻ തിരിഞ്ഞു നോക്കാതെ പുഴയിറങ്ങിക്കടന്നു. മണൽ പൊങ്ങി, വരണ്ടുകിടക്കുന്ന പുഴ. അവിടവിടെ കുറെ കുഴികളിലുമായി കൊഴുകൊഴുത്ത വെള്ളം നിശ്ചലമായിക്കിടക്കുന്നു. അക്കൊല്ലത്തെപ്പോലൊരു വേനൽ പിന്നീടൊരിക്കലും ഉണ്ടായിട്ടില്ല.

ആ കൊടും വേനലിൽത്തന്നെ ജനാർദനേട്ടൻ, വിലാസിനിയേടത്തിയെ കല്യാണം കഴിച്ചു.

"ഏട്ടാ, വിലാസിനിയുടെ കല്യാണം ഇക്കൊല്ലം നടത്തണം. ആരും ഇല്ലാത്തവളായിട്ടാ നമ്മളിങ്ങനെ നിറുത്തീരിക്ക്ണതെന്ന്, നാട്ടുകാരു പറയും." ഒരു ദിവസം വേലായുധപാപ്പൻ വീട്ടിൽ കയറിവന്നു.

വീടുവിട്ടശേഷം അഞ്ചാറുമാസം കഴിഞ്ഞു കയറിവരുന്ന അനുജനെക്കണ്ട് അച്ഛൻ സന്തോഷിച്ചു. അടുക്കളയിലേക്കു വിളിച്ചുപറഞ്ഞു:

"ദാ,വേലായുധൻ വര്ണ്ണ്ട്. രണ്ടുഗ്ലാസ് ചായണ്ടാക്കീക്കോളൂ. അവിലില്ലേ, ഇന്നലെക്കൊണ്ടുവന്നത്, അത് എടുത്തോ."

വേലായുധപാപ്പൻ വലിയ ധൃതഗതിക്കാരനാണ്. എന്തും എളുപ്പം ചെയ്തു തീർക്കണം. ഒരു ഗ്ലാസ് വെള്ളം അടുപ്പത്തുവച്ചാൽ തിളയ്ക്കും വരെ കാത്തുനിൽക്കാൻ നേരമില്ലാത്ത ആൾ.

അനുജന്റെ സൽബുദ്ധികണ്ട് അച്ഛൻ സന്തുഷ്ടനായി. വിലാസിനിയെ ആർക്കെങ്കിലും കല്യാണംകഴിച്ചുകൊടുക്കണം. പറ്റിയ ഒരാൾ വരേണ്ട താമസമെയുള്ളൂ. ചെലവിന്റെ കാര്യം ഇന്ന് അനുജൻ വിചാരിച്ചാൽ സാധിക്കും. അതാവും അവൻ മുന്നിട്ടിറങ്ങിയത്. വല്ലവരെയും കണ്ടുവച്ചിട്ടും ഉണ്ടാവും.

കോലായിലെ വളമേൽ വിരലുകൾ ചുറ്റി, മുന്നിൽ പരന്നു കിടക്കുന്ന വരണ്ട പാടത്തേക്കു നോക്കിക്കൊണ്ടുതന്നെ വേലായുധപാപ്പൻ പറഞ്ഞു:

"യശോദേടെ ആഗ്രഹം ജനാർദനനെക്കൊണ്ടു കല്യാണം കഴിപ്പിക്കണംന്നാ"

"ജനാർദനനൊ?" അച്ഛന്റെ അവിശ്വാസം കണ്ടു അനുജൻ പറഞ്ഞു.

"ജനാർദനെന്താണൊരു കുറവ്? മിലിറ്ററീൽ നിന്നു പിരിഞ്ഞുവന്നവനല്ലേ? പെൻഷനുണ്ട്. നാട്ടിൽ കുറച്ചുസ്വത്തുംണ്ട്. ഇങ്ങനെയൊരാലോചനണ്ടായത് പെണ്ണിന്റെ ഭാഗ്യംകൊണ്ടാ. അച്ഛനും അമ്മയും, മുതിർന്ന ആങ്ങളമാരും ഇല്ലാത്ത പെണ്ണ്!"

അച്ഛൻ മൂകനായിരുന്നു. അനുജൻ ഒന്നുറച്ചാൽ ചെയ്തുകഴിഞ്ഞേ അടങ്ങൂ. വിലാസിനിയുടെ കല്യാണം സ്വന്തം ബാധ്യതയിൽ നടത്താൻ താൻ സ്വയം വിചാരിച്ചാൽ സാധിക്കുമോ?

സരസുവാണെങ്കിലൊ, എന്ന് അച്ഛൻ ആലോചിച്ചിരിക്കുമോ, അന്ന്?

വഴങ്ങുകയല്ലാതെ മറ്റുഗതിയില്ലായിരുന്നു. നഗരാതിർത്തിയിൽ ഒരു വീടുള്ളത് വിലാസിനിയേടത്തിക്കു മാത്രം വേണ്ടി വിറ്റു തുലച്ചുകളയരുത്. താഴെ രണ്ടുകുട്ടികൾ കൂടിയുണ്ട്. ഒന്ന് ഒരാൺകുട്ടി. അവനു പ്രായമായാൽ കേറിക്കിടക്കാനൊരിടംവേണം.

അവസാനം വിലാസിനി ഏടത്തിയെ, ജനാർദനേട്ടൻ കല്യാണം കഴിച്ചു. അധികമാരെയും ക്ഷണിച്ചില്ല. ഒരമ്പതു കുടുംബത്തെ. അടുത്തുള്ള ഒരമ്പലത്തിൽവച്ചു കല്യാണം. ലഘുഭക്ഷണം കൊടുത്തു അതിഥികളെ അമ്പലത്തിൽനിന്നുതന്നെ പിരിച്ചയച്ചു. ജനാർദനേട്ടൻ ഭാര്യയേയും കൊണ്ടു അന്നുതന്നെ വണ്ടികയറി. വിലാസിനിയേടത്തി കരഞ്ഞില്ല. ഒരുതരം നിർവികാരത അവരുടെ മുഖത്തെ മരവിപ്പിച്ചിരുന്നു. ഒന്നു വാതുറന്നു സംസാ

രിക്കപോലും ഉണ്ടായില്ല. കാറ്റിൽ പറന്നു വഴുതിവീണ സാരിത്തുമ്പ് ഒന്നൊതുക്കിവയ്ക്കാൻപോലും അവർ ശ്രദ്ധിച്ചില്ല. ആരോ എഴുതിക്കൊടുത്ത കൺമഷി അവരുടെ വെളുത്ത കവിൾത്തടത്തിൽ നെടുകെയൊരു നേർത്ത വരയായി വ്യാപിച്ചിരുന്നു. ഏടത്തിയുടെ കവിളുകളെ അസുന്ദരമാക്കുന്ന ആ മഷിപ്പാടെങ്കിലും ഒന്നു മാച്ചു കൊടുക്കണമെന്നു അവൾക്കു തോന്നി. ഇളയമ്മയുടെ നാട്ടിൽനിന്നുവന്ന, അപരിചിതരായ ആളുകളുടെ ഇടയിൽ നിൽക്കുന്ന അവരുടെ അടുത്തേക്കു ചെല്ലാൻ അവ്യക്തമായ ഒരുതരം ഭീതിതോന്നി. തന്റെ വിലാസിനിയേടത്തി, തനിക്കും വീട്ടുകാർക്കും എന്നേക്കും നഷ്ടപ്പെട്ടിരിക്കുന്നു. എന്നൊരുതരം ആപച്ഛങ്ക. ജനാർദനേട്ടന്റെ സ്വതേ കലങ്ങിച്ചുവന്ന കണ്ണുകൾ, അന്ന് വെള്ളമുണ്ടും ഷർട്ടും ധരിച്ചു നിന്നപ്പോൾ കൂടുതൽ തുടുത്തിരിക്കുന്നതായിത്തോന്നി. കുടിച്ചിരിക്കും. എന്നും കുടിക്കുമായിരുന്നു? പട്ടാളത്തിൽ നിന്നു ശീലിച്ച ഈ 'ഫോറിൻ സ്വഭാവ'ത്തിന്റെ പേരിൽ ഇളയമ്മയ്ക്കുവലിയ മതിപ്പായിരുന്നു.

"എന്തു ചെയ്യാനാ? അവൻ ശീലിച്ചുപോയതല്ലെ! അല്ല, ഒന്നുംണ്ടായിട്ടു പറയല്ല. ലക്ഷപ്രഭുക്കന്മാരൊക്കെ നിത്യേന കുടിക്കുന്നതരല്ലേ, അവൻ ടൗണിൽ നിന്നു വരുത്തി കുടിക്കുന്നത്!"

വേലായുധപാപ്പൻ ഈ 'നല്ലശീല'ത്തെ പൊറുപ്പിച്ചതെങ്ങനെ എന്നറിഞ്ഞുകൂടാ. അഥവാ ഇരുവരും ചേർന്നാവും ഇപ്പോൾ കുടി.

ടൗണിൽ നിന്നു വരുത്തുന്ന 'നല്ലസാധനം' എന്നും വാങ്ങാനുള്ള സാമ്പത്തിക ശേഷിയില്ലാഞ്ഞിട്ടാവണം പുഴക്കരയിൽ, കടവത്തുനിന്നു പുല്ലാനിക്കാട്ടിലേക്കൽപ്പം മാറി ഒരു കുടിലുണ്ടായിരുന്നു. എല്ലാ വൈകുന്നേരങ്ങളിലും ജനാർദനേട്ടൻ അവിടെ പതിവുകാരനായിരുന്നു. ഇതറിഞ്ഞാലും, അറിയുന്നില്ലെന്നു നടിച്ചു ഇളയമ്മ.

പുഴക്കരെയുള്ള കുടിലിനെ ഉപേക്ഷിച്ചു ഭാര്യയെയും കൊണ്ടു ഏട്ടൻ നാട്ടിലേക്കു പോയി. പിന്നീട് വിലാസിനിയേടത്തിയെ കാണുന്നത് അവർ രണ്ടു കുട്ടികളെയും കൊണ്ട് ഇവിടെ വന്നപ്പോഴാണ്. അച്ഛനെപ്പോലെ കറുത്ത്, ദേഹമാകെ മൊളിപിടിച്ച രണ്ടാൺകുട്ടികൾ.

വിലാസിനിയേടത്തിയെ കൊണ്ടുപോയതിനുശേഷം, ഇളയമ്മയുടെ വീട്ടിലേക്കു ആരും പോകാതായി. വിലാസിനിയേടത്തിയുടെ സുഖവിവരങ്ങൾ അറിയാൻ എല്ലാവർക്കും കൊതിയുണ്ടായിരുന്നു. ഒരെഴുത്തയയ്ക്കാം. ആരോടും ചോദിക്കേണ്ടല്ലൊ. അയച്ചു. വീണ്ടുമൊന്നയച്ചു. അതിനു മറുപടി വന്നു. ജനാർദനേട്ടന്റേതായിരുന്നു എഴുത്ത്.

"ഇനി ഇങ്ങനെ എഴുതി ബുദ്ധിമുട്ടിക്കണമെന്നില്ല. മരുമകളെ അറക്കാൻ കൊണ്ടുപോന്നതൊന്നുമല്ല, ഇവിടേക്ക്" -ഇത്രമാത്രം. ഇതുകൊണ്ടുതന്നെ അച്ഛന്റെ മനസ്സ് മടുത്തു. അവളുടെ ദുരന്തത്തിനു താനാണുത്തരവാദി എന്നൊരുതരം കുറ്റബോധം അച്ഛനെ സദാ അലട്ടിക്കൊണ്ടിരുന്നു. വിലാസിനിയേടത്തിയുടെ അനുജത്തി, പ്രേമലതയെ അച്ഛൻ അതിശ്രദ്ധയോടെ സംരക്ഷിച്ചു. സ്വതവേ വിളറി, എല്ലുപൊന്തിയ ആ കുട്ടി അധികകാലം ജീവിച്ചില്ല. അതു മരിച്ചു. മരിച്ചപ്പോഴും ഏടത്തി വന്നില്ല.

മൂന്നുപേർക്കു നൽകേണ്ട സ്നേഹവും, ലാളനയും തന്റെ മക്കൾക്കു

മുപരി അച്ഛൻ ദാമോദരനിൽ പകർന്നു. അത്രക്കു അവൻ ചീത്തയായി.

അച്ഛൻ വീട്ടിലില്ലാത്ത നാളുകളിൽ അവൻ സ്കൂളിൽ പോയില്ല.

"ഞാനിനി സ്കൂളിൽ പോണില്ലമ്മാവാ!"

"എന്താ?"

"പഠിച്ചാലും ജയിക്കില്ല. ഇനി എന്തെങ്കിലും ജോലി നോക്കട്ടെ."

"എന്തു ജോലിയാ, നെണക്കു വച്ചിരിക്കുന്നത്?"

"എന്തെങ്കിലും കാണും, താൻ ബാംഗ്ലൂർക്ക് പോകട്ടെ."

"അവിടെന്താള്ളത്."

"അവിടെ അച്ഛന്റെ ഒരു സ്നേഹിതനുണ്ട്."

"അച്ഛന്റെയൊ?"

"അതെ."

അച്ഛനെ കാണാതെ വളർന്ന കുട്ടി അച്ഛന്റെ സുഹൃത്തിനെ തേടി പ്പോകുന്നു. ആരു പറഞ്ഞുകൊടുത്തു ഇത് ! ദാമോദരൻ കുറച്ചുനാളായി അനുജൻ വേലായുധന്റെ വീട്ടിൽ പോകാൻ തുടങ്ങിയിട്ട്. ചിലപ്പോൾ രാത്രിയും അവിടെത്തന്നെ.

താൻ പറഞ്ഞു:

"അച്ഛാ, ദാമോദരൻ എന്നും പോകും അവിടെ."

"പോയാലെന്താ അന്യന്റാടേക്ക് ഒന്നും അല്ലല്ലൊ! അതും ഇതുപോലൊരു അമ്മാവനല്ലെ, അവന്റെ?" മുത്തശ്ശി. മുത്തശ്ശി എന്നും ദാമോദരനെ കണക്കിലധികം ലാളിച്ചിരുന്നു. അമ്മയില്ലാത്ത കുട്ടി. അവന്റെ അമ്മയും, അനാഥമായി വളർന്നതു തന്റെ സംരക്ഷണയിലാണ്. മുജ്ജന്മപാപം!

പോകണം എന്ന കാര്യത്തിൽ ദാമോദരൻ ഉറച്ചുനിന്നു. പോകുമ്പോൾ അച്ഛന്റെ മുഖത്തുനോക്കി അവൻ പറഞ്ഞു:

"എനിക്കു വഴിച്ചെലവിന്നു വല്ലതും തരേണ്ടിവരുംന്ന് വിചാരിച്ചല്ലെ, വല്യമ്മാമൻ പോകേണ്ടെന്നു പറഞ്ഞത്. അത് ഇളയമ്മാമൻ തരും." എല്ലാ ഡ്രസുകളും ഒരു പെട്ടിയിലാക്കി ദാമോദരൻ ഇറങ്ങിപ്പോയി.

താൻ സംരക്ഷിച്ചുവന്നതെല്ലാം, തന്നെ വെടിഞ്ഞ് അകന്നുപോകുന്നതു അച്ഛൻ നിസ്സഹായനായി നോക്കിയിരുന്നു.

പിന്നീടങ്ങോട്ടുള്ള ജീവിതം അച്ഛനെ സംബന്ധിച്ചേടത്തോളം നിസ്സഹായതയുടേതായിരുന്നു. പപ്പടക്കുട്ടയിൽ വാരിനിറയ്ക്കാൻ ശ്രമിച്ച പൂഴി പോലെ അച്ഛന്റെ അധ്വാനവും ആയുസും ചോർന്നുപൊയ്ക്കൊണ്ടിരുന്നു.

ഇന്ന് ഈ പഴകിദ്രവിച്ച വീടും മച്ചിൽ ഓടിനടക്കുന്ന പെരുച്ചാഴികളും, ജനവാസമില്ലാത്ത മുറികളിൽ തൂങ്ങിക്കിടക്കുന്ന വാവലുകളും മാത്രം അവശേഷിക്കുന്നു. എല്ലാറ്റിനും സാക്ഷിയായി മുത്തശ്ശി. ഇരുണ്ട, നിശബ്ദമായ ഇടനാഴിയിലും, വേട്ടാളന്മാർ മൂളിപ്പറന്നുനടക്കുന്ന ഇരുട്ടടഞ്ഞ മുറികളിലും അവരുടെ പതുങ്ങിയ പാദപതനം കാലത്തെയും, മനുഷ്യനേയും അതിജീവിച്ചുകൊണ്ടെന്നവണ്ണം രാപ്പകൽ ഇടവിടാതെ മുഴങ്ങിക്കൊണ്ടിരുന്നു.

രാവും പകലും ഇരുട്ടും വെളിച്ചവും അന്യോന്യം ഇടകലർന്നു ഉരസലുകളില്ലാതെ അങ്ങനെ നിശബ്ദം കടന്നുപോയി. മൂന്നു മനുഷ്യജീ

വികളെ സംബന്ധിച്ചേടത്തോളം ജീവിതം അവ്യക്തതയിൽ ലയിച്ചുകഴിഞ്ഞിരുന്നു.

ഒമ്പത്

കാത്തു കാത്തിരുന്ന, ഭയപ്പെട്ടിരുന്ന ആ അവസരം വന്നു. മരണത്തെ മുഖത്തോടുമുഖം കണ്ടപ്പോൾ അവൾ നടുങ്ങി. തനിക്ക് എല്ലാം നഷ്ടപ്പെട്ടിരിക്കുന്നു എന്ന ബോധം അവളിൽ ഭീതിയുളവാക്കി.

ജീവിതത്തിലെ, ആദ്യത്തെ ഏറ്റവും വലിയ അടികൊണ്ടപ്പോഴും കുഴഞ്ഞു വീണപ്പോഴും പിടിക്കാൻ ശ്രമിച്ചത് ഈ വിശ്വാസത്തെയാണ്. തന്റെ വീട്! എല്ലാം മറക്കുകയും, ക്ഷമിക്കുകയും ചെയ്യുന്ന അച്ഛൻ! ജനിച്ചു വളർന്ന ഈ മണ്ണിനെക്കുറിച്ചുള്ള ചിന്തതന്നെ എവിടെയും പിന്തുടർന്നു. മുറ്റത്തിന്റെ വക്കത്തു, താഴെക്കണ്ടത്തിലേക്കു ചാഞ്ഞുനിൽക്കുന്ന കൊന്നമരവും ചുവരിലെ മാറാലപിടിച്ച, നിറം മങ്ങിയ ഫോട്ടോകളും തലപോയ പീറ്റത്തെങ്ങുകളും, ശൂന്യമായിക്കിടക്കുന്ന വീടും, പറമ്പും ഒന്നും വേണ്ടത്ര ശക്തിയേറിയ ഒരു താങ്ങല്ല. എന്നാലും എല്ലാം ഇട്ടെറിഞ്ഞു വീട്ടിലേക്കു തിരിച്ചുപോരുമ്പോൾ ഒരാശ്വാസമുണ്ടായിരുന്നു. വീട്ടിലേക്കാണ് പോകുന്നത്. വീട്ടിലേക്ക്!

മരണം അച്ഛനെ കൊണ്ടുപോയപ്പോഴാണ്, ഇത്രയധികം പേരുടെ സ്നേഹത്തിന്റെ, വിശ്വാസത്തിന്റെ, സൗഹൃദത്തിന്റെ ഒരു തണ്ണീർപ്പന്തലായിരുന്നു ആ ജീവിതം എന്നു നേരിൽ കാണുന്നത്. റേഷൻ ഷാപ്പിന്റെ അങ്ങേപ്പുറത്ത് പണ്ടാരോ പണിയിച്ചിട്ട ഒരു കൊട്ടത്തളവും അതിനോടു ചേർന്ന ഒരത്താണിയും ഉണ്ടായിരുന്നു. ചെറുപ്പകാലത്ത്. അനേകം കൊല്ലങ്ങളായി അതവിടെ ഉണ്ടായിരുന്നിരിക്കണം, ആ കിഴവനാലിന്റെ ചുവട്ടിൽ നട്ടുച്ചയ്ക്ക് ഇന്നവിടെ കാക്കകളും മറ്റു കിളികളും വിശ്രമിക്കുന്നു. ആ പ്രത്യേക സ്ഥലത്തെ ആളുകൾ 'തണ്ണീർപ്പന്ത'ലെന്നു ഇന്നും ഓർമിക്കുന്നു. ആ അത്താണിയിൽ ഇന്നു ചുമട്ടുകാർ ചുമടിറക്കി വിശ്രമിക്കുന്നുണ്ടാവില്ല. കാരണം, ബസാർ കുറേക്കൂടി കിഴക്കോട്ടു നീങ്ങിയിരിക്കുന്നു. അത്താണിയുടെ അരികുകളും, വക്കുകളും ഇടിഞ്ഞുപൊളിഞ്ഞു വീണിരിക്കുന്നു. കല്ലുകൾ ഇളകിപ്പോയി. പഴക്കംകൊണ്ടു വിണ്ടുപോയ സിമന്റുതൊട്ടിയിൽ ഇന്നും വെള്ളം നിൽക്കുകയില്ല. അവിടെ ആരും ദാഹം തീർക്കാൻ വരുന്നുമില്ല. അച്ഛന്റെ ജീവിതം വിണ്ടുപോയ ആ സിമന്റുതൊട്ടിപോലെയായിത്തീർന്നു, അവസാനം.

അവൾ തന്റെ കുട്ടിക്കാലത്തെക്കുറിച്ചു ചിന്തിച്ചു.

"സകലതും വിറ്റുമുടിക്കുന്നവൻ," എന്നു പരോക്ഷമായി അച്ഛനെക്കുറിച്ചു പലർക്കും അഭിപ്രായമുണ്ടായിരുന്നു എന്നവൾക്കറിയാം. അതുകൊണ്ട് ഇങ്ങനെ തുടർന്നാൽ പറ്റില്ല. കുറച്ചൊക്കെ സ്വന്തം കാര്യവും നോക്കണ്ടെ! കുടുംബത്തിലെ മൂത്ത പുത്രൻ ഇങ്ങനെ തുടങ്ങിയാൽ തറവാട്ടുസ്വത്തു വല്ലതും നിലനിൽക്കുമോ?

അമ്മിണി ഇളയമ്മയുടെ മകളുടെ കല്യാണമായിരുന്നു. മൂത്തമകളുടെ. അവൾക്കു എന്തെങ്കിലും കൊടുക്കണം, പല നിലയ്ക്കും കൊടുക്കണം. ഒന്നാമത് മൂത്ത മരുമകൾ. രണ്ടാമത് അമ്മിണി ഇളയമ്മയുടെ പണ്ടം ഒരിക്കൽ അച്ഛൻ വിറ്റുപോയിട്ടുണ്ട്. മൂന്നാമത്, ഇവിടെ വല്ല ആവശ്യവും വന്നാൽ, എന്തെങ്കിലും പ്രത്യേക ജോലി അടുക്കളയിലുണ്ടായാൽ ഒരിക്കൽ ആളെവിട്ടാൽ വരുന്നത് മറ്റാരാണ്? അമ്മിണി ഇളയമ്മയല്ലാതെ? അച്ഛൻ ഇതെല്ലാം അമ്മയോട് വിസ്തരിച്ചു പറഞ്ഞു. അന്ന് അമ്മ ജീവിച്ചിരിപ്പുണ്ടായിരുന്നു എന്ന് അവളോർത്തു. അച്ഛന്റെ തകർച്ചയുടെ എല്ലാ ഘട്ടങ്ങൾക്കും അമ്മ സാക്ഷിയായിരുന്നു. ജീവിതത്തിൽ ഒരു മിനിട്ടെങ്കിലും വിശ്രമിക്കാത്ത ആളാണ് അച്ഛൻ എന്നു അമ്മ പറയുമായിരുന്നു.

അമ്മിണി ഇളയമ്മയുടെ പത്തായത്തിൽ അടുക്കടുക്കായി സൂക്ഷിച്ചുവച്ചിട്ടുള്ള, പുറത്തെ കറുപ്പു മായാത്ത പുതിയ ഓട്ടുകിണ്ണങ്ങൾ പിന്നീടു കുറേക്കാലത്തേക്കു മനസിൽ നിന്നു മാഞ്ഞുപോയിട്ടില്ല. ഒരു കുഞ്ഞിക്കിണ്ണം കിട്ടാൻ അന്ന് ഏട്ടൻ ഏറെക്കരഞ്ഞു. ഏട്ടൻ കുട്ടിയായിരുന്നു. കുട്ടികൾ ഇങ്ങനെ ശാഠ്യം പിടിക്കരുത്.

കിണ്ണക്കാരൻ മാപ്പിളയുടെ കയ്യിൽ കണ്ട കിണ്ണം ഏട്ടൻ കൗതുകത്തോടെ വാങ്ങി, നോക്കിക്കൊണ്ടിരുന്നു. ചന്ദ്രനെപ്പോലെ തിളങ്ങുന്ന ആ കൊച്ചുകിണ്ണം ബലപൂർവം പിടിച്ചെടുത്ത് അമ്മ കിണ്ണക്കാരന്റെ കുട്ടയിലേക്കിട്ടുകൊടുത്തു.

"അസത്ത് . കിണ്ണംല്യാത്ത കുറവല്ലെ, ഇപ്പൊ! ഉള്ള കിണ്ണത്തില് തന്നെ തിന്നാൻല്യാഞ്ഞിട്ട്!"

ഏട്ടൻ കരച്ചിൽ മാറ്റിയില്ല. മുറ്റത്തിറങ്ങിനിന്നു മാപ്പിളയുടെ കുട്ടയിലേക്കു കല്ലുകൾ ഓരോന്നായെടുത്തെറിയാൻ തുടങ്ങി. കിണ്ണങ്ങൾ കല്ലേറുകൊണ്ടു ശബ്ദിച്ചപ്പോൾ അമ്മ ഇറങ്ങിവന്നു നാലു കൊടുത്തു. ആ അടിയുടെ പാട് ഏറെക്കാലം ഏട്ടന്റെ കാൽവണ്ണയിൽ കറുത്തു പതിഞ്ഞുകിടന്നു. അപ്പോഴെല്ലാം ലളിതേടത്തി പത്തായത്തിൽ വെള്ളം തൊടിക്കാതെ സൂക്ഷിച്ചുവച്ചിരിക്കുന്ന പുത്തൻകിണ്ണങ്ങളെക്കുറിച്ചോർത്തു. വക്കുകളിൽ കവിടി പൊളിഞ്ഞുപോയ പരന്ന ഇരുമ്പുവസിയെടുത്തു ഏട്ടൻ ചരക്കല്ലു നിറഞ്ഞ മുറ്റത്തേക്കൊരേറുകൊടുത്തു അന്ന്. തനിക്കു വേണ്ട ഈ കവിടിപ്പിഞ്ഞാണത്തിൽ വിളമ്പിയ ചോറ്!

അച്ഛൻ കോലായിലെ പഴയ ചൂരൽക്കസേരയിലിരുന്ന് ഷർട്ടിന്റെ പൊട്ടിപ്പോയ ബട്ടൺ തുന്നിപ്പിടിപ്പിക്കുന്നതിനിടയിൽ ചോദിച്ചു:

"ലളിതയ്ക്കു എന്തെങ്കിലും കൊടുക്കേണ്ടെ?"

"എന്തെങ്കിലും പോരാ. നല്ലോണംതന്നെ കൊടുക്കണം." മുത്തശ്ശി പറഞ്ഞു.

"ഒറ്റപ്പെണ്ണേ ഉള്ളൂ. ഇനി ഒന്നിനു കൊടുക്കാൻ വിചാരിക്കാൻണ്ടൊ?"

നല്ലവണ്ണംതന്നെ കൊടുക്കാം. എന്തെടുത്തിട്ടു കൊടുക്കണം? വേലായുധന്റെ കല്യാണത്തിന്നു കടംവാങ്ങാൻ കിട്ടാത്തതുകൊണ്ടല്ലേ, അമ്മിണിയുടെ കയ്യിലെ രണ്ടു കാപ്പും ഊരിക്കൊടുത്തത്?

അതുകേട്ടുകൊണ്ടുവന്ന ശ്രീധരപ്പാപ്പൻ അകത്തേക്കു കയറിപ്പോവുന്നതിനിടയിൽ പറഞ്ഞു.

"ഞാനതിനു തറവാട്ടുസ്വത്തൊന്നും വിറ്റുതിന്നിട്ടില്ലല്ലൊ? എന്റെ കല്യാണച്ചെലവല്ലേ. ആകെ വേണ്ടിവന്നുള്ളൂ"?

അച്ഛൻ സ്തംഭിച്ചിരുന്നു പോയത് ഇന്നും ഓർക്കുന്നു. ഒരിക്കലും, ആരുമങ്ങനെ മുഖത്തുനോക്കി അച്ഛനെ ആക്ഷേപിച്ചിട്ടില്ല. അച്ഛന്റെ മറവിൽ പലതും പറയാൻ ആളുണ്ടായിരുന്നു. ധൂർത്തൻ! കിട്ടുന്നതിലിരട്ടി ചെലവാക്കുന്നവൻ, നാളെക്കുവേണമെന്ന ചിന്തയില്ലാത്തവൻ!

അച്ഛൻ സ്വന്തമായി ഒരു നല്ല മുണ്ടോ, ഒരു നല്ല ഷർട്ടോ വാങ്ങി ധരിച്ചുകണ്ടിട്ടില്ലെന്നു അവളോർത്തു. ഓണത്തിനും വിഷുവിനും എല്ലാവർക്കും 'കോടി' വാങ്ങും. കുത്തോടെ മല്ല്, അനേകം വാര കുപ്പായത്തുണികൾ, ബ്ലൗസുതുണികൾ. അച്ഛനുവേണ്ടി അച്ഛൻ ഒന്നും വാങ്ങീട്ടില്ല.

"ചെലവാക്കുന്നതിനെന്താ, തറവാട്ടുമുതലൊക്കെ എടുക്കുന്നതു മറ്റാരാനും ആണൊ?"

ആണ്ടറുതിക്കു വാങ്ങുന്ന തുണിത്തരങ്ങൾ തങ്ങളുടേയും അവകാശങ്ങളാണെന്നു അച്ഛന്റെ അനുജന്മാരും പെങ്ങന്മാരും കരുതിപ്പോന്നു. ഓണത്തിന്റെ തലേദിവസം അമ്മിണിഇളയമ്മ വന്നു. കൂടെ ഇളയ രണ്ടു കുട്ടികളും.

മുത്തശ്ശി പറഞ്ഞു:

"ഒരാണ്ടറുതിയായിട്ട്, അവൾ കുട്ടികളേയുംകൊണ്ടുവന്നിട്ട്"

അച്ഛൻ കൊണ്ടുവന്നിരുന്ന രണ്ടു ഷർട്ടിന്റെ തുണികളും ട്രൗസറിന്റെ തുണികളും, ഒരു ബ്ലൗസ്പീസും അമ്മണിഇളയമ്മക്കു കൊടുത്തു. ആകെ ഒരു ബ്ലൗസ്പീസേ ഉണ്ടായിരുന്നുള്ളൂ. അമ്മ ഒന്നും പറഞ്ഞില്ല.

"ആണ്ടറുതിക്ക് കുട്ടികൾ വന്നിട്ടു, ഒന്നും വയ്ക്കാതെ"

ഓണം പിറ്റേന്നാണ്. അമ്മ പായസത്തിന്നുള്ള പരിപ്പെടുത്തു. തലേ ദിവസം പായസം ഒരുക്കി. വൈകുന്നേരത്തെ കാപ്പിക്കു പലഹാരം തിന്നു നിറഞ്ഞിരുന്ന കുട്ടികളോടു അമ്മിണിഇളയമ്മ പറഞ്ഞു:

"കുടിക്കെടാ, കുറച്ചുംകൂടി"

"എനിക്കുവേണ്ട." സഹദേവൻ പറഞ്ഞു.

"നിക്കുംവേണ്ട. വയറുവേദനയെടുക്കുന്നു."

മുത്തശ്ശി അകത്തുപോയി ഒറ്റത്തട്ടുള്ള ഒരു വലിയ ടിഫിൻ കാരിയർ കൊണ്ടുവന്നു. പായസം അതിൽ നിറച്ചു.

"ഇവരുമാത്രം ഇതൊക്കെ കുടിച്ചോണ്ടു ബാക്കിയുള്ള കുട്ട്യോൾടെ അടുത്തേക്കും ചെല്ലേണ്ടെ!"

വൈകുന്നേരം സ്കൂൾവിട്ടുവന്ന കുട്ടികൾക്കു അമ്മ പായസം കൊടുത്തു. അഞ്ചാറുപേർക്ക് കൊടുത്തുകഴിഞ്ഞപ്പോളേക്ക് പാത്രം കാലി. ഏട്ടൻ എത്തീട്ടില്ല.

"കളി കാണാൻ നിൽക്കാണ്."

സ്കൂളിൽ മണിയടിച്ചാലുടനെ എത്തേണ്ട മകൻ. ഇനി കുറേക്കൂടി കഴിഞ്ഞുവന്നാൽമതി എന്നു അമ്മ പ്രാർഥിച്ചിട്ടുണ്ടാവും. അമ്മ പാത്രങ്ങളൊക്കെ ക്ഷണത്തിൽ കഴുകിവെച്ചു. അവനു പായസം കൊടുക്കാനില്ല. അടയാളമൊന്നും കാണേണ്ട. എട്ടന് അന്നും കിട്ടി, പൊതിരെ അടി.

"ഞങ്ങളൊക്കെ പായസം കുടിച്ചിരിക്ക്യാ!"

അടുക്കളയിലേക്കോടി എത്തിയ ഏട്ടൻ പാത്രങ്ങൾ തട്ടിയെറിഞ്ഞു. ഗ്ലാസ് എറിഞ്ഞുടച്ചു. കഴുകിക്കമഴ്ത്തിയ പാത്രങ്ങൾ കാൽകൊണ്ടു തട്ടിയെറിഞ്ഞു.

ഏട്ടനെ അടിച്ചവടി ഒടിഞ്ഞുതെറിച്ചു അടുക്കളഅലമാരയുടെ മീതെയുള്ള തട്ടിൽച്ചെന്നുവീണു. അമ്മ ഏറെനേരം അടുപ്പിന്നടുത്തിരുന്നു കരഞ്ഞു.

"ലളിതയുടെ കല്യാണത്തിനു പണ്ടം എന്തെങ്കിലും കൊടുക്കാൻ എന്താവഴി?" അച്ഛൻ തന്നത്താനിരുന്നു ചോദിച്ചു.

ആരും ഉത്തരമൊന്നും പറഞ്ഞില്ല.

"വേലായുധപ്പാപ്പൻ എന്തെങ്കിലും കൊടുക്കില്ലേ? അവനു വേണ്ടിയല്ലെ, അവളുടെ രണ്ടു നല്ല കാപ്പുകൾ എടുത്തു വിറ്റത്?"

അതിനും ആരും ഉത്തരം പറഞ്ഞില്ല.

വേലായുധപ്പാപ്പൻ രാവിലെ കഞ്ഞീകുടിക്കാതെ ഇറങ്ങിപ്പോയി, അന്ന്. കൊല്ലങ്ങൾക്കുമുമ്പ് നടന്നകാര്യം. അന്ന് അച്ഛന്റെ ചോദ്യം കേട്ടപ്പോൾ എല്ലാവരും ഓർമിച്ചിരിക്കണം. ഉച്ചയ്ക്കു ഉണ്ണാനും വന്നില്ല.

വൈകുന്നേരം ജോലികഴിഞ്ഞെത്തി ഷർട്ടൂരിയിടുന്നതീനുമുമ്പു മുത്തശ്ശി പറഞ്ഞു;

"വേലായുധനിന്നു കഞ്ഞികുടിക്കാണ്ടെ പോയി. ഉച്ചയ്ക്കു വന്ന്ല്ല്യ."

"ഒള്ളം എന്തേ?"

"അവനോടുതന്നെ ചോദിച്ചുനോക്ക്"

"ചോദിക്കരുതൊ?"

"നിയ്യ്ന്നെ ചോദിക്ക്."

അച്ഛൻ ചോദിച്ചാണൊ, കാര്യം വെളിപ്പെട്ടത് എന്നറിഞ്ഞില്ല.

കാര്യം വ്യക്തം.

വേലായുധപ്പാപ്പന് കല്യാണം കഴിക്കണം. ഉടനെ വേണംതാനും. പെണ്ണ് കുറെ ദൂരെയാണ്. പാപ്പൻ പണ്ട് ട്രെയിനിങ്ങിന്നുപോയ നാട്ടിൽ. കല്യാണം കഴിക്കാൻ പണം വേണ്ടേ! അവന്റെ കയ്യിലുണ്ടൊ?

വേലായുധപ്പാപ്പന്നു ജോലിയൊന്നും ഉണ്ടായിരുന്നില്ല. പഠിപ്പിൽ വളരെ മോശമായിരുന്നു. സ്കൂളിൽ പോയാൽ വെറുതെ സമയം കഴിച്ചുകൂട്ടാൻ വയ്യ. അതുകൊണ്ട് മടിക്കുത്തിൽ ഒരു മുയലിനെയും ഇട്ടാണ് സ്കൂളിൽ പോവുക. പുസ്തകങ്ങൾ കൊണ്ടുപോവാൻ മറന്നാലും മുയലിനെക്കൊണ്ടുപോവാൻ ഒരിക്കലും മറന്നിരുന്നില്ല.

കുട്ടികളെല്ലാം, 'വേലായുധൻ കാരണവരെ'ന്ന ബഹുമാന സൂചകമായ പേരു വിളിച്ചുപോന്നു. ക്ലാസിലേക്കെന്നല്ല സ്കൂളിലേക്കു വച്ചുതന്നെ വലിയ കുട്ടിയായിരുന്നു.

സ്കൂളിൽനിന്നു അധ്യാപകർ പുറത്താക്കാതിരുന്നതു 'ഉപയോഗമുള്ളവൻ' എന്ന പദവികൊണ്ടു മാത്രമാണ്. വാർഷികോത്സവത്തിന്നു ഉയരത്തിൽ തിരശീലകൾ വലിച്ചുകെട്ടാനും ഒരു മുറിയിൽ നിന്നു മറ്റൊരു മുറിയിലേക്കു വലിയ അലമാരകൾ കടത്താനും 'കാരണവരെ' സ്കൂളിൽ

ആവശ്യമായിരുന്നു. മുത്തശ്ശിയുടെ പെട്ടിയുടെ അടിയിൽ ഇട്ടിരുന്ന പഴക്കമേറിയ, ആനവാലുകെട്ടിച്ച സ്വർണമോതിരം ഇട്ടു, മുണ്ടും ഷർട്ടുമിട്ടു, മടിക്കുത്തിൽ മുയലുമായി സ്കൂളിൽ പോകാറുള്ള വേലായുധപ്പാപ്പനെപ്പോലെയാവരുത് തന്റെ ഏട്ടൻ എന്നു പലപ്പോഴും മനസിൽ വിചാരിച്ചിട്ടുണ്ട്.

മൂമ്മൂന്നുകൊല്ലം വീതം ഓരോ ക്ലാസിലിരുത്തിയശേഷം ഇരുപത്തിരണ്ടാം വയസിൽ ഏഴാം ക്ലാസിലെത്തിയ വേലായുധപ്പാപ്പനെ അധ്യാപകർ ഇറക്കിവിട്ടില്ല. ഇനി വേറെ വല്ല ജോലിയും നോക്കുന്നതാണ് നല്ലതെന്ന് കരുതിയിരിക്കണം, സ്വമേധയാ ഇറങ്ങിപ്പോന്നു. സ്കൂളിൽ പോകാത്തതെന്താണെന്ന് ആരും ചോദിച്ചില്ല, മുത്തശ്ശിയൊഴികെ.

“അത്രയ്ക്ക് ആണും തൂണുംല്ലാണ്ടായ്യ്യോ ഇവിടെ? ഒരു കുട്ടി സ്കൂളിൽ പോകാതായിട്ട് ഒന്നുചെന്നന്വേഷിക്കാൻ!”

“കുട്ടി!” അച്ഛൻ ശാന്തനായി മറുപടിപറഞ്ഞു. തൊഴുത്തിലെ ചാണകം വടിച്ചുകൊണ്ടിരിക്കുകയായിരുന്നു, അച്ഛൻ.

“അവൻതന്നെ ഒരാണല്ലെ? അന്വേഷിക്കാൻ വേറൊരാളെന്തിനാ?”

കുറെ കഴിഞ്ഞപ്പോൾ മകന്റെ വിരലിലെ ആനവാൽ കെട്ടിച്ച മോതിരം അപ്രത്യക്ഷമായിരിക്കുന്നു എന്ന വസ്തുത മുത്തശ്ശി മനസിലാക്കി.

“ആങ്കുട്ട്യോളായാൽ എന്തെങ്കിലും നാലുപുത്തന്റെ ആവശ്യംല്ല്യാണ്ടിരിക്ക്യോ! അതിനാരെങ്കിലും കൊടുത്തിട്ടുവേണ്ടെ! നല്ലോരു മോതിരം കൊണ്ടോയി കളയാനെട വരുത്തീല്ലെ?”

അമ്മ എല്ലാം കേട്ടു സഹിച്ചു. ഭർത്താവ് അനുജന് ‘പോക്കറ്റുമണി’ കൊടുക്കാത്തത് തലയണമന്ത്രം കൊണ്ടാണ്!

ജീവിതത്തിൽ ആദ്യമായിപ്പഠിച്ച ജോലി തെങ്ങിൽക്കയറ്റമാണ്. വീട്ടിൽ അച്ഛനോ, ശ്രീധരപ്പാപ്പനോ ഇല്ലാത്ത അവസരം നോക്കി, പശുക്കുട്ടിയുടെ കഴുത്തിലെ കയറഴിച്ച് ‘തളപ്പ്’ കെട്ടി, വേലായുധപ്പാപ്പൻ തെങ്ങിൽ കയറി കുലവെട്ടി താഴെയിടും. പൊളിച്ചു സഞ്ചിയിലാക്കി പുറത്തേക്കുകൊണ്ടുപോകും.

“ഞാൻ വല്യച്ഛനോടു പറഞ്ഞുകൊടുക്കും.”

“ഞാനും പറയും”

“നന്റെ അച്ഛന്റെ സ്വന്തം വക ഒന്നും അല്ലല്ലൊ. നാളെ എന്റടുത്ത് എളന്നീരിന്നു വാ, അപ്പഴ് തരാം!”

അച്ഛൻ എല്ലാം കണ്ടു. കേട്ടു. ഒന്നും പറഞ്ഞില്ല. പറഞ്ഞത് സ്ഥിതി കുറെക്കൂടി ഗുരുതരമായപ്പോഴാണ്. അച്ഛൻ എട്ടുതെങ്ങുകൾ ചെത്താൻ കൊടുത്തിരുന്നു.

രാവിലെ പല്ലുതേച്ചുകൊണ്ടിരിക്കുയായിരുന്നു. നേരം പുലർന്നിട്ടില്ല. നേർത്തേപോകേണ്ട ദിവസം. അമ്മ അടുക്കളയിൽ കാപ്പിയുണ്ടാക്കിക്കൊണ്ടിരുന്നു. കാക്ക കരയുന്ന ശബ്ദം മാത്രമെ കേൾക്കാനുള്ളൂ. അവൾ വിചാരിച്ചു, അച്ഛനോടു പറയണം. തലമുടിക്കു കെട്ടാൻ ഒരു ചെണ്ട്. അതിനാണ് അച്ഛൻപോകുന്നതിനുമുമ്പെണീറ്റത്. തലേന്നു രാത്രിയും പറഞ്ഞു. മറന്നിരിക്കും. പോകുമ്പോൾ ഓർമിപ്പിക്കുന്നതാണ് നല്ലത്. എല്ലാവരും ഓരോ ആവശ്യം പറയും. തന്റെയാവശ്യം, അടിയിൽ അമർന്നുപോവും.

വൈകുന്നേരം അച്ഛൻ കൊണ്ടുവരുന്ന കൊച്ചു പലഹാരപ്പൊതികൾ അഴിച്ചു തിന്നുകൊണ്ടിരിക്കുന്നതിന്നിടയിൽ പിറ്റേന്നു കൊണ്ടുവരേണ്ട സാധനങ്ങളുടെ ലിസ്റ്റ് അവർ അപ്പോൾത്തന്നെ സമർപ്പിക്കുന്നു.

"വല്യമ്മാമാ നിയ്ക്ക് നാളെ പച്ചനിറത്തിലുള്ള മുന്തിരി."

"നിയ്ക്ക് പൂവട്ടി"

"നിയ്ക്ക് പല കളറ്ള്ള സ്ലേറ്റുപെൻസില്."

"നിയ്ക്ക് മുയലിന്റെ മാതിരിള്ള ബലൂണ്."

"നിയ്ക്ക് പുസ്തകം ഇടാൻ സഞ്ചി."

"നെണക്കെന്താ നെന്റെ അച്ഛനോടു പറഞ്ഞൂടെ?"

"അച്ഛനോടൊ?"

"ങ്ഹേ എന്താ?

അമ്മുവലിയമ്മയുടെ മകൻ സ്വൽപ്പം ആലോചിക്കും. ആലോചന കഴിഞ്ഞാൽ ഒരു നല്ല ചിരിചിരിച്ചു തനിക്കുകിട്ടിയ ചോദ്യത്തിന്നുത്തരം പറയും,

"ന്റച്ഛൻ പറഞ്ഞല്ലൊ, അതൊക്കെ വല്യമ്മാവനാണ് വാങ്ങിത്തരേണ്ടത്ന്ന്."

"ന്റമ്മയും പറഞ്ഞു, എന്തുവേണംന്ന്ച്ചാൽ വല്യമ്മാവനോടു പറഞ്ഞാമതീന്ന്."

ശ്രദ്ധിച്ചുകൊണ്ടുനിന്ന അച്ഛൻ പറഞ്ഞു:

"ബഹളം കൂട്ടാതിരിക്കാൻ ഞാൻ കൊണ്ടുവരാം. ഞാനല്ലാതെ ആരാന്റെ വികൃതിച്ചെക്കന് കൊണ്ടുവന്നു കൊടുക്കാ." അച്ഛൻ ഇളയമ്മയുടെ സഹദേവനെ എടുത്തു തട്ടിൻപുറംവരെ രണ്ടു കൈകളിൽ ഉയർത്തിപ്പിടിപ്പിച്ച് താഴെ വക്കുന്നു. അക്കൂട്ടത്തിൽ പറഞ്ഞു:

"എനിയ്ക്കു രണ്ടു നിറമുള്ള ചെണ്ടു വേണം അച്ഛാ."

"രണ്ടു നിറമുള്ള ചെണ്ടൊ?"

അയമ്മദിന്റെ പീടികയിൽ ചുവപ്പും കറുപ്പും ചരടുകളിൽ തൂങ്ങിക്കിടക്കുന്ന പല വർണങ്ങളിലുള്ള ചെണ്ടുകളെ അവൾ വർണിച്ചുകൊടുത്തു.

"അതു വേഗം ചീത്ത്യാവും. കടലാസിന്റെതാ. രണ്ടീസം കൊണ്ടു തന്നെ പോയ്പ്പോകും. നല്ലതരം വേറെണ്ട്. കറുത്ത ഉണ്ടകൾ സ്വർണത്തിന്റെ നിറംള്ള കെട്ടുള്ളത്."

"നിയ്ക്കത് വേണ്ട. ഇദന്നെ മതി"

"ശരി"

അച്ഛൻ കഞ്ഞി കുടിച്ചുകഴിയുന്നതുവരെ അവൾ കാത്തു. അപ്പോഴേക്കും നേരം വെളുത്തിരുന്നു. മെല്ലെ കോലായിലേക്കു ചെന്നു.

ഒരുബട്ടനുള്ളതും പോയല്ലെ! ഇതിന്റെ!"

അമ്മ ബ്ലൗസിന് കുത്തിയ പിന്നഴിച്ച് അച്ഛനു കൊടുത്തു.

അപ്പോൾ പുറത്തുനിന്നു ഒരു വിളി,

രാരുക്കുട്ടി"മൂപ്പരേ!"

നേരം വെളുക്കും മുമ്പ് വിളിക്കുന്നത് ആരാണ്! പൈസ കടം ചോദി

ക്കാനൊ മറ്റോ ആയിരിക്കും അല്ലെങ്കിൽ അച്ഛൻ ആർക്കെങ്കിലും കൊടുക്കാനുണ്ടാവും. രണ്ടായാലും തലമുടിക്കു കെട്ടുന്ന ചെണ്ടിന്റെ കാര്യം അപകടത്തിലവരുതേ എന്നവൾ പ്രാർഥിച്ചു.

"ആര് ചാത്തുവൊ?"

"ഞാന്തന്നെ, നെങ്ങളൊടൊരു കാര്യം പറേണം പറേണം എന്നു വിചാരിക്കുന്നു, കൊറെ ദിവസായി!"

"എന്താ ചത്ത്വാ! നേരം വെളുത്തോ!"

"നേരം വെളുക്കാൻ നിന്നാൽ നിങ്ങളെ കാണ്വാ?"

"എന്താ കാര്യം?"

"നിങ്ങള് എനിക്കെന്തിനാ തെങ്ങു ചെത്താൻ തന്നത്?"

"എന്തിനാ?"

"എനിക്കെടുക്കാനല്ലേ?"

"എന്നിട്ടെന്തേയ്?"

"നിങ്ങള് ഇതൊന്നു നോക്കീൻ!"

അയാൾ പിന്നിൽ മറച്ചുപിടിച്ചിരുന്ന 'മാട്ട' അച്ഛനു മുന്നിലേക്കു നീട്ടിക്കാണിച്ചു.

"നിങ്ങളെ മുഖദാവില് കാണിക്കണംന്ന്ച്ച് എറക്കിക്കൊണ്ടന്നതാ!"

മണ്ണുകൊണ്ടുള്ള വലിയ 'മാട്ട' കാലിയായിരുന്നു. പഴകിയ ഒരു മണം കാലിപ്പാത്രത്തിൽ നിന്നു പുറപ്പെട്ടു.

അച്ഛൻ ഒന്നും മിണ്ടിയില്ല. തെങ്ങു ചെത്താൻ കൊടുക്കുന്നു. പ്രതിഫലം വാങ്ങുന്നു. അതിലുണ്ടാവുന്ന കള്ള് സംരക്ഷിക്കേണ്ട ചുമതല ആരുടേതാണ്?

"ഇത് ഇന്നും ഇന്നലേയും തുടങ്ങീതല്ല. ആണെങ്കില് നിങ്ങളോടൊട്ടു പറയാനും വര്ല്ല്യ."

"ഇദെങ്ങനാ ചാത്ത്വാ!"

"അത് നിങ്ങൾടെ അന്ശൻ വേലായുതനോട് ചോദിച്ചു നോക്കിൻ!"

അച്ഛൻ ഇടിവെട്ടേറ്റതുപോലെ നിന്നു.

അമ്മ പറഞ്ഞു:

"മിനിഞ്ഞാന്നും, നാലാന്നാളും കോലായിന്ന് ആരൊ രണ്ടാളുകൾ വർത്തമാനം പറയുന്നത് ഞാൻ കേട്ടതാ!"

അതിനും അച്ഛൻ സമാധാനം പറഞ്ഞില്ല.

"നിങ്ങള് ഇതിനൊരു സമാധാനം ഉണ്ടാക്കണം." ചാത്തു പോയി. അച്ഛൻ പതുക്കെപ്പതുക്കെ പടിയിറങ്ങിപ്പോയി. അമ്മ വാതിൽക്കൽനിന്നു, നെടുവീർപ്പോടെ പറഞ്ഞു:

"ഇങ്ങനേംണ്ടല്ലോ, ഒരു ദുരിതം!"

അന്നു വൈകുന്നേരം വളരെ വൈകിയാണ് അച്ഛൻ വന്നത്. വന്ന ഉടനെ ചോദിച്ചു:

"അമ്മേ, വേലായുധനെവിടെ?"

"ഇവട്യെങ്ങാനുംണ്ടാവും."

"അവനു ഞാനൊരു പണി പറഞ്ഞുവച്ചിട്ടുണ്ട്."

"പണ്യ്യോ!"

"എന്താ പണ്യെടുക്കാന്മാത്രം, ആയിട്ടില്ലെ, അവൻ."

മുത്തശ്ശി ചോദിച്ചു:

"എന്തു പണി?"

"ബാങ്കിലാണ്. ഞാനറിയുന്ന ഒരാളുടെ. വേറെങ്ങും കിട്ടാത്തതു കൊണ്ടാ അവിടെ പറഞ്ഞത്. ഞാമ്പറഞ്ഞതോണ്ട് കിട്ടീന്നെള്ളൂ. മര്യാദ ക്കുനിന്നാൽ അയാളെന്തെങ്കിലും ശമ്പളം കൊടുക്കും."

"എന്തെങ്കിലും കൊടുത്താ മത്യ്യോ?"

"പിന്നെ ആയിരം കൊടുക്കും! മോൻ എമ്മെക്കാരനല്ലെ?"

"നിയ്യവനെ എമ്മെയ്ക്കു പഠിപ്പിച്ചൊ?"

"എട്ടാംക്ലാസു ജയിക്കാൻ കഴിയാത്തവനാണ്"

"................................"

"പാലക്കാട്ടാണ്"

"ന്റെ കുട്ട്യേ നാടുകടത്ത്വാ, നിയ്യ്?"

"വേണ്ട. അടുക്കളെവാതിൽക്കലിര്ന്ന് കണക്കെഴുതിക്കോട്ടെ!"

വേലായുധപ്പാപ്പൻ പാലക്കാട്ടു ജോലിക്കു പോയി. പോകാൻ ബഹു സന്തോഷം. തെങ്ങിലെ കള്ളിന്റെ കഥ ഏട്ടൻ ചോദിക്കുമോ എന്നു ഭയ പ്പെട്ടു അകത്തുതന്നെ ഇരിക്കയായിരുന്നു. ഉച്ചയ്ക്കു സ്കൂളിൽനിന്നു വന്നപ്പോഴും, നാലുമണിക്കു വന്നപ്പോഴും ഇപ്പാപ്പൻ അകത്തുണ്ടായിരു ന്നു. സ്കൂൾവിട്ടതിനു ശേഷം പതിവില്ലാത്ത കാര്യം എന്ന് അമ്മ പറയാറു ണ്ട്.

മുത്തശ്ശി മകൻ പോയപ്പോൾ അവിടെയും, ഇവിടെയും കുത്തിയി രുന്ന് ആലോചിക്കാൻ തുടങ്ങി. എവിടേക്കാണാവോ, ഓമനമകനെ കണ്ണു കെട്ടി നാടുകടത്തിയിരിക്കുന്നത്? അവനു തിന്നാനുള്ളത് ഇവിടെയില്ലെ? അന്യനാട്ടിൽ ഉഴന്നു കഷ്ടപ്പെടാൻ അനുവദിക്കണൊ? ആരും ഒന്നും മറുപടിപറഞ്ഞില്ല.

മുത്തശ്ശിക്കു ഏറെക്കാലം കാത്തുനിൽക്കേണ്ടിവന്നില്ല. ഒരുനാൾ പുത്രൻ വന്നുകയറി. പൂമുഖത്തിരുന്ന അച്ഛന്റെ മുഖത്തൊന്നു നോക്കുക പോലും ചെയ്യാതെ നേരെ അകത്തേക്കൊരു നടത്തം. അകത്ത് ഇരുമ്പു പെട്ടിയുടെ മൂടി വലിച്ചടയുന്ന ശബ്ദം.

കുറെ മണിക്കൂറുകൾക്കുശേഷം മുത്തശ്ശി പ്രഖ്യാപിച്ചു.

"അവനിനി പണിക്ക് പോണ്ല്ല്യാന്ന്.പോകുന്നില്ലെങ്കിൽ വേണ്ട." അച്ഛൻ ഒന്നു ഞെട്ടി. അമ്മയും പരിഭ്രമിച്ചു. എന്താപത്തും കൊണ്ടാണ് ഇറങ്ങിപ്പോന്നിരിക്കുന്നതാവോ? ബാങ്കിലെ പണി. പണമിടപാടാണ് കാര്യം. ഒരാഴ്ചയോളം എല്ലാവരും, ബാങ്കിലെ അധികാരികൾ പണമിട പാടിന്റെ കാര്യവുമായി കയറിവരുമെന്നു പ്രതീക്ഷിച്ചു. ശ്വാസമടക്കിപ്പിടിച്ച നിമിഷങ്ങൾ. ദിവസങ്ങൾ. ഒരാഴ്ച അങ്ങനെ കഴിഞ്ഞു. എല്ലാവരും നേരെ ശ്വാസം വിട്ടു. ഒന്നും സംഭവിച്ചില്ല. അവൻ നാട്ടിലെത്താനുള്ള ബദ്ധപ്പാ ടുകൊണ്ടു ഓടിപ്പോന്നതാവും.

രണ്ടാമത്തെ ആഴ്ചയിലൊരു ദിവസം അറവുകാരൻ അതൃമാൻ കയ്യിലൊരു കയർക്കഷണവുമായി പടികയറി വന്നു.

അമ്മയുടെ ഉള്ളൊന്ന് ആന്തി. പ്രസവിക്കാറായ ആ പശുവിനേയും വിറ്റുവൊ, സരസുവിന്റെ അച്ഛൻ? അതൃമാൻ പൈക്കച്ചവടക്കാരനും കൂടിയാണ്.

മുകളിലെ തെക്കെ അറ്റത്തെ മുറിയുടെ ഇടുങ്ങിയ ജനലഴികൾക്കിടയിൽക്കൂടി വേലായുധപ്പാപ്പൻ വഴിയിലേക്കുതന്നെ നോക്കിനിൽക്കയായിരുന്നു. മുത്തശ്ശി വൈകുന്നേരത്തെ കാപ്പി കുടിക്കാൻ വിളിച്ചിട്ടും കൂടി വന്നില്ല.

അതൃമാൻ മുറ്റത്തു വന്നു കയറിയപ്പോൾ പെട്ടെന്നു ഇറങ്ങിവന്നു മുറ്റത്തുകൂടെ തൊഴുത്തിനു പിന്നിലെ തെങ്ങിൻചുവട്ടിൽ കെട്ടിയിരുന്ന കാളക്കുട്ടിയുടെ അടുത്തേക്കു അതൃമാനെ വിളിച്ചു കൊണ്ടുപോയി.

മുത്തശ്ശി എവിടെനിന്നോ ഓടിയെത്തി.

“അതൃമാൻമാപ്പിള വന്നതെന്തിനാ?”

അതൃമാൻ ചിരിക്കുകമാത്രം ചെയ്തു.

“എന്തിനാടാ, വേലായുധാ അതൃമാൻ വന്നത്?”

“വന്നത് കാര്യമുണ്ടായിട്ട്”

“കാര്യം ഇപ്പൊക്കാണാം.”

ചെറിയച്ഛൻ ഒന്നു ചൂളുകപോലും ചെയ്യാതെ കാളക്കിടാവിന്റെ കഴുത്തിലെ കയർ മാറ്റിയിട്ടു. അതൃമാനെ വകവക്കാതെ അതു മുക്രയിട്ടു പറമ്പുചുറ്റും ഓടാൻ തുടങ്ങി.

മുത്തശ്ശി അതൃമാനെയും, ചെറിയച്ഛനെയും ചീത്ത പറഞ്ഞുകൊണ്ടിരുന്നു.

“ഞമ്മളെപ്പറഞ്ഞിട്ടെന്താ മുത്തശ്ശ്യേ? ഓൻ കച്ചോടാക്കീ പൈശേം വാങ്ങി. ഞമ്മൾക്ക് സാധനം കിട്ടാണ്ടെ പറ്റ്വൊ?”

അതൃമാൻ വളരെ പണിപ്പെട്ട് കാളക്കിടാവിനെ വലിച്ചിഴച്ചു കൊണ്ടു പോയപ്പോൾ, മുത്തശ്ശി ഏറെനേരം ഇരുന്നു കരഞ്ഞു. ഉച്ചയ്ക്കു ഉണ്ണാനിരുന്നില്ല.

ചെറിയച്ഛൻ ഷർട്ടും, മുണ്ടും മാറ്റി ചെറിയ ലതർബാഗിൽ ഉടുപ്പുകൾ നിറച്ചു പടിയിറങ്ങിപ്പോയപ്പോൾ, മുത്തശ്ശി മകനെ വിളിച്ചു അലമുറയിട്ടു.

“ഞാൻ ബാങ്കിലേക്ക് പോവ്വാണ്.” ചെറിയച്ഛൻ.

മുത്തശ്ശിക്കു ആശ്വാസമായി. അതിനാണൊ? വഴിച്ചെലവിനാണ് കാളക്കുട്ടിയെ വിറ്റതെങ്കിൽ അതു പറഞ്ഞുകൂടായിരുന്നൊ, നേർത്തെതന്നെ ആളുകൾ പറയുന്നതു നോക്കണെ? ഇത്രയ്ക്കേള്ളൂ, ലോകരുടെ മനസ്സ്. ഒന്ന് ഇങ്ങോട്ടു വന്നപ്പോഴേക്കും തുടങ്ങി. പണിയുപേക്ഷിച്ചു പോന്നവനാണ്. പണത്തിന്റെ കാര്യത്തിൽ വല്ലതും ഉണ്ടാക്കീട്ടുണ്ടാവും. അവൻ കുടുംബസ്നേഹം ഉള്ളവനാണ്. വന്നതുകൊണ്ടു ബാക്കിയുള്ളവർക്ക് ഒന്നു കാണാനെങ്കിലുമായല്ലോ. ഇനിയെന്നാണാവൊ, വരിക? മുത്തശ്ശി അച്ഛൻ വരാൻ കാത്തിരുന്നു. വേലായുധൻ അത്ര ദുഷിച്ചിട്ടില്ല. കുറച്ചൊ വരാനുള്ള പ്രായമായി. അവൻ ബാങ്കിലേക്കു പണിക്കുപോയി. നമ്മൾ എന്തൊക്കെ വിചാരിച്ചു!

അച്ഛൻ മറുത്തൊന്നും പറഞ്ഞില്ല. ചെറിയച്ഛൻ മൂന്നാം ദിവസം വന്നു. വന്നപടി മുഖവും വീർപ്പിച്ചു അകത്തു കയറി ഇരിപ്പായി.

മുത്തശ്ശി അച്ഛനോടു പറഞ്ഞു,

"വേലായുതൻ ഇന്ന് കഞ്ഞി കുടിച്ചിട്ടില്ല"

"എന്തേയ്."

"നിയ്യെന്നെ ചോദിച്ചുനോക്ക്."

അച്ഛൻ ചോദിച്ചോ എന്നറിയില്ല. വാർത്ത വീടാകെപ്പരന്നു രണ്ടു ദിവസംകൊണ്ട്.

ചെറിയച്ഛന് കല്യാണം കഴിക്കണം! കല്യാണം എന്നുകേട്ടപ്പോൾ മനസിൽ ആനന്ദത്തിന്റെ ഒരു വേലിയേറ്റം ഉണ്ടായി. പുതിയ ഉടുപ്പുകൾ, വീട്ടിൽ കയറിവരുന്ന പുത്തൻ പെണ്ണ്. പെണ്ണിന്റെ പുതിയ പണ്ടങ്ങൾ, പുതു വസ്ത്രങ്ങൾ. വിരുന്നുകാരുടെ തിരക്ക്. ഗ്രാമഫോൺ പാട്ടുകൾ, വിതാനിച്ച പന്തൽ, അകം പോലെ വൃത്തിയായി മെഴുകിയ വലിയ മുറ്റം! പക്ഷേ എന്തേ, അച്ഛനും അമ്മയ്ക്കും വീട്ടിലെ മറ്റു വലിയവർക്കുമൊക്കെ, ഒരു മൂകത

"എന്നാമ്മേ കല്യാണം"

"പോയി ചോദിക്ക്!"

അമ്മയുടെ ദേഷ്യം കണ്ടു മുത്തശ്ശിയുടെ അടുത്തുപോയി സമാധാനം പറയുന്നതിനു പകരം മുത്തശ്ശി ചുമലിലിട്ട തോർത്തുകൊണ്ടു കണ്ണു തുടയ്ക്കുകയും, "നാരായണ നാരായണ" എന്ന് മുകളിലോട്ടു നോക്കി ജപിക്കയും ചെയ്തു,

"ഈശ്വരാ ന്റെ കുട്ടിക്കിതു തോന്നിച്ചല്ലൊ!"

തോന്നിച്ചത് എന്താണെന്നറിയാൻ തിടുക്കം ഉണ്ടായി. ആരോടു ചോദിക്കും? കല്യാണത്തിന്റെ ആർഭാടത്തെക്കുറിച്ചുള്ള ചിന്തകൾ ക്രമേണ ശാന്തമായി. ആറിത്തണുത്തു. കല്യാണത്തെപ്പറ്റി ആരും ഉറക്കെയൊന്നും പറഞ്ഞുകേൾക്കുന്നില്ല. അവസാനം വടക്കേതിലെ നാരായണിയോടു അമ്മ കുളിമറയുടെ അപ്പുറത്തു പറയുന്നതു ശ്രദ്ധിച്ചു കേട്ടു.

ചെറിയച്ഛൻ കല്യാണം കഴിക്കുന്നത് പാലക്കാട്ടുനിന്നാണ്. അവിടുന്നങ്ങോട്ടു അമ്മ വളരെപ്പതുക്കെയാണ് പറഞ്ഞത്. "കച്ചവടക്കാരത്തി"കളാണ്! എന്താണ് കച്ചവടക്കാരത്തികളെന്നു വച്ചാൽ? അമ്മയും മകളുംകൂടി എന്തു കച്ചവടമാണ് ചെയ്യുന്നത്? അവൾ പെണ്ണുങ്ങൾക്കു ചെയ്യാവുന്ന കച്ചവടസാമഗ്രികളുടെ ഒരു ലിസ്റ്റ് മനസിലുണ്ടാക്കി. ലിസ്റ്റിനു നീളം വയ്ക്കുന്നില്ല. തന്റെ അറിവിൽ ഒരേയൊരു കച്ചവടക്കാരിയേയുള്ളു. നാരായണിയുടെ അമ്മ അമ്മാളുഅമ്മ! അമ്മാളുഅമ്മയ്ക്കു കാപ്പിപ്പീടികയുണ്ട്. മാപ്പിളപ്പള്ളിയുടെ അപ്പുറം നിരത്തുവക്കത്ത് ഒറ്റപ്പെട്ട ഒരു മുറിപ്പീടിക.

നന്നെച്ചെറുപ്പകാലത്ത് നാരായണിയുടെകൂടെ, അവളുടെ അമ്മയുടെ പീടികയിൽ പോയിട്ടുണ്ട്. അമ്മയുടെ അനുവാദത്തിനു വേണ്ടി ഏറെ നാളുകൾ കാത്തിരിക്കേണ്ടി വന്നു. അമ്മ ആവർത്തിച്ചുകൊണ്ടിരുന്നു;

"പെങ്കുട്ടികൾ പീടേല് പോകരുത്!"

"എന്നിട്ട് നാരായണി പോകുന്നതോ?"

"അതവളല്ലേ! അച്ഛനോടു ചോദിച്ചുനോക്ക്!"

അച്ഛൻ വീട്ടിലില്ലെന്നറിയാം. എങ്ങനെയും ഒരവസരം വരുന്നതുവരെ കാത്തിരിക്കുകതന്നെ. നാരായണി വലിയ കൂട്ടുകാരിയായിരുന്നു. തന്നേക്കാൾ വലിയവളെങ്കിലും, ഊഞ്ഞാലാടാനും, കയറിന്മേൽ തുള്ളാനും അവൾ സഹായിച്ചിരുന്നു. നിഷേധം കൂടുന്തോറും നാരായണിയുടെ അമ്മയുടെ പീടിക ഒരു ആകർഷണകേന്ദ്രമായിത്തീർന്നു. ചിലപ്പോഴൊക്കെ അവിടെയുണ്ടാക്കുന്ന പലഹാരത്തിന്റെ ഒരു പങ്ക് അവൾ കൊണ്ടുവന്നു.

അമ്മാളുഅമ്മയുടെ പീടിക കാണാനുള്ള കൊതികൊണ്ട് ഒരു ദിവസം നാരായണി പോകുമ്പോൾ ഗേറ്റിനടുത്തു കാത്തുനിന്നു. അമ്മ ഏട്ടൻ കാണാതെ പൊതിഞ്ഞുതന്ന പത്തുപന്ത്രണ്ടു കോഴിമുട്ടകൾ കയ്യിലുണ്ടായിരുന്നു.

"ഇത് നാരായണി പീട്യേലേക്ക് അരിപ്പൊടികൊണ്ടോവുമ്പഴ് കൊടുത്തേക്ക്. ബാക്കി പിന്നെക്കൊടുക്കാംന്ന് പറയ്."

വലിയ കൊമ്പുമുറത്തിൽ ഇടിച്ചുവറുത്ത അരിപ്പൊടി ഉപ്പൂത്തി ഇലകൾകൊണ്ടു മൂടി ഇടത്തുകൈത്തലത്തിൽ ചുമലിനു മീതെപൊക്കിപ്പിടിച്ച് നാരായണി വരുന്നത് ഇടവഴിയുടെ വളവിൽനിന്നേകണ്ടു. പെട്ടെന്നൊരാലോചന മനസിൽ കയറി. അവളുടെ കൂടെ പോയാലെന്താ? അമ്മ അറിയില്ല. അടുക്കളയിൽ തിരക്കിട്ടപണി. ഏട്ടൻ എന്തിനെല്ലാം പുറത്തു പോവുന്നു!

കോഴിമുട്ട അമ്മയ്ക്കു ബ്ലൗസുതുണിവാങ്ങാനാണ്. അച്ഛനോടു കുപ്പായത്തുണി കൊണ്ടുവരാൻ പറയും. കൊണ്ടുവരുന്ന തുണി ആർക്കും ഇഷ്ടമാവില്ല. ലോങ്ക്ലോത്തായിരിക്കും, ചിലപ്പോൾ മൂന്നു ബ്ലൗസിന്നു ഒരേ തരത്തിലുള്ള തുണി.

"ഇതെന്തിനാ എല്ലാം ഒരുപോലെത്തേത്."

"ഒരു തരത്തിലായാലെന്താ, ബ്ലൗസിട്ടാപ്പോരെ!"

അതിനു സമാധാനമില്ല. ആണുങ്ങൾ വെളുത്ത ഷർട്ടുകൾ എന്നും ഒരു തരത്തിലല്ലെ, ഇടുന്നത്. അല്ലെങ്കിൽ ഇത്തുണിക്കു എന്താണൊരു കുറവ്?

ചിലപ്പോൾ പൂക്കളുള്ളതായിരിക്കും. രണ്ടോ മൂന്നോ കൊല്ലങ്ങൾക്കപ്പുറം മസാലക്കച്ചവടക്കാരൻ ഒരാണ്ടറുതിക്കു കൊണ്ടുവച്ച കുറെ പീസുതുണികളിൽ ബാക്കിവന്നത്. നരച്ച പൂക്കൾ ഇടക്ക് കൂറയരിച്ച ദ്വാരങ്ങൾ. പീസിൽ ബാക്കിയുള്ള തുണിയത്രയും കാണും.

"ഇതെവിടുന്നേ ഈ പഴേന്തുണി കിട്ടിയത്? നാട്ടിലൊന്നും ഒരു നല്ല കുപ്പായത്തുണി കാണാഞ്ഞിട്ടോ?"

"അത് ആ ചാത്തൂന്റെ പീട്യേന്ന് വാങ്ങീതാ. വെറുതെ കിടന്നു നഷ്ടപ്പെടേണ്ടല്ലൊ എന്ന് വച്ചിട്ടാ. വേറൊന്നും അവിടില്ല." അച്ഛൻ അനുനയത്തോടെ പറയും.

"ഇപ്പൊ അതു തുന്നിയിട്ടോ. നമുക്ക് നല്ലത് പിന്നെ വാങ്ങാം."

പിന്നീട് വാങ്ങുകയുണ്ടാവില്ല. അതുകൊണ്ട് നല്ലതുണിക്കു കമ്പ

നിപ്പണിക്കുപോകുന്ന അമ്മാളുഅമ്മയുടെ അനുജത്തി, മാണിക്യത്തെ ഏൽപ്പിക്കുന്നു. കമ്പനിപ്പടിക്കൽ തുണിപ്പീടികയുണ്ട്. മാണിക്യമ്മയുടെ ബ്ലൗസുകൾ എല്ലാം കാണാനെന്തൊരു ചന്തമാണ്! പണം റൊക്കമായി ക്കൊടുക്കാൻ അമ്മയുടെ കയ്യിൽ ഉണ്ടാവില്ല. കോഴിമുട്ടകൾ കൊടുത്താ ണ് കടം തീർക്കുന്നത്. കോഴിമുട്ട കുട്ടികളുടെ കയ്യിൽ പെടാതിരിക്കണ മെങ്കിൽ ഭഗീരഥപ്രയത്നം തന്നെ വേണം. തേങ്ങാക്കൂടിന്റെ പടിഞ്ഞാറ റ്റത്തെ പലവക മുറിയിൽ പത്തായത്തിനുള്ളിൽ ഉമിനിറച്ച് കുട്ടയിൽ കോഴിയെ പിടിച്ചിട്ട് പത്തായത്തിന്റെ അടപ്പ് ചെറുങ്ങനെ അടച്ചു. വാതി ലും, ജനലും അടച്ച് മുട്ടിയിട്ടുകഴിഞ്ഞ കോഴിയുടെ ശബ്ദം പുറത്തു കളിച്ചുകൊണ്ടിരിക്കുന്ന കുട്ടികൾ കേൾക്കാതെ അമ്മ കരുതൽ നടപടി കൾ എടുക്കുന്നത് അത്ഭുതകരം തന്നെ......................

കോഴിമുട്ടകൾ ഏൽപ്പിച്ചപ്പോൾ അമ്മാളുഅമ്മ വിസ്തരിച്ചു ചിരിച്ചു.

"സരസൂട്ടി വിരുന്നു വന്നതാ?"

അവൾ നാണത്തോടെ, ഇളകുന്ന ബഞ്ചിന്റെ ഓരത്ത് ഇരുന്നു. അവി ടിരുന്നാൽ പള്ളിയുടെ ഗോപുരം കാണാം. ബാങ്കുവിളി കേൾക്കണം. നിരത്തിലൂടെ ഓടുന്ന പാതിരിയച്ചന്റെ മോട്ടാർ സൈക്കിൾ കാണാം.

ഓലകൊണ്ടു മറച്ച ആ ഒറ്റമുറിയുടെ പിന്നിൽ രണ്ടു പനമ്പുകൾ ചേർത്തു അടുക്കളമുറി. കട്ടൻകാപ്പിയും പുട്ടും പൂളയും മീനും ഇതില ധികമൊന്നും ഉണ്ടാവില്ല.

"സരസൂട്ടി പാലു ചേരാത്ത കാപ്പി കുടിക്ക്യൊ?"

അവൾ ഉവ്വെന്നും, ഇല്ലെന്നും പറഞ്ഞില്ല.

"അദന്നെ ആയ്ക്കോട്ടെ, അമ്മെ!" നാരായണി പറഞ്ഞു.

"പുട്ട് പുതിയത് ആയിട്ടില്ലല്ലൊ. നിങ്ങൾക്ക് നേരംണ്ടെങ്കിൽ ഇത്തിരി കുത്തിയിരിക്ക്."

"വേണ്ട. അമ്മ ചീത്തപറയും."

അവർ ഒരു കവിടിപ്പിഞ്ഞാണത്തിൽ, ഒരു കഷ്ണം പുട്ടും, ഒരു വലിയ കഷണം അയിലയും കൊണ്ടുവന്നു. മുന്നിലെ പീഞ്ഞപ്പെട്ടിപ്പു റത്തു അടുക്കിവച്ച വക്കുപോയ കവിടിപ്പിഞ്ഞാണം പോലല്ല. അവർ പെട്ടി ക്കുള്ളിൽ നിന്നും പുതിയൊരു പിഞ്ഞാണം എടുത്തതാണ്. അവൾക്കു സന്തോഷമായി. നാരായണി ഒരു കഷ്ണം പുട്ട് കയ്യിൽ പിടിച്ചു കടിച്ചു തിന്നുകൊണ്ടു പറഞ്ഞു:

"വേഗം തിന്നൊ. മുള്ളു തറയ്ക്കേണ്ട കേട്ടൊ!"

തീറ്റിക്കിടയിൽ നിലത്തിരുന്നു, അമ്മാളുഅമ്മ പുതിയ പൊടി നന യ്ക്കാൻ തുടങ്ങി. മുറത്തിൽ ചെറിയ കട്ടകളായിക്കിടക്കുന്ന അരിമാവിൽ അവരുടെ തുടുത്തു നീണ്ട വിരലുകൾ ചലിക്കുന്നത് അവൾ രസത്തോടെ നോക്കിയിരുന്നു. അവരുടെ കാതുകളിലെ ചെറിയ ചുവന്ന കല്ലുവച്ച കമ്മൽ താളത്തിനു ആടിക്കൊണ്ടിരുന്നു.

അമ്മാളുഅമ്മയ്ക്കുമുമ്പ് തോളറ്റം തൂങ്ങിക്കിടക്കുന്ന, ഊഞ്ഞാലു പോലത്തെ കാതുകളായിരുന്നു. ഒരുദിവസം ആ നീണ്ട കാതുകളും അ തിലെ ഊക്കൻ തോടകളും കണ്ടില്ല. കാതുകൾ അവർ 'മുറിച്ചു വയ്പിച്ചു'

എന്നാണ് നാരായണി പറയുന്നത്. എന്നിട്ടും വേണ്ടത്ര ചെറുതാവാത്ത കാതിൽ അവർ ചുണ്ണാമ്പും സോപ്പും കൂട്ടിക്കുഴച്ചു ചെറിയ ഉണ്ടകളാക്കി പറ്റിച്ചുവച്ചു. കാതുകൾ പഴുത്തലിഞ്ഞു, ഒന്നായിചേർന്നു. ഉണങ്ങിയപ്പോൾ ദ്വാരംതന്നെയില്ല. തട്ടാൻ മാധവൻ വീണ്ടും അതു കുത്തിത്തുളച്ചു. ചെറിയ കമ്മലും പണിതുകൊടുത്തു. മുത്തശ്ശി അമ്മാളുഅമ്മയെക്കൊണ്ടു പറയുക, "ഓളൊരു തെകഞ്ഞോളാ" എന്നാണ്. അമ്മാളുഅമ്മയുടെ പീടികയിൽ പോയതിനു മുത്തശ്ശി നാവുകുഴയുന്നതുവരെ ചീത്തപറഞ്ഞു. അമ്മ, രണ്ടീർക്കിൽ ഒടിയുന്നതുവരെ തല്ലി.

വേലായുധ ചെറിയച്ഛൻ കല്യാണം കഴിക്കാൻ പോകുന്നവളും ഈ അമ്മാളുവമ്മയെപ്പോലാണോ?

വീട്ടിലെ നിശബ്ദതയെ ഭേദിച്ചു, ചോദിക്കാൻ കഴിഞ്ഞില്ല.

അനുജനു കല്യാണം കഴിക്കണം. ഏതു പെണ്ണിനെയെങ്കിലുമാവട്ടെ. പണമെവിടുന്നാണ്? കയ്യിൽ നാലു കാശ് ഒന്നിച്ചെടുക്കാനില്ലാത്ത അവനു കല്യാണം! പെണ്ണിനെക്കൊണ്ടുവന്നിട്ടു പുലർത്താൻ അവനെക്കൊണ്ടാകുമൊ? ഏറെ ദിവസങ്ങളോളം അച്ഛൻ മൗനിയായിരുന്ന് ആലോചിച്ചു.

അവസാനം ചുരുങ്ങിയ തോതിൽ കല്യാണം നടന്നു. സദ്യക്കു വേണ്ടതു മസാലപ്പീടികയിൽനിന്നു വാങ്ങി ചാത്തുവിനോട് അവധിപറഞ്ഞു. പിന്നീട് അഞ്ചാറുമാസത്തോളം പറമ്പിൽവന്നു തേങ്ങാ വലിപ്പിച്ചതു ചാത്തുവിന്റെ ആൾക്കാരായിരുന്നു.

ചെലവുകൾ മുഴുവനായില്ല. കല്യാണപ്പെണ്ണിനു തുണിത്തരങ്ങളും താലിയും വാങ്ങിക്കണം. അതിനെങ്കിലും ചെറിയച്ഛന്റെ കയ്യിൽ സ്വകാര്യമായി വല്ലതും കാണും എന്നച്ഛൻ കരുതി. കുറച്ചു മാസങ്ങൾ ജോലി ചെയ്തവനല്ലെ! ചെറിയച്ഛൻ കൈമലർത്തി.

അവസാനം കല്യാണക്കാര്യങ്ങളന്വേഷിക്കാൻ വന്ന അമ്മണിഇളയമ്മ, തന്റെ കയ്യിലെ രണ്ടു കുട്ടിക്കാപ്പുകൾ അഴിച്ചുകൊടുത്തു.

"ഏട്ടൻ ഇതു വിറ്റിട്ട് കാര്യം നടത്തിക്കോളീൻ. ഇനിക്കു പിന്നെ വാങ്ങിത്തന്നാ മതീ."

താൻതന്നെ പെങ്ങൾക്കു കല്യാണാവസരത്തിൽ പണിതുകൊടുത്ത വളകൾ! കൈനീട്ടി വാങ്ങാൻ അച്ഛൻ മടിച്ചു. അളിയൻ എന്തു കരുതും? ആ അളിയനെപ്പോലെ നെറിയുള്ള ഒരാളെക്കണ്ടിട്ടില്ല. പെങ്ങൾക്കു കൊടുത്ത പണ്ടങ്ങളിൽനിന്നു, ഒരു പണമിട ഇതുവരെ വിറ്റുതിന്നിട്ടില്ലാത്തവനാണ്.

"തിടുക്കത്തിനൊതകാനുള്ളതല്ലെ, ഇതൊക്കെ!" അവർ അച്ഛനെ സമാധാനിപ്പിച്ചു,

"അതൊക്കെ പിന്നെയുണ്ടാക്കാം, വല്യേട്ടാ. ഇപ്പൊ കല്യാണത്തിനു മാനം കാക്കുകയാ ആദ്യം വേണ്ടത്."

വളകൾ വിറ്റു രണ്ടുസാരികളും ബ്ലൗസുപീസുകളും വാങ്ങി. ഒരു താലിയും പണിയിച്ചു. വീട്ടിലെ കുട്ടികൾക്കൊക്കെ കുപ്പായംവേണം. അമ്മ പറഞ്ഞു.

"ഇപ്പഴ് ആർക്കുംവേണ്ട. ഓണത്തിന് വാങ്ങിച്ചത് ഇതുവരെ ആരും ഇട്ടിട്ടില്ലല്ലൊ!"

ഓമനപ്പുത്രന്റെ കല്യാണം ആർഭാടം കുറച്ചു ആഘോഷിക്കുന്നത് മുത്തശ്ശിക്കു രസിച്ചില്ല,

"പെണ്ണേതായാലും, ഇതെന്തൊരു കല്യാണാ?"

കടിച്ചുപിടിച്ച ചുണ്ടുകൾ അച്ഛൻ ഇളക്കിയില്ല.

കല്യാണസാരി ഒന്നെടുത്തുനോക്കിയിട്ടു ചെറിയച്ഛൻ അവിടെത്തന്നെയിട്ടു. മുഖം തെളിഞ്ഞില്ല. താലി ഒരു വിരലിൽ തോണ്ടിയെടുത്ത്, അതിന്റെ ഘനക്കുറവിനെ എല്ലാവരുടേയും മുമ്പിൽ പൊക്കിക്കാണിച്ചു. അതിനും ആരും സമാധാനം പറഞ്ഞില്ല.

കല്യാണം കഴിച്ചുകൊണ്ടുവന്ന യശോദചെറിയമ്മയ്ക്കു അന്നു കെട്ടിയ താലിയല്ലാതെ മറ്റു പണ്ടങ്ങളൊന്നും ഇല്ലായിരുന്നതു കണ്ടപ്പോഴെ മുത്തശ്ശിയുടെ പിറുപിറുപ്പ് അവസാനിച്ചുള്ളൂ.

നെറ്റിയിൽ വളരെ വലിയൊരു സിന്ദൂരപ്പൊട്ടും ചുവന്നു തടിച്ച ചുണ്ടുകളും നല്ലവെളുപ്പുനിറമുള്ള ചെറിയമ്മ ഒരു സുന്ദരിയായിരുന്നു. അവർ അമർത്തിച്ചവുട്ടിനടന്നു. വളരെ വേഗത്തിൽ അടുക്കളപ്പണികൾ ചെയ്തു തീർത്തു. ഉറക്കെ സംസാരിച്ചു. അവർ പറയുന്നതുപോലെ ചെയ്യാതിരിക്കാൻ അവിടെ ആർക്കും കഴിഞ്ഞില്ല.

'പിടിപ്പുള്ളവൾ' എന്ന പേര് വേഗം സമ്പാദിച്ചു. ആ 'പിടിപ്പ്' എന്തിനെയെല്ലാം പിടിച്ചടക്കാനും ഭരിക്കാനും പോന്നതാണെന്ന് അന്നാർക്കും മനസിലായില്ല. അച്ഛന്റെ മുഖവും ഏറെ നാളുകൾക്കു ശേഷം തെളിഞ്ഞുകണ്ടു,

"പെണ്ണ് തരക്കേടില്ല. എന്തിനും മതി. നല്ല പഠിപ്പും ഉണ്ട്." അന്നു പറഞ്ഞ വാക്കുകൾ മാറ്റിപ്പറയാതിരിക്കാൻ അച്ഛൻ പിന്നീട് വളരെ യത്നിച്ചിട്ടുണ്ട്. അച്ഛന്റെ മനക്കരുത്തിനു മുമ്പിൽ തന്റെ തല താണുപോകുന്നു. അവൾ വിഷാദത്തോടെ നിന്നു പഴയ കാര്യങ്ങൾ ഓർത്തു. അപ്പുറത്ത് അപ്പോഴും ശബ്ദങ്ങൾ, യാത്രപറയലുകൾ. കുട്ടികളെ ശാസിക്കൽ ഇതൊന്നും തന്നെ ബാധിക്കുന്നില്ല. തന്റെ ഉള്ള് ഉറക്കുത്തിപ്പോയിരിക്കുന്നു, എന്നവൾക്കു ബോധ്യമായി.

പത്ത്

അമ്മിണിഇളയമ്മയുടെ മകൾക്കു പണ്ടം കൊടുക്കാൻ അച്ഛൻ പറമ്പിലെ ഏഴു പ്ലാവുകൾ ഒന്നിച്ചു വിറ്റു. മൊട്ടക്കുന്നിന്റെ ചരിവിൽ പച്ചച്ചു നിന്നിരുന്ന ആ വലിയ വളപ്പ് വേനലിൽ വീണ്ടും മരുഭൂമിയായി. പണ്ട് മുത്തശ്ശൻ ഇവിടെ വന്നകാലത്ത് ജനവാസമില്ലാത്ത, പകലും കുറുക്കന്മാർ ഓരിയിട്ടുനടന്ന, മുൾക്കാടുകൾ നിറഞ്ഞ കുന്നായിരുന്നു. തൊട്ടാവാടികളും അപ്പയും അരിപ്പൂക്കാടുകളും തെച്ചിക്കാടുകളും വെട്ടിമാറ്റി നിരപ്പായ ഭൂമിയിൽ തെങ്ങിൻതൈകൾ നടാൻ മുത്തശ്ശൻ ഏറെ വിയർപ്പും പണവും ചെലവാക്കിയ കഥ മുത്തശ്ശി പലതവണ ആവർത്തിച്ചു. നിറയെ പ്ലാവും, മാവും ഉണ്ടായിരുന്നു.

"ഇതൊക്കെ വിറ്റുമുടിക്കാൻ ഇവനൊരുത്തൻ ഉണ്ടായാ മതിയല്ലൊ!"

തെങ്ങുകൾ മാത്രം ബാക്കിനിന്നു. വളംചെല്ലാതെ, തലപ്പുകൾ കുറ്റിച്ചൂലുപോലായ തെങ്ങുകൾ. അവ ക്ഷണത്തിൽ പീറ്റത്തെങ്ങുകളായി മാറി. അവയിൽനിന്നു കിട്ടിയ കൂരിത്തേങ്ങകൾ കൊണ്ടു റേഷൻവാങ്ങാനുള്ള കാശുപോലും കിട്ടാതായി. കടം അടിക്കടി വർധിച്ചു. കടവും കിട്ടാതായ സന്ദർഭങ്ങളിൽ വീട്ടിലെ അന്തരീക്ഷം ഇരുണ്ടു. മുഖങ്ങൾ കറുത്തു. ഊണിനു വിഭവങ്ങൾ കുറഞ്ഞു. കുട്ടികൾ ശാഠ്യംപിടിച്ചു കരഞ്ഞു. ചിലനേരം ഊണിനു പകരം കഞ്ഞി. കുട്ടികളുടെ കൂട്ടനിലവിളികളിൽനിന്നു രക്ഷപ്പെടാൻ അമ്മ അടുക്കളപ്പുറത്തു ചെരിവിൽ ചെന്ന് അടുത്തനേരം കഞ്ഞിക്കാനുള്ള വിറകുകൾ കീറിയടുക്കി. പിരിമുറുക്കം കൂടിയ അന്തരീക്ഷത്തിൽ അവ്യക്തമായ എന്തോ ഒന്നു പൊട്ടാൻവേണ്ടി കാത്തുനിന്നു.അനുസ്യൂതമായ ഒരപസ്വരത്തിന്റെ അടിയൊഴുക്ക് എങ്ങും ഒളിഞ്ഞുകിടപ്പുണ്ടെന്ന് എല്ലാവർക്കും അനുഭവപ്പെട്ടു.

ഉറക്കെക്കരയാൻ കുട്ടികൾക്കുപോലും ഭയം തോന്നി. ഊണിനെച്ചൊല്ലി, പലഹാരങ്ങളെച്ചൊല്ലി കുട്ടികൾ കരയാതായി. അവർക്കു അമ്മമാരുടെ അടിയെ ഭയമായിരുന്നിരിക്കണം.

മുതിർന്ന കുട്ടികൾ കൊത്തങ്കല്ലു കളിക്കാൻ കല്ലുകളന്വേഷിച്ചു നടന്നു. മുമ്പ് പ്ലാവിൻചുവട്ടിലും മാഞ്ചുവട്ടിലും ചെന്നാൽമതി മിനുത്തുരുണ്ട, പല വലിപ്പത്തിലുമുള്ള കല്ലുകൾ തരംപോലെ പെറുക്കിക്കൂട്ടാം. ഉണങ്ങിപ്പോയ കുറ്റികളുടെ ചുറ്റും വെള്ളത്തുള്ളികൾ തെറിച്ചുവീണ മിനുത്ത കല്ലുകൾ തിരഞ്ഞുനടന്നു, അവർ.

ചന്ദ്രേട്ടൻ ഊഞ്ഞാലിടാൻ മരക്കൊമ്പ് അന്വേഷിച്ചു നടന്നു. വിറ്റുപോയ പ്ലാവിന്റെ കൊമ്പത്തുനിന്നു മരം മുറിക്കാൻവന്നവർ അഴിച്ചിട്ട പഴയ ഊഞ്ഞാൽക്കയർ ചുരുട്ടിക്കെട്ടി അച്ഛൻ അട്ടത്തേക്കെറിഞ്ഞിട്ടിരുന്നു.

അട്ടക്കരി നിറഞ്ഞ അടുക്കളയിലെ, പഴയ അലമാരപ്പലകയിൽ ചവുട്ടിക്കയറി ചന്ദ്രേട്ടൻ കയറു കൈക്കലാക്കി, നേരെ തെക്കോട്ടു നടന്നു.

"നിയ്യെങ്ങട്ടാ ചന്ദ്രാ?" മുത്തശ്ശി വിളിച്ചു ചോദിച്ചു.

"ഊഞ്ഞാലിടാൻ."

"എവ്ട്യാ ഉഞ്ഞാലിട്വാ? പീറ്റത്തെങ്ങുമ്മലൊ?"

"തെക്കേലെ തൊടീല് പ്ലാങ്കൊമ്പത്ത്!"

"ന്റെ കുട്ട്യോൾക്ക് ഈ ഗതി വരുത്ത്യല്ലൊ!"

തെക്കെ വളപ്പ് ആൾതാമസമില്ലാത്തതാണ്. മുതലാളിയുടെ പറമ്പ്. ഓരോ തരി മണ്ണും വേറിട്ടു കിടക്കും. ഇളക്കിമറിച്ചു, ഉഴുതു പതം വരുത്തിയ ചുവന്ന ഭൂമി. വരിവരിയായി നിൽക്കുന്ന പുഷ്ടിയേറിയ, പച്ചച്ച തെങ്ങുകളിലെ ഓലകൾ നാലുപാടും കനത്ത നിഴലുകൾ വിരിച്ചു. എണ്ണാൻ കഴിയാത്തത്ര കുലകൾ. തൊട്ടടുത്തു നിൽക്കുന്ന തങ്ങളുടെ മണ്ണിന്റെ ദയനീയാവസ്ഥകണ്ടു വഴിപോക്കർ അഭിപ്രായം പറഞ്ഞു.

"എങ്ങനെ നോട്ടം ചെന്നിരുന്ന മണ്ണാ ഒരു കാലത്ത് !"

"വീട്ടില് അശ്രീകരംവന്നാ മണ്ണിലും കാണുമത്."

പറമ്പിന്റെ മൂലയ്ക്കുനിന്ന, പൂത്തുണങ്ങിപ്പോയ കായൽക്കുണ്ട ഇതുകേട്ട് ശുഷ്കമായി കുലുങ്ങിച്ചിരിച്ചു.

തെക്കെ വളപ്പിൽ പ്ലാവിൽക്കയറി ഊഞ്ഞാലിട്ടുകൊണ്ടുനിന്ന ചന്ദ്രേട്ടൻ മുകളിൽനിന്നു വിളിച്ചു പറഞ്ഞു.

"സരസ്വൊ, വേഗം ഓടിക്കൊ! അച്ഛൻ വരുന്നുണ്ട്."

"ഏട്ടനൊ?"

"ഞാനിവിടെത്തന്നെ നിന്നോളാം."

അവളും നിന്നു, ഏട്ടൻ പിന്നീടൊരു തവണകൂടി വിളിച്ചു പറയുന്നതിനിടയ്ക്ക് അച്ഛൻ ഗെയ്റ്റിന്നടുത്തെത്തിക്കഴിഞ്ഞു. അച്ഛന്റെ കൂടെ മൂന്നുനാലു ആളുകൾ ഉണ്ടായിരുന്നു. പണിക്കരുമാഷും.

എല്ലാവരുംകൂടി വടക്കെ പറമ്പിലേക്കു കയറിപ്പോയപ്പോൾ ഏട്ടൻ പ്ലാക്കൊമ്പത്തുനിന്നറങ്ങിവന്നു പതുക്കെപ്പറഞ്ഞു:

"അച്ഛൻ പറമ്പു വിൽക്കാൻ പോകാ!"

അച്ഛന്റെ കൂടെ വന്നവർ പറമ്പിന്റെ തെക്കെത്തലയ്ക്കു വന്നു, തെങ്ങുകളുടെ അറ്റങ്ങൾ പരിശോധിച്ചു. അങ്ങോട്ടും ഇങ്ങോട്ടും പലതവണ നടന്നുനോക്കി. അതൃമാൻ വിലയ്ക്കുവാങ്ങാനായി ഒരു പശുവിനെ നാലുപുറവും നടന്നു സൂക്ഷിച്ചുനോക്കുമ്പോലെ.

"ഏട്ടാ, സ്ഥലം വിറ്റാലെന്താ ചെയ്യ്വാ?"

"വാങ്ങുന്നവർ വളച്ചുകെട്ടും."

"അപ്പഴ് അതിന്നുള്ളിൽ കടക്കാനൊക്കൊ?"

"ഇല്ല. നിയ്യെന്തൊരു പൊട്ടത്ത്യാ?"

"നമ്മടെ നാട്ടുമാവൊ?"

നാട്ടുമാവിനെക്കുറിച്ചു ചിന്തവന്നപ്പോൾ ചന്ദ്രേട്ടനും വിരൽ കടിച്ചു. വിൽക്കുന്ന സ്ഥലത്തു നാട്ടുമാവും പെടുമോ? നാട്ടിലെ കുട്ടികളൊക്കെ മധ്യവേനലൊഴിവിനു സമ്മേളിക്കുന്നത് അതിന്റെ ചുവട്ടിലാണ്! എണ്ണമില്ലാത്ത അണ്ണാറക്കൊട്ടന്മാർ ചിലച്ചുകൊണ്ടിരിക്കുന്ന മരച്ചില്ലകളിലെ മാങ്ങകളിൽ അനേകം കണ്ണുകൾ അസ്ത്രംപോലെ വന്നുവീഴും.

സന്ധ്യക്കു ഒരുദിവസത്തെ മാങ്ങതീറ്റകഴിഞ്ഞു എല്ലാവരും വീടുകളിലേക്കു പോകുമ്പോൾ മുത്തശ്ശി പറയുന്നു:

"ഒരു കാളപൂട്ട് കഴിഞ്ഞോണായപ്പൊ, ഇവിടെ."

പറമ്പിൽ ആകെ ബാക്കിയുള്ള ഒരു മാവുംകൂടി അന്യാധീനപ്പെടുന്നു എന്ന ചിന്ത എല്ലാക്കുട്ടികളേയും ദുഃഖിപ്പിച്ചു. വളരെ ഉയരത്തിൽ കവരത്തിനു മുകളിലെ കാക്കക്കൂടുകൾ ഇനി തട്ടിത്താഴെയിടാൻ കഴിയില്ലേ എന്നാവും ചന്ദ്രേട്ടന്റെ ആലോചന. വലിയ ഒരു പൊത്തുള്ള ആ നാട്ടുമാവിന്റെ തടി രണ്ടുപേർ കൈനീട്ടി വളഞ്ഞാലും തൊടാൻ സാധിക്കില്ല. മുത്തശ്ശൻ ഈ പറമ്പു വിലയ്ക്കു വാങ്ങിയ കാലത്തും ആ മാവ് അവിടെയുണ്ടായിരുന്നു. കറുത്ത എന്തോ എണ്ണ പുരട്ടിയപോലത്തെ തിളക്കമുണ്ടായിരുന്നു, അതിന്റെ ഇലകൾക്ക്. കൊമ്പുകളിലും ചില്ലകളിലും കാലത്തിന്റെ കറുത്ത കറ പിടിച്ചിരുന്നു. അതിന്റെ ഒത്ത മുകളിൽ പരുന്തും പറക്കില്ല. പറമ്പു വിലയ്ക്കുവാങ്ങുന്നവർ ആ മാവ് എന്തു ചെയ്യും? മാങ്ങകൾ വിറ്റുകളയുമോ?

കഴിഞ്ഞകൊല്ലം അച്ഛൻ വിറ്റ മാവ് അതൃമാൻ ആളെക്കൊണ്ടുവന്നു

വെട്ടി വീഴ്ത്തിയതുപോലെ ഇതും മുറിച്ചു വീഴ്ത്തുമൊ? ആരെക്കൊണ്ടാവും ഇതു മുറിക്കാൻ! അതിന്റെ ഉയർന്ന കൊമ്പുകളിൽ ഒരു കാലത്തു മെരു ഉണ്ടായിരുന്നു. കിഴക്കെ വയലിന്നക്കരെയുള്ള മൂളീയൻ മാവുകഴിഞ്ഞാൽ ഇന്നാട്ടിലുള്ള ഏറ്റവും വലിയ മാവ് ഇതാണെന്നു അവർ വിശ്വസിക്കുന്നു.

കുറെക്കഴിഞ്ഞപ്പോൾ അച്ഛനും, കൂടെവന്നവരും പടിയിറങ്ങിപ്പോയി.

"എല്ലാം വിറ്റുതൊലച്ചു, അവസാനം ചാവുമ്പഴ് കുഴിച്ചിടാൻ മണ്ണ്ണ്ടാവുല, ദൈവേ!" മുത്തശ്ശി കോലായത്തുമ്പിലിരുന്നു പറഞ്ഞുകൊണ്ടിരുന്നു.

ഇരുണ്ടുകൂടിയിരുന്ന അന്തരീക്ഷം അപ്രതീക്ഷിതമായി പൊട്ടിത്തെറിച്ചു. അന്ന് പലതും സംഭവിച്ചു. സംഭവിക്കരുതാത്തത് എന്നു പറഞ്ഞുകൂടാ. വിങ്ങിനിന്നിരുന്ന ചുറ്റുപാടിന് ഒരയവു കിട്ടിയപ്പോൾ എല്ലാം ഒന്നാകെത്തെറിച്ചു, ചിന്നിച്ചിതറി.

പതിവിലും നേർത്തെ എത്തിയ വേലായുധച്ചെറിയച്ഛൻ പറഞ്ഞു,

"ഏട്ടൻ ഇങ്ങനെ വിറ്റുമുടിച്ചാൽ പറ്റൂല. ഞങ്ങൾക്കും ആയി കുട്ടികൾ അഞ്ചും ആറും."

അച്ഛൻ സ്തംഭിച്ചിരുന്നു.

"ഏട്ടൻ പറമ്പിന്റെ തെക്കേത്തല വിൽക്കാൻതന്നെ തീരുമാനിച്ചോ?"

"വിൽക്കാതെ, സാമാനപ്പീടികേലെ പറ്റ് തീർക്കേണ്ടെ?"

"ലളിതയുടെ കുട്ടിക്ക് പാലുകുടിക്ക് പൊൻനൂല്കൊടുക്കേണ്ടെ?" മുത്തശ്ശി.

"അമ്മുവിന്റെ നാത്തൂന്റെ കല്യാണാണ്. എന്തെങ്കിലും കൊടുക്കാഞ്ഞാൽ മാനക്കേടല്ലെ?"

"എല്ലാം കൊടുക്കണം. കൊടുക്കേണ്ടെന്നു ഞാമ്പറയുന്നില്ല. അതിനുമുമ്പ് ഞങ്ങൾക്കു കിട്ടാൻ ഉള്ളത് കിട്ടണം. ശ്രീധരന്നു വേണ്ടെങ്കിൽ വേണ്ട. അവന്റെ ഭാര്യവീട്ടിൽ പൈസയുണ്ട്. എനിക്കെവിട്ന്നുംല്യ കിട്ടാൻ. അച്ഛൻ ഉണ്ടാക്കീതല്ലെ ഇക്കാണുന്നതൊക്കെ?"

"എടാ, വേലായുതാ!" മുത്തശ്ശി നിലവിളിച്ചു

"ഇതും ഇക്കണ്ണുകൊണ്ടുകാണുകയും കേൾക്കയും ചെയ്യേണ്ടി വന്നല്ലൊ, തമ്പരാനെ!"

"നിങ്ങൾ മിണ്ടാതിരുന്നോളിൻ! അല്ലെങ്കിൽ, നിങ്ങളുതന്നെ പറയിൻ, ഞാനും ശ്രീധരനും, ഈ ഏട്ടനും ഒരച്ഛന്റെ മക്കളാണോ?"

അതിന്നപ്പുറം കേൾക്കാനൊ പറയാനൊ, മുത്തശ്ശി നിന്നില്ല, നെഞ്ചത്തിടിച്ചു നിലവിളിക്കാൻ തുടങ്ങി.

"വേലായുധാ, നീ ഇനി ഒന്നും പറയേണ്ട. നിങ്ങൾക്കുള്ളതു തന്നേക്കാം. എന്നിട്ടൊ?"

"എന്നിട്ടെന്താ? നാലുചുമരും ഒരു മേപ്പുരയും എവിടെങ്കിലും വാടകക്കെങ്കിലും കിട്ടുമോ എന്നു നോക്കണം."

പിന്നീട് അച്ഛന്റെ നാക്കിളകിയില്ല. അച്ഛൻ അകത്തുപോയി. അന്നു

തന്നെ പണിക്കരുമാഷ് വീണ്ടുംവന്നു. ഭാഗം വയ്ക്കണം. ആകെയുള്ള ഒരു പറമ്പ് ഭാഗിക്കണം. ഇതുവരെ എല്ലാവരുടേയും ഉള്ളിൽ പുകഞ്ഞു കൊണ്ടിരുന്നത് ഇപ്പോൾ ആളിക്കത്താൻ തുടങ്ങി.

അഞ്ചുമക്കൾ. മൂന്നാണും രണ്ടുപെണ്ണും. കൃത്യമായി ഭാഗിക്കണം. വേലായുധചെറിയച്ഛൻ പറഞ്ഞു.

"പെങ്ങന്മാർക്കു കൊടുക്കേണ്ട"

അവരുടെ സർവചെലവുകളും നിർവഹിച്ചുകൊടുത്തില്ലെ? കല്യാണത്തിനുതന്നെ എത്ര ചെലവാക്കി? പണ്ടങ്ങൾകൊടുത്തു പാത്രങ്ങൾകൊടുത്തു. കുട്ടികളുണ്ടായപ്പോൾ എല്ലാവർക്കും അരഞ്ഞാണവും മാലയും മോതിരവും കൊടുത്തു. പലഹാരങ്ങൾ കുട്ടകളായി അയച്ചു കൊടുത്തു.

അമ്മുവലിയമ്മയുടെ ഭർത്താവ് പറഞ്ഞു:

"ഞങ്ങൾക്കുവേണ്ട, നിങ്ങൾ മൂന്നുപേരും സുഖമായി കഴിയുന്നു എന്നു കേട്ടാൽ മതി."

" വേണ്ട. അതുപറ്റില്ല. ഇവിടുന്നങ്ങോട്ടു ആർക്കും ഒന്നും കൊടുക്കാനുണ്ടാവില്ല. എല്ലാവർക്കും കൊടുക്കണം." അച്ഛനെ മറുത്തു പറയാൻ ആർക്കും കഴിഞ്ഞില്ല. മൂത്ത പുത്രൻ പറയുന്നതാണ്. പെങ്ങന്മാരുടെ ആവശ്യങ്ങൾ മുഴുവനും നിറവേറി എന്നും പറഞ്ഞുകൂടാ. കല്യാണം കഴിക്കാത്ത മരുമക്കളാണധികവും. അമ്മിണി ഇളയമ്മയുടെ ഏഴുമക്കളിൽ മൂത്തവളുടെ കല്യാണമേ കഴിഞ്ഞിട്ടുള്ളൂ. അമ്മുവലിയമ്മയ്ക്കും അഞ്ചുമക്കളുണ്ട്. ഈ ചെലവുകളൊക്കെയില്ലെ? അവർക്കും സ്വത്ത് കൊടുക്കണം. ഓരോ ഓഹരി.

രാത്രി കോലായിലെ സംസാരം ഏറെനേരം നീണ്ടുനിന്നു. കുട്ടികൾ ഉറക്കമായി..................

നേരം വെളുത്തപ്പോൾ എല്ലാമുഖങ്ങളിലും ഒരകൽച്ച.

പതിവില്ലാത്ത വിധം ലീലച്ചെറിയമ്മ മുകളിൽനിന്നു നേർത്തെ കോണിയിറങ്ങിവന്നു, അടുക്കളയിൽ കയറി.

പുലരുംമുമ്പ് അടുക്കളയിലെ തീപ്പുകയേറ്റു ജോലിചെയ്യാറുള്ള അമ്മ അന്നു ധൃതിയൊന്നും കാണിച്ചില്ല. അമ്മ എണീറ്റു വന്നു തന്നെയും അനുജനെയും ഏട്ടനെയും കൂട്ടി കിണറ്റുകരയിൽ ചെന്നു. എല്ലാവരേയും പല്ലുതേപ്പിച്ചു. ഈർക്കിൽ ചീന്തിക്കൊടുത്തു. ഏട്ടനു കിണ്ടിയിൽ വെള്ളം എടുത്തുകൊടുത്തു. ഏട്ടൻ പതിവുള്ള കോലാഹലമൊന്നും ഉണ്ടാക്കിയില്ല. പുലർച്ചയ്ക്കു അഞ്ചുമണിയോടുകൂടി അടുക്കളയിൽ കടക്കുന്ന അമ്മ, രാത്രി പതിനൊന്നു വരെ അതിനുള്ളിൽത്തന്നെയായിരുന്നു. അമ്മയുടെ കൈകൊണ്ടു കത്തിച്ചുപോയ വിറകിനും ഒരളവും ഇല്ലെന്നു അവൾക്കുതോന്നി. നിരന്തരമായ വേലയ്ക്കിടയിൽ അമ്മ അടുക്കളയിൽനിന്നു പുറത്തു വരും. മൂന്നോ നാലോ തവണമാത്രം. ഒന്നാമതു ഏട്ടനെ പല്ലുതേപ്പിക്കാൻ.

ഏട്ടൻ വളരെ വൈകിയാണ് എഴുന്നേൽക്കുക, ചെറുപ്പത്തിൽ അടുക്കളയിൽ രാവിലത്തെ പണികൾ ഒരുവിധം ഒതുക്കി, അമ്മ, ഉണർന്നിടും

കിടക്കയിൽ മൂടിപ്പുതച്ചുകിടക്കുന്ന ഏട്ടനെ എടുത്തു കോലായിൽക്കൊണ്ടുവന്നിരുത്തും. എടുത്തുകൊണ്ടു വരുമ്പോൾ കാലുകൾ കോലായിലൂടെ ഇഴയുകയും, ഉയരമേറിയ താഴെ ഉമ്മറപ്പടിമേൽ മടമ്പുകൾ തട്ടുകയും ചെയ്യും. എന്നാലും നടക്കില്ല. പല്ലുതേപ്പ് അമ്മയ്ക്കുവേണ്ടിയാണ്. കോലായിലിരുത്തിയ ഇരുപ്പിൽ ഒരു നോട്ടമുണ്ട്. കിണ്ടിയിലെ വെള്ളം നിറച്ചുണ്ടൊ? വക്കുവരെ? കിണ്ടിയിലെ വെള്ളം പലകയുടെ ഇടത്തുവശത്തുതന്നെയാണോ ഇരിക്കുന്നത് പലകയുടെ നേർമുമ്പിൽ കടലാസുകഷണത്തിൽ ഉമിക്കരിയില്ലെ? വേണ്ടത്രയില്ലെ? അതോ ഏറെയുണ്ടൊ? നടുവേകീറിയ ഈർക്കിൽ കിണ്ടിയുടെ മുഖത്ത് ശരിക്ക് വച്ചിട്ടില്ലെ? ഇതൊക്കെ നല്ലപോലെ പരിശോധിച്ചിട്ടേ അമ്മതന്നെ, അകത്തേക്കു പോയി ഏട്ടനെ പല്ലുതേപ്പിക്കാൻ കൊണ്ടുവരൂ. കുളിക്കണം, കഞ്ഞികുടിക്കണം. വീട്ടുകണക്കുകൾ ചെയ്തിട്ടില്ലെങ്കിൽ അതും വേണം. കോപ്പിയെഴുതണം.

"ഇച്ചെക്കൻ ഇന്നിനി സ്കൂളിൽ പോവുകയുണ്ടാവില്ല!"

"നിയ്യവനെ ദ്വേഷ്യം പിടിപ്പിയ്ക്കേണ്ട." മുത്തശ്ശി.

"നിങ്ങളാണ് ഇച്ചെക്കനെ വേണ്ടാത്ത ദുശ്ശീലൊക്കെ പഠിപ്പിച്ചു വച്ചിരിക്ക്ന്നത്." അമ്മ കുറ്റപ്പെടുത്തും. അകത്തു മാവു കുഴച്ചുകൊണ്ടിരിക്കുന്നതിനിടയിൽ വന്നു നോക്കിയാലും ഏട്ടൻ പഴയ ഇരിപ്പുതുടരുകയാവും. ഉമിക്കരി തൊടാതെ.

"അവൻ കുട്ട്യല്ലെ."

"ഓ കുട്ടി. വയസു പത്തായി."

"അവന്റെ ഈ ദുച്ചീലൊക്കെ പന്ത്രണ്ടുവയസായാലേ മാറുംന്നാ അപസ്മാരപ്പണിക്കര് പറഞ്ഞിരിക്കുന്നത്. ഒരാങ്കുട്ട്യല്ലെ, അത്. നിയ്യിങ്ങന്യൊക്കെ ചീത്തപറയണൊ!"

"വേണ്ട, വേണ്ടാന്ന് വിചാരിക്കുന്തോറും ചെക്കന് അഹമ്മതി."

"അവന് അന്റെ മുത്തശ്ശന്റെ സ്വഭാവാ. കാഴ്ചയിലും പ്രകൃതത്തിലും ഒക്കെ."

മുത്തശ്ശിക്കു ഏട്ടനോടു മറ്റെല്ലാ പേരമക്കളിലുമുപരി സ്നേഹമായിരുന്നു. മുത്തശ്ശി പലപ്പോഴും പറയും ഈ മുൻകോപവും പ്രസരിപ്പും എല്ലാം മുത്തശ്ശനുണ്ടായിരുന്ന 'പവൻനിറം' അങ്ങനെതന്നെ കൊച്ചുമകന്നു കിട്ടിയില്ലെന്നേയുള്ളൂ. കറുത്തുചുരണ്ട ഇടതൂർന്ന തലമുടിയും നീണ്ടമൂക്കും ഇടുങ്ങിയ തറയ്ക്കുന്ന കണ്ണുകളുമെല്ലാം അതുതന്നെ! അതുകൊണ്ടു മുത്തശ്ശിതന്നെ ഏട്ടനെ ഏറെ വഷളാക്കി. ഏട്ടന്റെ കോപത്തിനു മുത്തശ്ശിക്കു സമാധാനമുണ്ട്. 'അപസ്മാരപ്രാന്താ'ണ്. പന്ത്രണ്ടു വയസു കഴിഞ്ഞാൽ മാറും.

"നിയ്യെന്താ പല്ലുതേക്കാത്തത്?" അമ്മയുടെ ചോദ്യം വീണ്ടും.

"എന്താ തേയ്ക്കാത്തത്ന്ന് ങ്ങള്തന്നെ പറയിൻ" അമ്മ ഒന്നുകൂടി സൂഷ്മനിരീക്ഷണം ചെയ്യുന്നു. പലക കോലായത്തുമ്പിന്നു സമാന്തരമായിട്ടുതന്നെയല്ലെ, ഇട്ടിരിക്കുന്നത്! കിണ്ടിയുടെ മുഖത്തു കീറിയിട്ട ഈർക്കില നേരേ 'കൂട്ടണം' എന്ന രൂപത്തിൽ ഒന്നിനു കൂറുകെ മറ്റൊ

ന്നായിട്ടു തന്നെ ശരിക്കും ഇരിക്കുന്നില്ലെ? കിണ്ടിയിലെ വെള്ളം വക്കു വരെ നിറഞ്ഞു നിൽക്കുന്നില്ലേ? കിണ്ടിയുടെ പുറത്തു വെള്ളത്തുള്ളികൾ പറ്റിനിൽക്കുന്നുണ്ടെങ്കിൽ, ഉടുമുണ്ടിന്റെ അറ്റംകൊണ്ടു അമ്മ അതൊക്കെ തുടച്ചുകളയും.

അവസാനം അമ്മ ഒന്നുകൂടി നോക്കി. 'നേരം' കോലായിലെ ചുമരിന്റെ ജന്നലിനു താഴെക്കിറങ്ങിട്ടില്ലെന്നുണ്ടോ? കിഴക്കോട്ടഭിമുഖമായി നിൽക്കുന്ന കോലായിലെ ചുവരിൽ ഇറയത്തിന്റെ നിഴൽ ഒരു കൃത്യമായ ഉയരത്തിലെത്തിയാൽ, തന്റെ പല്ലുതേപ്പുസമയം ആയിട്ടുള്ളൂ എന്നു ഏട്ടൻ വിശ്വസിക്കുന്നു. അകത്തു ചെറിയച്ഛന്റെ മുറിയിൽ കൃത്യമായി നടക്കുന്ന ടൈംപീസിലെ സമയമൊന്നും ഏട്ടനു കണക്കല്ല.

അമ്മയ്ക്കു ഭൂമീ ദേവിയുടെ ക്ഷമയുണ്ടായിരുന്നു. കയ്യിൽ ഒട്ടിപ്പിടിച്ചിരുന്ന മാവ് ഉണങ്ങിവരണ്ടു. എല്ലാവരും പല്ലുതേച്ച് ഇപ്പോഴെത്തും. എന്തെങ്കിലുമൊന്നു വേവിച്ചു കൊടുക്കണ്ടെ? കാപ്പിയിരുന്നു തണുത്തു. അപ്പോഴാണ് 'ഓമനപുത്ര'ന്റെയൊരു കൊഞ്ചൽ.

"നിയ്യ് പല്ല് തേയ്ക്കുന്നൊ, ഇല്ല്യൊ?" അമ്മ.

"നിയ്യവനെ അടിക്ക്യോന്നും വേണ്ട. നിയ്യകത്തേക്ക് പൊക്കൊ. അവനെന്താ വേണ്ടത്ന്ന്ച്ചാൽ ഞാൻ കൊടുത്തോളാം."

അമ്മ ദീർഘനിശ്വാസത്തോടെ അടുക്കളയിലേക്കു കയറുന്നു. മുത്തശ്ശിയുടെ അടുത്ത് ഏട്ടനു വലിയ ദുശ്ശാഠ്യമൊന്നും ഇല്ല ....

അന്ന് ഏട്ടൻ ശാഠ്യം തുടങ്ങിയില്ല. കിണറ്റിൻകരയിലിരുന്നു പല്ലു തേച്ചു മുഖം കഴുകി. മുത്തശ്ശിയുടെ മുഖത്തെ ചുളിവുകൾ കരഞ്ഞു വീർത്തിരുന്നു. കുട്ടികളുടെ പോലും ശബ്ദം പൊങ്ങിക്കേട്ടില്ല.

അച്ഛൻ അതിരാവിലെ എഴുന്നേറ്റ് ജോലിക്കുപോയി. ശ്രീധരചെറിയച്ഛൻ സാമാനങ്ങളടുക്കി. അവർക്കു അധികമൊന്നുമില്ലായിരുന്നു. ഒരു കട്ടിൽ, ഒരു മേശ. കല്യാണത്തിനു സമ്മാനം കിട്ടിയ കുറെ കുപ്പിപ്പിഞ്ഞാണങ്ങളും ഒരു ടൈംപീസും പണ്ടെന്നോ മുത്തശ്ശൻ പണിയിച്ചിട്ടിരുന്ന ചൂരക്കസേര ചെറിയച്ഛന്റെ കല്യാണത്തിന്നു വീണ്ടും വരിയിച്ചിരുന്നു. അതവർ എടുത്തില്ല. ശ്രീധരച്ചെറിച്ഛനും ഭാര്യയും കുട്ടികളും ഭാര്യവീട്ടിലേക്കു താമസം മാറ്റി. അവർ സന്ദർഭം കിട്ടാൻ കാത്തുനിൽക്കുകയായിരുന്നു. അമ്പലത്തിനടുത്തെ ആ വലിയ വീട്ടിൽ ചെറിയമ്മയുടെ അച്ഛനുമമ്മയും മാത്രമേ ഉണ്ടായിരുന്നുള്ളൂ. നടക്കുമ്പോഴും, സംസാരിക്കുമ്പോഴും ശബ്ദങ്ങൾ ഇരട്ടി മുഴക്കത്തോടെ മാറ്റൊലികൊള്ളുന്ന ആൾത്താമസമില്ലെന്നു തോന്നിക്കുന്ന ഒരു വലിയ വീട്. അതിന്റെ ജനലുകൾ എന്നും അടച്ചിട്ടിരിയ്ക്കും.

ശ്രീധരച്ചെറിയച്ഛൻ പോയപ്പോൾ തട്ടിൻപുറത്ത് കാലൊച്ചകൾ കേൾക്കാതായി. എലികളും അവയെ ഓടിക്കുന്ന പൂച്ചകളും മാത്രം അവിടെ വാഴ്ച നടത്തി. തട്ടിൻപുറത്തെ മുറികളിൽ നിലത്തറ്റം മാറാലകൾ തൂങ്ങിക്കിടന്നു. അട്ടക്കരി പിടിച്ചു കറുത്ത മാറാലകൾകൊണ്ടു അവിടേക്കു കടന്നുചെല്ലാൻ വയ്യാതായി.

വേലായുധച്ചെറിയച്ഛൻ പോകാൻ കുറേക്കൂടി വൈകി. ചെറിയച്ഛൻ വാടകവീടന്വേഷിക്കുന്നു എന്ന വാർത്ത നാടാകെ പരന്നു. ഇത്രമാത്രം

എന്തുണ്ടായിവിടെ? തറവാട് വിട്ട് വാടകവീട്ടിൽ താമസിക്കുക എന്ന നാണക്കേട് സഹിക്കാൻ പറ്റുമൊ? മുത്തശ്ശി നെഞ്ചത്തു കൈവച്ചു. ഈ മക്കൾ ഇനിയും എന്തൊക്കെ കേൾപ്പിക്കുമാവോ! നല്ല നിലയ്ക്കാണങ്കിൽ മൂന്നുമക്കളെ ഉൾക്കൊള്ളാൻ ഈയൊരു വീടു പോരെ?

മുള്ളും മുരടുമായിരുന്ന ഇവിടെ വാസയോഗ്യമാക്കാൻ മുത്തശ്ശൻ എത്ര പാടുപെട്ടു! മാനംമുട്ടെ നിൽക്കുന്ന കണ്ടാൽ പേടിതോന്നിക്കുന്ന ഒരു നാട്ടുമാവും കുറെ മുൾക്കാടുകളും നടുക്കൊരു പൊട്ടക്കിണറും മാത്രമുണ്ടായിരുന്ന സ്ഥലം. നാലു കുന്നുകളുടെ ചരിവിൽ കരിമ്പനക്കെട്ടുകളും തെച്ചിക്കാടുകളും നിറഞ്ഞു നിന്നിരുന്ന ഈ കാട്ടുപ്രദേശം വിലയ്ക്കു വാങ്ങിയ മുത്തശ്ശൻ എല്ലുമുറിയെ പണിതു. കാടുവെട്ടി. മുള്ളുകൾ നീക്കി, പാറകൾ പൊട്ടിച്ചു, ചുറ്റും മതിൽകെട്ടിച്ചു. മൊട്ടക്കുന്നിന്റെ ചെരിവിൽ ഒരു കളപ്പുരയാണാദ്യം പണിതത്. വെള്ളത്തിനാണ് കഷ്ടപ്പെട്ടത്. താഴെ രണ്ടുകുന്നുകൾക്കിടയ്ക്കു കുടുങ്ങിക്കിടക്കുന്ന വീതികുറഞ്ഞ വയലിൽ തോട്ടുവക്കത്തൊരു കുഴിയുണ്ടായിരുന്നു. ആ കുണ്ടു കിണറ്റിൽനിന്നു വെള്ളംകോരിക്കൊണ്ടുവന്നു മുത്തശ്ശി പുതുതായി നട്ട തെങ്ങിൻ തൈകളെ നനച്ചു. കുട്ടികൾക്കു ചോറുവച്ചുകൊടുത്തു. അവരെ കുളിപ്പിച്ച്, ഊട്ടി വളർത്തി. വളർത്തിയത് ഇതൊക്കെ കാണാനായിരുന്നു. ഇവിടെയൊരു കിണറുകുഴിപ്പിക്കാൻ പെട്ടപാട്. കുഴിച്ചിട്ടും കുഴിച്ചിട്ടും നനവുകാണാത്ത മണ്ണ്. പിന്നെയും കുഴിപ്പിച്ചു. നോക്കിയാൽ പേടിതോന്നുന്ന ആഴത്തിലെത്തിയപ്പോൾ വെള്ളം കണ്ടു. മുത്തശ്ശന്നു ഏറെ സന്തോഷം. തോന്നി, പരിശ്രമം വൃഥാവിലായില്ലല്ലൊ. കിണറ്റിനു മൂന്നു കൽക്കാലുകൾ കെട്ടിച്ചു. രണ്ടു ഭാഗത്തു കപ്പിയും വാങ്ങിയിട്ടു. ഇനിയൊരുകാലത്ത് ഈ പ്രദേശത്തു വീടുകെട്ടിപ്പാർക്കുന്നവർക്കു മറ്റൊരിടത്തും വെള്ളത്തിനു അലയേണ്ടിവരരുത്. മൊട്ടക്കുന്നിന്റെ ചരിവുകൾ കിണറു കുഴിക്കേണ്ടിവന്നില്ല. പച്ചച്ചുവന്നപ്പോഴേക്കും, ഇടിവേട്ടേറ്റതുപോലെ കുടുംബനാഥനങ്ങുപോയി. നാഥനില്ലാത്ത ഈ അഞ്ചു മക്കളെപ്പോറ്റാൻ പെട്ട പാട് ചില്ലറയാണൊ! ചിറകു മുളച്ചപ്പോൾ ആർക്കും ഒന്നും ഓർമയില്ല................

മുത്തശ്ശി മുറ്റത്തിന്റെ അതിർത്തിയിലുള്ള വരമ്പത്തിരുന്നു, തെക്കോട്ടുനോക്കി കണ്ണീരൊഴുക്കി.

വേലായുധച്ചെറിയച്ഛന്നും വീടുകിട്ടി. കുറെ ദൂരെ പുഴക്കരയിലൊരു വീട്. ഏതോ മാപ്പിളമാർ താമസത്തിനു കൊള്ളാത്തതെന്നു പറഞ്ഞു ഉപേക്ഷിച്ചുപോയ വീട്! ആവശ്യക്കാരുണ്ടെന്നു വന്നപ്പോൾ അതിനും വാടകകൂടി. വാതിലുകൾക്കും ജനലുകൾക്കും കതകില്ലാത്ത, കുമ്മായം തേക്കാത്ത, ചുവന്ന ചുമരുകളുള്ള ആ വീട് ആരെയും മടുപ്പിക്കുന്ന ഒന്നായിരുന്നു. ചെറിയച്ഛന്റെ ഏറ്റവും ഇളയ കുട്ടിയെ മലർത്തിയെടുത്തുകൊണ്ടു അവരും പടിയിറങ്ങി. പോയപ്പോൾ വീടൊഴിഞ്ഞു. മുത്തശ്ശന്റെ കാലത്തുണ്ടായിരുന്ന പത്തായവും, പഴയ കൊത്തുവേലകളും മേലാപ്പും ഉള്ള കൂറ്റൻ അഴിക്കട്ടിലും പുതുതായി ചൂരൽ വരിഞ്ഞ കസേരയും എല്ലാം അവർ കടത്തിക്കൊണ്ടുപോയി. സ്വന്തമല്ലാത്ത സാധനങ്ങൾ കൊണ്ടുപോകുന്നതിനു വിശദീകരണവും നൽകി.

"ഇതുവരെ അച്ഛൻ സമ്പാദിച്ചതൊക്കെ ഏട്ടൻ അനുഭവിച്ചില്ലേ. ബാക്കിയുള്ളതേ ഞാനെടുത്തിട്ടുള്ളൂ."

ഏട്ടൻ അനുഭവിച്ചു! അച്ഛൻ കോലായിൽ ബാക്കികിടക്കുന്ന കാലുകളിളകുന്ന പഴയ ബെഞ്ചിൽ കല്ലുപോലിരുന്നു. അച്ഛന്റെ മുഖത്തുണ്ടായിരുന്ന വികാരം എന്തായിരുന്നു? അച്ഛന്റെ അടുത്തു ചെല്ലാൻ ചെറിയ കുട്ടിയായിരുന്ന തനിക്കും കൂടി പേടി തോന്നി.

പേടിപ്പിക്കുന്ന ഒരു തരം നിശബ്ദത വീട്ടിനെ ചുഴന്നുനിന്നു. തെക്കേക്കണ്ടത്തിലെ കുടപ്പനയോലകൾക്കിടയിലൂടെ തിരക്കിട്ടു നടന്ന കാറ്റ് ചെകുത്താനെപ്പോലെ ചിരിച്ചു. ഉണങ്ങി ചൂട്ടുപോലായ തലപ്പുകളോടു കൂടിയ തെങ്ങുകൾ മത്രം ജനശൂന്യമായ വീട്ടിനു ചുറ്റും കാവൽനിന്നു.

എല്ലാവരുടെ കുട്ടികളും കൂടിചേർന്നുണ്ടാക്കിയ കളിവീട് തൊഴുത്തിന്റെ പിന്നിൽ അലങ്കോലപ്പെട്ടു കിടക്കുന്നു. ഉണക്കമടലുകളും ഊരിപ്പോയ വേലിപ്പത്തലുകളും കൊണ്ടുണ്ടാക്കിയ ആ വിടും മുത്തശ്ശനുണ്ടാക്കിയ വീടും ഒരുപോലെ അനാഥമായി.

അച്ഛൻ ബെഞ്ചിൽനിന്നെഴുന്നേറ്റു, കുട്ടികൾ ഇട്ടെറിഞ്ഞുപോയ ആ കളിവീടിന്റെ അടുത്തുചെന്ന് ഏറെനേരം ഇരുന്നു. പലവലുപ്പത്തിലുള്ള കല്ലുകൾ തരംതിരിച്ചു ചിരട്ടകളിലാക്കി വച്ചിരുന്നു.

താൻ അടുത്തുചെന്നപ്പോൾ അച്ഛൻ അതിനുള്ളിലെ ഓരോ സാധനവും എടുത്തു നോക്കുകയായിരുന്നു. ഒഴിഞ്ഞ ചായപ്പൊടി ഉറകളിൽ നിറച്ചുവച്ചിരിക്കുന്ന വെള്ളമണൽ, ചുവന്നമണ്ണ്, ചെറിയതരി ചരക്കല്ലുകൾ, തവിട്ടുനിറത്തിലുള്ള പുല്ലരി, ഇളം പച്ചനിറത്തിലുള്ള മഞ്ഞപ്പൂവിത്തുകൾ, ചെറിയ ചെറിയ കെട്ടുകളാക്കി അടുക്കിവെച്ച പൂപ്പാതിരിക്കായ്കൾ, തൊട്ടാവാടിക്കായ്കൾ, ചുള്ളിക്കമ്പുകളുടെ കഷണങ്ങൾ അരിയും, പയറും പരിപ്പും ഉപ്പും വിറകും പലഹാരങ്ങളും എല്ലാം അവർ അടുക്കും ചിട്ടയിലും കരുതിവച്ചിരിക്കുന്നു. തന്നെക്കണ്ടപ്പോൾ വാരിയെടുത്ത് അച്ഛൻ മടിയിലിരുത്തി. ഇനി തന്നെ മാത്രമെ അച്ഛൻ മടിയിലിരുത്തുകയുള്ളൂ എന്നു നിമിഷനേരം സന്തോഷിച്ചു. വേലായുധച്ചെറിയച്ഛന്റെ സോമനും വേണുവും പുഷ്പയുമൊന്നും ഇനി തന്റെ അച്ഛന്റെ മടിയിൽ കയറിയിരുന്നു സ്ഥലം മുടക്കുകയില്ല. ശ്രീധരച്ചെറിയച്ഛന്റെ കുട്ടികൾ അച്ഛൻ കൊണ്ടുവരുന്ന മിഠായികളും ബിസ്ക്കറ്റുപൊതികളും പിടിച്ചുവാങ്ങില്ല. അച്ഛന്റെ മടിയിലിരുന്നപ്പോൾ വളരെ സന്തോഷം തോന്നി. എന്നാലും ചുറ്റും നിറഞ്ഞുനിൽക്കുന്ന നിശബ്ദതയെ ഭേദിച്ചുകൊണ്ടു പുറത്തേക്കു തിർന്നു വീഴാൻ ഭയപ്പെടുന്ന വാക്കുകൾ. അച്ഛൻ മിണ്ടുന്നില്ല. അമ്മയും സംസാരിക്കുന്നില്ല. മുത്തശ്ശിക്കു അറ്റമില്ലാത്തത്ര സംസാരിക്കാനുണ്ട്. അവരുടെ സംസാരം ആരും ശ്രദ്ധിക്കാതായിരിക്കുന്നു. വീട്ടിനെ ചുറ്റിനടക്കുന്ന കാറ്റുപോലെ, ഇറയത്തുനിൽക്കുന്ന പഴയ മാവിൻകുറ്റിപോലെ, മേൽപ്പുരയുടെ ഓട്ടിൻപുറത്തെ മൂലയ്ക്ക് പണ്ടെന്നാതൂക്കിയിട്ട പഴയ കുപ്പിപോലെ ഇതു കണ്ണേറുകൊള്ളാതിരിക്കാനാണ്. മുത്തശ്ശിയുടെ സംസാരവും പരിസരങ്ങളുടെയും വീടിന്റെയും ഒരംശമായിരുന്നു.

സന്ധ്യയുടെ നിഴലുകൾ മുറ്റത്തേക്കു നീണ്ടുവരുംവരെ അച്ഛൻ മുറ്റ

വരമ്പത്ത്, ആ കളിവീടും നോക്കിയിരുന്നു. അച്ഛന്റെ മുഖത്തുനോക്കാൻ പേടിതോന്നി. ആ മുഖത്ത് അന്നുണ്ടായിരുന്ന വികാരം എന്താണെന്ന് ഇന്നൂഹിക്കാൻ കഴിയുന്നു

അച്ഛന്റെ ജീവിതവും ആ കളിവീടുപോലായിരുന്നു. സ്വന്തം നില നിൽപ്പ് എന്ന ഒന്ന് അച്ഛനെ സംബന്ധിച്ചിടത്തോളം ഇല്ലായിരുന്നു. കൗമാരം വിട്ടപ്പോഴേക്കും ഭാരങ്ങളും, പ്രാരാബ്ധങ്ങളും തലയിൽക്കേറി. അച്ഛന്റെ വിയർപ്പിന്റെ ഫലത്തിന്മേൽ ആരെല്ലാം കളിച്ചു, വളർന്നു വലുതായി! ഒരു കാലത്ത് വീടുനിറയെ ആളുകളായിരുന്നു. രണ്ടനുജന്മാർ, ഭാര്യമാർ, കുട്ടികൾ, കല്യാണം കഴിഞ്ഞു ഭർത്താവിന്റെ വീട്ടിൽ താമസിക്കുന്ന പെങ്ങന്മാരുടെ മക്കൾ. എല്ലാവരും വേണ്ടതൊക്കെ സ്വാതന്ത്ര്യത്തോടെ വാങ്ങി. അനുഭവിച്ചു. അച്ഛന്റെ ജീവിതം അലങ്കോലപ്പെടുന്നു എന്ന് അന്നാരെങ്കിലും ശ്രദ്ധിച്ചുവൊ! മക്കളുടെ കാലം വന്നപ്പോഴേക്കും അച്ഛന്റെ കയ്യിൽ ഒന്നുമില്ലായിരുന്നു..........

പതിനൊന്ന്

ചെറുപ്പകാലത്ത് താനനുഭവിച്ചിട്ടില്ലാത്ത സർവ ആനന്ദങ്ങളും, തന്റെ കുട്ടികൾ അനുഭവിക്കണമെന്ന് അച്ഛൻ ആഗ്രഹിച്ചിരുന്നു. മക്കൾ പഠിക്കണം. വലുതാവണം. ഇവിടുന്നങ്ങോട്ടു തറവാട്ടു സ്വത്തുകൊണ്ടൊന്നും ജീവിക്കാനാവില്ല മക്കൾ പഠിക്കാനായപ്പോഴേക്കും അച്ഛന്റെ കയ്യിൽ ഒന്നുമവശേഷിച്ചിരുന്നില്ല.

അതിനുമുമ്പ്......

അമ്മുവലിയമ്മയ്ക്ക് അഞ്ചു മക്കൾ. ചെറിയമ്മയ്ക്കും കുറവില്ല. മുലകുടി മാറിയാൽ അവരൊക്കെ വലിയമ്മാവന്റെ അടുത്തായിരുന്നു. അടുത്ത് സ്കൂളുണ്ട്. അവരൊക്കെ ഇവിടെ പഠിച്ചോട്ടെ, പെങ്ങന്മാർക്ക് ഒരനുഗ്രഹം. അമ്മക്ക് പ്രവൃത്തിഭാരം.

"വല്യമ്മായീ ചോറായില്ലെ?"

"വല്യമ്മായീ നിയ്ക്ക് കാപ്പി കിട്ടീല്ല."

അമ്മ വച്ചുവിളമ്പി ഊട്ടിയ ആളുകളുടെ എണ്ണം കണ്ടാൽ അന്തിച്ചുപോകും. അത്ഭുതപ്പെട്ടുപോകും.

രാമൻകുട്ടി ഏട്ടനെ നോക്കി അമ്മുവല്യമ്മ പറഞ്ഞു,

"ന്റെ രാമൂട്ടി നിന്റെ മോൾക്കുള്ളവനാ!" അന്ന് ഏടത്തി കല്യാണം കഴിച്ചിരുന്നില്ല. അഞ്ചാം ക്ലാസിൽ പഠിച്ചിരുന്ന രാമൻകുട്ടി ഏട്ടനെക്കാൾ അഞ്ചു വയസിന്നിളയതായിരുന്നു, അതേ ക്ലാസിൽ പഠിച്ചിരുന്ന ഏടത്തി. രാമൻകുട്ടി ഏട്ടൻ സമർഥനായിരുന്നു. നല്ലതിലും ചീത്തയിലും എല്ലാം. സ്കൂളിലെ നല്ല കളിക്കാരൻ. പഠിപ്പിൽ എങ്ങനെയുണ്ടെന്നു ആരും ചോദിക്കുന്നതിഷ്ടമില്ല. നല്ല കരുത്തനായ രാമൻകുട്ടിയേട്ടൻ നിന്നനിൽപ്പിനു രണ്ടു പച്ചത്തേങ്ങ മുഴുവനും തിന്നുമായിരുന്നു. ഒരു ദഹനക്കേടും ഇല്ല. തെങ്ങിലേറാൻ ചെറുപ്പത്തിലെ നല്ല വശം. വല്യമ്മാവൻ കുട്ടികളെ ചീത്ത പറയില്ല. നിറം എന്തെന്നു വ്യക്തമായറിയാൻവയ്യാത്ത ഒരു ട്രൗസറും

ഇട്ട് പുലർന്നന്തിയാവോളം രാമൻകുട്ടിയേട്ടൻ തോട്ടിൽ വെള്ളം കൂടുമ്പോൾ, തോട്ടിലേക്കൊഴുകിപ്പോവുന്ന വെള്ളച്ചാലുകളിലേക്ക് ബ്രാലുകൾ ചാടിവീഴുന്നതും കാത്ത് പതിയിരിക്കും. വേനലിൽ പറങ്കിമാവിൻ ചുവടുകളിലും മാഞ്ചോട്ടിലും രാമൻകുട്ടിയേട്ടൻ ഒരു വലിയ സംഘത്തെ നിയോഗിക്കും. ആർക്കും എന്തും കിട്ടിയാൽ രാമൻകുട്ടിയേട്ടനെ ഏൽപ്പിക്കണം. കുട്ടത്തിൽ നല്ല മാങ്ങയോ, പറങ്കിമാങ്ങയോ രാമൻകുട്ടിയേട്ടന്റെ അമൃതേത്തിനുള്ളത്. ബാക്കിയുള്ളത് 'കിറുകൃത്യ'മായി ഭാഗിക്കും. ഏട്ടന്റെ പങ്കുവയ്പ്പിൽ പരാതി ആർക്കും ഇല്ല.

ഇൻസ്പെക്ഷനടുക്കുമ്പോൾ രാമൻകുട്ടിയേട്ടനെ നല്ല വാക്കു പറഞ്ഞ് അനുനയിപ്പിച്ച് പണിക്കർമാഷ് സ്കൂളിലേക്കു കൊണ്ടുപോകും. രണ്ടേ രണ്ടുദിവസം. പിന്നെയും പരിപാടി പഴയതുതന്നെ.

രാമൻകുട്ടിയേട്ടൻ വീട്ടിൽ ശ്രദ്ധേയനായത്, കുറച്ചുകൂടി മുതിർന്നപ്പോഴാണ്. ശ്രീധരച്ചെറിയച്ഛന്റെ പോക്കറ്റിലെ ഒരുറുപ്പിക ഒരുനാൾ കണ്ടില്ല. നല്ല വെള്ളിയുറുപ്പിക. അറിയാതെ നിലത്തു വീണുപോയി എന്നും പറഞ്ഞുകൂടാ. നോട്ടാണെങ്കിൽ ശബ്ദമില്ലാതെ വീണുപോയി എന്നു കരുതാം. ആരോ എടുത്തതാണ്. തീർച്ച.

"ഇന്നു രാമൻകുട്ടി സ്കൂളിൽ പോയില്ലെ?"

"അവൻ കഞ്ഞി കുടിച്ചു നേർത്തെ പോയി."

"പോയൊ?"

"പോയി!"

"അവനിങ്ങോട്ടു വരട്ടെ!" മുത്തശ്ശിക്കു ദ്വേഷ്യം വന്നു, വന്നിട്ടെന്താ ചെയ്യുക? അവനെടുക്കുന്നത് ആരെങ്കിലും കണ്ടോ? ഒരു കുട്ടിയെ ഇവിടെ താമസിപ്പിച്ചിട്ട് അതിനെക്കൊണ്ടു ഇല്ലാത്തത് പറഞ്ഞുണ്ടാക്കാ!"

രാമൻകുട്ടിയേട്ടൻ ഉച്ചയ്ക്കു വരുന്നതും കാത്തു, സമയമായിട്ടും ശ്രീധരപ്പാപ്പൻ സ്കൂളിൽ പോവാതിരുന്നു. രാമൻകുട്ടിയേട്ടന്റെ സ്കൂളും കഴിഞ്ഞുപോകണം ചെറിയച്ഛൻ പഠിപ്പിക്കുന്ന സ്കൂളിലേക്ക്.

"ചെക്കനിന്ന് എവ്ട്യ പോയത് ? വല്ല തലവേദനോ പന്യ്യാ ആയിട്ട് കെടക്ക്ണ്ണ്ടാവും അവടെങ്ങാനും. നിയ്യൊന്ന് പോയ്യേ്യാക്ക് ശ്രീതരാ"

"പോയി നോക്കല്ല. എന്താ വേണ്ടത്ന്ന് നിയ്ക്കറിയാം."

മുത്തശ്ശി വഴിക്കണ്ണുമായി കുത്തിയിരുന്നു. ഉച്ചയ്ക്കുണ്ടില്ല.

ചെറിയച്ഛനും ഇരുന്നു. പടിഞ്ഞാറെ തൊടിയിൽനിന്നു ഞാണുകിടക്കുന്ന ഒരു പുളിങ്കമ്പ് ഒടിച്ചുകൊണ്ടുവന്നു. പറമ്പിലെ വടക്കെ മൂലക്ക് കാടുകെട്ടിക്കിടക്കുന്ന തൂവയിലകൾ ശ്രദ്ധയോടെ പറിച്ചുകൊണ്ടുവന്നു പുളിങ്കമ്പിന്റെ അറ്റത്തു ചേർത്തു വെച്ചുകെട്ടി.

ഊണു കഴിച്ചുപോകുമ്പോൾ ചെറിയച്ഛൻ ചോദിച്ചു:

"നിങ്ങളൊന്നും രാമൻകുട്ടിയേട്ടനെക്കണ്ടില്ലെ, സരസ്വൊ ഇന്ന്?"

"ഞങ്ങള് അല്ലെങ്കിലും കാണാറ്ല്യ. ഇവ്ട്ന്ന് ചോറുണ്ണാനിരിക്കുമ്പഴാ എന്നും കാണ്വാ?"

മറ്റെല്ലാ കുട്ടികളും സ്കൂളിലേക്ക് പോകുമ്പോഴും വടിയുടെ അറ്റത്തു കെട്ടിയ തൂവയിലക്കൂമ്പുകൾ നനച്ചുവച്ച് ചെറിയച്ഛൻ കാത്തി

രിക്കുകയായിരുന്നു. വെളുത്തുരുണ്ട ആ മുഖത്തിനു നല്ല ചുമപ്പുനിറം. ചെറിയച്ഛന്റെ മുമ്പിൽക്കൂടി കടന്നുപോകാൻ ഭയം തോന്നി. ഇന്നു രാമുട്ട്യേട്ടന്നു നല്ല കോള് കിട്ടും. പുളിവടി ഏട്ടന്റെ തടിച്ച ദേഹത്തു കിടന്നു പുളയുന്നത് മനസിൽ കണ്ടു.

"അങ്ങനെത്തന്നെ വേണം. നാലെണ്ണം കിട്ട്യാലെ രാമുട്ട്യേട്ടൻ പഠിക്കൂ." ഏടത്തി പറഞ്ഞു. ഏടത്തിക്കു രാമുട്ട്യേട്ടനെ കണ്ണുകീറി കണ്ടുകൂടാ. തെണ്ടിനടക്കുന്നവൻ എന്നാണ് പറയുക.

ഏടത്തി ഒതുങ്ങിയ കൂട്ടത്തിലായിരുന്നു. വേണ്ടുന്നതിനു മാത്രം വായതുറക്കുന്ന പ്രകൃതം. സ്കൂളിൽപ്പോകുന്ന ദിവസങ്ങളിൽ ഏട്ടൻ മെല്ലെ അടുത്തുകൂടും,

"രാധേ, ഒന്ന് ആ കണക്കുചെയ്തത് കാണിച്ചു താ"

"വേണ്ട. വേണ്ട. പണിക്കരുമാഷോടു ഞാമ്പറഞ്ഞു കൊടുക്കട്ടെ."

"നിയ്യ് മര്യാദയ്ക്കു തരുന്നുണ്ടോ"

"തര്ല്യ."

"എന്നാ ഞാൻ ഇന്നലെകൊണ്ടുവന്ന സാധനം തരൂല."

"എന്താദ്?"

"പുസ്തകം പൊതിയുന്നത് എനിക്കൊന്നു കാണണം."

ഏടത്തിയുടെ നീണ്ട ഇമകളുള്ള കണ്ണുകൾ അത്ഭുതം കൊണ്ടു വിടരുന്നു.

"സിനിമാനോട്ടീസ് കിട്ട്യോ!"

"നിയ്യതെന്തിനിപ്പം അറിയുന്നത്."

"നിക്കു തരൂലേ?"

"തരും. കണക്കുപുസ്തകം താ. ഞാൻ പൊതിഞ്ഞുതരാം?"

പുസ്തകങ്ങൾക്ക് ഭംഗിയായി പൊതികളിടുന്നതിലും, അവയുടെ മീതെ ഉരുണ്ടകയ്യക്ഷരത്തിൽ പേരെഴുതുന്നതിലും രാമൻകുട്ടിയേട്ടൻ മിടുക്കനായിരുന്നു. രാമൻകുട്ടിയേട്ടന്റെ കയ്യക്ഷരത്തിന്റെ പേരിൽ ചെറിയച്ഛനുപോലും മതിപ്പായിരുന്നു. ദൂരസ്ഥലങ്ങളിൽ പലപ്പോഴും മീറ്റിങ്ങുകൾക്കു പോകാറുള്ള ചെറിയച്ഛൻ വലിയ കാർഡ്ബോർഡ് കഷ്ണങ്ങളിൽ വെള്ളക്കടലാസൊട്ടിച്ച് ഏട്ടനോടു എഴുതിക്കൊടുക്കാൻ പറയും. തേങ്ങയുടെ കുലയിൽ നിന്നു പച്ചത്തണ്ടുമുറിച്ചെടുത്തു, അറ്റം കടിച്ചുചതച്ചു ബ്രഷുപോലാക്കി, മഷിയിൽമുക്കി രാമുട്ടിഏട്ടൻ എഴുതും. വലിയ ചക്ക അക്ഷരത്തിൽ.

"വിദേശവസ്ത്രം ബഹിഷ്കരിക്കുക!"

"കരിങ്കാലികളെ ഒറ്റപ്പെടുത്തുക!" ഏട്ടനെഴുതുന്ന അക്ഷരങ്ങളിൽവച്ചു ഏറ്റവും ഭംഗി 'ക' എന്നതിന്നായിരുന്നു. ഉരുണ്ടു വളഞ്ഞ ഭംഗിയേറിയ 'ക' കൾ.

പ്ലക്കാർഡുകൾ എഴുതുന്നതിന്റെ പേരിൽ ചെറിയച്ഛന്റെ ശിക്ഷയിൽനിന്നൊഴിവാകാൻ രാമൻകുട്ടിയേട്ടനു കഴിഞ്ഞില്ല.

വൈകുന്നേരം പുസ്തകസഞ്ചിയുമായി വന്നുകയറി. മുത്തശ്ശി പറഞ്ഞു:

"വാ, വന്നുചോറുതിന്നൊ! നെന്റെ അമ്മ ഇവിടെ വരട്ടെ! കഞ്ഞികുടിക്കാതെ ഇങ്ങനെ നടക്കാ? അതിനാ ഇവിടെ കൊണ്ടാക്കീരിക്കുന്നത്?"

കുട്ടി തളർന്നുപോയി. നേരത്തിനു വല്ലതും തിന്നുശീലിച്ചതല്ലേ? മുത്തശ്ശി ഒരു കിണ്ടിവെള്ളംകൊണ്ടുവന്നു, മുത്തശ്ശിയേക്കാൾ പൊക്കമേറിയ രാമൻകുട്ട്യേട്ടന്റെ കൈകഴുകിച്ചു. മുഖം കഴുകിച്ചു. കാലിൽ വെള്ളമൊഴിച്ചുകൊടുത്തു.

"ചവുട്ടിത്തേച്ച് കഴുക് മോനെ! ന്റെ കുട്ടീടെ മൊകറ് അന്നം അകത്ത് ചെല്ലാഞ്ഞിട്ട് കരുവാളിച്ചുപോയല്ലൊ."

മുത്തശ്ശി ഏട്ടനെ പിടിച്ചുകൊണ്ടു ചോറിന്നു മുമ്പിലിരുത്തി. ഉച്ചയ്ക്ക് തണുത്ത ചോറ് ഒരു പിഞ്ഞാണത്തിൽ അമർത്തി വിളമ്പിയിരുന്നു.

വേണ്ട. ഊണുവേണ്ട. ഉരുള കയ്യിൽവച്ചുകൊണ്ടു രാമൻകുട്ടിയേട്ടൻ ചോറിനുമുമ്പിൽ പലകമേലിരുന്നു.

"തിന്നടാ മോനെ!"

"നിക്കുവേണ്ട മുത്തശ്ശ്യെ!"

എന്താ വേണ്ടായ്ക

"എന്താ ഒരിദ്."

" അവനിയ്ുായിടെഅങ്ങനെത്തന്ന്യാ. കുറച്ചേ തിന്നാൻവേണ്ടൂ വിളമ്പിക്കൊടുത്ത ചോറ് അങ്ങനെത്തന്നെണ്ടാവും." അമ്മ.

"നേരോ മുത്തശ്ശി,"

"കുട്ടീടെ അണ്ണാക്കില് മുള്ളൊ മറ്റൊ വന്നിട്ടുണ്ടാവും"

മിത്തശ്ശി ഉണ്ണാതെയിരിക്കുന്ന പേരക്കിടാവിനെ എഴുന്നേൽപ്പിച്ച് വേഗം വെളിച്ചത്തേക്കു കൈപിടിച്ചുകൊണ്ടുവന്നു വായ തുറക്കാൻ പറഞ്ഞു.

"നോക്കട്ടെ മോനേ, നെന്റെ അണ്ണാക്കിലെന്താണ്!" മുഖത്ത് ദയനീയ ഭാവം പ്രകടിപ്പിച്ചുകൊണ്ടു രാമൻകുട്ട്യേട്ടൻ, പല്ലു പറിക്കാൻ വച്ചുകൊടുക്കുന്നതുപോലെ മുത്തശ്ശിയുടെ കൈകൾക്കു വിധേയനായി നിന്നുകൊടുത്തു.

ചന്ദ്രേട്ടൻ അപ്പോഴാണെത്തിയത്.

"വന്നൊ, ആ സാമീ! ഉച്ചയ്ക്കു തിന്ന എറച്ചീടെ മുള്ളൊക്കെ തൊണ്ടേല് കുടുങ്ങീട്ടുണ്ടാവും."

"മൂസ്സമാപ്ല "എറച്ച്യോ" എറച്ചി വയ്ക്കുന്നതു പിന്നെ പൈസയുള്ളവർക്കു വാങ്ങിത്തിന്നാനല്ലെ?"

അപ്പോൾ തൂവയിലകൾ കെട്ടിയ വടിയുമായി ചെറിയച്ഛൻ വന്നു. സ്കൂളിൽ നിന്നു വന്നശേഷം. ഉച്ചയ്ക്കു കെട്ടിയ തൂവയിലകൾ വടത്തുമ്പിൽ വാടിക്കരിഞ്ഞുകിടന്നിരുന്നു. ഷർട്ടും മുണ്ടും മാറ്റീട്ടില്ല.

"രാമൻകുട്ടീന്റെ തൊണ്ടയില് എന്താണ് ഞാന്പ്പഴ് കാണിച്ചുതരാം എല്ലാവർക്കും."

ചെറിയച്ഛൻ രാമൻകുട്ട്യേട്ടന്റെ ഷർട്ടിന്റെ പുറത്ത് ആഞ്ഞു പിടിച്ചു.

"അമ്മേ നിങ്ങളോടാ പറയുന്നത്, അങ്ങോട്ടു മാറിനിൽക്കിൻ!"

"ഈശ്വരന്മാരെ, ഇത്ന്മാത്രം ഇവടെപ്പൊ എന്താ ഉണ്ടായത്?"

"ഉണ്ടായതെന്താന്ന് ഇവന്റെ വായ്യോണ്ട്തന്നെ ഞാൻ കേൾപ്പിച്ചു തരാം."

ചെറിയച്ഛൻ ഒന്നുറക്കെപ്പറഞ്ഞാൽ മുത്തശ്ശി, വരച്ചവരയിൽ നിൽക്കും. ചെറിയച്ഛനെ മുത്തശ്ശിക്കു എന്നും ഭയമായിരുന്നു. 'കണ്ണും മുക്കും ഇല്ലാത്തോനാണ്.' എന്നാണഭിപ്രായം.

അടി പൊട്ടി. പുളിവാറ് കാറ്റിൽ ആഞ്ഞുവീശുന്ന മൂളൽ അകത്തെ മുറിയിൽ അടച്ചിരുന്നപ്പോഴും കേട്ടു. കേൾക്കണ്ട. കാണേണ്ട. ചെറിയച്ഛന്നു കോപം വന്നാലുള്ള സ്ഥിതി അറിയാം. എന്നാലും അനുസരണയില്ലാത്ത കാതുകൾ അടച്ചിട്ട വാതിലുകൾക്കപ്പുറത്തേക്കു ധാരണകളെ നീട്ടിപ്പിടിച്ചു. എന്താണവിടെ നടക്കുന്നത്. പണിക്കരുമാഷ് കണക്കുചെയ്യാത്ത കുട്ടികളെ അടിക്കുമ്പോൾപ്പോലും ഇത്ര ശബ്ദം കേൾക്കാറില്ല.

"ഇല്ലമ്മാവാ, ഇനി ചെയ്യില്ല." ഏറെനേരത്തിന്നുശേഷമാണ്, കുട്ട്യേട്ടൻ വാതുറന്നതുതന്നെ.

പിറ്റേന്ന് സ്കൂളിലേക്കു പോയ കുട്ട്യേട്ടൻ എത്തിയതു സ്വന്തം വീട്ടിലാണ്. പിന്നീട് സ്കൂളിന്റെ പടി കണ്ടിട്ടില്ല. രാമൻകുട്ട്യേട്ടൻ പല 'തലതെറിച്ച'കാര്യങ്ങളും ചെയ്തിരുന്നുവെങ്കിലും എന്നും ജീവിതമാർഗം കണ്ടുപിടിക്കുന്നതിൽ സമർഥനായിരുന്നു.

ഒരിക്കൽ കേട്ടു, രാമൻകുട്ടി പട്ടാളത്തിൽപ്പോയി. പന്ത്രണ്ടു വയസിൽ പതിനെട്ടിന്റെ പ്രായം തോന്നിച്ച രാമൻകുട്ട്യേട്ടന്നു പറ്റിയ ഉപജീവനമാർഗം!

പട്ടാളത്തിൽപ്പോയ രാമൻകുട്ട്യേട്ടൻ രണ്ടു കൊല്ലം കഴിഞ്ഞപ്പോൾ വന്നു. ആളെക്കണ്ടപ്പോൾ അത്ഭുതം തോന്നി. ആറടി പൊക്കം. ചുരുണ്ട തലമുടി പറ്റെ ക്രോപ്പു ചെയ്തിരുന്നു. വന്നത് വല്യമ്മാവന്റെ വീട്ടിലേക്ക് വലിയ ഇരുമ്പുപെട്ടി നിറയെ സാധനങ്ങൾ, കളിക്കോപ്പുകൾ, കാക്കിത്തുണിയുടെ ഉടുപ്പുകൾ. അമ്മയ്ക്കൊരു സിൽക്കുബ്ലൗസ്. ഭടന്മാർ വിമാനങ്ങളിൽ നിന്നു താഴോട്ടുപറക്കുമ്പോൾ ഉപയോഗിക്കുന്ന കുടകളുടെതുപോലുള്ള തുണി എന്നാണ് രാമൻകുട്ടിയേട്ടൻ അതിനെ വിശേഷിപ്പിച്ചത്. പാരച്യൂട്ട്സിൽക്ക്! വാഴക്കൂമ്പിന്റെ നിറമുള്ള ആ തുണി അമ്മയ്ക്കു വളരെ ഇഷ്ടപ്പെട്ടു! അച്ഛൻ വാങ്ങിക്കാറുള്ള ഒരേതരത്തിലുള്ള നരച്ച പൂക്കളോടുകൂടിയ ചീട്ടിത്തുണികൾ കണ്ടുകണ്ടുതന്നെ അമ്മയ്ക്കു മടുത്തിരുന്നു.

"ഇതെന്തിനാ ഈ നരച്ച തുണ്യ്യാക്കെ വാങ്ങിക്കൊണ്ടർണത്?" അമ്മ ചോദിക്കുമായിരുന്നു.

"അത് ആ പീടികേല്കൊണ്ടന്നിട്ടിട്ട് കുറെക്കാലമായി. വെറുതെ കൂറ തിന്നുപോവുന്നു. ഏതായാലും തുണിവാങ്ങണം. പീടികക്കാരനും ഉപകാരായിക്കോട്ടെ."

"എന്റീശ്വരാ, പീട്യേക്കാരന് ഗുണാവൻ ആരെങ്കിലും കെട്ടിൽപ്പഴേ തുണ്യ്യാക്കെ വാങ്ങിക്കൊണ്ടരോ?"

"അതിനിപ്പഴെന്താ ഒരു തകരാറ്!"

അമ്മയ്ക്ക് എന്നും നരച്ച ചീട്ടിത്തുണിയാണ് കിട്ടിയിരുന്നത്. അവ

സാനത്തെ പീസ്. മില്ലുകാരുടെ മുദ്രയും എഴുത്തുകുത്തുകളും എല്ലാം അതിലുണ്ടാവും. ചിത്രപ്പണികൾക്കുമീതെ എഴുത്തുകളും കടലാസുകളും പറ്റിക്കിടക്കുന്ന ആ ബ്ലൗസുകൾ മനുഷ്യനു മുമ്പിൽ ഇടാൻ കൊള്ളില്ല എന്നമ്മ പറയും. അവസാനം ഒന്നും ഇല്ലാതാകുമ്പോൾ നാലുതവണ കഴുകി, മഷിയും, കടലാസും കളഞ്ഞ് ഇടുകയും ചെയ്യും!

മൂത്തമകളെ രാമൻകുട്ട്യേട്ടനു കല്യാണം കഴിച്ചുകൊടുക്കാത്തതിൽ അമ്മയ്ക്കു ദുഃഖം തോന്നിയിരിക്കണം. രാമൻകുട്ട്യേട്ടൻ പഠിപ്പുമതിയാക്കി വീട്ടിലും നാട്ടിലും അലഞ്ഞു നടന്നിരുന്ന കാലത്ത് അമ്മുവലിയമ്മ വീട്ടിൽവന്നു.

"രാമൻകുട്ടിക്കു കല്യാണം കഴിക്കണം."

"അതിനെന്താ ധൃതി. അവന്നൊരു ജോലിയാവട്ടെ."

"ജോലി പിന്നേംകിട്ടും. കുട്ടി ചീത്തയായിപ്പോവും."

"ഒരുജോലില്യാത്തവന്ന് ആരാ പെണ്ണുകൊടുക്കാ?"

വലിയമ്മചൊടിച്ചു,

"ആരുടെ പെണ്ണെങ്കിലും വേണൊ. ഇവിടെയില്ലെ ഒന്നെടുക്കാൻ?"

"ങ്ഹേ!"

"രാധയും രാമൻകുട്ടിയും നല്ല ചേർച്ചയാ അവനും അതാണിഷ്ടം. അന്യകുടുംബത്തിലെ പെങ്കുട്ട്യോളെ കൊണ്ടുവന്ന്ട്ട് വേണോ."

ആ കല്യാണം നടന്നില്ല. സുമിത്രേടത്തിയെ പണക്കാരനായ ഒരാൾ കൊണ്ടുപോയി. ഇവിടെ പണമില്ലായിരുന്നു. ആഭിജാത്യമുണ്ട്. ഒരാളുടെയും വീട്ടുവേലചെയ്യാതെ പൂർവികർ സമ്പാദിച്ച സ്വത്ത് ധാരാളമുണ്ടായിരുന്നു, പണ്ട്. ഇന്നും അതൊക്കെ ചൂണ്ടിക്കാണിച്ച് കേമത്തം നടിക്കാം.

"നമ്പ്യാരുവീട്ടിലെ കുളത്തിന്റെ തെക്കേതിലെ പറമ്പ് ഇവിടുത്തേതായിരുന്നു, കാക്കാശിനു വിറ്റതല്ലെ?"

"ചേരപ്പാടത്തു കുറെയേറെ നിലംണ്ടായിരുന്നു. നോക്കാനാളില്ലാഞ്ഞിട്ടു കൊടുത്തുകളഞ്ഞതല്ലെ?"

"ചേക്കുണ്ണി താമസിക്കുന്ന വലിയ നാളികേരത്തോപ്പ് എല്ലാവരുടെയും കണ്ണിൽ പെട്ടതാണ്. എന്നിട്ടും അറുനൂറുറുപ്പിക കടം വീട്ടാനാണ് വിറ്റത്."

"തറവാട് നിന്നിരുന്ന സ്ഥലം തന്നെ വല്ലോരും വിറ്റൊ? ഇവിടെ പറമ്പുവാങ്ങിയപ്പോൾ എല്ലാവരും ഇങ്ങോട്ടു പോന്നു. അവിടെ ഒരു ഇളയപ്പൻ താമസമാക്കി. ഇയ്യിടെയല്ലെ ഒരുമുറി കൊടുത്തത് !"

മുത്തശ്ശിക്കു ഇത്തരം ഏറെ കാര്യങ്ങൾ ഓർക്കാനുണ്ടായിരുന്നു.

മുത്തശ്ശൻ ആദ്യകാലത്ത് കള്ളുകച്ചവടം ചെയ്തിരുന്ന കഥ മുത്തശ്ശി ഒരിക്കലും പറഞ്ഞിട്ടില്ല. ഗതികെട്ടാൽ പുലി പുല്ലും തിന്നും. എന്നാലും പുലി പുലിതന്നെ.

രാധേടത്തിക്കു പണം പലതവണ ഉണ്ടാവുകയും ഇല്ലാതാവുകയും ചെയ്തു. കുരുമുളകിനും തേങ്ങായ്ക്കും വില വേണം. ഉണ്ടായാലും ഇല്ലെങ്കിലും മൂത്തമകൾ അച്ഛനു എന്നും ഭാരമായിരുന്നു. ചിന്താവിഷയമായിരുന്നു. അവരോടു അനീതി ചെയ്തു എന്ന തോന്നൽ അച്ഛന്റെ ഉള്ളിൽ

എന്നും അർധനിദ്രാവസ്ഥയിൽ കിടന്നു. പണം ഉണ്ട്, പണം മാത്രം പോരാ, തന്റെ മകളുടെ ഭർത്താവിന് എന്ന് അച്ഛൻ കരുതിയിരിക്കണം.

പന്ത്രണ്ട്

കൽവെട്ടുകുഴിയുടെ വക്കിനു നിൽക്കുന്ന ഒരേയൊരു പ്ലാവിൽ മൂത്തുതുടങ്ങിയ രണ്ടു നല്ല ചക്കകൾ ഉണ്ടായിരുന്നു. അക്കൊല്ലം ആകപ്പാടെ ഉണ്ടായത്.

"ഇത്തൊടിയിലുണ്ടായിരുന്ന ചക്കയ്ക്കു കണക്കുണ്ടൊ? എണ്ണിയാല് തീര്ല്യ. നാട്ടുകാരെല്ലാം കൊണ്ടുപോയിട്ടാ തിന്നുതീർക്കുക!" മുത്തശ്ശി പറഞ്ഞു.

മുത്തശ്ശിക്കു അതിനപ്പുറവും പറഞ്ഞുതീർക്കാനുണ്ട്. എല്ലാം വിറ്റു തുലച്ചില്ലെ, മൂത്ത മകൻ! എത്ര പ്ലാവുകളുണ്ടായിരുന്ന പറമ്പാണ്! 'മുക്കാപ്പുത്തനു' വിറ്റുതിന്നു.

അമ്മിണിഇളയമ്മ പിന്നെയും 'വല്യേട്ട'നെ കാത്തിരുന്നു. ഒരു ചക്ക വേണം. കുട്ടികൾക്കു വലിയ കാര്യമാണ് കൽവെട്ടുകുഴിവക്കത്തെ പ്ലാവിന്റെ ചക്ക. അവിടെ എത്രയുണ്ടായിട്ടെന്താ, ഇവിടുന്നു കൊണ്ടുപോവുന്നതു തിന്നാൻ അവർക്കൊരു പൂതി! വല്യേട്ടനെ ഒന്നു കണ്ടിട്ടു കാലം കുറേയായതുപോലെ. വൈകുന്നേരംവരെ കാത്താലും തരക്കേടില്ല. ഒന്നു കാണണം.

മുത്തശ്ശി ബാലനെ വിളിച്ചുകൊണ്ടുവന്നു. മരം കയറ്റത്തിനു മിടുമിടുക്കൻ.

ഉച്ചയ്ക്കു കഞ്ഞിയായിരുന്നു. കൂട്ടാനൊന്നും ഇല്ലാത്ത കഞ്ഞി. അമ്മ പറഞ്ഞു:

"ഒരു ചക്ക വലിക്കാം"

"വേണ്ട. വേണ്ട. അടുത്താഴ്ച റേഷൻ വാങ്ങാനുള്ള പൈസ കിട്ടും, രണ്ടുംകൂടി ഗോവിന്ദനു വിറ്റാൽ." പറഞ്ഞതു മുത്തശ്ശിയും കേട്ടിരിക്കുന്നു. ചുട്ട പപ്പടംകൂട്ടി കഞ്ഞി കുടിച്ചുകൊണ്ടിരുന്നപ്പോൾ, ആദ്യം വിരിഞ്ഞ ചക്കകൾ വിൽക്കുന്നതിലുള്ള വിമ്മിട്ടം മനസിൽ നിറഞ്ഞുനിന്നു. അമ്മിണി ഇളയമ്മ വന്നത് ഉച്ചതിരിഞ്ഞാണ്. അവർക്കെന്തെങ്കിലും കൊടുക്കേണ്ടെ? കൂടെ അവരുടെ അയലത്തെ ഒരുപെണ്ണും.

"അവൾ ഇവിടെ ആദ്യം വരാ. എന്തെങ്കിലും ഉണ്ടാക്കിക്കൊടുക്കണം ഏടത്ത്യേ''. അമ്മിണി ഇളയമ്മ പെണ്ണിനെച്ചൂണ്ടിപ്പറഞ്ഞു. പലഹാരം വേണം.

എന്തുണ്ടാക്കിക്കൊടുക്കാനാണ്? അമ്മിണിഇളയമ്മ എന്നും ഇങ്ങനെയാണ്. വീട്ടിലെ പ്രാരബ്ധങ്ങളെക്കുറിച്ച് നോട്ടമൊന്നുമില്ല. എന്നു വരുമ്പോഴും കൂടെ ഏതെങ്കിലും അന്യസ്ത്രീയുണ്ടാവും എന്തെങ്കിലും വിശേഷാൽ തിന്നാനുണ്ടാക്കിക്കൊടുക്കണം. എവിടുന്ന് എന്ന ചോദ്യമൊന്നും ഇല്ല. "തന്നെയിവിടുന്നു കല്യാണം കഴിച്ചുകൊണ്ടുപോയതല്ലെ? താൻ വരുമ്പോഴൊക്കെ തനിക്കെന്തെങ്കിലും തരേണ്ടത് 'വല്യേട്ട'ന്റെ ചുമ

തലയല്ലെ? എന്നും വരുന്നുണ്ടോ? കൊല്ലത്തിൽ രണ്ടോ, മൂന്നോ പ്രാവശ്യം. ഒരു പലഹാരമില്ലാതെ എങ്ങനെയാ വീട്ടിലേക്ക് കയറിച്ചെല്ലുന്നത്?" 'കുട്ടികളുടെ അച്ഛൻ, ചോദിക്കും; 'എന്തെടി മൂന്നാങ്ങളമാരുണ്ടായിട്ടു നെണക്കൊന്നും തന്നില്ലെ?'

അയലത്തെ സ്ത്രീകൾ ചുറ്റും വന്നുകൂടിച്ചോദിക്കും;

'അങ്ങുനിന്ന് ഒന്നും കൊണ്ടുന്നില്ലെ, വല്യകാര്യായിട്ട് പോയിട്ട്?'

ലളിത എന്തായാലും പരിഹസിക്കും;

'അമ്മയ്ക്കു അമ്മാവൻ വല്യകുട്ട നിറയെ പലഹാരം കൊടുത്തയച്ചിരിക്കുന്നു!'

ഇതൊക്കെ കേൾപ്പിക്കുന്നതെന്തിന്? അതുകൊണ്ടു 'വല്യേട്ടൻ' വന്നിട്ടേ പോകുന്നുള്ളൂ. പ്ലാവിന്റെ കൊമ്പത്തു കയറിയിരുന്നു, ബാലൻ താഴോട്ടു വിളിച്ചുചോദിച്ചു:

"രണ്ടും ആയ്ക്കോട്ടെ ഇല്ലെ, അമ്മിണ്യമ്മെ!"

"അയ്യോ വേണ്ട." മുത്തശ്ശി പറഞ്ഞു, "ഒന്നു എന്തിനോ വേണംന്ന് യാരുക്കുട്ടി പറഞ്ഞിരിക്കുന്നു." അപ്പോഴേക്കും രണ്ടാമത്തെ ചക്കയും നിലംപതിച്ചുകഴിഞ്ഞിരിക്കുന്നു.

"സാരല്യാന്ന്. ഒരു ചക്കയായിട്ടെങ്ങന്യാ കൊണ്ടുപോവ്വാ!" അവൻ സ്വതഃസിദ്ധമായ ചിരിചിരിച്ചു, കണ്ണുകൾ ഇറുക്കി അടുത്തുനിൽക്കുന്ന, ഉണങ്ങിത്തുടങ്ങിയ മാവിന്റെ ചില്ലകളിലേക്കു കണ്ണോടിച്ചു.

"നിയ്യിങ്ങെറങ്ങ് ബാലാ!" മുത്തശ്ശി താഴെനിന്നു വിളിച്ചു പറഞ്ഞു:

"നിയ്യ് നിലം തൊട്ടാലെ നിയ്ക്ക് മനസ്സമാധാനം ഉള്ളൂ" അവൻ താഴെയിറങ്ങുന്നതുവരെ മുത്തശ്ശി ചുവടെ നിന്നു.

"നിയ്യ് ആ ചക്ക രണ്ടും എടുത്ത് കോലാത്തുമ്പത്ത് കൊണ്ടുവയ്ക്ക്. രണ്ടു പെരിയില പറിച്ച് മുതല് കെട്ടിക്കള." അവൻ പെരിയില പറിച്ചു, വിളഞ്ഞിവാർന്നുകൊണ്ടിരുന്ന കണ്ണിന്മേൽ പൊതിഞ്ഞുകെട്ടി, മുറ്റവരമ്പത്തേക്കു കൊണ്ടുവന്നു വച്ചു.

ചെറിയമ്മ തെളിഞ്ഞ ചിരിയോടെ ചോദിച്ചു:

"ഇതെന്താ ജാനക്യേടത്ത്യേ, നമ്മുടെ സരസുങ്ങനെ മെലിഞ്ഞിരിക്കുന്നത്? പെണ്ണല്ലാമ്പാടെ ചാവാറായപോലെ. ഇങ്ങനെ പെങ്കുട്ട്യോള്, ഇപ്രായത്തില് ഉണങ്ങിപ്പോവ്വൊ?"

തനിക്കു ലജ്ജതോന്നി. തന്നെപ്പറ്റി ആരും ഇങ്ങനെ പറയാറില്ല.

"ഇപ്പോൾ മുമ്പത്തെപ്പോല്യൊന്നും കിട്ടുന്നില്ല. അവൾടച്ഛന്ന്!"അമ്മ പറഞ്ഞു.

"പറമ്പ് ഉണ്ടർതിക്കു കൊടുത്തിരിക്ക്യല്ലെ. മാസത്തിൽ കിട്ടുന്ന പത്താറുപതുറുപ്യകൊണ്ട് എല്ലാക്കാര്യവും നടക്കേണ്ടേ? റേഷൻകൊണ്ടുതന്നെ ഒപ്പിക്കും. കരിഞ്ചന്തയിൽ അരിവാങ്ങ്യാൽ കൊടുത്തുതീർക്കണ്ടെ അവസാനം! കിട്ട്വോന്ന് നോക്കീട്ടല്ലെ, പീട്യേക്കാര് കടം കൊടുക്കുള്ളൂ."

"ഓള് ന്റെ കൂടെ പോന്നോട്ടെ." അമ്മിണി ഇളയമ്മ പറഞ്ഞു.

"സരസൂന്റെ അച്ഛനോടു ചോദിച്ചുനോക്ക്."

"എന്തു ചോദിച്ചുനോക്കാനാ? മറ്റെങ്ങോട്ടെങ്കിലും ആണോ?" മുത്തശ്ശി ചോദിച്ചു.

"നിയ്യ് കൂട്ടിക്കൊണ്ടോക്കോ അമ്മിണ്യേ. യാരുക്കുട്ടീനോടു ഞാമ്പറഞ്ഞോളാം."

"വേണ്ടമ്മെ, ഏട്ടൻ വരട്ടെ വേവുവോളം കാത്തില്ലെ. ആറും വരെ നോക്ക."

അച്ഛൻ വന്നു. നല്ല പാവാടയും, ബ്ലൗസും ധരിച്ചുനിൽക്കുന്ന അവളെക്കണ്ടപ്പോൾ ചോദിച്ചു:

"സ്കൂള് പൂട്ട്യോ, സർക്കീട്ടിന്ന്!" ഭയന്നുനിൽക്കുകയായിരുന്നു. അച്ഛൻ പോകാനനുവദിച്ചില്ലെങ്കിലൊ? മുറ്റവരമ്പത്തു നിൽക്കുന്ന ചക്കകൾ രണ്ടും ഒന്നു നോക്കിയിട്ട്, അച്ഛൻ പറഞ്ഞു:

"ആരാ കൊണ്ടുവരാൻള്ളത്? ബാലൻ പോവ്വൊ?"

"ഞാമ്പോവാം" ബാലൻ ഉത്സാഹത്തോടെ പറഞ്ഞു.

"നേരം വൈകീല്ലെ, ബസിനു പോകാം."

"ബസിനാണെങ്കിലും വേണ്ടെ നടക്കാ."

"കുറച്ചല്ലെ, വേണ്ടൂ. സരസു കുപ്പായക്കീശയിലുള്ള ഒരുറുപ്പിക ഇങ്ങെടുത്തോ"

അച്ഛന്റെ പോക്കറ്റിൽ ഒറുപ്പികയും നാലണയും മാത്രമേ ഉണ്ടായിരുന്നുള്ളൂ. അതെടുക്കണൊ? അപ്പോൾ മുറ്റത്തുനിന്നു അച്ഛൻ പറയുന്നതു കേട്ടു.

"ഇനീം വൈകണ്ട. ഇരുട്ടും മുമ്പ് അങ്ങെത്തണം."

അവൾ ഉറുപ്പികമാത്രം എടുത്ത് ഓടിവന്നു. അത് ഇളയമ്മയെ ഏൽപ്പിച്ചു.

"ഏട്ടാ കുട്ട്യോൾക്കെന്തെങ്കിലും"

"ഇപ്പൊ ഒന്നും ഇല്ലല്ലൊ, അമ്മിണ്യേ - ഞാൻ നാളെ അങ്ങട്ട് വരാം"

ഇളയമ്മയുടെ മുഖം വിടർന്നു,

"വല്യേട്ടൻ നാളെ വര്വൊ? അവരുടെ നനഞ്ഞ കണ്ണുകൾ തിളങ്ങിയിരുന്നു.

'വല്യേട്ട'നെ അമ്മിണി ഇളയമ്മയ്ക്കു വലിയ കാര്യമായിരുന്നു. അച്ഛൻ മരിച്ചന്നു തുടങ്ങിതന്നെ ഒരു മകളെപ്പോലെ കൊണ്ടു നടന്നിരുന്ന, എന്ന് ഇളയമ്മ പറയും. ഏറെക്കാലമായി അച്ഛൻ എങ്ങോട്ടും തിരിയാറില്ല. എങ്ങു പോകണമെങ്കിലും പണം വേണം. കയ്യിലൊരു പൊതികെട്ടില്ലാതെ അച്ഛനൊരു വീട്ടിലേക്കു കയറിച്ചെല്ലാൻ വയ്യ.

റോഡിന്മേലെത്തിയപ്പോൾ ഇളയമ്മ പറഞ്ഞു:

"ബസുകാത്തു നിന്നാൽ നേരം ഒരുപാടാവും. നമുക്കു നടക്കാം."

നടക്കുകതന്നെയായിരുന്നു, ഇഷ്ടം. നാലുപുറവും വളഞ്ഞുനിൽക്കുന്ന ഇരുണ്ട തെങ്ങിൻതോട്ടങ്ങൾക്കിടയിലുള്ള വലിയ പാടത്തുകൂടി വൈകുന്നേരം നടക്കുക ഒരു സുഖംതന്നെ. സുഖകരമായ തണുപ്പുള്ള കാറ്റ് മുഖത്തു വീശും. ഉടുപ്പുകളെ പിന്നോക്കം പറപ്പിക്കും. ചെകിട്ടിൽ ചൂളമടിക്കുന്ന കാറ്റിലൂടെ ഊളിയിട്ടു തെക്കോട്ടു നടക്കുമ്പോൾ വഴിയറിയില്ല. ക്ഷീണമറിയില്ല.

വയലിലെത്തി വീതികൂടിയ നടവരമ്പിലൂടെ നടക്കുമ്പോൾ അവളുടെ മനസിൽ തണുത്ത കാറ്റും, ഇരുണ്ടുവരുന്ന തെങ്ങിൻകൂട്ടവും ചുവന്ന ആകാശവും ഒന്നും തങ്ങിനിന്നില്ല. അച്ഛന്റെ കാലിയായ പോക്കറ്റിനെക്കുറിച്ചായിരുന്നു ചിന്ത. ബസിൽ പോന്നില്ല. എങ്കിൽ ആ പണം എടുത്തതെന്തിന്? നാളെ വെള്ളിയാഴ്ച. റേഷൻ വാങ്ങാൻ പറ്റില്ല. ഇന്നെങ്കിലും വാങ്ങണ്ടെ? രാത്രി ചോറുവയ്ക്കേണ്ടെ? വെള്ളിയാഴ്ച എന്തു ചെയ്യും? പണ്ടൊക്കെ മസാലപ്പീടികയിൽനിന്നുതന്നെ ബ്ലാക്കരി എത്ര വേണമെങ്കിലും കടമായിട്ടു വാങ്ങിക്കൊണ്ടുവരാമായിരുന്നു. ഇന്നു വയ്യ........ ഏടത്തിയുടെ കല്യാണത്തിനു പണമില്ല. പറമ്പ് 'ഉണ്ടർതി' ക്കു കൊടുത്തു. പത്തുകൊല്ലം അവർ തേങ്ങാ പറിക്കും. മസാലപ്പീടികക്കാരൻതന്നെ എടുത്തത്. ഇനി കടം തന്നാൽ പറ്റില്ലെന്ന് അയാൾക്കറിയാം. മാസംതോറും തേങ്ങാ കിട്ടാനില്ല. അവൾക്ക് അച്ഛന്റെ പ്രാരബ്ധങ്ങളോർത്ത് അന്നാദ്യമായി മനസ്സ് വേദനിച്ചു താൻ മുതിർന്നിരിക്കുന്നു. ഇതൊന്നും അറിഞ്ഞതേയില്ല, അറിയേണ്ട പ്രായം കഴിഞ്ഞിട്ടും.

"സരസ്വൊ, മോളേ" ഇളയമ്മ ചോദിച്ചു,

"നിനക്കെന്താ ഒരു സങ്കടം?"

"ഒന്നൂല്ല്യ."

"നിയ്യ് ഇളയമ്മന്റ്ഓടേക്ക് ആദ്യം വരല്ലെ?"

"അല്ലല്ല. രാമദാസന്റെ പാലുകുടിക്കു വന്നിരുന്നു." അന്നു ലളിതേടത്തി കാട്ടിക്കൊടുത്ത പുത്തൻ കിണ്ണങ്ങളുടെ ഓർമ മനസിൽ തെളിഞ്ഞു.

"ന്റപ്പനേ, അതെന്നാ!" ഇളയമ്മ തുടർന്നു:

"രാമദാസനു വയസ്സ് എട്ടായി."

അതിനു അവൾ മറുപടിയൊന്നും പറഞ്ഞില്ല. അച്ഛന്റെ കുപ്പായക്കീശയിൽ ഒന്നിനും തികയാതെ കിടക്കുന്ന നാലണ മാത്രമായിരുന്നു, മനസിൽ.

പരന്ന വയൽ അവസാനിക്കുന്ന ഇടവഴിയുടെ മുഖത്ത് അവർ നിന്നു. ബാലൻ തലയിലേറ്റിയിരുന്ന ചക്കകൾ പ്രയാസപ്പെട്ട് അവിടെയിറക്കി, അവിടെയൊരു പെട്ടിപ്പീടികയും അമ്മാളുഅമ്മയുടെ കാപ്പിപ്പീടിക പോലൊന്നും ഉണ്ടായിരുന്നു.

"ബാലാ കഴുത്തുളുക്ക്യൊ?"

"ഇല്ലില്ല. ബാലന്റെ കഴുത്ത് അത്ര എളുപ്പം ഉളുക്കുന്നതൊന്നും അല്ല."

"നിയ്യ് ആ പീട്യേല് എന്താ പലഹാരം ഉള്ളതെന്നു നോക്കിവാ"

അവൻ മാക്കൂട്ടത്തിന്റെ നിഴലിൽ നിൽക്കുന്ന പീടികക്കോലായിലേക്ക് നീങ്ങി. ക്ഷണത്തിൽ വന്നു.

"നല്ല ചൂടുള്ള കായപ്പംണ്ട്"

വെളിച്ചെണ്ണയിൽവെന്ത കായപ്പത്തിന്റെ മണം ഇടവഴിയിൽ ഒഴുകി നടക്കുന്നുണ്ടെന്നു അവൾക്കു തോന്നി.

ഇളയമ്മ കോന്തലഴിച്ചു ഒറ്റനോട്ടെടുത്തു ബാലന്റെ കയ്യിൽ കൊടുത്തു.

"പതിനാലണയ്ക്കേ അപ്പം തരാനുള്ളൂ." ബാലൻ വന്നു പറഞ്ഞു.

"അതെങ്കിൽ അത്. ബാക്കി രണ്ടണക്കു നുറുക്കും വാങ്ങിക്കൊ."

ബാലൻ വലിയൊരു പൊതിയുമായി വന്നു. അന്നു പതിന്നാലണയുടെ അപ്പം വലിയൊരു പൊതിയാക്കാൻ മാത്രം ഉണ്ടായിരുന്നു.

ചക്കകൾ ബാലന്റെ തലയിലേറ്റാൻ ചായപ്പീടികയിലെ ഒരാളുടെ സഹായം വേണ്ടിവന്നു. കഴുത്തിളക്കിനോക്കി ഭാരമുറപ്പിച്ചു. അവൻ നടത്തം തുടർന്നു. പൊതിക്കെട്ട് സഞ്ചിയിലൊതുങ്ങുന്നില്ല. അതിൽ പൊളിച്ച നാളികേരങ്ങളും കർമൂസക്കായകളും ഉമിക്കരിപ്പൊതിയും കുത്തി നിറച്ചിരുന്നു. അതവസാനം പൊതി കൈവണ്ണയിലേറ്റി, സഞ്ചിയും തൂക്കിപ്പിടിച്ചു ചറുപിറുന്നനെ നടക്കുന്നതിനിടയ്ക്ക് ഇളയമ്മ പറഞ്ഞു:

"കായപ്പം ചായപ്പീടികേന്നു വാങ്ങ്യേതാണെന്നു പറയരുത് കേട്ടോ. അമ്മ ചുട്ടുതന്നതാണെന്ന് പറയണം, അവിടെച്ചെന്നിട്ട് ആരെങ്കിലും ചോദിച്ചാൽ. നുറുക്ക് പീടിക്യേന്നു വാങ്ങ്യതാണെന്നും"

സന്ധ്യയുടെ നിഴലുകൾ നീങ്ങിത്തുടങ്ങിയിരുന്നു. തപ്പിത്തടഞ്ഞും, കുണ്ടിലും കുഴിയിലും ചാടിയും അവസാനം ഇളയമ്മയുടെ വീട്ടിനടുത്തുള്ള വയലിൽ ചെന്നിറങ്ങി. വേലിക്കൽ മക്കൾ കാത്തുനിൽക്കുന്നത് ദൂരെനിന്നുതന്നെ കണ്ടു. സന്ധ്യാദീപം കൊളുത്തിയിരുന്നു. കണ്ണു ചിമ്മിയും തുറന്നുമിരിക്കുന്നെന്നു തോന്നിക്കുന്ന വിളക്കിന്റെ നാളം നടന്നിട്ടും നടന്നിട്ടും അടുക്കുന്നില്ല. കാലുകൾ കുറേശ്ശെ വേദനിക്കുന്നുണ്ടായിരുന്നു.

എല്ലാവരും വേലിക്കൽ ഉണ്ടായിരുന്നു.

"നാട്ടുമാവിൽ നിറയെ മാങ്ങയുണ്ട്. പഴുത്തു വീണു തുടങ്ങി. അതൊക്കെ കഴിഞ്ഞിട്ടു പോകാം നിനക്ക്." ഇളയമ്മ പറഞ്ഞു.

പഴുത്തുവീണ ഒരു മാങ്ങ കടിച്ചീമ്പിക്കൊണ്ട് മോഹനേട്ടൻ വേലിക്കരികിൽ നിന്നിരുന്നു. ഏട്ടന്റെ ചുണ്ടുകളിൽ ആ പഴയ ചിരി വിടർന്നു. എന്തിനെയും പരിഹസിക്കുന്ന ഭാവത്തിലുള്ള ആ ചിരി!

"ഇതാരാ, എന്റെ കൂടെ വന്നിരിക്കുന്നതെന്നു നോക്ക് മോനെ!"

"ഓഹോ! വിരുന്നുകാരും ഉണ്ട് ഇല്ലെ? വിരുന്നുവരുമ്പോൾ എന്താ കൊണ്ടുവന്നിരിക്കുന്നത്?"

താൻ ഇന്നും പണ്ടത്തെ ചെറിയ പെണ്ണാണെന്നാണ് ഏട്ടന്റെ ഭാവം. വലിയ പത്രാസുകാരൻ! മോഹനേട്ടൻ നേർത്തൊരു മീശവച്ചിരുന്നു. പൗഡറിട്ടു മിനുക്കിയ മുഖം. മുട്ടിൽ വരെയുള്ള കള്ളിമുണ്ട്.

"നിങ്ങള് വന്നിട്ട് പോകാംന്ന് വിചാരിച്ചിരിക്ക്യായിരുന്നു ഞാൻ."

"എന്താ ഞാനിവിടെള്ളതൊക്കെ അടച്ചുപൂട്ടി താക്കോലും കൊണ്ടു പോയിര്ന്നൊ?"

"എന്താ സഞ്ചീല്"

"ഇതോ! അമ്മായി കൊറച്ച് അപ്പം ചുട്ട് തന്നതാ. ബാലനെവിടെ?"

"മാങ്ങ കടിച്ചീമ്പ്ണ്. നിങ്ങളൊന്നിച്ചല്ലെ പോന്നത്?"

"ഇവൾക്ക് നടന്നു ശീലം ഉണ്ടെടാ?"

"നടന്നു വലഞ്ഞൊ. നാലഞ്ചു മാങ്ങ തിന്നാൽ ക്ഷീണം ഇതാന്ന് പറഞ്ഞ് പറന്നു പോകും."

"ഞാൻ സ്കൂളിലേക്ക് നാലു നാഴിക നടന്നാ പോണത്!" അവൾ അഭിമാനത്തോടെ പറഞ്ഞു.

"നേരൊ!"

വയലിൽനിന്നു പറമ്പിലേക്കു കയറണം. നേർവഴിയില്ല. വേലിക്കൽ നിന്നിരുന്ന കടലാവണക്ക് പിടിച്ച് ഇളയമ്മ ആദ്യം കയറി. "ഞാൻ പിടിച്ചു കയറ്റിത്തരാം."

"വേണ്ട ഞാന്തന്നെ കയറിക്കോളാം."

ഏട്ടൻ കൈ താഴോട്ട് നീട്ടിക്കാണിച്ചു.

അതു കണ്ടില്ലെന്ന ഭാവത്തിൽ അവൾ നിഷ്പ്രയാസം മതിൽ പിടിച്ചുകയറി.

"മിടുക്കി!"

"മിടുക്കത്തി തന്ന്യാ!"

"ആള് കൊറെ വലുതായിപ്പോയല്ലൊ".

അവൾ ചിരിച്ചു.

"വലുതായിട്ട്, നെണക്ക് കല്യാണം കഴിച്ചരാന്നു പറഞ്ഞിരിക്ക്യാ അമ്മാവൻ."

"വേണ്ടാത്തതു പറയേണ്ടാട്ടൊ!"

"വേണ്ടാത്തതാണൊ, വരാൻപോകുന്ന കാര്യമല്ലെ?" ഇളയമ്മ വീണ്ടും മകനെയും അവളെയും നോക്കി ചിരിച്ചു.

"അതൊക്കെ പിന്നെപ്പറയാം. ആ സഞ്ചീലുള്ളത് ഇങ്ങെടുക്കിൻ."

ഇളയമ്മ സഞ്ചി മകനെ ഏൽപ്പിച്ചു. മാഞ്ചുവട്ടിൽ വച്ചുതന്നെ സഞ്ചി തുറന്ന് രണ്ടപ്പം ഇറുക്കിയെടുത്ത് സഞ്ചി ഇളയമ്മയെത്തന്നെ ഏൽപ്പിച്ചു.

"അങ്ങോട്ടു കൊണ്ടുനടക്കെടാ. കൈ വേദനിച്ചിട്ടു വയ്യ!"

സഞ്ചി കോലായിലെ ബെഞ്ചിന്മേൽ വച്ച്, കൊക്കയിൽ തൂങ്ങിക്കിടക്കുന്ന, ഈസ്ത്രി വെച്ച വടിപോലെത്തെ ഷർട്ടെടുത്തു ധരിച്ചു ഏട്ടൻ പുറത്തിറങ്ങി.

"ദാ, അമ്മേ, ഞാൻ വരുന്നു!"

"എടാ, നിനക്കിന്നും വേണോ സർക്കീട്ട്"

"ഇന്നെന്താമ്മെ വിശേഷം?"

"അപ്പെണ്ണിനെ ഇവിടെ കൂട്ടിക്കൊണ്ടുവന്നിട്ട് നിങ്ങളെല്ലാരും ഇറങ്ങിപ്പോയാലൊ. ഒറ്റയ്ക്കിരുന്ന് അവൾക്കു വെറി പിടിയ്ക്കൂല്ലെ?"

"അവളും പോന്നോട്ടെ ലൈബ്രറീലേക്ക്. പോരുന്നോ സരസൂ."

"മിണ്ടാണ്ടെ പൊക്കോ. പോര്, അകത്തേക്ക്വാ. അവനെ വിട്യാന്ന്ച്ചാൽ പോയ്ക്കോട്ടെ."

അകത്തെത്തുംമുമ്പ് മുറ്റത്ത് ആരൊ വന്നു.

"അമ്മിണി ഇവിടില്ല്യെ?"

"ഓ! ജാനു വാ, എന്തേയ് ജാമ്പെ?"

"നിയ്ക്കൊരിത്തിരി ചിമ്മിണിഎണ്ണ വേണം. നാളെ വാങ്ങിച്ചിട്ടിങ്ങ് തരാം."

അമ്മിണി ഇളയമ്മ അകത്തുപോയി ചിമ്മിണിയുടഞ്ഞുപോയ ഒരു

കുപ്പിവിളക്കിൽ എണ്ണയൊഴിച്ചുകൊണ്ടുവന്നു. വലതുകയ്യിൽ ഒരു ചെറിയ പൊതിയും.

പൊതിയഴിച്ചുനോക്കി ജാനു പറഞ്ഞു.

"അയ്യ്യോന്റെ കുട്ടീ, ഇതൊന്നും വേണ്ടേയിനും. നീയ്യിന്ന് അങ്ങ് പോയിരുന്നൂല്ലെ?"

"അധികൊന്നും കൊണ്ടോന്നില്ല. ഇപ്പൊ എല്ലാവരും വെവ്വേറെയാണല്ലൊ താമസം. വല്യേട്ടനെക്കൊണ്ടു മാത്രം എത്ര്യേങ്കിലും തരാനൊക്ക്വാ?"

"നേരാണ്, നേരാണ്! എത്ര കൊണ്ടന്നു തിന്നതാ, നമ്മളൊക്കെ." അവർ പറയുകയും ചിരിക്കുകയും പൊതിയഴിച്ചു തീറ്റ തുടങ്ങുകയും ചെയ്തു. ചിരിക്കുമ്പോൾ അവരുടെ തടിച്ച ദേഹം കിടന്നു കുലുങ്ങി.

"നിന്റെ കൂടെണ്ടായിരുന്നത് ഇവളല്ലെ?"

"വല്യേട്ടന്റെ മോളാ. രണ്ടാമത്തെവള്. മൂത്തവളെ കല്യാണം കഴിച്ചുകൊടുത്തു. നമ്മുടെ രാമചന്ദ്രന്നുള്ളവളാ"

"നേരോ?"

"പിന്ന്യല്ലാതെ. ഞാൻ ചോദിച്ചാൽ വല്യേട്ടൻ തരാതിരിക്കില്ല."

"അതിന്നു അമ്മിണ്യേ, അവരര്ടെ കുട്ട്യോളെ ഇങ്ങട്ടൊക്കെ അയയ്ക്കൊ?"

"അയയ്ക്കാണ്ടെന്താ, ന്നെ അയച്ചില്ലെ? പെങ്ങളെ അയയ്ക്കാമെങ്കിൽ മകളെം ആവാം."

"നേരന്നെ."

"ന്നെ കല്യാണം കഴിക്കുമ്പഴ് ഇവടെ എന്തോന്നുണ്ടായിരുന്നു. കള്ളുകുടിച്ചു നടക്കുന്ന ഒരു മനുഷ്യൻ. തന്തേം തള്ളേംണ്ടായിരുന്നു."

"ഇന്യൊരു കല്യാണച്ചോറ് തിന്നാൻണ്ടല്ലൊ."

"ഇവള് പഠിക്ക്യാ. കൊറെ കഴീം."

"ചന്ദ്രന്ന് പഠിക്കണംന്ന് വിചാരംണ്ടായില്യാല്ലൊ."

"മരുമകനെ അവർക്കു പഠിപ്പിക്ക്യായ്ര്ന്ന്ല്യെ? ഇവടിത്ര്യൊക്കെള്ളൂന്ന് വല്യേട്ടനും മറ്റും അറീന്ന കാര്യല്ലെ!"

ഒരപ്പം തിന്നുതീർത്തു ജാനു നടന്നു. അവരുടെ തടിച്ച പിൻ പുറം താളത്തിനൊത്തു കുലുങ്ങിക്കൊണ്ടിരുന്നു. കോലായിലെ വിളക്കിന്റെ പ്രകാശം അവരുടെ മുന്നിൽ നീണ്ട നിഴൽ വിരിച്ചു.

"നിയ്യെന്താ കുട്ട്യേ, ങ്ങനെ ഇരിക്കുന്നത്?" അവൾ ഒന്നും മിണ്ടിയില്ല. വടക്കെ കോലായിൽനിന്നു തണുത്ത കാറ്റ് അടിച്ചു കൊണ്ടിരുന്നു. കോലായിൽ കത്തിച്ച 'പാനീസു'വിളക്കിലെ നാളം മുകളിലെ ചെറു ദ്വാരത്തിലൂടെ വന്ന കാറ്റേറ്റ് ഒന്നു തുള്ളി.

ഇളയമ്മ അടുക്കളയിൽ കടന്നു.

"നീയും അകത്തേക്കു പോര്."

അകത്തു പാത്രങ്ങൾ ശബ്ദിച്ചു. രാത്രിക്കു എന്തെങ്കിലും ഉണ്ടാക്കുകയാവും. ലളിതേടത്തിയെ കല്യാണം കഴിച്ചുകൊടുത്തയക്കുംമുമ്പ് ഇളയമ്മയ്ക്കു സുഖമായിരുന്നു. ഒരു പണിയും ചെയ്യേണ്ട. അടുക്കള

ജോലിക്കു ലളിതേടത്തി മിടുക്കിയായിരുന്നു. നല്ല വൃത്തി, വെടിപ്പ്. ക്ഷണംകൊണ്ടു തീരും, ജോലി. ഇളയമ്മയോട് ആജ്ഞാപിക്കും.

"നിങ്ങൾ ആ തേങ്ങയൊന്നു പൊളിച്ചു ചുരണ്ടിത്തരുന്നുണ്ടോ! നേരം കുറെയായി അടുക്കളയിൽക്കിടന്നു തിരിയുന്നു. മനുഷ്യനൊന്നു റങ്ങണം പണ്യ്യാക്കെത്തീർന്നിട്ട്!" ലളിതേടത്തി പറയുന്നതുകേട്ടാൽ അവർ വീട്ടിലെ കാര്യക്കാരത്തിയും അമ്മ വേലക്കാരിയും.

ഇളയമ്മയുടെ ജോലി, തേങ്ങാചുരണ്ടിക്കൊടുക്കുക, പച്ചക്കറി നുറുക്കുക, പാത്രം കഴുകുക എന്നിവയായിരുന്നു. പച്ചക്കറിനുറുക്കു കൾക്കു കഷണങ്ങൾ ഒരേ വലുപ്പത്തിലല്ലെങ്കിൽ ലളിതേടത്തി ഇളയമ്മയുടെ നേർക്കു കുരച്ചുചാടും,

"ഒരു തള്ളേക്കൊണ്ടു ഒരു ഗുണവും ഇല്ല്യല്ലൊ എന്റീശ്വരാ." നുറു ക്കിയ പച്ചക്കറികൾ ഒരു തട്ടിന്ന് അമ്മയുടെ നേർക്കെത്തിച്ചീട്ട് അവർ പറയും.

"വേഗം ഒരേ വലുപ്പത്തിലാക്കിത്തന്നോളൂണ്ടു. അച്ഛൻ വരു ന്നേനുമുമ്പ് കൂട്ടാൻ വെക്കണെങ്കില്!"

ഇളയമ്മ കഷ്ണങ്ങൾ പരതി വലിയവ വീണ്ടും മുറിക്കുന്നു. ചെറി യവ തേങ്ങചുരണ്ടിയ ചിരട്ടയിലാക്കി വേറെ നീക്കിവക്കുന്നു. ലളിതേ ടത്തി അടുക്കളയിൽനിന്നു തെറ്റിയാലുടനെ ആ വലുപ്പമൊക്കാത്ത കഷ് ണങ്ങൾ ക്ഷണത്തിലൊന്നു കഴുകി നാലുപാടും നോക്കി അടുപ്പത്തേ യ്ക്കിട്ടു പഴയപടി വന്നിരുന്നു ചക്കക്കുരു തൊലികളയുകയൊ, കറിയി ലിടാൻ പച്ചമാങ്ങായുടെ തൊലി ചെത്തുകയോ ചെയ്യുന്നു. കൂട്ടാൻ വേവു ന്നതുവരെ ലളിതേടത്തി അടുപ്പിന്നുമുമ്പിൽനിന്നനങ്ങിയില്ലെങ്കിൽ ഇള യമ്മ കഷ്ണങ്ങളെടുത്തു മറ്റൊരു നേരത്തേക്കു ഒളിപ്പിച്ചുവെക്കും.

ലളിതേടത്തിക്ക് എന്തുകാര്യത്തിനും വൃത്തിയും വെടിപ്പും ഉണ്ടാ യിരുന്നു. പിച്ചളപ്പാത്രങ്ങളൊക്കെ തേച്ചുകഴുകി, സ്വർണ നിറമാക്കി പൊടി പറ്റാതെ കമഴ്ത്തിയിടും. വാർന്നുപോവാത്ത ഒരു തുള്ളിവെള്ളമുണ്ടെ ങ്കിൽ, അടുക്കളയിലെ അയക്കോലിൽ പ്രത്യേകം സൂക്ഷിച്ച തുണിയെ ടുത്തു തുടച്ചുകളയും, ഓരോന്നിന്നും ഓരോ സ്ഥാനം. ഇളയമ്മയെ അനാ വശ്യമായി ഒരു പാത്രവും തൊടാനനുവദിക്കില്ല.

"മോളെ നീക്കൊരു ഗ്ലാസ് വേണം."

ലളിതേടത്തി തന്നെ ഗ്ലാസെടുത്തുകൊടുക്കും.

"ൻെറ കയ്യിൽത്തന്നെ തരണം"

അമ്മ കഴുകിക്കൊടുത്ത ഗ്ലാസ് മകൾ വെളിച്ചത്തു പിടിച്ചു പരിശോ ധിച്ചു വീണ്ടുമൊരിക്കൽ കഴുകി, യഥാസ്ഥാനത്തുവക്കുന്നു.

അനുജന്മാർക്കൊക്കെ ചോറൂണിനും മറ്റും കിട്ടിയ ഓട്ടുകിണ്ണങ്ങൾ നനയ്ക്കുകപോലും ചെയ്യാതെ വലിയപത്തായത്തിൽ അവർ ഭാണ്ഡ മാക്കി സൂക്ഷിച്ചിരുന്നു. കുടിയനായിരുന്നെങ്കിലും അച്ഛനവർക്ക് പണ്ട ങ്ങൾ പണിയിച്ചുകൊടുത്തിരുന്നു. കഴുത്തിലേക്കൊരു 'മാങ്ങാമാല', കാതിലേക്കു, 'രണ്ടുകൂട്ടം' കമ്മലുകൾ. ഒരു ജോടിവള. ഒറ്റമകൾ. അവൾക്കുവേണ്ടതുകൊടുക്കാൻ അച്ഛനറിയാം.

അടുക്കളയിലെ ജോലികഴിഞ്ഞാൽ, ലളിതേടത്തി, പണ്ടവുമായി സല്ലപിക്കുന്നു. ഉച്ചയൂണുകഴിഞ്ഞു, കൈകൾ സോപ്പിട്ടു കഴുകിത്തുടച്ചു, അടുക്കള അടച്ചുപൂട്ടി, വലിയപത്തായമിട്ട മുറിയിൽ അവർ വരുന്നു. പത്തായംതുറന്നു, പുറത്തുവക്കും അതിന്റെ പിച്ചളക്കെട്ടുകൾ സ്വർണം പോലെ വെട്ടിത്തിളങ്ങും. പെട്ടിതുറന്നു, ഉള്ളിലെ ആഭരണപെട്ടിയെടുത്തു മടിയിൽവക്കുന്നു. ഇടയ്ക്കു വാതിൽ ചാരിയിട്ടില്ലേ എന്നു പരിശോധിക്കുന്നു. പെട്ടിയൊന്നു തൊട്ടുതടവി, പത്തായപ്പുറത്തുവച്ച്, കാലേക്കൂട്ടി തയാറാക്കിയ സോപ്പുവെള്ളം ജനൽപ്പടിയിൽ ഇരിക്കുന്നില്ലേ, എന്നു തിട്ടപ്പെടുത്തിയാലേ പെട്ടിതുറക്കൂ. പണ്ടം വെളുപ്പിക്കാൻ അവർക്കു സാബൂൺകായ കൊണ്ടു വന്നു കൊടുക്കുന്ന പ്രത്യേകം കൂട്ടുകാരനുണ്ട്. അയൽ വീട്ടിലെ വേലായുധനെന്ന ചെക്കൻ. പാടത്തിന്നക്കരെ ഒരു പറമ്പിൽ സാബൂൺകായ പഴുത്തുവീഴുന്നുണ്ട്. ഇടയ്ക്കിടെ അവനതു ശേഖരിച്ചുകൊണ്ടുവരും. രാവിലെത്തന്നെ. ഒരുഗ്ലാസുകാപ്പിയും ഒരു ദോശയും കൂടി.

"മനുഷ്യനു കൊടുക്കാത്തപെണ്ണ്, സാബൂൺകായ കണ്ടാൽ എന്താള്ളത്ന്ന് വച്ചാൽ ചെക്കനു കൊടുക്കാം."

വേലായുധന്റെ പെങ്ങൾ ഒരുനേരംകൂടെ വന്നുനോക്കട്ടെ. മൂക്കട്ടയൊലിപ്പിക്കുന്നു ആ പെണ്ണ് വയൽവരമ്പുകേറിവരുന്നതു കാണുമ്പോഴേക്കും പറയും:

"വേണ്ടാ,വേണ്ടാ, മൂക്കട്ടയൊലിപ്പിച്ചു, നേരംരാവിലെ, കണ്ണും നുള്ളിത്തുറന്നു വരൊന്നും വേണ്ടാ. പൊയ്ക്കൊ പോയ്ക്കൊ." പെണ്ണു പേടിച്ചു പിൻതിരിയും.

"എന്താടീ ഒരെറക്കു വെള്ളം അതിനും കൊടുത്തുപോയാൽ."

"ഒരെറക്ക്! പിന്നെ നാളേയും, മറ്റന്നാളും വരും"

"മനുഷ്യനു കൊടുത്തുപഠിക്കണമെടീ,"

"മനുഷ്യനു കൊടുത്തുശീലിച്ച ഗുണം നിങ്ങടെ വീട്ടിൽ കാണുന്നുണ്ടല്ലൊ."

അമ്മാവന്മാർ ധൂർത്തരാണെന്ന ഒരു ധാരണ ലളിതേടത്തിക്കു എന്നും ഉണ്ടായിരുന്നു. ആയിരുന്നില്ലേ? ലളിതേടത്തി, പത്തായത്തിൽ ഭാണ്ഡമാക്കി സൂക്ഷിച്ച ഓട്ടുകിണ്ണങ്ങൾതന്നെ അതിനു തെളിവല്ലേ!

'സാബൂൺകായ' പതച്ച വെള്ളത്തിൽ പണ്ടങ്ങളിട്ടു, ബ്രഷു കൊണ്ടു പതുക്കെക്കഴുകി, കിടക്ക നിവർത്തി അതിൽ, മാലയും വളയും കമ്മലുമെല്ലാം പരത്തിവയ്ക്കുന്നു. വെള്ളം വാർന്നുപൂവാനാണ്. കിടക്ക നനഞ്ഞോട്ടെ! ഉണക്കിക്കൂടെ! അതൊന്നും തന്റെ കിടക്കയിലൊട്ടു ചെയ്യില്ല താനും. അച്ഛന്റെ കിടക്കയിൽ. അച്ഛന്റെ കിടക്ക തൊടാൻപോലും അനിയന്മാർക്ക് ഭയമാണ്.

കഴുകിയുണക്കിയ പണ്ടങ്ങൾ മടിയിൽ തുറന്നുവച്ച വെൽവെറ്റു പെട്ടിയിൽ നിരത്തി എത്രനേരം വേണമെങ്കിലും നോക്കിക്കൊണ്ടിരിക്കാൻ ലളിതേടത്തിക്കു കഴിയും.

"എടീ നിയ്യൊന്നിങ്ങോട്ടു വരുന്നുണ്ടോ?" വൈകുന്നേരമായാൽ ഇള

യമ്മ പുറത്തു നിന്നുകൊണ്ടു വിളിക്കും. വൈകുന്നേരത്തെ അടുപ്പിനു തീപ്പിടിപ്പിക്കാനും അവർതന്നെ വേണം, അവരുടെ സാധനങ്ങൾ സമ്മതംകൂടാതെ ആരും തൊടരുത്; സമ്മതം ആർക്കും കിട്ടുകയുമില്ല. ആ 'ഒറ്റമകളെ' അയൽക്കാർക്കും ബന്ധുക്കൾക്കും അൽപ്പം പേടിയും വാത്സല്യവുമായിരുന്നു.

പതിമൂന്ന്

പിറ്റേന്നുതന്നെ അവിടന്നു പോന്നാൽക്കൊള്ളാമെന്നു അവൾക്കു തോന്നി. ഇളയമ്മ തന്നെച്ചൊല്ലി വളരെ ബുദ്ധിമുട്ടുന്നു. "ആങ്ങളയുടെ മകൾക്കു എന്താണിഷ്ടം? അടയുണ്ടാക്കട്ടെ? അപ്പമുണ്ടാക്കട്ടെ?" അവൾ പറഞ്ഞു:

"ഒന്നും വേണ്ട ഇളേമ്മെ. നിയ്ക്കിന്നു പോണം."

"ഇന്നു പോവെ? സ്കൂളു പൂട്ട്യേതല്ലെ, ഒരു മാസമെങ്കിലും കഴ്യാതെ, നെന്നെ വിടൂല്ല."

"ഞാനിവിടെ ഒറ്റയ്ക്കിരുന്ന് എന്തു ചെയ്യാനാ?"

"അതിനൊക്കെ വഴീണ്ട്."

എന്തു വഴി? ഈ റേഷൻകാലത്ത് താൻകൂടിവന്നു ഇളയമ്മയെ ബുദ്ധിമുട്ടിച്ചതു ശരിയായില്ലെന്ന് അവൾക്കു തോന്നി. പക്ഷേ, ഇളയമ്മയുടെ വീട്ടിൽ ഒരു ദാരിദ്ര്യവും കണ്ടില്ല.

അവർ അടുക്കളയട്ടത്തു കയറി, വലിയ മുളങ്കുറ്റി താഴെയിറക്കി, തെങ്ങുതടിയേക്കാൾ വണ്ണമുള്ള മുളങ്കുറ്റി. അതിനു പുകയും കരിയും പിടിച്ചു കറുപ്പുനിറമായിരുന്നു. നടുക്കത്തെ കമ്പ് തുളച്ച് വലിയൊരാളുടെ അരയോളം പൊക്കമുള്ള ആ കുറ്റി അവർ വളരെ പ്രയാസപ്പെട്ടാണ് താഴെയിറക്കിയത്. അതിൽ ഏതാണ്ടു നിറയെ അരിയുണ്ടായിരുന്നു. ഇളയമ്മയ്ക്കു ഇതൊക്കെ എങ്ങനെ സൂക്ഷിച്ചു വെക്കാൻ കഴിയുന്നു എന്നവൾക്ക് അത്ഭുതം തോന്നി. വീട്ടിൽ ചെറിയച്ഛനും മറ്റും ഉണ്ടായിരുന്ന കാലത്ത്, അമ്മ പിടിയരിയിട്ടുവയ്ക്കുമായിരുന്നു, പഴന്തുണികൊണ്ടു ഓട്ടയടച്ച ഒരു പഴയ മൺപാനയിൽ.

ചോറുവയ്ക്കാനെടുത്ത അരിയിൽനിന്നു ഒരു പിടി വാരി ആ പാനയിലിടും.

"ഇതെന്തിനാണമ്മെ?"

"നാലു സേറായാൽ ഇടിച്ചു നെയ്യപ്പം ചുടണം."

അരി, നാലു സേറാവാൻ അമ്മ കാത്തിരുന്നു. കുട്ടികളും കാത്തിരുന്നു. അച്ഛൻ ബേക്കറിയിൽനിന്നു കൊണ്ടുവരുന്ന റൊട്ടിക്കും, ബിസ്ക്കറ്റിനും നെയ്യപ്പത്തിന്റെ രുചിയില്ല.

അവസാനം ഒരുദിവസം അമ്മ അരി വെള്ളത്തിലിട്ടു കുതിർത്തു. നല്ല മഴ, ദിവസം മുഴുവനും ഇരുണ്ടുമൂടിക്കിടന്നു. കർക്കിടക സംക്രമം. മുത്തശ്ശി അരിയിട്ട ചെമ്പുപാത്രം അടപ്പുതുറന്നു ചോദിച്ചു:

"എവിടുന്നേ ജാനക്യെ, ഇത്രയധികം അരി?"

അമ്മ അതിനുത്തരം പറഞ്ഞില്ല.

അരിയിടിക്കാൻ അമ്മ ഒറ്റയ്ക്കേ ഉണ്ടായിരുന്നുള്ളൂ. ഇളയമ്മമാർ രണ്ടുപേരും അടുക്കളക്കോലായിൽ വന്നു നോക്കിപ്പോയി.

"നേരം മണി അഞ്ചായി. ഇന്നു മുഴുവനും അരിയിടിച്ചുകൊണ്ടിരുന്നാൽ, മനുഷ്യന്നു കാപ്പിയൊന്നും വേണ്ടേ."

കാപ്പി തിളയ്ക്കണമെങ്കിൽ അമ്മ തീകത്തിക്കണം. വിയർപ്പ് അമ്മയുടെ ബ്ലൗസാകെ നനച്ചിരുന്നു.

അമ്മ അരിയവിടെയിട്ടു കാപ്പി തിളപ്പിക്കാൻ പോയി,

"സരസ്വൊ, കോഴിയെ നോക്ക്."

അമ്മ തിരിച്ചുവരുംവരെ അവളവിടെയിരുന്നു.

"ചെന്ന് ഇളേമ്മ്യോട്, പറയ്, കാപ്പിണ്ടാക്കീട്ട്ണ്ടെന്ന്."

"ഇനിപ്പം കാപ്പില്യാഞ്ഞിട്ടാ, കുടിക്കേണ്ടോരെല്ലാം പോയില്ലെ?"

ചെറിച്ഛൻ ഷർട്ടിട്ടുകൊണ്ടു മുറ്റത്തെ കൽപ്പടകൾ ഇറങ്ങുകയായിരുന്നു.

അപ്പോഴെല്ലാം അമ്മ ഒരു ഗ്ലാസ് കാപ്പി ആറ്റിക്കൊണ്ടു കോലായിൽവന്നു.

"ശ്രീധരാ, കാപ്പി ആയിക്ക്ണു."

ചെറിയച്ഛൻ തിരിച്ചുവന്നു ആ കാപ്പി വാങ്ങിക്കുടിച്ചു. അമ്മയുടെ കയ്യിൽ അരിമാവ് പറ്റിപ്പിടിച്ചിരുന്നു.

"അമ്മ ഗ്ലാസ് തിരിച്ചുവാങ്ങി അടുക്കളയിലേക്ക് നടക്കുമ്പോൾ, കോണിയുടെ മുകളിൽനിന്നു ഇളയമ്മ നൊടിഞ്ഞു,

"ഒരു നല്ല കാര്യത്തിനെറങ്ങുമ്പഴാ തിരിച്ചു വിളിക്കണ്!"

നെയ്യപ്പം തിന്നാൻ കുട്ടികൾ കാത്തിരുന്നു. മാവുകുഴച്ചു. വെളിച്ചെണ്ണ അടുപ്പത്തുവച്ചു. മുത്തശ്ശി പറഞ്ഞു:

"ഏതായാലും ഇതിനു മിനക്കെട്ടില്ലെ? അമ്മിണിക്ക് എന്തെങ്കിലുമൊന്നു കൊടുത്തിട്ടു കുറെ നാളായി. നാളെ രാവിലെ ഒന്നുപോകാം." ചുട്ട അപ്പങ്ങൾ കുട്ടികൾക്കുമാത്രം ഓരോ കഷ്ണം കൊടുത്തു ബാക്കി സഞ്ചിയിൽ കെട്ടിപ്പൊതിഞ്ഞുവച്ചു. "അമ്മിണിക്കു കൊണ്ടുപോകാൻ."......................

അമ്മിണി ഇളയമ്മ അവളെ സ്നേഹംകൊണ്ടു വീർപ്പുമുട്ടിച്ചു. ജോലിചെയ്തു ശീലമില്ലാത്ത അവർ അടുക്കളയിൽനിന്നു ഒഴിയാതായി. വീട്ടിലേക്ക് പോകണം! അമ്മ വീട്ടുവേലയെല്ലാം ഒറ്റയ്ക്കു ചെയ്യുകയാവും. പോകാതിരിക്കാൻ പല ഉപായങ്ങളും ഇളയമ്മ കണ്ടുപിടിച്ചു.

അയൽപക്കത്തെ ലക്ഷ്മിയുടെ കയ്യിൽനിന്നു മൂന്നു ബ്ലൗസിനുള്ള തുണികൾ വാങ്ങിക്കൊണ്ടുവന്നു. അളവിനു മറ്റൊന്നും.

"ഇതു ഒന്നു തുന്നിക്കൊടുക്കണംന്ന്. ഇല്യാത്തോരല്ലെ. തുന്നൽകൂലികൊടുക്കാൻ നിവൃത്തില്ല്യാഞ്ഞിട്ടല്ലേന്നു വിചാരിച്ചു ഞാൻ വാങ്ങിക്കൊണ്ടുവന്നതാ."

"ലളിതേ കല്യാണം കഴിച്ചുകൊടുക്കുന്നതിനു മുമ്പ് എത്ര ബ്ലൗസുകളാ ഇവരൊക്കെ തുന്നിച്ചുവാങ്ങ്യേതെന്നറിയ്യൊ?"

"എന്നാ ഇതൊക്കെ തീര്വാ?"

"ഇനീംല്ല്യെ ഒന്നൊന്നരമാസം! സാവധാനത്തിൽമതി!"

അവൾക്കു സങ്കടവും വെറുപ്പും തോന്നി. ഇളയമ്മയുടെകൂടെ ഇനിയൊരിക്കലും ഇറങ്ങിത്തിരിക്കയില്ല. ഒറ്റയ്ക്കു പോകാനും വയ്യ.

പിറ്റെ ദിവസം ഇളയമ്മ പുലർച്ചയ്ക്കേ ഏണീറ്റു.

"ഞാൻ ലളിതേന്റ്റാടെ ഒന്നു പോയിവരട്ടെ. ദാ പ്പഴ്‌വരും."

"ഇവിടുന്നെത്ര ദൂരംണ്ട്?"

"ഇവിടെ അടുത്താണെന്നേ. ഞാൻ ദാന്ന് പറയുമ്പോഴേക്കും വരും"

"ഇവിടെ ആരുണ്ട്?" അവൾക്കു വിശ്വാസമായില്ല. ഒരിടത്തുപോയാൽ പെട്ടെന്നു തിരിച്ചുവരുന്ന കൂട്ടത്തിലല്ല, ഇളയമ്മ. പിന്നെയുണ്ടോ മകളുടെ വീട്ടിൽപോയാൽ!

"നിയ്യിവിടെരുന്നു തുന്ന്വേ, വായിക്ക്യേ എന്തെങ്കിലും ചെയ്തോ!"

അവർ കസവുകരയുള്ള മുണ്ടും വേഷ്ടിയും ധരിച്ചു. മകളുടെ ഭർത്താവിന്റെ വകയാണ് എന്നുപറഞ്ഞു. അതിന്റെ വീതിയുള്ള കസവുകൾ അവൾക്കു നിവർത്തിക്കാണിച്ചുകൊടുത്തു.

"നിന്റെച്ഛനും മറ്റും എനിക്കപ്പഴൊന്നും വാങ്ങിത്തരാതായി." അവർ ധരിച്ച ബ്ലൗസ് കഴിഞ്ഞകൊല്ലം അച്ഛൻ വാങ്ങിക്കൊടുത്തതാണ്. അവരുടെ പെട്ടിയിൽ പലതരത്തിലുള്ള മുണ്ടുകളും ഡബിളുകളും വേഷ്ടികളും അലക്കി, മടക്കിവച്ചിരിക്കുന്നു. ഇതൊന്നും പോരെ? ആരു വാങ്ങികൊടുത്തതാണ്.

ഓണവും വിഷുവും വരുമ്പോൾ പറയുന്നു.

"വല്ല്യേട്ടാ ഇനിക്കൊരു മൽമുണ്ടും, ബ്ലൗസിന്റെ തുണിയും." ഇല്ലാഞ്ഞിട്ടല്ല. എല്ലാവരും നല്ലതേ വാങ്ങിക്കൊടുക്കൂ. വീട്ടിലുപയോഗിക്കാൻ വയ്യാത്തത്. അതുകൊണ്ടാണ് വല്ല്യേട്ടനോടു പറയുന്നത്.

ഇളയമ്മ പോയി. വീട്ടിൽ മോഹനേട്ടനും താനും മാത്രം. ഇളയമ്മയുടെ പ്ലാൻ എന്താണെന്നു മനസിലായി. ഏട്ടനും അമ്മയെ നന്നായറിയാം.

ഉച്ചയ്ക്കു ചോറുവിളമ്പിക്കൊടുക്കുമ്പോൾ പറഞ്ഞു:

"ഞാനുണ്ടാക്കിയതാണ്, തക്കാളിക്കറി. നന്നായോന്നറിഞ്ഞൂടാ."

"നന്നായില്ലെങ്കിലെന്താ, നിന്നെക്കൊണ്ടു കറിയുണ്ടാക്കിച്ചിട്ട് എന്നും എന്നെ ഊട്ടാമെന്നാ അമ്മയുടെ വിചാരം!" ഏട്ടൻ ചിരിച്ചു.

പക്ഷേ, മോഹനേട്ടനെ താൻ വിവാഹം ചെയ്യില്ല. പഴമയോടുള്ള ഈ ആഭിമുഖ്യം, പലഹാരക്കൊതി ഇവയിൽ എന്താണെന്നറിഞ്ഞില്ല, അവ്യക്തമായ ഒരുതരം വെറുപ്പ് ആദ്യകാലം തുടങ്ങിതന്നെ തന്റെയുള്ളിൽ വിത്തിട്ടിരുന്നു. അച്ഛന്റെ നാശത്തിനുള്ള പ്രധാനകാരണങ്ങളിലൊന്ന്, അമ്മിണിയിളയമ്മയുടെ ആർത്തിയാണെന്ന വിചാരം വിടാതെ പിന്തുടർന്നു. മുഴുക്കുടിയനാണ് ഭർത്താവ്. അത്തരക്കാരന്റെ മകന്, തന്റെ സീമന്തപുത്രന്, 'വല്ല്യേട്ടൻ' മകളെ തരില്ലെ? ഇളയമ്മ തന്റെ അവകാശം, സ്ഥാനത്തും അസ്ഥാനത്തും പ്രഖ്യാപിച്ചിരുന്നു.

"എന്റെ മോനുള്ളതാ, ഇവൾ!"

പതിനാല്

"പഠിച്ചതുമതി." അച്ഛൻ പറഞ്ഞു,

"പഠിച്ചിട്ടെന്താ, പെണ്ണുങ്ങൾക്കു ഉദ്യോഗമൊന്നും പറ്റില്ല."

അവസാനം പറഞ്ഞത്, അച്ഛന്റെ ഉള്ളിൽനിന്നുവന്ന സത്യമല്ല എന്ന താണ് വാസ്തവം. മകളെ പഠിപ്പിക്കണമെന്നുണ്ട്. റേഷൻവാങ്ങാൻ കാശി ല്ലാത്തേടത്ത് എവിടെ പഠിപ്പിക്കാൻ പണം? ഏട്ടൻ പഠിക്കാനും ഒരു ദ്യോഗം നേടാനും പെട്ട പാടിന്റെ കഥ അച്ഛന്റെ ഓർമയിൽനിന്നും മാഞ്ഞി ട്ടുണ്ടാവില്ല.

ഏട്ടൻ ബുദ്ധിമാനായിരുന്നു. ചെറുപ്പകാലത്തെ മടി, പണിക്കർ മാസ്റ്റ റുടെ കയ്യിലെ ചൂരലിനെ ഓർത്തായിരുന്നു. രണ്ടോ മൂന്നോ മണിക്കൂറു നേരത്തെ പല്ലുതേപ്പും കാപ്പികുടിയും കഴിയുമ്പോളേക്കും സമയം ഒമ്പത്. കുളിക്കണം കഞ്ഞികുടിക്കണം. വീട്ടുകണക്കു ചെയ്യണം. രാത്രി മുഴുവനും ഇരുന്ന് എഴുതിയകോപ്പി മത്രമായി സ്കൂളിലേക്കുപോകാൻ ഏതായാലും വയ്യ.

"നിയ്യെന്താ ചന്ദ്രാ സ്കൂളിൽ പോകുന്നില്ലെ?"

"ങ്ങ് ഹും..........ഉം...........ഉം...."

"മര്യാദയ്ക്കു ഷർട്ടും ട്രൗസറും ഇട്ടോ!"

"കുളിക്കാതെയൊ?"

"കുളിക്കാൻ നേരംണ്ടൊ?"

"കുട്ടികളെ നേർത്തെ എഴുന്നേൽപ്പിച്ചു ശീലിപ്പിക്കണം." മുത്തശ്ശി യുടെ വക.

"നേർത്തെ എഴുന്നേൽപ്പിക്കുന്നു! പുലർച്ചക്കോഴി കൂവും മുമ്പ്. അടു ക്കളേൽ കേറിയാല, പിന്നെ കുട്ട്യോളെ എണീപ്പിക്കാനാ നേരം!"

"എന്നിട്ട് ഞങ്ങളൊന്നും കുട്ട്യോളെ പെറ്റു വളർത്താത്തവരാ?"

അമ്മ സമാധാനം പറയില്ല. എല്ലാവർക്കുംകൂടി എട്ടൊമ്പതു കുട്ടി കൾ സ്കൂളിൽപ്പോകുന്ന പ്രായത്തിലുണ്ട്. കാപ്പി, കഞ്ഞി, കുളി ഇ തൊക്കെ എല്ലാവർക്കും വേണം. മറ്റു കുട്ടികളുടെ അമ്മമാർക്കു നേരം വെളുത്താൽ പതുക്കെ എണീറ്റുവന്നു അവരെ പല്ലുതേപ്പിക്കാം. കുളിപ്പി ക്കാം. അമ്മയ്ക്കു മക്കൾ എണീറ്റുവന്നൊ എന്നന്വേഷിക്കാൻ നേരം കിട്ടു കയില്ല. 'വയറുവേദന'യും 'കാലിൽ മുള്ളു തറയ്ക്കലു'മായി സ്കൂളിൽ പോകാത്ത അനേകം നാളുകൾ ഉണ്ടായെങ്കിലും അവസാനം ഏട്ടൻ പഠി പ്പിൽ മിടുക്കനായിരുന്നു. നല്ല മാർക്കോടെ ജയിച്ചു. കോളേജിൽ പോക ണം. നഗരത്തിൽ താമസച്ചെലവ് വഹിക്കാൻ അച്ഛനു പ്രാപ്തിയില്ല. മകനെ പഠിപ്പിക്കണം. ഏടത്തിയുടെ കല്യാണചെലവിന്നു വാങ്ങിയ കടം പറമ്പിന്നുമീതെ ഇന്നും ഉണ്ട്."

"നീ പഠിക്കേണ്ട."

"എനിക്കു പഠിക്കണം. കൂടെ പഠിച്ചിരുന്നവരെല്ലാം ജയിച്ചിട്ടില്ല. നല്ല മാർക്കുള്ളവരെല്ലാം കോളേജിൽ ചേർന്നിരിക്കുന്നു"

അനുജനെ പഠിപ്പിക്കാൻ ഏറെ പണം ചെലവാക്കി. അക്കാലത്തെ ഓരോ രൂപയും, ഇന്നത്തെ പത്തുറുപ്പികയേക്കാളും വലുതായിരുന്നു. അവൻ എന്തു നേടി? പഠിച്ചു. ട്രെനിങ് കഴിച്ചു. അധ്യാപകനായി. നല്ല വീട്ടിലെ പെൺകുട്ടിയെ കല്യാണം കഴിച്ചു മുമ്പിലെ വയലിന്നക്കരെ തന്റെ അനുജൻ പുതിയ മാളിക വീടു കെട്ടിത്താമസിക്കുന്നു. അധ്യാപകജോലികൊണ്ടു മാളികവീടുണ്ടാക്കാനാവില്ല. അനുജന്നു അഞ്ചാറു മക്കളെ പുലർത്തണം. ഭാര്യ വീട്ടുകാർ പണക്കാരായതു കൊണ്ടു അവൻ സുഖമായി ജീവിക്കുന്നു. അവൻ തനിക്കു നഷ്ടപ്പെട്ടിരിക്കുന്നു എന്ന ചിന്ത അച്ഛന്റെ മനസിൽ ഇടയ്ക്കിടെ ഉണ്ടാകാറുണ്ടായിരിക്കണം. എന്നും മടിയിൽ വച്ചു വളർത്താനാവില്ല. സ്വന്തം മക്കളെപ്പോലും. എന്നിട്ടല്ലെ അനിയനെ!

ഏട്ടൻ ആരോടും സംസാരിക്കാതെ സ്വന്തം ഓടിന്നുള്ളിൽ ചുരുണ്ടുകൂടുന്ന പ്രകൃതക്കാരനായിരുന്നു. കുടുംബങ്ങൾ പിരിഞ്ഞു. വീട്ടിൽ ആളുകുറഞ്ഞു. മുറികൾ ഒഴിഞ്ഞു. ഏട്ടനും പുസ്തകങ്ങളും പുറത്തെ ഒറ്റമുറിയിൽ കടന്നുകൂടി. ഏട്ടൻ വലിയ വായനക്കാരനായിരുന്നു. ഉച്ചയ്ക്കു ചായകുടിക്കാൻകൊടുക്കുന്ന രണ്ടണകൾ സൂക്ഷിച്ചുവച്ചു ഏട്ടൻ കണ്ണിൽകണ്ട പത്രങ്ങളും വാരികകളും വാങ്ങും. മുറിയിലെ അലമാര പത്രമാസികകൾകൊണ്ടു നിറഞ്ഞു. അച്ഛൻ പീഞ്ഞപ്പെട്ടികൾപൊളിച്ചു ഒരു വലിയ അലമാരയും കൂടി തട്ടിക്കൂട്ടിയുണ്ടാക്കി, ചുവരലമാറയുടെ അടുത്തുതന്നെ അതും സ്ഥാപിച്ചു. അമ്മയ്ക്കു ഭയമായിരുന്നു,

"അവൻ കണ്ണിൽ കണ്ടതൊക്കെ വായിച്ചു അവസാനം പരീക്ഷയിൽ ജയിക്കാതാവ്വൊ!"

ഏട്ടൻ ഒരു പരീക്ഷയിലും തോറ്റില്ല. എസ് എസ് എൽ സിക്കു നല്ല മാർക്കോടെ ജയിച്ചപ്പോൾ എന്തുചെയ്യണം, മേലിൽ എന്ന ചിന്ത അച്ഛനെ അലട്ടിക്കൊണ്ടിരുന്നു.

പഠിപ്പിനെപ്പറ്റി ക്രമേണ ഏട്ടൻ ഒന്നും പറയാതായി. പറഞ്ഞതു കൊണ്ട് അച്ഛന്റെ വരുമാനം വർധിക്കില്ല. നഗരത്തിലെ താമസച്ചെലവും ഫീസും വഹിച്ചു കോളേജിൽ പഠിക്കാൻ ഒട്ടു സാധിക്കയുമില്ല. ഏട്ടൻ അധികം സംസാരിക്കയേ ഇല്ല.

കാപ്പികുടിക്കാറായാൽ, ചോറുണ്ണാറായാൽ, വാതിൽക്കൽച്ചെന്നു അമ്മ വിളിക്കുന്നു;

"ചന്ദ്രാ ചോറുകൊണ്ടരട്ടെ?"

"ഉം." കടലാസുകൾ മറിക്കുന്ന ശബ്ദം.

വീട്ടിൽ വിരുന്നുകാർ വന്നാൽ ചോദിക്കുന്നു.

"അല്ലാ, ഇവിട്യ്യൊരു ആൺകുട്ടിയിർന്നല്ലൊ. എവിടെപ്പോയി?"

"പുറത്തെ മുറീല്ണ്ടാവും. എപ്പഴും വായനതന്ന്യാ."

"പഠിപ്പു നിർത്തീല്ല്യേ? ഇതെന്തു വായന?"

"ആങ്കുട്ട്യല്ലെ. എന്തെങ്കിലും പത്രൊ, കടലാസൊ ആയിരിക്കും."

ഇടയ്ക്കു ഏട്ടനൊരു ചങ്ങാതിയെക്കിട്ടി. ഒരു ബാല്യകാലസുഹൃത്തിനെ. തെക്കേതിലെ കരുണാകരൻ. കരുണാകരനും ഏട്ടനും സഹ

പാഠികളായിരുന്നു. കരുണൻ ഏട്ടനേക്കാൾ രണ്ടു മൂന്ന് വയസ്സ് മൂപ്പുള്ളവനായിരുന്നു. ഇന്നും എല്ലാകാര്യത്തിലും അവൻ ഏട്ടനെ കവച്ചുവയ്ക്കും.

പഠിക്കുന്നകാലത്ത് രാമൻമാഷുടെ ക്ലാസിൽ പോകാതിരിക്കാൻ ഇരുവരും പ്ലാൻ ചെയ്യും.

മുറ്റത്തെ മാവിന്റെ താണകൊമ്പുകളിൽ, കിടക്കവിരികൊണ്ടു കർട്ടൻകെട്ടി 'നാടകം കളിക്കു'ന്നതിന്നിടയിൽ കരുണൻ ചോദിക്കും:

"എടൊ, നിനക്ക് സ്കൂളിൽ പോകുന്നതിഷ്ടമാണോ?"

"നിയ്ക്കിഷ്ടല്യ. നെണക്കൊ."

"ഇനിക്കും. സ്കൂളും, മാഷും ഒന്നുംല്യായിരുന്നെങ്കിൽ എന്തു സുഖമായിരുന്നു,ല്ലെ?"

അതായിരുന്നു സുഖം. പറങ്കിമാവുകൾ നിറഞ്ഞ കുന്നിൻ പുറങ്ങളിൽ നിരങ്ങാം. മാവിൻ ചുവട്ടിൽ പഴുത്തമാങ്ങകൾക്കു കാവലിരിക്കാം, ഇഷ്ടംപോലെ നാടകം കളിക്കാം. വീട്ടുകണക്കു ചെയ്യേണ്ട, കോപ്പി എഴുതേണ്ട, ഗുണകോഷ്ഠം പഠിക്കേണ്ട. രാമൻനായരുമാഷുടെ അടികൊള്ളേണ്ട. സർവോപരി, അതിരാവിലെ എണീൽക്കേണ്ട.

ഇരുവരും ഗൂഢാലോചന നടത്തിയാലും, രാമൻനായരുമാസ്റ്ററെ പറ്റിക്കാൻ സാധ്യമല്ല.

പത്തുമണിക്കു ഹാജരെടുക്കുമ്പോൾ, വന്നുകാണാത്തവരെ തേടാൻ മാഷ് പുറപ്പെടുന്നു. അഞ്ചാംക്ലാസിൽ പണിക്കരുമാഷുടെ കസേരയ്ക്കു വലത്തെ ചുവരിൽ ആണികൾ തൂക്കിയിട്ട നല്ല ചൂരലുകളിൽ ഒന്നെടുത്തു. കുട്ടികളോട് ക്ലാസിൽ അടങ്ങിയിരിക്കാൻ പറഞ്ഞു. രാമൻനായർ ഇറങ്ങും. മടിയന്മാരെ പിടിച്ചുകൊണ്ടു വരാൻ. തുണക്കൊരാൾ വേണം. ക്ലാസിലേക്കുവച്ചു ഏറ്റവും വലിയ രാമനുണ്ണി മാഷുടെ സഹായിയായിരുന്നു, പല സന്ദർഭങ്ങളിലും. സിമന്റു കട്ടപോലെ ഉറച്ചുപോയ പാൽപ്പൊടിക്കട്ടകൾ വലിയ റൂൾത്തടിയുപയോഗിച്ചു മേശപ്പുറത്തിട്ടിടിച്ചു പൊടിയാക്കാൻ രാമനുണ്ണിയുടെ ബലമേറിയ കൈകൾതന്നെവേണം. സ്കൂൾ മുറ്റത്തെ കൈതച്ചക്കകൾ കുറുക്കൻ തിന്നുകളയാതിരിക്കാൻ കെണിവെച്ചുസംരക്ഷിക്കുന്നതും രാമനുണ്ണിയാണ് ബെഞ്ചിന്റെ ഇളകിപ്പോയ കാലുറപ്പിക്കാൻ. ഇൻസ്പെക്ഷൻ വരുമ്പോൾ ഉയരത്തിൽ ചാർട്ടുകൾ ആണിയടിച്ചു തൂക്കാൻ, ഇടനേരത്ത് അബുവിന്റെ പീടികയിൽനിന്നു 'ചായയും കടിയും' വാങ്ങിക്കൊണ്ടുവരാൻ, എല്ലാറ്റിനും രമനുണ്ണി വേണം. രാമനുണ്ണി മാഷുടെ വലംകയ്യായിരുന്നു. രാമനുണ്ണിക്കും. രാമൻനായർമാസ്റ്റർക്കും നാലാം ക്ലാസിലേക്കു കയറ്റം കിട്ടിയതു ഒരേ കൊല്ലത്തിലാണ്. നാലുകൊല്ലങ്ങൾക്കുമുമ്പ്. രാമൻനായരുമാസ്റ്റർ നാലുകൊല്ലമായി പഠിപ്പിക്കാൻ തുടങ്ങിയ നാലാം ക്ലാസിൽ രാമനുണ്ണിയും തുടർച്ചയായി നാലു കൊല്ലം പഠിച്ചു. ശിഷ്യരിൽ ഏറ്റവുമടുത്തവനായിരുന്നെങ്കിലും രാമൻമാഷ് കണക്കിനു ശിക്ഷിക്കുന്നതിൽ പക്ഷഭേദമൊന്നും കാണിക്കാറില്ല.

കണക്കുപീരിയേഡായിരുന്നു. അക്കൊല്ലത്തെ അവസാനത്തെ കണക്കുപീരിയേഡ്. അടുത്ത ദിവസം കൊല്ലപരീക്ഷ തുടങ്ങുന്നു. രാമനുണ്ണി ഒരു ദീർഘഹരണക്കണക്ക് ചെയ്തുകാണിച്ചു. മാഷ് സ്ലേറ്റ് വാങ്ങി

നോക്കി. ചട്ടയില്ലാത്ത സ്ലേറ്റ്. ചെത്തുകത്തിപോലെ മൂർച്ചയേറിയ അതിന്റെ വായ്ത്തല രാമനുണ്ണിയുടെ നെറ്റിയെ ഉരസിക്കൊണ്ട് മുൻവശത്തെ ഇട വഴിയിൽ ചെന്നു വീണു ചിതറി. രാമനുണ്ണിയുടെ നെറ്റിയിൽനിന്നു കവി ളിലൂടെ, ഉടുമുണ്ടിൽ പുള്ളികൾ വീഴ്ത്തിക്കൊണ്ടു ചോരയൊലിച്ചു.

"ചെത്താൻ പോടാ നിയ്യ്! തെങ്ങു ചെത്താൻ! അവനൊരു കണക്കു ചെയ്തുകൊണ്ടുവന്നിരിക്കുന്നു!"

അഭിമാനിയായ രാമനുണ്ണി ആ നിമിഷം ഇറങ്ങിനടന്നു. പണിക്കരു മാഷടക്കം, സ്കൂളിലെ എല്ലാവരും വരാന്തയിലും മുറ്റത്തുമിറങ്ങി അവന്റെ പോക്കു നോക്കിനിന്നു. രാമൻനായരുടെ മുഖം ചുവന്നു പറങ്കിമാങ്ങപോ ലായിരുന്നു. അയാൾ നിന്നു വിറച്ചു. നായരുമാഷോടടുക്കാൻ ആർക്കും ധൈര്യം പോരാ. ക്ലാസ് തുടർന്നു. ഏട്ടന്റെ ക്ലാസിലെ രാമനുണ്ണിയെ എന്തു കൊണ്ടോ ഇപ്പോഴും ഓർക്കുന്നു. രാമനുണ്ണി ഒരു ലോറി ഡ്രൈവറാണ് ഇന്ന്. നല്ലൊരു വീടും പറമ്പും സമ്പാദിച്ചു.

അന്ന് മാഷുടെ ഏറുകൊണ്ട് മുറിവുപറ്റിയ രാമനുണ്ണി പിന്നീട് ആ പടി കയറില്ല. ഇടവഴിയിൽ അവന്റെ സ്ലേറ്റിൽ നിന്നു ചിതറിപ്പോയ കഷ് ണങ്ങൾ പിന്നേയും ഏറെനാൾ കിടന്നു. അക്കൊല്ലംതന്നെ കരുണനും പുറത്തുകടന്നു.

രാമനുണ്ണിയെയും കൂട്ടി, ഏട്ടനെയും കരുണനെയും പിടിച്ചുകൊ ണ്ടുപോവാൻ പണിക്കർമാഷ് പലതവണ വീട്ടിൽ വന്നു. ഏട്ടൻ അടുക്ക ളമേശയുടെ ചുവട്ടിൽപ്പോയൊളിക്കും. കരുണനെ ആദ്യമേ പിടികൂടും. ചന്തിയിലും തുടയിലും കിടന്ന ചൂരൽപ്പാടുകൾ പതുക്കെത്തടവി ക്കൊണ്ടു കരുണൻ മാഷേയും രാമനുണ്ണിയെയും കൂട്ടുകാരനെയും കാത്തു ഇടവഴിയിൽത്തന്നെ നിൽക്കും. ഓടിപ്പോവാനൊന്നും അവനു ധൈര്യമുണ്ടായിരുന്നില്ല അന്ന്.

പിടിച്ചുകൊണ്ടുപോയതുകൊണ്ടു ഫലമില്ലെന്നു കണ്ട് പണി ക്കർമാഷ് തന്നെ കരുണനെ വെടിഞ്ഞു. അവൻ പറങ്കിമാവിൻ തോട്ടങ്ങ ളിൽ അണ്ടിപെറുക്കി നടന്നു. കുറെനാൾ കഴിഞ്ഞപ്പോൾ നാട്ടിൽനിന്ന് ഒരു ചായപ്പീടികക്കാരന്റെ കൂടെ ഒളിച്ചോടാൻ അവനു ധൈര്യം വന്നു. ദൂരെയെവിടെയൊ, ആ മനുഷ്യന്റെ ചായപ്പീടികയിലെ 'പ്രധാനകുക്കാ'യി ജോലി ചെയ്യുന്നതിന്നിടയിൽ അവൻ വീണ്ടും വന്നിരിക്കുന്നു.

അന്നു കരുണനെ കണ്ടിട്ടറിഞ്ഞില്ല. പെണ്ണുങ്ങടെ ചുണ്ടുകളും, സ്വര വുമുള്ള കരുണൻ ഒരു മീശവച്ചിരുന്നു.

ഏട്ടന്റെ മുറിയിലേക്കു കയറിപ്പോകുന്നതിന്നിടയിൽ അച്ഛൻ ചോദിച്ചു:

"ഇപ്പോഴെവിടെയാ?"

"മൈസൂരിൽ."

എന്താണ് കരുണാകരന് ഈയിടെ മകനോട് ഇത്ര അടുപ്പം? അവർ ബാല്യത്തിലേ സുഹൃത്തുക്കളായിരുന്നു. കരുണാകരൻ മിടുക്കനാണ്. നാലാംക്ലാസു പഠിച്ചവൻ ജീവിക്കാനുള്ളതു നേടി. ഏട്ടൻ പഠിപ്പു കഴിഞ്ഞു കാത്തിരിക്കുന്നു. പത്താംക്ലാസുകൊണ്ടു ജോലിയൊന്നും കിട്ടാ

നില്ല. എന്തെങ്കിലും കിട്ടുമെന്നു പ്രതീക്ഷിക്കാം. ഇവിടുന്നങ്ങോട്ടുള്ള വഴി അടഞ്ഞുകിടക്കുന്നു. പണം വേണം. അല്ലെങ്കിൽ സ്വാധീനം. ഏതെങ്കിലുമൊരു വഴി തുറക്കാം. കൂടുതൽ പഠിക്കാം. അല്ലെങ്കിൽ ഉദ്യോഗം നേടാം. ഇതൊന്നുമില്ലാത്ത ഒരു റിട്ടയേർഡ് ഗേറ്റ്കീപ്പറുടെ മകനു വീട്ടിൽ വെറുതെയിരിക്കാം. അച്ഛന്റെ ഇളയ അനുജൻ പത്താം ക്ലാസല്ലേ ജയിച്ചുള്ളൂ. ഒരു വലിയ കുടുംബത്തെ പുലർത്തുന്നു. മകന്റെ ഭാവിയെച്ചൊല്ലി അച്ഛൻ പരിതപിക്കുന്നുണ്ടാവണം. ഒന്നും പുറത്തു കാണിച്ചില്ല.

അകലെപ്പോയാൽ ജോലി കിട്ടുമെന്നു പറയുന്നു. വീണ്ടും കരുണാകരന്റെ കാര്യം ഓർമവന്നു. പറങ്കിയണ്ടി പെറുക്കിയും പെട്ടിയിൽ നിലക്കടല കൊണ്ടുനടന്നു വിറ്റും ജീവിച്ചവനാണ്. ഇന്നുദ്യോഗം. എന്തുദ്യോഗമായാലെന്ത്? അവന് നാട്ടിൽ വന്നാൽ അന്തസുണ്ട്. നല്ല ഉടുപ്പ്. വീട്ടിൽ ചെലവിനു കൊടുക്കാനുള്ള കാശ്. അടുത്ത മാസം അവന്റെ പെങ്ങൾ ദേവയാനിയെ കല്യാണം കഴിച്ചുകൊടുക്കുന്നു. ഏട്ടനു പ്രാരാബ്ധങ്ങളധികം ഇല്ല. താനൊരു പെങ്ങൾ, അച്ഛനും അമ്മയും മുത്തശ്ശിയും.

ഏട്ടൻ വീട്ടിൽ ചടഞ്ഞിരുന്നു വായിക്കുകയും, ചിന്താമഗ്നനായിരിക്കുകയും ചെയ്യുന്നതു കണ്ടപ്പോൾ മനസിൽ വേദന തോന്നി.

കരുണാകരൻ ഇടയ്ക്കിടെ വന്നു

വന്നതിന്നു ഫലമുണ്ടായി.

കരുണൻ അച്ഛനോടു പറഞ്ഞു:

"വേണു എന്റെ കൂടെപ്പോന്നോട്ടെ."

"വന്നിട്ടോ"?

"അവിടെ പഠിച്ചവർക്ക് ജോലികിട്ടാൻ ഒരു പ്രയാസവും ഇല്ല."

"ഒന്നും തരാവാതെ ഇവിടുന്നിറങ്ങിത്തിരിച്ചാലൊ?"

"അതിനെന്താ. എന്റെ കൂടെത്താമസിക്കാം."

അച്ഛൻ ആലോചനയിലാണ്ടു. മകനെ പറഞ്ഞയയ്ക്കേണ്ടെ?" പഴകിദ്രവിച്ച ഈ വീട്ടിനുള്ളിൽക്കിടന്നു മുരടിച്ചുപോകേണ്ടവനൊ, തന്റെ ഏകമകൻ. ക്രമേണ അച്ഛന്റെ മുഖത്തു ദൃഢനിശ്ചയത്തിന്റെ രേഖകൾ തെളിഞ്ഞു.

"വന്നോട്ടെ. ഒരു മാസത്തിനകം ഉദ്യോഗം കിട്ടിയില്ലെങ്കിൽ ഇങ്ങു പറഞ്ഞയച്ചേക്കണം."

വീണ്ടും ചിന്തകൾ പൊങ്ങി. ചെലവിനുള്ള പണം എങ്ങനെ ഉണ്ടാക്കും. വീട്ടിൽ വിൽക്കാൻ പറ്റിയ വിലപിടിച്ച വസ്തുക്കൾ ഒന്നുമില്ല. പുതിയ ഫർണീച്ചർ, ഓട്ടുപാത്രങ്ങൾ, സ്വർണാഭരണങ്ങൾ വെള്ളിയുടെ ഒരു അരഞ്ഞാണം ഉണ്ടായിരുന്നതുപോലും വിറ്റു. ഇനി നാലഞ്ചു മനുഷ്യജീവികളേയുള്ളൂ. അവസാനം അച്ഛൻ പറഞ്ഞു,

"എന്നാ പോകേണ്ടത്?"

"ഇന്നൊ, നാളെയൊ !"

"അതുവേണ്ട. മറ്റന്നാളാവട്ടെ കുറച്ചുപണം ഇല്ലാതെ അന്യദിക്കിലേക്കങ്ങു പോയ്ക്കൂടാ."

വേലായുധപാപ്പൻ താമസംമാറ്റിയശേഷം ഒഴിഞ്ഞു കിടക്കുകയായിരുന്ന തട്ടിൻപുറത്തേക്കു പഴകിയ കോണിപ്പടികൾ ചവുട്ടി അച്ഛൻ കയറിപ്പോയി. മനുഷ്യന്റെ പാദപതനം കേട്ടപ്പോൾ പെരുച്ചാഴികൾ മച്ചിന്നുമുകളിൽക്കൂടി ഓടിപ്പോയി. എലിക്കുഞ്ഞുങ്ങൾ എല്ലാമൂലകളിൽനിന്നും നിർത്താതെ കരഞ്ഞു. മാറാല പിടിച്ചുപൊടിയണിഞ്ഞുകിടന്ന വായുശ്വസിച്ചു അച്ഛൻ ഉറക്കെ തുമ്മുന്നതുകേട്ടു.

തട്ടിൻപുറത്ത് അടുക്കിവച്ചിരുന്ന ഈർച്ചക്കഷണങ്ങൾ നാലഞ്ചെണ്ണമുണ്ടായിരുന്നു. കോലായിന്റെ മേൽപ്പുരയിലെ പഴകിദ്രവിച്ച കഴുക്കോലുകൾ മാറ്റാൻ എന്നോ കൊണ്ടുവന്നിട്ടത്. പണ്ട് വയനാട്ടിൽ പോയിരുന്നകാലത്ത് കൊണ്ടുവന്നു സൂക്ഷിച്ചതാണ്. പണിക്കൂലി തരപ്പെടാഞ്ഞിട്ട് അവ ഇതുവരെ ആരുടെ ശ്രദ്ധയിലുംപെടാതെ അവിടെക്കിടന്നു. കരിവീട്ടിയുടെ കാതൽ. അച്ഛന്റെ അനുജന്മാരെല്ലാം വീടുവിട്ടപ്പോൾ, റിപ്പയറിനെക്കുറിച്ചുള്ള സംസാരം വീട്ടിൽ ഒരിക്കലും ഉണ്ടാകാതായി. അച്ഛനും രണ്ടുമക്കൾക്കുംകൂടി ഈ വലിയ വീട് കേടുപാടുതീർക്കുന്നതെന്തിന്? ഇനിയും ആ തടിക്കഷണങ്ങൾ സൂക്ഷിക്കണൊ? ഇപ്പോൾ നല്ല വിലകിട്ടും. നല്ലൊരു കാര്യത്തിനു ചെലവാക്കാം. ഏട്ടനു ജോലി ലഭിച്ചാൽ അത്തരം തടികൾ ആവശ്യത്തിനു വാങ്ങാം. വീടു പുതുക്കിപ്പണിയുക തന്നെ ആവാം.

കരുണന്റെ അച്ഛൻ മകളുടെ കല്യാണംപ്രമാണിച്ചു വീടു പുതുക്കിപ്പണിയുന്നുണ്ട്. അയാൾക്കു തന്നെ വിറ്റു. കിട്ടിയ തുക മുഴുവൻ ഏട്ടനെ ഏൽപ്പിച്ചു. അച്ഛൻ പറഞ്ഞു:

"ഇനി ഇതേയുള്ളൂ."

അപ്പോഴും ഏട്ടനു ഒന്നും സംസാരിക്കാനുണ്ടായിരുന്നില്ല. നോക്കിനിന്ന കരുണനാണ് പറഞ്ഞത്.

"അവന്നുവേണ്ടി ഇനി ഒന്നും വിൽക്കേണ്ടിവരില്ല."

പതിനഞ്ച്

ഏട്ടനുംകൂടി പോയപ്പോൾ വീടു തികച്ചും ശൂന്യമായി. അധികം ഒച്ചപ്പാടുകൾ ഉണ്ടാക്കാത്ത ആളായിരുന്നെങ്കിലും, വീട്ടിലെ ദിനകൃത്യങ്ങൾക്കു ഒരു നിഷ്ഠയുണ്ടായിരുന്നത് ഏട്ടൻ കാരണമായിരുന്നു. മൂന്നുനേരവും അടുപ്പിൽ തീപൂട്ടി എന്തെങ്കിലും തിന്നാനും കുടിക്കാനും ഉണ്ടാക്കണമെന്ന വിചാരം അമ്മയ്ക്കുണ്ടായിരുന്നു. ഏറെ ജോലിചെയ്തു ശീലിച്ച അമ്മയുടെ കൈകളുടെ ചൊറുചൊറുക്ക് കാണെക്കാണെ അപ്രത്യക്ഷമായി. ഭക്ഷണത്തിൽ വലിയ നിയമങ്ങളും നിഷ്ഠകളും അച്ഛനു മുമ്പേ ഉണ്ടായിരുന്നില്ലതാനും. ഒരു തരം നിരുന്മേഷം. ശുദ്ധ ശൂന്യത.

ഏട്ടനു ജോലികിട്ടും. ജോലികിട്ടിയാൽ അവൻ പണമയച്ചുതരും. അയയ്ക്കാതിരിക്കില്ല. എന്നിട്ടുവേണം വീട് പുതുക്കിപ്പണിയാൻ. അവന്നൊരു കല്യാണം വേണം. അച്ഛൻ പെണ്ണന്വേഷിക്കാൻ അളിയന്മാരെ

യൊക്കെ ഏൽപ്പിച്ചു. മൂത്ത മകളുടെ ഭർത്താവിനെയും. മൂത്ത മകളുടെ ഭർത്താവ് പണക്കാരനാണ്.

അവൻ കൂടുതൽകൂടുതൽ സമ്പാദിച്ചുകൂട്ടി. അതിനൊത്ത് ഏടത്തി സ്വന്തം വീട്ടിൽ വരുന്ന പതിവുതന്നെ നിന്നു. ഏടത്തിക്കു ഒമ്പതു കുട്ടികളുണ്ടായി. ഒമ്പതു പ്രസവവും നടത്തിയത് അച്ഛനാണ്. എല്ലാറ്റിനും സമയമടുക്കുമ്പോൾ ഇങ്ങു വരും. സ്കൂളൊഴിച്ച് എല്ലാ കുട്ടികളെയും കൂടെകൊണ്ടുവരും. അന്ന് വീട്ടിൽ തികഞ്ഞ ബഹളമായിരുന്നു. അമ്മയ്ക്കും തനിക്കും വേലയ്ക്കു സഹായിക്കാൻ നിന്നിരുന്ന പെണ്ണിനുമെല്ലാം ജോലിതന്നെ. ഒന്നരയൊ, രണ്ടോ മാത്രം പ്രായവ്യത്യാസമുള്ള ഒമ്പതു കുട്ടികൾ. കുട്ടികൾ അച്ഛനു ഒരനുഗ്രഹമായിരുന്നു. അനുജന്മാരും കുടംബങ്ങളും മാറിത്താമസിച്ചപ്പോൾ ഏകാന്തതയനുഭവിച്ച അച്ഛനു പേരക്കുട്ടികൾ നവോന്മേഷം നൽകി.

വീട്ടിൽ കയറിവരുമ്പോൾ പലപല പലഹാരപ്പൊതികളും ഉടുപ്പുകളും കുപ്പായത്തുണികളും കൊണ്ടുവരാൻ തുടങ്ങി, അച്ഛൻ.

ഏടത്തിയുടെ പണക്കാരനായ ഭർത്താവ് മക്കളെ അമ്മയുടെ കൂടെ ഇട്ട ഒറ്റയുടുപ്പോടെ അയയ്ക്കും. ഒന്നു മാറ്റിയുടുക്കണമെങ്കിൽ ഇവിടുന്ന് അച്ഛൻ വാങ്ങിച്ചുകൊടുക്കണം. അമ്മയുടെ പ്രസവം കഴിഞ്ഞു തിരിച്ചു പോകുമ്പോഴേക്കും എല്ലാവർക്കും രണ്ടോ, മൂന്നോ ജോടി ഉടുപ്പുകൾ. നാട്ടിൻപുറത്തുനിന്നു വരുന്ന ആ കുട്ടികൾക്കു പലഹാരങ്ങളോടു വലിയ ആർത്തിയായിരുന്നു. കളിപ്പാട്ടങ്ങളോടുമതേ.

കൈനിറയെ പലഹാരപ്പൊതികളും കളിപ്പാട്ടങ്ങളുമായി കയറിവരുമ്പോൾ ഇതിനൊക്കെ പണമെവിടുന്ന് എന്നാരും അന്വേഷിച്ചില്ല. അച്ഛന്റെ സ്വഭാവം ഈ മധ്യപ്രായം കഴിഞ്ഞിട്ടു മറ്റാനൊക്കുകില്ല. ചെലവുചെയ്യലാണ് അച്ഛന്റെ ആനന്ദം. അതിലാണ് ജീവിതത്തിലെ ഏറ്റവും വലിയ സംതൃപ്തി. അതു സ്വന്തക്കാർക്കു വേണ്ടിയാണെങ്കിൽ പറയാനുമില്ല.

ഓരോ തവണയും ഏടത്തി പ്രസവം കഴിഞ്ഞു പോകുമ്പോൾ വീടു നിന്ന പറമ്പിന്റെ ഓരോ ഭാഗങ്ങൾ അന്യാധീനപ്പെട്ടു. പുതിയ വീടുകൾ അവിടെ തലപൊക്കി. ഒരേയൊരു വീടുമാത്രമുണ്ടായിരുന്ന ഈ കുന്നിൻ ചെരിവിന്റെ മുഖം ആകെ മാറിപ്പോയി. അച്ഛന്റെ അധീനത്തിലുള്ള മണ്ണിന്റെ ചുറ്റളവ് ചുരുങ്ങിച്ചുരുങ്ങി വീടിന്റെ തൊട്ടടുത്തുവരെ എത്തി.

ഇപ്പോൾ ഏടത്തി വരാറില്ല. സുഖവിവരങ്ങൾ അറിയാൻ മാസത്തിലൊരിക്കൽ ഒരു വലിയ പൊതിക്കെട്ടുമായി അച്ഛൻ പോകും. നാലു കണ്ടങ്ങൾ ബാക്കി നിൽക്കുന്നതിൽ മുപ്പതോളം തെങ്ങുകളുണ്ട്. മനുഷ്യപ്പെരുമാറ്റം അടുത്തു കിട്ടുന്നതുകൊണ്ട് താരതമ്യേന കൂടുതൽ 'അനുഭവ'മുള്ള ആ തെങ്ങുകളിലെ തേങ്ങ വിൽക്കുമ്പോഴാണ് അച്ഛൻ ഏടത്തിയെയും മക്കളെയും കാണാൻ പോവുക.

ഏടത്തി അമ്മയെപ്പോലെതന്നെ ശുദ്ധഗതിക്കാരി. അച്ഛന്റെ അവസ്ഥ അറിഞ്ഞുകൂടാ. അച്ഛൻ കൊണ്ടുവരുന്നതെന്തും സന്തോഷത്തോടെ മനഃസാക്ഷിക്കു യാതൊരു ചാഞ്ചാല്യവുമില്ലാതെ സ്വീകരിക്കും. അതൃപ്തമായിക്കിടക്കുന്ന ആഗ്രഹങ്ങൾ അറിയിക്കയും ചെയ്യും.

"ഇനി വരുമ്പഴ് ചെറിയ മോൾക്ക് ഒരു വെളുത്ത ഉടുപ്പ്."

"അണ്ടിക്കമ്പനി അടുത്തുണ്ടായിട്ട് ഇത്തിരി അണ്ടിപ്പരിപ്പ് വാങ്ങിക്കൂടായിരുന്നൊ, അച്ഛാ."?

"അമ്മയോട് കുറച്ച് അപ്പം ചുട്ടുതരാൻ പറയണം."

ഏടത്തിക്കു വീട്ടിൽ നെല്ലും പണവും തേങ്ങയും ഉണ്ട്. എന്തു കാര്യവും സാധിക്കാം. ഏടത്തി അച്ഛനോടേ പറയൂ. ഒമ്പതു മക്കളുടെ പിതാവായ സ്വഭർത്താവിനെ അവർക്കിന്നും പേടിയാണ്.

ഏട്ടന്റെ പഠിപ്പു തുടരാൻ വല്ല സഹായവും മൂത്ത മകളുടെ ഭർത്താവ് ചെയ്യും എന്നു അമ്മയ്ക്കു പ്രതീക്ഷയുണ്ടായിരുന്നു. ഭരതേട്ടൻ ചെയ്യാത്തവനല്ല. അറിഞ്ഞു ചെയ്യില്ല. ചോദിച്ചു വാങ്ങണം. മകൾ നന്നായിരുന്നുവെങ്കിൽ— അവൾ ശുദ്ധമണ്ടി. പിന്നെ അഭിമാനിയായ അച്ഛനോ, ജാമാതാവിനോടൊരു സഹായമഭ്യർഥിക്കാൻ? മനുഷ്യരുടെ മുഖത്തു നേരെ നോക്കാൻ വയ്യാത്ത ഏട്ടനെക്കൊണ്ടതു് ഒട്ടും വയ്യ. അതുകൊണ്ട് ആ വശം, പ്രതീക്ഷയ്ക്കു പഴുതുണ്ടായിരുന്ന ഓരേയൊരു വശം, ആരും ശ്രദ്ധിച്ചില്ല.

"ഇതുവരെ ഒരാളുടെ സഹായംകൊണ്ടല്ല, ഇക്കണ്ടചെലവുകളൊക്കെ ഞാൻ നിവർത്തിച്ചത്. ഇനിയും അതുവേണ്ട."

അങ്ങനെ ഏട്ടൻ കാണാദൂരത്തേക്ക്, ജോലിയുമന്വേഷിച്ചു പോയി.

ഒരാഴ്ചയ്ക്കുശേഷം കരുണന്റെ കത്തുവന്നു.

"അടുത്തുതന്നെ ഒരു ജോലി തരപ്പെട്ടേക്കും. വേണു സുഖമായിരിക്കുന്നു.........."

അത്രയ്ക്ക് ഏട്ടനു തോന്നിയില്ലല്ലൊ, ഒരു വരിയെഴുതാൻ. ഏട്ടൻ അങ്ങനെത്തന്നെയാണ്. ഈയൊരാഴ്ചകൊണ്ടു മാറി എന്നു പ്രതീക്ഷിക്കുന്നതബദ്ധം.

ഏട്ടനു ജോലികിട്ടി എന്നതായിരുന്നു അടുത്ത എഴുത്ത്. അച്ഛനു വളരെ സന്തോഷം തോന്നി. പണ്ടത്തെപ്പോലെ വീണ്ടും പലതരത്തിലുള്ള ജോലികളിൽ മുഴുകി. വീട്ടിനടുത്ത നാലുകണ്ടങ്ങൾ കിളപ്പിച്ചു. അച്ഛൻതന്നെ വരമ്പുമാടിവച്ചു. പീറ്റത്തെങ്ങുകൾക്കു ചുവട്ടിൽ അൽപ്പം മാറി പുതിയ തൈക്കുഴികൾ കുഴിപ്പിച്ചു. മഴവരുമ്പോൾ തൈ നടണം. തന്റെ മകൻ ആളാവുന്നു.

അവനുവേണ്ടി ഒന്നും സമ്പാദിച്ചില്ല. ഉള്ളത് നന്നാക്കിയെടുക്കുകയെങ്കിലും വേണം; ഏട്ടൻ രണ്ടു മൂന്നു തവണ തുടർച്ചയായി ശമ്പളമയയ്ക്കാൻ തുടങ്ങിയപ്പോൾ വീടുപണിയുടെ കാര്യം പൊന്തിവന്നു.

വീടു പരിഷ്കരിക്കണം. എന്നിട്ട് മകനൊരു കല്യാണം. ആശാരിയെയും കല്ലാശാരിയെയും വിളിച്ചു. പഴയവീട് പുതുക്കാമൊ? പണിക്കാരേയും വിളിച്ചു.

"അത്രഗുണം കാണുന്നില്ല. പൊളിച്ചുപണിയുകയാണ് നല്ലത്."

"ഗുണത്തിന്നൊരു കുറവും ഇല്ല. തെക്കോട്ടു പത്തുകോൽനീട്ടി ഒരു പൂമുഖം പണിതാൽമതി. തൊഴുത്ത് അവിടന്നു മാറ്റുകയും വേണം."

വിറകിടാൻമാത്രം, ഉപയോഗിച്ചുവരുന്ന പഴയ തൊഴുത്ത് പൊളിച്ചുകളഞ്ഞു. വടക്കുഭാഗത്ത് മറ്റൊന്ന്, മുളകൊണ്ടും ഓലകൊണ്ടും ഉണ്ടാക്കി.

തെക്കോട്ടുനീട്ടി വലിയൊരു പൂമുഖത്തിനും രണ്ടുമുറികൾക്കും കൂടി തറകീറി. കല്ലിട്ടു. മണ്ണുനിറച്ചു. ഇത്രയും മൂന്നുമാസത്തെ ശമ്പളത്തിൽനിന്നു ഒരു പങ്ക് ഏട്ടൻ അയച്ചപ്പോഴേക്കും നിർവഹിച്ചുകഴിഞ്ഞതാണ്.

പിന്നീട് രണ്ടു മാസത്തേക്ക് ഏട്ടന്റെ എഴുത്തും പണവും ഇല്ല. കരുണാകരനു കത്തെഴുതി. വേണു അവിടെ എന്തു ചെയ്യുന്നു? പണമില്ലാഞ്ഞിട്ടാണൊ, കത്തുകൂടി അയയ്ക്കാതിരിക്കുന്നത്? അവന്റെ പണം മോഹിച്ചല്ല അവനെ ഉദ്യോഗത്തിന്നയച്ചിരിക്കുന്നത്. പണമൊന്നും ഇനി അയയ്ക്കേണ്ടെന്നു പറയൂ. അവനവിടെ ഒന്നിനും വലയരുത്. ആഴ്ചയിൽ ഒരു കത്തെങ്കിലും അയപ്പിക്കണം. സ്വമനസാലെ അവനൊന്നും ചെയ്യില്ല. കരുണൻതന്നെ പ്രേരിപ്പിക്കണം.

കുറച്ചു ദിവസത്തേക്കു കരുണന്റെ മറുപടിയും കണ്ടില്ല. മണ്ണു നിറയ്ക്കാൻ ബാക്കിയുണ്ടായിരുന്ന പുറത്തറയുടെ ഒരു മൂല അങ്ങനെത്തന്നെ കിടന്നു. രാവിലെ എണീറ്റുവന്നാൽ, കുറേ നേരത്തേക്ക് അതായിരുന്നു അച്ഛന്റെ ജോലി.

കുറേനാൾ കഴിഞ്ഞപ്പോൾ കരുണന്റെ കത്തു വന്നു. എങ്ങും തൊടാത്തൊരു എഴുത്ത്.

"വേണുവിനു സുഖംതന്നെ കത്തയക്കാൻ പറഞ്ഞിട്ടുണ്ട്."

പഴയ ഉത്സാഹമൊന്നും ആ വാക്കുകളിൽ കണ്ടില്ല. കരുണൻ വേണുവുമായി വല്ല കാര്യത്തിനും പിണങ്ങിയൊ? എന്നാലെന്താ തനിക്കൊരെഴുത്തയച്ചൂകൂടെ? ഇന്നും ഇന്നലെയും കണ്ടുതുടങ്ങിയതല്ലല്ലൊ, അവനെ.

ഏതായാലും വേണു വരാറായി. അവൻ അടുത്തമാസം വരും എന്നാണ് അവന്റെ അച്ഛൻ പറഞ്ഞത്. കാത്തിരിക്കുകതന്നെ.

കരുണൻ വന്നു. അന്നുതന്നെ അവൻ അച്ഛനെക്കാണാൻ വരുമെന്നു കരുതി കാത്തിരുന്നു. അന്ന് അച്ഛൻ പുറത്തെങ്ങും പോയില്ല. കരുണൻ വരും. വരാതിരിക്കില്ല. വന്നിട്ടു സാവകാശത്തിൽ എല്ലാ വിവരങ്ങളും ചോദിച്ചറിയണം. അവന്റെ വീട്ടിലേക്കു ചെന്നാൽ അതിനു സൗകര്യപ്പെടില്ല.

പക്ഷേ, കരുണൻ വീട്ടിലേക്കു കയറിയില്ല. പിറ്റേന്നും കാത്തു. അന്നും വന്നില്ല.

"നിങ്ങൾക്കെന്താ ഒന്നങ്ങോട്ടുകടന്നുചെന്നാൽ?" അമ്മ.

"ഉം."

അച്ഛൻ കരുണനെക്കാണാൻപോയി. തന്റെ മകൻ കത്തുകളൊന്നും അയയ്ക്കുന്നില്ല എന്ന കാര്യം അന്യരുടെ ശ്രദ്ധയിൽ പെടാതിരിക്കാൻ അച്ഛനു നന്നെ ആഗ്രഹമുണ്ടായിരുന്നു.

അഞ്ചുമിനിറ്റിന്നുള്ളിൽ അച്ഛൻ തിരിച്ചുവന്നു.

"അവൻ നന്നേരാവിലെ എങ്ങോ പോയി."

സന്ധ്യയാവുംവരെ അവൻ തിരിച്ചുവന്നില്ല.

അങ്ങനെ നാലുദിവസം അവനെ കണ്ടുകിട്ടിയില്ല. രാവിലെ പഴയ സുഹൃത്തുക്കളെക്കാണാൻപോകും. വരുന്നത് എപ്പഴെങ്കിലും.

"പണ്ടേ അവന്റെ ശീലം അതാ" അവന്റെ അമ്മ തെളിഞ്ഞ മുഖത്തോടെ വാത്സല്യപൂർവം വേലിക്കൽ നിന്ന് അമ്മയോടു പറഞ്ഞു.

"ഇവിടുത്തെ വേണുവിനെപ്പറ്റി എന്തെങ്കിലും പറഞ്ഞുവൊ?"

അവർ തെല്ലിട സംശയിച്ചു.

"ഇല്ലല്ലൊ! വന്നിട്ട് നിങ്ങൾതന്നെ ചോദിക്കിൻ. ഞാനിങ്ങോട്ടയക്കാം, അവനെ. രാത്രിക്കാണെങ്കിൽ രാത്രിതന്നെ."

രാത്രി കരുണൻ വന്നുകയറുമ്പോൾ സമയം പത്തു കഴിഞ്ഞിരുന്നു.

കോലായിലെ വളയിൽ തൂക്കിയ പതിനാലാം നമ്പ്ര് വിളക്കിന്റെ കരിപിടിച്ച ചിമ്മിനിയിൽക്കൂടി വരുന്ന നേർത്ത പ്രകാശത്തിൽനിന്നും മാറി ചാരുപടിമേൽ അവനിരുന്നു.

"നല്ല ആളാ. വന്നിട്ട് ഇത്രനാളും ഒന്നിങ്ങട്ട് തിരിഞ്ഞു നോക്ക്യോ?"

അവൻ ഒന്നു പതുക്കെ ചിരിക്കുകമാത്രം ചെയ്തു.

തെല്ലിട നിശബ്ദത.

"വേണൂന്റെ കത്തൊന്നുംല്ല്യല്ലൊ." മുത്തശ്ശി.

"ഞാൻ കഴിഞ്ഞാഴ്ച പോരുന്നതിന്നുമുമ്പും കണ്ടു."

അവനെന്താ എഴുത്തയയ്ക്കാത്തതെന്നു ചോദിച്ചില്ലെ?"

"ചോദിച്ചു"

കരുണന്റെ എങ്ങും തൊടാത്ത ഉത്തരങ്ങൾക്കുമുമ്പിൽ അച്ഛന്റെ ആകാംക്ഷ നിശബ്ദമായി. എന്തൊ ഒന്നു സംഭവിച്ചിരിക്കുന്നു. എന്താണത്.

"അവന്റെ ജോലി സ്ഥിരം തന്ന്യല്ലെ?"

"അല്ല."

"പിന്നെന്തു ചെയ്യും?"

"അവന്നു മറ്റൊരുജോലി ആരോ ഒരാൾ കൊടുക്കാമെന്നു ഏറ്റിട്ടുണ്ട്."

"എവിട്യാ"

"ഒരു പ്രൈവറ്റു കമ്പനീല്."

"എന്തു കിട്ടും. ജീവിക്കാനൊക്ക്വൊ?" മുത്തശ്ശി

"ഒക്കും."

"ഒന്നിങ്ങു വന്നുകണ്ടാമത്യായിരുന്നു." അമ്മ

"പറയാം"

കരുണനെ ഒന്നും വിശദമായറിയാതെ പറഞ്ഞയയ്ക്കുന്നതിൽ അമ്മയ്ക്കും അച്ഛനുമെല്ലാം വൈമനസ്യമുണ്ടായിരുന്നു. അവൻ നാളയൊ മറ്റന്നാളൊ പോകും. പിന്നെ എന്തെങ്കിലും വിവരങ്ങളറിയുന്നതെങ്ങനെ?

കരുണൻ പോയി. അച്ഛൻ താടിക്കു കയ്യുംകൊടുത്തു വിളക്കിനു കീഴെ നിഴലിൽ ഇരുന്നു. രാത്രി കുറെയേറെച്ചെന്നിരുന്നു. അടുക്കളയിൽ അത്താഴം ആറിത്തണുത്തു. മലഞ്ചരിവിലെ പുല്ലാനിക്കാടുകളിൽ കുറുക്കന്മാരുടെ ഓരിയിടൽ മാത്രം കേട്ടു. അയൽപക്കങ്ങളിലെ വിളക്കുകള

ണഞ്ഞു. ഒച്ചയുമനക്കവും ഇല്ലാതായി. കറുത്ത രാത്രിയുടെ നടക്ക്, മങ്ങിക്കത്തുന്ന ആ വിളക്കുമാത്രം കണ്ണുമിഴിച്ചു അനക്കമറ്റു തൂങ്ങിക്കിടന്നു.

ആരും ഒന്നും കഴിച്ചില്ല. അച്ഛൻ ഇരുന്നേടത്തുനിന്നെണീറ്റു. ഒരു ദീർഘശ്വാസം അന്തരീക്ഷത്തെ ഉലച്ചു. എല്ലാവരും പോയിക്കിടന്നു. എണ്ണ വറ്റിത്തുടങ്ങിയ വിളക്കു ഒന്നണയ്ക്കാൻ പോലും ആരും ശ്രദ്ധിച്ചില്ല. ഒരുതരം അവ്യക്തമായ ഭീതി വീടിനെ വലയം ചെയ്യുമ്പോലെ തോന്നി. ഏട്ടൻ എന്തു ചെയ്യുന്നു? എന്നുവരും? വീട്ടിലിരുന്ന അവസരത്തിൽ ഏട്ടനെന്ന ഒരു വ്യക്തിയുടെ സാന്നിധ്യം ചുറ്റുപാട് അറിഞ്ഞിരുന്നേയില്ല. ഏട്ടൻ വീടുവിട്ടപ്പോൾ ഏട്ടനെക്കുറിച്ചുള്ള ചിന്ത എങ്ങും നിറഞ്ഞു നിൽക്കുംപോലെ തോന്നി.

പതിനാറ്

കരുണൻ പോയ്ക്കഴിഞ്ഞപ്പോൾ അയൽപക്കങ്ങളിൽ നിന്നു ഒരു ശ്രുതി പൊങ്ങി.

"വേണു ഇനി നാട്ടിലേക്കു തിരിച്ചുവരില്ല."

അച്ഛന്റെ ചെകിട്ടിലും അതെത്തി. അവസാനക്കയ്യായി അച്ഛൻ ഒരു കത്തെഴുതി,

"നീ ഉടനെ വരണം. വന്നില്ലെങ്കിൽ വിശദവിവരത്തിന്നു കത്തെങ്കിലും അയയ്ക്കണം. ഇല്ലെങ്കിൽ ഒരാഴ്ചയ്ക്കകം ഞാനങ്ങോട്ടു വരും."

ഈ 'ഭീഷണി'ക്കു ഫലമുണ്ടായി. അങ്ങോട്ടു വണ്ടികയറും എന്നു പറഞ്ഞെങ്കിലും, അച്ഛൻ ഉദ്ദേശിച്ചിരുന്നില്ല അത്. ഏട്ടൻ ശ്രീരംഗത്താണ്. ശ്രീരംഗത്തേക്കു വണ്ടിക്കൂലിയും വഴിചെലവും കൂടി ഒരു നല്ല സംഖ്യ വേണം. തിരിച്ചും പോരേണ്ടേ? എവിടെയുണ്ട് പണം? എന്നാലും എഴുത്ത് ഫലിച്ചു.

ഏട്ടന്റെ കൈപ്പടയിലുള്ള എഴുത്ത് കണ്ടപ്പോൾ അച്ഛന്റെ മുഖം വിടർന്നു. ഉൽക്കണ്ഠകൊണ്ടു ചുവന്നു. കത്തു പൊളിക്കുമ്പോൾ ചെമ്പിച്ച രോമമുള്ള ആ കൈകൾ വിറച്ചിരുന്നത് ഇന്നും ഓർമയിൽ തങ്ങിനിൽക്കുന്നു. ഏട്ടൻ അല്ലെങ്കിലും അധികം കത്തുകൾ എഴുതാറില്ല. മുമ്പൊക്കെ ഏട്ടന്റെ വിവരങ്ങൾക്കുകൂടി കത്തെഴുതിയിരുന്നത് കരുണനായിരുന്നു. ഏട്ടന്റെ സ്വന്തം കൈപ്പടയിൽ വരുന്ന എഴുത്ത് ഒരപൂർവ സംഭവമായിരുന്നു. "അത് അവന്റെ സ്വഭാവം" എന്നു അച്ഛൻ സമാധാനിക്കും. ഇന്നു കാര്യം വേറെ. ഏറെക്കാലമായി കരുണനിൽനിന്നുപോലും വ്യക്തമായ കാര്യങ്ങളൊന്നും അറിയുന്നില്ല. അച്ഛൻ എഴുത്തു വായിച്ചു. മുഖത്തെ അയഞ്ഞ പേശികൾ പതുക്കെ വിറക്കുന്നത് അവൾ ശ്രദ്ധിച്ചു.

"എന്താണ്? എന്താണച്ഛാ എഴുതിയിരിക്കുന്നത്?" ചോദ്യം തന്റെ തൊണ്ടയിൽത്തന്നെ അടഞ്ഞുപോകുന്നതായി അവൾക്കു തോന്നി.

അച്ഛന്റെ വിറയ്ക്കുന്ന കൈകളിൽനിന്ന് എഴുത്ത് താഴെ വീണു. കാറ്റത്ത് അത് നിലത്തു കിടന്നു പിടച്ചു. അവൾ കുനിഞ്ഞെടുത്ത് നേരെ മുറിക്കകത്തേക്കു പോയി. അമ്മയും മുത്തശ്ശിയും പിന്തുടർന്നു.

"ഞാൻ അങ്ങോട്ടു വരാത്തതിനെപ്പറ്റി നിങ്ങൾ വേവലാതി പ്പെടേണ്ട! എനിക്കൊരുറച്ച ജോലി കിട്ടി. അതോടെ ഇവിടം വിടാൻ കഴിയാതിരിക്കുന്നു. ജോലി വാങ്ങിത്തന്ന ആളുടെ മകളെ ഞാൻ വിവാഹം ചെയ്യേണ്ടി വന്നു. അവളെ നാട്ടിലേക്കു കൊണ്ടുവരാൻ പറ്റില്ല........."

വീട്ടിലെ നിറഞ്ഞ നിശബ്ദതയിൽ എഴുത്തിലെ വാചകങ്ങൾ ഇടിമുഴക്കംപോലെ പൊട്ടിത്തെറിക്കുന്നതായി അവൾക്കു തോന്നി. നിശബ്ദമായ, ഭീകരമായ ഒരിടിമുഴക്കം. അതു ചെകിട്ടിലും, തലച്ചോറിലും, സിരകളിലെ രക്തത്തിന്റെ ഓരോ അണുവിലും പൊട്ടിത്തെറിക്കുന്നു. ഏട്ടൻ ഇനി വരില്ല. വരില്ല........വരില്ല............

അച്ഛനും ഇതറിഞ്ഞിരിക്കുന്നു. പറയേണ്ടിവന്നില്ലല്ലൊ! കത്ത് അച്ഛന്റെ കയ്യിൽത്തന്നെയാണല്ലൊ കിട്ടിയിരിക്കുന്നത്. അതൊരാശ്വാസമായിരുന്നു, തനിക്ക്. എന്നാലും ഏട്ടനിങ്ങനെ ചെയ്തല്ലൊ; അതും ഒരു ജോലിക്കുവേണ്ടി.

ആദ്യത്തെ ചുഴലി ഒന്നടങ്ങിയപ്പോൾ ചിന്തയുടെ ഒഴുക്കിൽനിന്നു ഒന്നു പിടഞ്ഞുയരാൻ അവൾ അതീവം യത്നിച്ചു.

ഏട്ടനെ സംബന്ധിച്ചേടത്തോളം ജോലി അത്ര നിസ്സാരമാണൊ? ജീവിതത്തിന് അവലംബമായിട്ട് ഇവിടെ എന്തു ബാക്കിയുണ്ടിനി? വയസായ അച്ഛനുമമ്മയും, അതിലേറെ പ്രായം ചെന്ന മുത്തശ്ശിയും, അവരേക്കാൾ എത്രയോ കൂടുതൽ വൃദ്ധയായ ഈ വീടും? ഇതുകൊണ്ട് ഏട്ടനു ജീവിക്കാനൊക്കുമൊ?

ഏട്ടന്റെ കല്യാണം ഗംഭീരമായി ആഘോഷിക്കണമെന്നത് അച്ഛന്റെ ഒരു വലിയ ആഗ്രഹമായിരുന്നു. എങ്ങനെ? എന്തുകൊണ്ട്? ഇനി വിൽക്കാൻ ബാക്കിയെന്തുണ്ട്. ഇക്കാലത്തെ ജോലി. ഇന്നു കിട്ടുന്ന ശമ്പളത്തുക. അതുകൊണ്ട് ആർഭാടപൂർവമായ ഒരു വിവാഹം ചെയ്യാൻ ഏട്ടനു ത്രാണിയുണ്ടൊ? യാഥാർഥ്യത്തിന്റേതായ ഈ വാദപ്രതിവാദങ്ങളൊന്നും വികാരത്തിന്റെ വേലിയേറ്റത്തെ തടഞ്ഞുനിർത്താൻ ഒട്ടും സഹായകമായില്ല. ഈ സംഭവം അങ്ങനെ തകർത്തിക്കളയും എന്ന യാഥാർഥ്യം അവളെ നടുക്കി. അമ്മയ്ക്കു കുറേക്കൂടി സഹനശക്തിയുണ്ട്. മുത്തശ്ശി ജീവിതം കുറച്ചേറെക്കണ്ട ആളാണ്. എന്തെന്തു ദുഃഖങ്ങൾ, ആനന്ദങ്ങൾ, സംഘട്ടനങ്ങൾ അവരുടെ മുമ്പിൽക്കൂടി കടന്നുപോയിട്ടില്ല?

പക്ഷേ സംഭവിച്ചതു മറ്റൊന്നായിരുന്നു. ദുഃഖത്തിന്റെ ആ കയത്തിൽനിന്നു ഒന്നു മുങ്ങിയശേഷം പതുക്കെയെങ്കിലും പൊങ്ങി വരാനും ഒഴുക്കിനൊത്തു വീണ്ടും നീന്താനും ദീർഘകാലത്തെ അധ്വാനവും മനഃക്ലേശവും അച്ഛനെ സഹായിച്ചു. അഭ്യാസമാണല്ലോ ഏറ്റവും വലിയ ശക്തി. അമ്മ കിടപ്പിലായി. അത് ഓർക്കാപ്പുറത്തായിരുന്നു. വർഷങ്ങളായി ഈ കുടുംബത്തിന്റെ കടിഞ്ഞാൺ കയ്യിൽവച്ചുകൊണ്ടു അവിശ്രമം പ്രവർത്തിച്ച കൈകൾ തളർന്നപ്പോൾ മാത്രമെ, അവയുടെ കഴിവ് എത്രയെന്ന് എല്ലാവർക്കും ബോധ്യമായുള്ളൂ. അച്ഛൻ തികച്ചും നിരാശനായി. കൂടുതൽകൂടുതൽ മൗനിയായിത്തീർന്നു. മനസിന്റെ മൗഢ്യം തുടച്ചു മാറ്റാൻ അച്ഛൻ സദാ എന്തെങ്കിലും ജോലി ചെയ്തുകൊണ്ടിരു

ന്നു. കൈക്കോട്ടും, വെട്ടുകത്തിയും താഴെ വച്ചില്ല. പറമ്പ് കിളച്ചു മറിച്ചു. ഒരിഴ ഉണക്കപ്പുല്ലുപോലും, വരമ്പത്തുകൂടി കാണ്മാനില്ലാതായി. തെങ്ങിൻ തടം കിളച്ച് വേലിത്തറികളായി പല മുൾച്ചെടികളും കണ്ട ഇടത്തുനിന്നെല്ലാം കൊണ്ടുവന്നു നട്ടു.

ഒരു നിമിഷം അച്ഛൻ വെറുതെയിരുന്നില്ല. ശാരീരികാധ്വാനവും മാനസികക്ഷീണവും അച്ഛനെ ദിനംപ്രതി അവശനാക്കിക്കൊണ്ടിരുന്നു. ഏട്ടനെക്കുറിച്ചു വീട്ടിൽ ആരും സംസാരിക്കാതായി.

'സ്നേഹമില്ലാത്തവൻ' എന്നു പണ്ടേതന്നെ പലരുടെയും അഭിപ്രായങ്ങൾ നേടിയിരുന്ന ഏട്ടൻ എല്ലാവരുടെ കണ്ണിലും തനി ദുഷ്ടനായി മാറിയത് അച്ഛൻ മനസിലാക്കിയിരിക്കണം. അച്ഛൻ സുഹൃത്തുക്കളെ കാണാൻ പോകാതായി. മരിച്ച വീട്ടിൽ ദുഃഖമന്വേഷിക്കാൻ വരുംപോലെ ബന്ധുക്കളും സുഹൃത്തുക്കളും കാരണങ്ങൾ ഉണ്ടാകാതെയും വീട്ടിൽ വന്നുപൊയ്ക്കൊണ്ടിരുന്നു. അവർ വരും. നാലുപാടും ഒന്നു കണ്ണോടിക്കും. ഏട്ടൻ ഉപയോഗിച്ചിരുന്ന പുറത്തെ മുറിയിൽ മാറാല കെട്ടിക്കിടക്കുന്ന പുസ്തകഷെൽഫിന്റെ നേരെ ഒന്നു നോക്കും. ഏട്ടനെക്കുറിച്ചല്ലാതെ വീട്ടുവർത്തമാനങ്ങളെല്ലാം അന്വേഷിക്കും. പോകും. ഈ വരവുകൾ അച്ഛനെ കണക്കിലധികം ശല്യപ്പെടുത്തി. അച്ഛൻ അകത്തു കടന്നിരിക്കാൻ തുടങ്ങി. കുറെനേരം കിടക്കും പിന്നെ എണീറ്റു കണ്ടത്തിലേയ്ക്കു പോകും. വരുന്നവരുടെ ചോദ്യശരങ്ങളിൽ നിന്നും കഴിയുന്നതും അകന്നുമാറി കഴിഞ്ഞു.

കിടപ്പിലായ അമ്മയായിരുന്നു എല്ലാവരുടെ ചോദ്യങ്ങൾക്കും ശരവ്യം. പോകാൻ തുടങ്ങുമ്പോൾ വന്നവർ ചോദിക്കും,

"വേണുവിന്റെ വർത്തമാനം വല്ലതും അറിഞ്ഞോ?" അതുകേട്ടാൽ ദേഷ്യം വരും. എന്തു വർത്തമാനമാണ് വിശേഷിച്ചറിയാനുള്ളത്? കല്യാണം കഴിച്ചതൊ? നാട്ടിൽ എത്രപേർ കല്യാണം കഴിക്കുന്നു? ഇതിലെന്തു വിശേഷം? ബന്ധുക്കളെ ക്ഷണിച്ചു വരുത്തി കാപ്പികൊടുക്കാതിരുന്നതൊ? കല്യാണസദ്യ കൊടുക്കാതിരുന്നത്? ഇവിടെവച്ചൊരു കല്യാണം നടത്താൻ അച്ഛനിന്നു ത്രാണിയുണ്ടോ? എത്രപേരുടെ വിവാഹങ്ങൾ, പാലുകുടിസ്സദ്യകൾ, ചോറൂൺ സദ്യകൾ-- ഇതൊക്കെ ഇവിടെവച്ചു നടത്തി! അച്ഛൻ ഒരൊറ്റ മനുഷ്യന്റെ അധ്വാനഫലംകൊണ്ട്! ഇതുകൊണ്ടൊന്നും ഇവർക്കും തൃപ്തിയായില്ലെന്നൊ!

വരുന്നവർക്കു കാപ്പിയും ചായയും കൊടുത്തു മടുത്തു. അവസാനം അതും കൊടുക്കാനില്ലാതായി. അച്ഛന്റെ പെങ്ങന്മാർ മാത്രം വന്നില്ല. അവർ സുഹൃത്തുക്കളോടു ചൊല്ലിയയച്ചു. അവർക്കു നാണം തോന്നുന്നു, ഭർത്തൃകുടുംബങ്ങളുടെ മുഖത്തു നോക്കുമ്പോൾ. ഈ മിണ്ടാപ്രാണിയായ ചെക്കൻ ഇങ്ങനെ കലമുടച്ചുകളഞ്ഞല്ലൊ!

അവസാനം ഏടത്തി വന്നു. അതൊരു സംഭവമായിരുന്നു. പതിവുപോലെ മക്കളുടെ അകമ്പടിയില്ല. അവരാറ്റയ്ക്ക് വീട്ടിലെ വേഷത്തിലാണ്. മുഖം വെയിലേറ്റു ചുവന്നു കരിഞ്ഞിരുന്നു. കണ്ണുകൾ കലങ്ങി. വളരെ ധൃതിയിലാണ് വന്നു കയറിയത്. വന്നപാടെ അമ്മ കിടക്കുന്ന കട്ടിലിന്നടുത്തേക്കു ചെന്നു.

"നിങ്ങളും, ഒരു മകനും കൂടി, ഞാനൊരാൾ അന്യന്റെ വീട്ടിൽ കഴിയുന്നുണ്ടെന്ന കാര്യം ഓർത്തില്ലല്ലൊ!"

അപ്പോൾ അതാണ്! ഏടത്തിയോട് എന്തെന്നില്ലാത്ത ഒരുതരം അവജ്ഞ തോന്നി. ഏട്ടൻ ചെയ്തതു അവർക്കു മാനക്കേടായിപ്പോയി! ഇതിനെല്ലാം ഉത്തരവാദികൾ ഒരു കണക്കിൽ ഇപ്പറയുന്ന കുടുംബങ്ങളും ബന്ധുക്കളുമാണെന്ന കാര്യം അറിഞ്ഞുകൊണ്ട് അറിഞ്ഞില്ലെന്നു നടിക്കയല്ലെ ഇവർ! അമ്പോ, എന്തു നാട്യം! എന്തു കപടദുഃഖം! ഈ അച്ഛനെ ഇവരൊന്നും ഒരണു മനസിലാക്കിയില്ലല്ലൊ.

ഏടത്തി പിന്നേയും പലതും പുലമ്പിക്കൊണ്ടിരുന്നു. അവരുടെ മാനക്കേടിന്റെ കഥ! ഭർത്താവിന്റെ മുഖത്തുനോക്കാൻ കഴിയുന്നില്ല. കുട്ടികൾ അമ്മാവനെപ്പറ്റി ഓരോന്നു ചോദിക്കുമ്പോൾ ശരീരത്തിലെ തൊലിയുരിഞ്ഞുപോവുന്നു! ഭർത്താവിന്റെ കുടുംബങ്ങൾ ചില്ലറക്കാരണോ? എല്ലാവരും പ്രഭുക്കൾ! എങ്ങനെ ഇനി ഒരു 'സഭ'യിൽ ചെന്നുകയറും!

ഇങ്ങനെയൊരു ഏടത്തി തനിക്കുണ്ടായല്ലൊ! എത്ര കുടില! കിടക്കയിൽ ശ്വാസം കഴിക്കാൻ പ്രയാസപ്പെട്ടു കിടക്കുന്ന അമ്മയോടാണ് പ്രസംഗം! വൈദ്യൻ കുറിച്ചുതന്ന കഷായം വാങ്ങിക്കാൻ അമ്മയ്ക്കു കൊടുക്കണമെന്നു കരുതി ഒരുറുപ്പികപോലും കരുതാതെ കയറി വന്നിരിക്കുന്നു! ഒരഭിമാനി! ഇവരുടെയൊക്കെ അഭിമാനം സംരക്ഷിച്ചുതന്നെ അച്ഛൻ ഇങ്ങനെ തുലഞ്ഞത്. അതുകൊണ്ടുതന്നെ ഏട്ടൻ ഇപ്പണി ചെയ്തതും! ഒരു ക്ലാർക്കുദ്യോഗത്തിനു ഏട്ടൻ തന്നെയും തന്റെ കുടുംബത്തേയും ബലികൊടുത്തു. ഏടത്തിയുടെ ഭർത്താവ് ഒരു വാക്ക് ചെലവാക്കിയാൽ നടക്കുന്ന കാര്യമായിരുന്നില്ലെ അത്? ആരുടെയും ശുപാർശയും സ്വാധീനവും തനിക്കുവേണ്ട! ഇതുവരെ അധ്വാനിച്ചു കഴിഞ്ഞു. ഇനിയും അങ്ങനെ കഴിയാം. ഏട്ടൻ അതോർത്തില്ലെന്നു മാത്രം. എല്ലാവരും ചുറ്റുപാടുകളുടെ സമ്മർദത്തിന്നു ഇങ്ങനെ വശംവദരാകുന്നു. ഈ അച്ഛന്റെ അഭിമാനത്തിന്റെ ഒരു കണിക ഏടത്തിയുടെ ഹൃദയത്തിലില്ലാതെ പോയല്ലൊ!

ഒരു കാപ്പിപോലും കുടിക്കാതെ ഏടത്തി ഇറങ്ങിപ്പോയി,

"ഇനി ഇപ്പടികയറാൻ എന്നെ അനുവദിക്കില്ലെന്നാ കുട്ടികളുടെ അച്ഛൻ പറഞ്ഞിരിക്കുന്നത്. ഈ വന്നതറിഞ്ഞാൽത്തന്നെ എന്നെ കൊന്നുകളയും!"

കൊന്നുകളയുംപോലും!ഇങ്ങനെ ജീവിക്കുന്നതിലും ഭേദം അതാണ്!

ഏടത്തിക്കു കാപ്പികൊടുക്കാൻ ഒരു സാധനവും വീട്ടിലില്ലായിരുന്നു;

"അവർക്കു ഹോർലിക്സോ പാലോ, വോണാരിക്കും അതിവിടില്ല."

പിന്നെ അമ്മ ഒന്നും മിണ്ടിയില്ല.

ഏടത്തി ഒച്ചയുണ്ടാക്കി മടങ്ങിപ്പോകുന്നതുവരെ അച്ഛൻ പറമ്പിൽനിന്നു കേറിവന്നില്ല. അച്ഛന്റെ മുഖം തുടുത്തിരുന്നു. മൂത്തമകൾ തന്നെ അവഹേളിച്ചു ഇറങ്ങിപ്പോയിരിക്കുന്നു!

"എന്തേ വന്നുപോകുമ്പോൾ അവൾക്കു കുട്ട നിറയെ പലഹാര

മൊന്നും വേണ്ടെ, ഇത്തവണ?" അച്ഛന്റെ വായിൽനിന്നുവീണ വാക്കു കേട്ടു ഞെട്ടിപ്പോയി. ഒരാളോടും ഒരിക്കലും ഒരു കടുത്തവാക്കു പറയാത്ത അച്ഛൻ!

ഏടത്തി കുന്നുകയറി അപ്പുറത്തെ ചെരിവിൽ മറയുന്നതുവരെ അച്ഛൻ ഒരേ ദൃഷ്ടിയോടെ ചലനമറ്റിരുന്നു. അങ്ങനെ എല്ലാവരും തന്നെ പ്പിരിഞ്ഞുപോകട്ടെ, എന്നായിരുന്നുവൊ, അമർത്തിക്കടിച്ച ആ ചുണ്ടുകൾ പറയാതെ പറഞ്ഞിരുന്നത്?

പതിനേഴ്

ആളൊഴിഞ്ഞ ആ പഴയ വീട്ടിൽ താമസിക്കുന്നതുതന്നെ ഒരു മടു പ്പായിത്തോന്നി. പഴയ മട്ടുകൾ മാറി. ദിവസത്തിൽ പതിനഞ്ചു മണിക്കൂറും കത്തിക്കൊണ്ടിരുന്ന അടുപ്പുകൾപോലും മൂകമായി. അച്ഛൻ ആഗ്രഹിച്ച തുപോലല്ല കാര്യങ്ങൾ നടന്നത്. തന്റെ കാലശേഷം അനിയന്മാർക്കു താമസിക്കാനുള്ള പുതിയ വീടുകളുടെ പ്ലാനുകൾപോലും മൂത്താശാരി വേലുണ്ണിയുടെ മകനുമായി ആലോചിച്ചിരുന്നു. തന്റെ കാലശേഷം! താനി രിക്കുന്ന കാലത്തോളം ഈ കുടുംബം ഭിന്നിച്ചുപോകരുത്. തന്റെ മകൾ. തന്റെ അനുജത്തിമാർ, തന്റെ ഭാര്യ! തന്റെ അമ്മ! അനുജന്റെ ഭാര്യ മാർ മക്കളെപ്പോലെയായിരുന്നു, അച്ഛന്ന്. കല്യാണം കഴിച്ചു കൊടുത്ത വീടുകളിൽനിന്നു വല്ലപ്പോഴും വരുന്ന പെൺമക്കൾക്കു സമം തന്റെ കുട്ടി എന്നൊരു ചിന്ത അച്ഛനുണ്ടായിരുന്നില്ല. ചെയ്യുന്നതെല്ലാം കുടും ബത്തിന്. ഒന്നും തനിക്കു വേണ്ടി സമ്പാദിച്ചില്ല. തന്റേതെന്നു പറയാൻ ഒന്നും ഈ പഴയ വീട്ടിൽ അച്ഛൻ സമ്പാദിച്ചുകൂട്ടിയില്ല.

എല്ലാവരും പോയ്ക്കഴിഞ്ഞപ്പോൾ മുത്തശ്ശന്റെ കാലത്തെ ഒരു പഴയ പത്തായവും ഒരു വലിയ കട്ടിലും പൊളിഞ്ഞ ചൂരൽക്കസേരയും പൂമു ഖത്തെ വീതിയേറിയ ചാരുപടിയും അവശേഷിച്ചു. പത്തായത്തിന്റെ അടി ചിതലുപിടിച്ചും ദ്രവിച്ചും എന്നോ വീണുപോയിരുന്നു. പത്തായപ്പുറം അമ്മ പാത്രങ്ങൾ കഴുകി കമഴ്ത്തിയിടാനുപയോഗിച്ചു. തേച്ചുകഴുകി സ്വർണംപോലെ തിളക്കുമുള്ള ഓട്ടുപാത്രങ്ങൾ കമഴ്ത്തിയിട്ട പടി ഉപ യോഗിക്കാതെ കിടന്നു.

അന്ന് ഓണമായിരുന്നു. ഉത്രട്ടാതിയുടെ വൈകുന്നേരം തുടങ്ങിയ തായിരുന്നു, അമ്മയ്ക്കു തലവേദന. തലവേദന വർധിച്ചുവർധിച്ചു വന്നു. രാത്രി ആരും ഉറങ്ങിയില്ല. അടുക്കളയിൽ തീപുകഞ്ഞില്ല. തലവേദന കൊണ്ടു അമ്മ നിലവിളിച്ചു. എന്താണ് രോഗം എന്നു അമ്മ പറഞ്ഞില്ല. മുത്തശ്ശി പറഞ്ഞു,

"തലേക്കുത്താണ് അവൾക്ക് ഇടയ്ക്കു വരുന്നതാണ്."

ഉറങ്ങാതെ നേരം വെളുപ്പിച്ചു. പാതിരാക്കോഴി കൂകിയപ്പോൾ അച്ഛൻ വൈദ്യനെ വിളിക്കാൻ പോകുന്നതിനൊരുങ്ങി.

"ഒന്നുകൂടി വെളുത്തോട്ടെ യാരുക്കുട്ട്യേ. ആ എടവഴീലൊക്കെ പാമ്പാണ് രാത്രീല്. കാഞ്ഞിരത്തിന്റെ ചോട്ടിൽക്കൂടെ പോയ്ക്കൂടാ"

കോഴി വീണ്ടും കൂവുന്നതും കാത്ത് അച്ഛൻ അമ്മ കിടന്ന കട്ടിലിന്നിരികെ ഇരുന്നു. പുലർച്ചെക്കു അമ്മ ഒന്നു മയങ്ങി. അപ്പോൾ അച്ഛൻ വൈദ്യനെ വിളിക്കാനിറങ്ങി.

അരിഷ്ടത്തിന്റെയൊ, ലേഹ്യത്തിന്റെയൊ ഒക്കെ മണമുള്ള വൈദ്യൻ അച്ഛന്റെ കൂടെത്തന്നെ വന്നു. നാഡി പിടിച്ചു നോക്കി. എന്തൊ ഒരു മരുന്ന് നസ്യം ചെയ്തു. അമ്മ ഉണരാൻ കാത്തിരുന്നു. വയറ്റത്തു കൊട്ടിനോക്കി. വീണ്ടും നാഡി പരിശോധിച്ചു. വൈദ്യന്റെ മുഖം കൂടെക്കൂടെ ഇരുളുന്നതും നോക്കി എല്ലാവരും ആശങ്കാകുലരായി നിന്നു.

"കുറച്ചു ഗൗരവമുള്ളതാണ്. ശരീരം അനങ്ങരുത്. മനസിനെ വിഷമിപ്പിക്കരുത്. ഒരാഴ്ച ഇങ്ങനെ കിടക്കും. എണീറ്റു നടക്കാറായാൽ ഭാരിച്ച ജോലിയൊന്നും ചെയ്യരുത്."

വൈദ്യൻ കുറെ മരുന്നുകൾക്കെഴുതി. കൂട്ടിക്കലർത്തിക്കുടിക്കാൻ ഒന്നുരണ്ടു അരിഷ്ടങ്ങൾ. ഒരു ലേഹ്യം. ലേഹ്യത്തിന്റെ കൂടെ കഴിക്കാൻ പൊടി. ഗുളികകൾ. ഗുളികകളരയ്ക്കാൻ കഷായം. കുറിപ്പെഴുതിവച്ച് അയാൾ പോകാനെണീറ്റു. അച്ഛൻ കൂടെയിറങ്ങി വൈദ്യർക്കെന്തെങ്കിലും കൊടുക്കേണ്ടെ? ഓണത്തിനു, മക്കൾക്കു കോടിയൊന്നും വാങ്ങിയില്ല. അരിയും ഒന്നോ, രണ്ടോ പച്ചക്കറികളും വാങ്ങി. ധാരാളം ചെലവുകൾ ബാക്കി കിടക്കുന്നു. മണ്ണാത്തിക്കും വേലത്തിക്കും അരിയോ പൈസയൊ കൊടുക്കണം. തേങ്ങയും. അരയ്ക്കാൻ തന്നെ തേങ്ങ വാങ്ങുന്ന സ്ഥിതിക്കു അവരോടു പറയാം. പകരം പൈസ കൊടുക്കണം. ആശാരി, മൂശാരി, കൊല്ലൻ — എല്ലാവർക്കും കൊടുക്കണം. അരിയോ പണമൊ? ഒരിരുമ്പു സാധനം ഉണ്ടാക്കിച്ചിട്ടൊ, ഓട്ടുപാത്രം വാർപ്പിച്ചിട്ടൊ കാലം കഴിഞ്ഞു. എന്നാലും അതവരുടെ അവകാശമാണ്. കൊടുക്കാത്തവൻ മോശക്കാരനാണ്. ആഭിജാത്യമില്ലാത്തവൻ. 'തന്നെപ്പോറ്റി'. അവകാശപ്പെട്ടതു ചോദിച്ചുവാങ്ങാനുള്ള വാക്സാമർഥ്യം മണ്ണാത്തി മാണിക്യത്തിന്നും വേലത്തി ലക്ഷ്മിക്കുട്ടിക്കും ഉണ്ട്. അവരുടെ നാക്കിന്റെ നീളവും മൂർച്ചയും, അമ്മയ്ക്കനുഭവമുള്ളതാണ്.

"വീടുതോറും നടക്കുന്ന വകയാണ്. ഇവിടുന്നു കിട്ടാത്തത് വേറൊരിടത്തു പറയും." അതുകൊണ്ടു കൊടുക്കാതെവയ്യ. തലേദിവസം വിരിയിക്കാൻ വച്ചിരുന്ന കോഴിമുട്ടകൾ അമ്മ അമ്മാളുഅമ്മയുടെ കയ്യിൽ കൊടുത്തയച്ചു. വിറ്റപണം സൂക്ഷിച്ചിട്ടുണ്ട്. അടുക്കളയിലെ അലമാരയിൽ, ഉപ്പുഭരണിയുടെ കീഴെനിന്ന് ആ പൊതികണ്ടെടുത്തു മുത്തശ്ശി അച്ഛനെ ഏൽപ്പിച്ചു,

"വൈദ്യനുള്ളത് കൊടുക്ക്!" അച്ഛൻ പൊതിയഴിച്ചു എണ്ണിനോക്കി. രണ്ടേകാലുറുപ്പിക! ഒരു ദീർഘനിശ്വാസത്തോടെ അച്ഛൻ എഴുന്നേറ്റു നടന്നു.

"സരസ്വൊ, അച്ഛന്ന് ഒരു ഗ്ലാസ് കാപ്പികൊണ്ടു വാ."

മരുന്നുപൊതികൾ മുത്തശ്ശിയെ ഏൽപ്പിച്ചു. ആദ്യം ഒരൗൺസ് അരിഷ്ടം അമ്മയുടെ വായിലൊഴിച്ചു. നിറുകയിൽ പൊടിതിരുമ്മി.

അവൾ അടുക്കളയിൽ ചെന്നുനോക്കി. ഗോതമ്പും ജീരകവും കൂടി

വറത്തുപൊടിച്ചു ചേർത്താൽ അച്ഛൻ കുടിക്കില്ല. കാപ്പിപ്പൊടി ഇട്ടുവയ്ക്കുന്ന പഴയ നെയ്ടിന്നിന്റെ ഉള്ളിൽ പൂപ്പൽ പിടിച്ചിരുന്നു. അവൾ ജീരകപ്പൊടിതന്നെ തിളയ്ക്കുന്ന വെള്ളത്തിലിട്ടു ഒരു ആണിവെല്ലവും.

കാപ്പി കുടിച്ചുകൊണ്ടിരിക്കുമ്പോൾ അച്ഛൻ വല്ലതും ചോദിക്കും എന്നു കരുതി. തിരികെ തന്നേക്കാം.

ഒന്നും ഉണ്ടായില്ല. അകലെ, ഇരുട്ടിലെവിടെയോ കണ്ണുറപ്പിച്ചുകൊണ്ടു അച്ഛൻ കാപ്പി കുടിച്ചുതീർത്തു. അമ്മ ഒന്നു തിരിഞ്ഞു കിടന്നപ്പോൾ ഞെരങ്ങി.

അമ്മയ്ക്കെന്താണ് രോഗം? ഇത്ര പെട്ടെന്ന്? എന്തൊരു ഓണം! ഏട്ടൻ കളിയ്ക്കാൻ പോയിരിക്കുയാണ്. ഒരു പന്തു വേണമെന്നു അച്ഛനോടു പറഞ്ഞു.

"നാളെ വാങ്ങാം." പന്തു വാങ്ങുന്ന 'നാളെ' ഒരിക്കലും ഉണ്ടാവില്ല. വേലായുധച്ചെറിയച്ഛന്റെ മകനു ഒരു പന്തുണ്ട്. വലിയൊരു പന്ത്. ഫുട്ബോളായിരിക്കണം. അതിന്നു നല്ല വിലവരും. അത്തരമൊന്നു വാങ്ങിക്കാൻ അച്ഛനെക്കൊണ്ടാവില്ല.

"നല്ലൊരു ആണ്ടറുതിയായിട്ട് ചെക്കനിങ്ങനെ മുഖം വീർപ്പിച്ചു നടക്കുന്നല്ലോ!" മുത്തശ്ശി പറഞ്ഞു. അതിന്നും അച്ഛൻ സമാധാനം പറഞ്ഞില്ല. ഇപ്പോൾ അമ്മയുടെ രോഗവും വർധിച്ചു. ഇതെല്ലാം താങ്ങാൻ അച്ഛനെക്കൊണ്ടാവുമൊ?

അമ്മ കിടക്കുന്ന കിടപ്പിൽനിന്നു ഏറെ നാളത്തേക്കു എണീറ്റില്ല. മുത്തശ്ശിക്കു അമ്മയെ എണീൽപ്പിക്കാനൊ, പുറത്തേക്കു പോകാൻ സഹായിക്കാനൊ വയ്യ.

അച്ഛൻ അമ്മിണി ഇളയമ്മയുടെ അടുത്തു പോയി. അവർ വന്നില്ല. ഭർത്താവ് ഒരു ദിവസം ഇവിടെ വന്നു താമസിക്കാനനുവദിക്കില്ല. വീട്ടിൽ ആളില്ല. അവർ വന്നു നോക്കി തിരിച്ചുപോയി.

"അമ്മിണി വന്നിട്ട് വെറുംകയ്യാലെ പോണ്." മുത്തശ്ശി പറഞ്ഞു,

"എന്തെങ്കിലും ത്തിരി കാച്ചിയുണ്ടാക്കിക്കൊടുക്കാനും ആളില്ലാതായി."

കാപ്പിയും, ഊണും കൊടുത്തു. അതുതന്നെ എങ്ങനെ കൊണ്ടുവന്നതാണെന്നു ആർക്കറിയാം. അമ്മ കിടപ്പിലായശേഷം ജോലിക്കു പോകാൻ അച്ഛനു കഴിഞ്ഞിട്ടില്ല. പത്തു ദിവസമാകുന്നു. എവിടുന്നൊ കടം വാങ്ങിയതാവണം. ഇപ്പോൾ കടം കൊടുക്കാൻ ആളുകൾ മടിക്കുന്നു. പറമ്പ് അന്യാധീനത്തിലാണ്. എന്തു കണ്ടിട്ടു കൊടുക്കും? അച്ഛൻ ജോലിക്കു പോകണമെങ്കിൽ അമ്മയുടെ അടുത്ത് ആരെങ്കിലും വേണം. മകൾ സ്കൂളിൽപ്പോകുന്നു. അവൾ കുട്ടിയാണ്. വീട്ടിൽ നിർത്തിയിട്ടു കാര്യമൊന്നുമില്ല. ഓണത്തിനു സ്കൂൾ പൂട്ടിയതാണ്. അടുത്ത ദിവസം തുറക്കും. അച്ഛൻ മൂകനായിരുന്നു. വടക്കേതിലെ കല്യാണിയെ വിളിച്ചാലൊ? കമ്പനിപ്പണിക്കു പോകുന്ന സ്ത്രീ. അത്രയ്ക്കു പ്രതിഫലം കൊടുക്കാൻ അച്ഛനെക്കൊണ്ടാവില്ല.

പത്തു ദിവസംകൊണ്ടു അച്ഛന്നു പത്തു കൊല്ലം പ്രായം തോന്നി

ച്ചു. പ്രാരാബ്ധത്തിന്റെ നിഴലുകൾ വീണ മുഖത്ത് ചുളിവുകളുണ്ടായി. തലമുടി കൂടുതൽ നരച്ചപോലെ തോന്നി. ചെവിമേലുള്ള കറുത്ത രോമങ്ങൾ തെളിഞ്ഞുകാണാതായി. എന്നാലും പതിവുകൃത്യങ്ങളൊന്നും മുടക്കിയില്ല. പറമ്പുനീളെ വീണുകിടന്ന ഉണങ്ങിയ ഓലയും മടലുകളും പെറുക്കിക്കൂട്ടി. ചരക്കല്ലു പൊങ്ങിയ, കിളയേൽക്കാതെ കിടന്ന, തരിശുപോലുള്ള പറമ്പിൽ തൊട്ടാവാടികളും അപ്പകളും കാടുകെട്ടിക്കിടന്നു. പിഴുതുമാറ്റുംതോറും തഴച്ചുവളർന്ന് അവ അച്ഛനെ വെല്ലുവിളിച്ചു കൊണ്ട് പറമ്പിൽ പല ദിക്കിലും നിലയുറപ്പിച്ചു.

അച്ഛൻ വരമ്പത്തെ തൊട്ടാവാടികൾ പിഴുതുമാറ്റുമ്പോഴാണ് അവർ വന്നത്. നാണിത്തള്ള. നാണിത്തള്ള– പതിവുകാരിയായിരുന്നു. കൊല്ലംതോറും മിഥുനത്തിലെ മഴ അടച്ചുപിടിച്ചു പെയ്യാൻ തുടങ്ങുന്നതിന്നു മുമ്പ് അവരെത്തുന്നു. മിഥുനത്തിൽ വരുന്നതിന്നു കാരണമുണ്ടായിരുന്നു. തിരുവാതിരഞാറ്റുവേല ദേഹരക്ഷയ്ക്കു അത്യുത്തമം. ആ സിദ്ധാന്തത്തെ അവർ മുറുകെപ്പിടിച്ചിരുന്നു. തിരുവാതിരഞാറ്റുവേലക്കാലത്ത് ഇവിടെ വരുന്നത് തന്റെയൊരവകാശമായി അവർ കണക്കാക്കിയിരുന്നു. 'ആങ്ങള' എന്നാണ് അച്ഛനെയും ചെറിയച്ഛന്മാരെയും വിളിച്ചത്. സഹോദരബന്ധത്തിന്റെ കഥ വളരെ നീണ്ടതാണ്, പൂർവീകവും. പണ്ടേതോ കാലത്ത്, ഈ തറവാട്ടിന്റെ മുറ്റത്ത്, മീതെ കയറിനിന്നു നോക്കിയാൽ കടൽ കാണാവുന്നത്ര ഉയരമുണ്ടായിരുന്ന വൈക്കോൽമൂട ഉണ്ടായിരുന്ന കാലത്ത്, പിരിഞ്ഞുപോയ ഒരു താവഴിയിലെ അവശേഷിച്ച ഏക സന്തതിയാണ് നാണിത്തള്ള. നാണിത്തള്ള എന്നത് സ്വകാര്യനാമം. 'മൂത്തമ്മ' എന്നേ കുട്ടികൾ വിളിക്കാവൂ ഇവിടെ 'കല്യാണം കഴിച്ചു കൊണ്ടുവന്ന പെണ്ണുങ്ങൾ' ഏടത്തി എന്നു വിളിക്കണം. നാണ്യേടത്തി. അത് തള്ളയുണ്ടാക്കിയ അലിഖിതനിയമമാണ്. വേലായുധച്ചെറിയച്ഛന്റെ ഭാര്യ മാത്രമേ ഈ നിയമം തെറ്റിച്ചിട്ടുള്ളൂ. "നാണിത്തള്ളേ" കൽപ്പിച്ചുകൂട്ടി തന്നെ അവർ വിളിക്കും.

അവർ വിളി കേൾക്കില്ല. പിറുപിറുക്കും,

"തള്ളേ,. തള്ളേന്ന് – ഇവളാരാണെന്നെ തള്ളേന്നു വിളിക്കാൻ. ഞാനൊരു തറവാട്ടിൽ പിറന്നോളാ. അവളോ!" ഇവിടുന്നങ്ങോട്ടു നന്നെപ്പതുക്കെ മാത്രമെ പറയൂ. 'വേലായുത'നെ തള്ളയ്ക്കു എന്നും ഭയമായിരുന്നു. "അന്തും കുന്തും ല്യാത്തോൻ." എന്നാണ് വിശേഷിപ്പിക്കുക.

"കണ്ട കള്ളുഷാപ്പില് കച്ചോടത്തിനുനിന്ന തള്ളയുടെ മോളല്ലെ, ഇപ്പറയുന്നവള്!" ഈ വാക്കുകൾ ചെറിയമ്മ ഒരിക്കലും കേട്ടിട്ടില്ല. കേട്ടാൽ ഇവിടേക്കുള്ള തന്റെ വരവു മുടങ്ങും.

നാണിത്തള്ള കൈയുംവീശി വരില്ല. നീലനിറത്തിലുള്ള ഒരു സഞ്ചിയുണ്ടാവും.

"ഏടത്ത്യമ്മയ്ക്കും കുട്ടികൾക്കും എന്തെങ്കിലുമൊന്നു കയ്യിൽ പിടിക്കാതെ നിയ്ക്കിങ്ങട്ട് എറങ്ങാൻ തോന്നൂല."

"കയ്യിൽ പിടിച്ചുകൊണ്ടുവരുന്ന" തിന്റെ ഉള്ളടക്കം അതിവിചിത്രമായിരിക്കും. മൂന്നോ, നാലോ, ഉണങ്ങിച്ചപ്പിയ ചെറിയ ഒളോർമാങ്ങകൾ,

നാഴി ഈന്തിൻകായ, രണ്ടുപിടിതാളി, വഴിക്കുവച്ചുവാങ്ങിയ ഒരു പൊടി ഉണക്കമീൻ. ആ തള്ള മഹാസമർത്ഥയായിരുന്നു. പലതരത്തിലുള്ളവരെ പ്രീതിപ്പെടുത്താനറിയാം. മുത്തശ്ശിക്കു മീനെന്നുകേട്ടാൽ ജീവനാണ്, എന്നു തള്ളപറയും. താളി അമ്മയ്ക്ക് . ഒളോർമാമ്പഴങ്ങൾ കുട്ടികൾക്ക്. ഈന്തിൻകായകൾ വീട്ടിലെ 'കൊച്ചമ്മമാർക്ക്'. വന്നപടി ചോദിക്കുന്നു:

"ന്റെ നാത്തൂന്മാരൊക്കെ എവടെപ്പോയി?"

"തള്ളയുടെ നാത്തൂൻമാര്." ചെറിയമ്മ പിറുപിറുക്കാൻ തുടങ്ങും; "ഇങ്ങനെ കുറെ നശിച്ചവകകളുണ്ട് ഇവിടെ കയറിവരാൻ. ഈ ഏട്ട നിങ്ങനെ വരുന്നവരെയൊക്കെ സൽക്കരിച്ചു പറഞ്ഞയയ്ക്കാൻ നിന്നി ട്ടല്ലെ! നാത്തൂൻ പോലും. നാറുന്ന തള്ള!"

ചിലപ്പോഴൊക്കെ കേട്ടാലും, കേട്ടില്ലെന്നു നടിക്കാൻ നാണിത്തള്ള സമർത്ഥയായിരുന്നു.

"വല്യമ്മേ ഈ സഞ്ചി അങ്ങട്ട് വാങ്ങിവെക്കീന്നും."

മുത്തശ്ശിയോടാണ്.

"അവിട്യേങ്ങാനും വച്ചേക്കരുതോ? വല്യമ്മ! എന്നേക്കാൾ എത്രവ യസ്സ് കൂടുതലുണ്ട് നെണക്ക്!"

"വയസ്സ് രണ്ടെണ്ണം കൂട്യാല് വല്യമ്മ, വല്യമ്മയല്ലാണ്ടാവ്വൊ?"

"ഇനി തുടങ്ങി. ഇവിടെ സൊയിരണ്ടാവൂല. രണ്ടുംകൂടി കീരീംപാ മ്പുപോലെയാണ്." ശ്രീധരപ്പാപ്പന്റെ ലീലച്ചെറിയമ്മ പതുക്കെ അമ്മയോടു പറയും.

"എന്തെങ്കിലുമൊന്ന് കൊണ്ടുവന്നാൽ എടുത്തുവയ്ക്കാനാളില്ലെങ്കി ല്, എന്താ എന്റെ കുട്യല്ലെ. ഞാന്തന്നെ എടുത്തുവച്ചോളാം."

സഞ്ചിയുമായി, കോലായിലെ തൂണും ചാരിയിരിക്കുന്നു. അതിന്ന കത്തെ വിഭവങ്ങൾ പുറത്തെടുത്തുവയ്ക്കുന്നു. മാമ്പഴങ്ങൾവേറെ, ഈന്തിൻ കായ്കൾ വേറെ, താളി വേറെ.

"ഇതാ, ആർക്കാ വേണ്ടത്ന്നാൽ എടുത്തോളിൻ."

കുട്ടികളെ വിളിച്ചു പറയുന്നു,

"മക്കളേ മൂത്തമ്മ ആരേം മറന്നിട്ടില്ല"

സ്കൂളിൽ പോവാത്ത വരുണ്ടെങ്കിൽ ഓടിയെത്തുന്നു. മാമ്പഴം ഉണ ങ്ങിയാലെന്താ? വാടിയാലെന്താ?

"ങ്ഹാ, എല്ലാംകൂടി വാര്വാ? എഴുത്ത്വള്ളീൽപോയവർക്കും വേണ്ടെ?"

ആറുമാങ്ങകളുള്ളതിൽ നാലെണ്ണം മാറ്റിവച്ച് രണ്ടെണ്ണമെടുത്തു ചെറിയ കുട്ടികൾക്കു സമ്മാനിക്കുന്നു. അവർതമ്മിൽ അടിയും പിടിയും വലിയും. അതു തീർക്കാൻ അമ്മ അടുക്കളയിൽനിന്ന് ഓടിവരണം.

"ഞാൻതോറ്റു, എല്ലാവരെക്കൊണ്ടും. ഇതുമതി, തള്ളയ്ക്കു ചൊടി ക്കാൻ."

"ജാനക്യേ, ഇതൊക്കെ അങ്ങട്ട് എടുത്തുവയ്ക്ക്!" കൽപ്പനയാണ്. മൂത്ത നാത്തൂന്റെ കൽപ്പന. ആരും അനുസരിച്ചില്ലെന്നു വേണ്ട. അമ്മ എല്ലാകൂടി വാരി അകത്തേക്കു കൊണ്ടുപോകുന്നു. തള്ള പിന്നാലെ,

"ഇന്നിവിടെ അടുപ്പിൽ തീപൂട്ടീട്ടൊന്നും, ഇല്ലെ? എത്രനേരായി ഞാൻ വന്നിട്ട്. ആ ചേരപ്പാടത്തെ വെയ്‌ല് ചില്ലറയാണൊ? അണ്ണാക്ക് ഉണങ്ങിപ്പോയി. തീപ്പാറവല്ലെ!"

"തീപ്പൂട്ടീട്ടൊക്കെണ്ട്. എല്ലാം കഴിഞ്ഞില്ലെ? അരിയ്ക്ക് വെള്ളംവച്ചിട്ടുണ്ട്. തിളച്ചാ ചായണ്ടാക്കിത്തരാം."

അത്‌നി എപ്പഴാ തെളയ്ക്ക്യാ?"

"നിങ്ങളവടെ കുത്തിയിരിക്കിൻ. പ്പഴാവും"

അമ്മ അടുക്കളയിലെ തീ നല്ലവണ്ണമൊന്നിളക്കി ഉണർത്തുന്നു. തള്ള അടുക്കളയിൽ കോരിക്കൊണ്ടുവന്നുവച്ച വെള്ളമെടുത്ത്, ഇറയത്തുകൊണ്ടുപോയി കൈകാലുകൾ കഴുകി, മുഖം കഴുകി, ആരുടെ തോർത്തുമുണ്ടുകണ്ടാലും അതെടുത്തു തുടച്ചു വീണ്ടും നിമിഷനേരംകൊണ്ട് അടുക്കളയിൽ സ്ഥാനം പിടിക്കുന്നു.

"തള്ളയ്ക്ക് ഒരു ബക്കറ്റ് വെള്ളം കോരിയെടുത്തൂടല്ലോ, കിണറ്റീന്ന്!" ചെറിയമ്മ.

"ങ്ഹാ, ഞാനെന്റെ ആങ്ങളമാർടടുത്തുവന്നത് വെള്ളം കോരാനാ!

"ഏതുവകേലെ ആങ്ങളയാ?"

"അത്പ്പം നെന്നോടു പറയേണ്ടല്ലൊ– ഞാമ്പറയണില്ല!" ഇരുവരും നാവടക്കുന്നു.

"എല്ല, തള്ളവന്ന് ഹേമംകാണിക്ക്യാന്നേയ്" ഇളയമ്മ ഉറക്കെ ചവുട്ടിക്കൊണ്ടു അവരുടെ മുറിക്കകത്തേക്കു കയറിപ്പോകുന്നു. പോകുന്നപോക്കിൽ തള്ളകൊണ്ടുവന്ന വിഭവങ്ങൾ കണ്ണുകൊണ്ടൊന്നളക്കുന്നു. വല്യേടത്തി എല്ലാം എടുത്തു സ്വന്തമാക്കി വച്ചിരിക്കയാണൊ!

"നിയ്യാ പിച്ചാത്തി ഇങ്ങെടുത്താ!" തള്ള

"വെള്ളരിക്ക മുറിച്ചിട്ട് അവിടെങ്ങാനും വച്ചിട്ടുണ്ടാവും." പിച്ചാത്തി തിരഞ്ഞുപിടിച്ചു കൊണ്ടുവന്നു, താൻ കൊണ്ടുവന്ന മാങ്ങകളിൽ നല്ലതു രണ്ടണ്ണം നോക്കിയെടുത്തു നാണിത്തള്ള വടക്കുപുറത്തേക്കു പോകുന്നു. തിന്നുകഴിഞ്ഞു പിച്ചാത്തി കയ്യിൽത്തന്നെവച്ചുകൊണ്ടു അടുക്കളയിലെത്തും.

"പള്ളേന്നങ്ങനെ തീക്കത്തുംപോലെ. കഞ്ഞിവെന്തോ ജാനക്യേ?"

"ഇല്ല. ഇപ്പഴാവും."

അച്ഛൻ കണ്ടത്തിൽ നിന്നു വന്നു, അടുക്കളക്കോലായിലിരുന്നു പറയും:

"കുടിക്കാനെന്തെങ്കിലും ഇങ്ങെടുത്തോ! അല്ലെങ്കിൽ വേണ്ട, നാണ്യേടത്തി കൊണ്ടന്ന മാങ്ങ രണ്ടെണ്ണം നോക്കട്ടെ."

അമ്മ വെള്ളം കൊണ്ടുവന്നു മുമ്പിൽ വയ്ക്കുമ്പോൾ പറയും.

"അത് ആ തള്ളയ്ക്ക് തിന്നാൻ തന്നെയുള്ളൂ. എന്തു മാങ്ങ; വാട്ടമാങ്ങയാണ്. മൂക്കാത്തത്."

അച്ഛൻ പതുക്കെച്ചിരിക്കുന്നു.

"എവിടെപ്പോയി?"

"വെള്ളരിക്കായുടെ കാമ്പൊക്കെ തിന്നുന്നു."

"ഞാൻ വടെത്തന്നെണ്ട്. ഇനിക്കരസേറ് ഉലുവാ വേണം. തിരുവാ

തിര ഞാറ്റുവേലയ്ക്ക് വച്ചുതിന്നാനാ. അതിനൊപ്പം ചക്കരയും. അമ്മ ആങ്ങളമാര്ടെ അടുത്തുപോയിട്ട്, ഈ ഞാറ്റുവേലക്കാലത്ത് ഒരു രക്ഷയും ചെയ്യാതെ പോന്നൂന്ന്, ന്റെ പെമ്മക്കള് പറയും. വെറുതെ അതു കേൾപ്പിക്കണൊ?"

അച്ഛൻ ഉലുവാ വാങ്ങിക്കൊണ്ടുവരും. ശർക്കരയും വിളഞ്ഞ തേങ്ങയില്ലെങ്കിൽ, അടുത്തുനിന്നുതന്നെ രണ്ടെണ്ണം എടുത്തു കൊടുക്കും.

തള്ളയ്ക്കു എന്തിനോടും ആർത്തിയായിരുന്നു. മനുഷ്യനു ഭക്ഷണത്തോടു ഇത്രയധികം ആർത്തിയുണ്ടാവുമൊ?

മകൻ പട്ടാളത്തിൽ പോയി. എന്നോ പോയതാണ്. ഇക്കൊല്ലം വരും, ഇത്തവണ എന്തായാലും വരും എന്നു കരുതി തള്ള കാത്തിരിക്കുന്നു. മകൻ ചെറുപ്പകാലത്തു നട്ട മുറ്റത്തെ തൈമാവിലെ ഒളോർമാങ്ങകൾ തള്ള മകനുവേണ്ടി കരുതിവയ്ക്കുന്നു. അവൻ പിന്നീടൊരിക്കലും വന്നില്ല. മാങ്ങകൾ മൂത്തവയും, അല്ലാത്തവയും പറിച്ചു കുറെ സഞ്ചിയിലാക്കി അടുക്കളയിലെ 'ചേകി'ന്മേൽ കെട്ടിപ്പൊതിഞ്ഞുവച്ചു, നിറം മാറിത്തുടങ്ങുമ്പോൾ അതുമായി നാണിത്തള്ള 'ആങ്ങള'യുടെ വീട്ടിലേക്കു യാത്ര തിരിക്കുന്നു. പതിനാറു മൈൽ ദൂരം. ബസിൽ പോകാം. നടക്കുകയുമാവാം. ബസുകൂലി ചെലവാക്കേണ്ട. അതുകൊണ്ട് കുറച്ചു 'ചായവെള്ളം' വാങ്ങിക്കുടിക്കാം. പകുതിയോളം നടന്നാൽ ഒരു 'ബന്ധുവീടു'ണ്ട് അവിടെ കയറാം. ഒരു നേരത്തെ 'ഉച്ചക്കഞ്ഞി' അവിടെ ഉറച്ചതാണ്. വീണ്ടും നടന്നു തുടങ്ങിയാൽ സന്ധ്യക്കുമുമ്പ് ആങ്ങളയുടെ വീടുപറ്റാം.

"ഉച്ചയ്ക്കു രണ്ടുവറ്റു തിന്നതാണ്. വയറ്റിനകത്തൊരു വല്ലാത്ത കാളൽ."

"പാലക്കാടൻ അരിയാണടുപ്പത്ത്. അത്ര പെട്ടെന്നൊന്നും വേവില്ല, ഏടത്ത്യേ. രണ്ടുറുപ്പികകൊടുത്താൽ കിട്ടുന്നത്, അവിലുപോലെ നനച്ച അരി. ഒരു കെട്ടു വിറകു കത്തിക്കണം"

തള്ള അടുപ്പിൻമൂട്ടിൽത്തന്നെ കുത്തിയിരിക്കും. അരി വേവട്ടെ. അത്രയെളുപ്പം വേവാത്ത അരി. കാത്തിരിക്കാൻ വയ്യ. വലിയ കിണ്ണം കഴുകിക്കൊണ്ടുവന്നു നാലഞ്ചുതവി നിറയെ കോരിയൊഴിച്ചു. ചൂടാറ്റി വലിച്ചു കുടിക്കുന്നു. ഒച്ചയേറിയ ഒരേമ്പക്കം.

"ഇപ്പൊ ഒന്നു പറഞ്ഞു നിൽക്കാമേ! ഇതിന്റെ ഗൊണം നെണക്കും നെന്റെ മക്കക്കും കിട്ടും ജാനക്യേ."

കിട്ടുന്ന ഗുണം അന്നുണ്ണാറാവുമ്പോൾ അമ്മയ്ക്കും മുത്തശ്ശിക്കും ചോറ് ബാക്കികാണുകില്ല എന്നതാണ്. നാണിത്തള്ളയ്ക്കു റേഷനരിയുടെ വിലയറിയില്ല. മിഥുനത്തിലെ മഴ ധാര കോരിച്ചൊരിയുംപോലെ, കത്തുന്നതീയൽ എണ്ണയൊഴിച്ചതുപോലെ നാണിത്തള്ളയുടെ വിശപ്പ് ആളിക്കത്തും.

"നാണ്യേടത്തിക്കൊന്നും തെകയ്ണ്ണ്ടാവൂല. നാലു റാത്തൽ പൂളക്കിഴങ്ങു വാങ്ങിപ്പിച്ചോളൂ."

"ഇനി അതുകൂടി വേവിക്കാനാ, ഇവിടെ നേരം!"

"ആരുംല്യാത്ത ഒരു തള്ളയല്ലെ? എന്തെങ്കിലും വെശപ്പിനു കൊടുക്കാഞ്ഞാൽ പറ്റ്വാ?"

നാലുറാത്തൽ കിഴങ്ങു കൊണ്ടുവന്നാൽ രണ്ടു റാത്തൽ വേവിച്ചെടുക്കേണ്ട ജോലിയേ അമ്മയ്ക്കുള്ളൂ. ബാക്കിയൊക്കെ പച്ചയോടെ തന്നെ തള്ളയുടെ വയറ്റിലെത്തും.

നാണിത്തള്ള തിന്നാത്ത വസ്തു ഒന്നും ഇല്ല. കുട്ടികൾ ചെത്തിക്കളഞ്ഞ പഴുത്ത മാങ്ങാത്തൊലികൾ ഇറയത്തിനപ്പുറം ഉണങ്ങിക്കിടക്കുന്നതൊക്കെ തള്ള ആരും കാണാതെ പെറുക്കിത്തിന്നും. ഗോതമ്പിന്റെ ഉമി, തേങ്ങാപ്പിണ്ണാക്ക്, കെട്ട ചക്കക്കുരു, വാടിവീണ മാങ്ങ, പഴകിപ്പുളിച്ച കൂട്ടാൻ ഇവയൊന്നും നാണിത്തള്ള ഒഴിവാക്കില്ല. വയറുനിറഞ്ഞു ശ്വാസം വിടാനാവാതെ വല്ലയിടത്തും കുത്തിയിരിക്കുന്ന തള്ള വീട്ടിലെ, 'നാത്തൂന്മാ'രോടു കൽപ്പിക്കുന്നു,

"ജാനക്യ്യേ, ഒരു ഗ്ലാസ് വെള്ളങ്ങെടുത്തൊ. നല്ല ചൂടുണ്ടായ്ക്കോട്ടെ."

"ലീലേ, രണ്ടു വെറ്റില ഏടത്തിക്കു ഒന്നു ചതച്ചുതാ."

"വല്യമ്മേ ഇബടെങ്ങാനും വന്നു കെടന്ന് നടു നീർക്കീന്നും!"

മുത്തശ്ശി പറയും: "എനിക്കു പകലുറക്കം ഇല്ല. കോലുവച്ചാൽ കയറിപ്പോരുന്ന പേനാണ് നെന്റെ തലേല്ള്ളത്. അടുത്തുവന്നു കിടക്കുന്നു! നിയ്യെന്താടാ ഇങ്ങനെ വൃത്തികെട്ടുപോയത്?"

"പേനുണ്ടാകുന്നത് തലേടെ ഐശ്വര്യംകൊണ്ടാ. കുളുപ്പുള്ള തലയിലേ പേൻ നിക്കൂ."

ഒന്നോ, രണ്ടോ മാസത്തെ താമസം കഴിഞ്ഞ്, തിന്നു കൊഴുത്ത് തിരിച്ചു പോകാറാവുമ്പോൾ അച്ഛൻ തള്ളയ്ക്ക് ഒരു മുണ്ടും, തോർത്തും വാങ്ങിക്കൊണ്ടുവന്നു കൊടുക്കുന്നു. അതവരുടെ അവകാശമാണ്. കിട്ടാതെ പോവില്ല. മുണ്ടു കിട്ടിയാൽ പറയും.

"ന്റെ എശോദയ്ക്ക് ഒരു ബ്ലൗസ് വേണം." കല്യാണം കഴിക്കാതെയുണ്ടായ യശോദയുടെ കുട്ടിയെക്കുറിച്ചു മാത്രം തള്ള പറയില്ല. ആ കുട്ടിക്കു ഒന്നും വേണ്ട.

"നിങ്ങടെ പേരക്കുട്ടിക്കു എത്ര വയസായി?" ഇളയമ്മ കൽപ്പിച്ചു കൂട്ടി ചോദിക്കുന്നു.

"എന്റെ പേരക്കുട്ട്യോ! എനിക്കേതാ ഒരു പേരക്കുട്ടി? തള്ളേറെ കൊണ്ട് വർത്തമാനം പറയിക്കാതെ!" ചെറിയച്ഛൻ ഇളയമ്മയെ മടക്കുന്നു.

"ന്റെ മോൻ അടുത്ത കൊല്ലം വരേരിക്കും." ആ മകൻ ഇനി ഒരിക്കലും തിരിച്ചുവരില്ലെന്ന സത്യം തള്ളയോടിതുവരെ ആരും പറഞ്ഞിട്ടില്ല.

"വല്ല കയ്യോ കാലോ പോയാലും, ന്റെ കൂടെ കഴിഞ്ഞാമതീർന്നു."

മകന് കാര്യമായ എന്തോ അംഗഭംഗം സംഭവിച്ചതാണെന്നും, അതുകൊണ്ടു നാട്ടിലേക്കു വരാൻ സാധിക്കാത്തതാണെന്നും തള്ള ദൃഢമായി വിശ്വസിച്ചു. എന്നാലും അവൻ ജീവനോടെയുണ്ട്.

തള്ളയുടെ മുറ്റത്തെ മാവ് പിന്നീട് അനേകം തവണ പൂത്തു കായ്ച്ചു. മുഴുപ്പുള്ള പഴങ്ങൾ നോക്കി തെരഞ്ഞെടുത്തു തള്ള മകനു

വേണ്ടി സൂക്ഷിച്ചു. അളിയാറാകുമ്പോൾ തന്നത്താൻ എടുത്തു തിന്നു. പുത്രദുഃഖം തള്ളയുടെ ആർത്തി വർധിപ്പിച്ചു. മകന്റെ കാര്യം പറഞ്ഞു തള്ള കണ്ണീരൊഴുക്കും. ഉടനെ എണീറ്റുവന്നു കണ്ണിൽ കണ്ടതൊക്കെ വാരിവലിച്ചു തിന്നും. ആ ആർത്തി തീരുകയില്ല. മകൻ ഇനി വരില്ല. മകന്റെ ഒരിരുമ്പുപെട്ടിയും, ഉടുപ്പുകളും കൊല്ലങ്ങൾക്കു മുമ്പ് തിരിച്ചു വന്നു. അതിൽ കുറെ പഴയ ഉടുപ്പുകളും ഭംഗിയേറിയൊരു സിഗരറ്റു പാക്കറ്റും, ഒരുവശം ചതഞ്ഞൊരു ടൈംപീസും ഉണ്ടായിരുന്നു. പിറകെ മകനും തിരിച്ചു വരുന്നുണ്ടെന്നു കാത്തു കാത്തിരുന്ന തള്ളയോട് ചില രെങ്കിലും പറഞ്ഞു:

"മകൻ മരിച്ചുപോയി."

അതു പറയുന്നവരെ തള്ള ആട്ടി: "തന്റെ മകൻ മരിക്കില്ല. തന്റെ കുഴിയിൽ മണ്ണിടാനുള്ള ഏക മകൻ. അതിനാണ് അച്ഛൻ യാത്ര പറയു മ്പോൾ അവനെ, തന്നെ ഏൽപ്പിച്ചുപോയത്"

തള്ളയോട് അച്ഛനെന്നും അനുകമ്പയായിരുന്നു. മകനെപ്പറ്റി ഒരി ക്കലും എടുത്തുചോദിക്കില്ല. കൊല്ലംതോറും ഉടുക്കാൻ തുണിയും കുറച്ചു പൈസയും എങ്ങനെയും അച്ഛൻ തള്ളയ്ക്കുണ്ടാക്കിക്കൊടുത്തു.

"എന്റെ ആങ്ങള!" എന്ന ബോധം തള്ളയുടെ മനസിൽ എന്നും നിറഞ്ഞുനിന്നു.

തള്ള വരുന്നതു കണ്ടപ്പോൾ അച്ഛൻ സന്തോഷിച്ചു. അമ്മയെ പരി ചരിക്കാൻ ആളായല്ലോ.

നാണിമൂത്തമ്മ നന്നെ ക്ഷീണിച്ചിരുന്നു. ഉണങ്ങിക്കരിവാളിച്ചു. നട്ടെല്ലു വളഞ്ഞു. മുഖത്തെ തടിച്ച മാംസപേശികൾ അയഞ്ഞു തുടങ്ങി. കൺതടങ്ങളുടെ കാളിമയ്ക്കു കട്ടികൂടി.

വന്നപാടെ തള്ള പറഞ്ഞു,

"ന്റെ മോൻ പോയി കുട്ട്യേ!"

തള്ളയുടെ കണ്ണുകൾ നനഞ്ഞില്ല. വരണ്ട കണ്ണുകളിൽനിന്നു തീയാണ് പറക്കുന്നതെന്നു തോന്നി. തള്ള ഒന്നും കരുതിക്കൊണ്ടു വന്നി ല്ല. ഒളോർമാവു മുറിച്ചു വിറ്റു കളഞ്ഞു. മകനു ഉപകരിക്കാത്ത അത് അവന്റെകൂടെപ്പോകട്ടെ.

നാട്ടിൽ തിരിച്ചെത്തിയ ഒരു പട്ടാളക്കാരനാണ് തള്ളയോടു പറഞ്ഞത്.

"ഇനി അവൻ വരില്ല."

തള്ള വിശ്വസിച്ചില്ല. തന്റെ മകനൊ? അവൻ വരും. താനിവിടെ കാത്തിരിക്കുന്നെന്നു അറിയാം.

കൊല്ലങ്ങൾക്കുമുമ്പു യുദ്ധരംഗത്തുവെച്ചു അവൻ മരിച്ച കഥ ഏറെ ക്കൊല്ലങ്ങൾക്കു ശേഷം തിരിച്ചുവന്ന കൂട്ടുകാർ യശോദയ്ക്കു വിവരിച്ചു കൊടുത്തു ....

അമ്മയുടെ ഭാരം തള്ളയ്ക്കു ഏൽപ്പിച്ചുകൊടുത്ത് അച്ഛൻ വീണ്ടും ജോലിക്കുപോയി.

"എത്ര കഞ്ഞീം ചോറും, ഈ കയ്യോണ്ടു ഞാൻ വാങ്ങിത്തിന്ന താണ്!" അഗാധമായ നന്ദി തള്ളയുടെ വാക്കുകളിൽ പ്രകടമായിരുന്നു.

പുത്രദുഃഖം അനുഭവിക്കുന്ന രണ്ടമ്മമാരും ഏറെനേരം ഇരുന്ന് കരഞ്ഞു. നിശബ്ദമായ കരച്ചിൽ ആർക്കും ആരെയും സമാധാനിപ്പിക്കാനില്ല. അമ്മ നന്നെ വിളറിയിരുന്നു. വേലചെയ്തു തഴമ്പിച്ചുപോയ കൈകൾ നന്നെ ശുഷ്കിച്ചിരുന്നു.

"മകന്റെ വിവരം ഒന്നുംല്ല്യേ?" നാണിത്തള്ള ചോദിക്കുന്നു. ഓ! ഈ തള്ള എന്തൊക്കെ നാശങ്ങൾ വരുത്തിവയ്ക്കും.

"മനസ്സ് വിഷമിപ്പിക്കാതിരിക്കാൻ പ്രത്യേകം ശ്രദ്ധിക്കണം" വൈദ്യർ പറഞ്ഞതാണ്. മനസിന്റെ വിഷമം കൊണ്ടാണ് അമ്മ ഇങ്ങനെ ക്ഷീണിച്ചുപോയത്. അമിതാധ്വാനംകൊണ്ടും.

തള്ള ചോദിച്ചതു അമ്മ കേട്ടിട്ടില്ല. ഭാഗ്യം. അമ്മ ചുവരിന്നടുത്തേക്ക് തലതിരിച്ചു മയങ്ങിക്കിടക്കുന്നു. അമ്മയുടെ ശരീരത്തെ ആകെയൊരു ചുവപ്പുരാശി പകർന്നിരിക്കുന്നെന്ന് അവൾക്കുതോന്നി. അകാലത്തിൽ ചാലുകൾ വീണ മുഖത്ത് പേശികൾ ഒന്നു തടിച്ചിരിക്കുന്നു. പൊക്കം കുറഞ്ഞ അമ്മയുടെ ദേഹം കട്ടിലിന്റെ ഒരരികിൽ ചുവരോടുചേർന്നു കിടന്നു. ഉറക്കത്തിലും ഇടയ്ക്കിടെ ഞെട്ടൽ.

"വല്ല പ്രേതവും കൂട്യേതാണൊ കുട്ട്യേ?"

തള്ള അമ്മയുടെ അടുത്തുനിന്നെണീറ്റു പോന്നു. ആശ്വാസം, സംസാരിക്കാൻ തുടങ്ങിയാൽ നിർത്തില്ല. അമ്മ ഉറങ്ങട്ടെ.

"പള്ളയ്ക്കൊന്നും ല്ല്യേ, കുട്ട്യേ?"

അവൾ തള്ളയെ അടുക്കളയിലേക്കു കൂട്ടിക്കൊണ്ടുപോയി. അമ്മയ്ക്കു വച്ച പൊടിയരിക്കഞ്ഞി നല്ലപോലെ അടച്ചുസൂക്ഷിച്ചു.

ഉച്ചയ്ക്കു വച്ച ചോറ് ബാക്കിയായിരുന്നു. ആരും ഊണു കഴിച്ചില്ല. അച്ഛൻ മാത്രം ഇരുന്നു എണീറ്റു.

അച്ഛന്നു നല്ല കറികൾ വേണം. താൻ വച്ച കറിക്കു എരിവു കുറെ കൂടുതലാണെന്ന് അവൾക്കു തോന്നി. അല്ലെങ്കിലും അച്ഛനിഷ്ടമില്ലാത്ത പരിപ്പുകറി. വച്ച പാത്രത്തോടെ ചോറും കറിയും തള്ളയുടെ മുമ്പിൽ എടുത്തുവെച്ചിട്ട് അവൾ പറഞ്ഞു:

"നിങ്ങൾ വിളമ്പിത്തിന്നോളിൻ." അവൾ സോപ്പിട്ടുവച്ച തുണികൾ ഒന്നു നോക്കി. അലക്കിയെടുക്കേണ്ടെ? കൈവിരലിലെ എണ്ണയിൽ മുക്കിയ തുണി മാറ്റിക്കളയാമൊ? അവൾ പെരുവിരലിന്റെ തുമ്പിൽ ചുറ്റിയിരുന്ന എണ്ണത്തുണി. സാവധാനം അഴിച്ചു നോക്കി. പുകയുന്നില്ല. നേർത്തൊരു നീറ്റൽ . "അരിവാർക്കുമ്പോൾ, കരുതണം." എന്ന് അച്ഛൻ കണ്ടത്തിൽ നിന്നു മട്ടൽ ചീന്തിയിടുന്നതിന്നിടയ്ക്കു പലതവണ പറഞ്ഞതാണ്. ശരീരത്തിലേക്കു മറിയാഞ്ഞതു ഭാഗ്യം. പെരുവിരലേ പൊള്ളിയിട്ടുള്ളൂ. ചുവന്നുപോയ വിരലിന്റെ പുറഭാഗത്ത് ഒരു ചെറിയ കുമിള ഉണ്ടായിരിക്കുന്നു. ഇനി തുണി വേണ്ട. ഉരഞ്ഞുപൊട്ടും. എണ്ണത്തുണി അവൾ കുപ്പയിലേക്കു വലിച്ചെറിഞ്ഞു. അവൾ വടക്കുപുറത്തെ വാതിൽപ്പടിയിൽ ഇരുന്നു. അമ്മയുടെ മുറിയിൽ അനക്കമൊന്നും ഇല്ല. നല്ല ഉറക്കം. തള്ള അടുക്കളയിലിരുന്നു ഉറക്കെ ചവയ്ക്കുകയും മൂക്കു ചീറ്റുകയും തുടയ്ക്കുകയും വീണ്ടും ചവയ്ക്കുകയും ചെയ്തുകൊണ്ടിരുന്നു.

അവൾ ഉറച്ചു, തള്ള വന്നല്ലൊ, തനിക്കു പോകണം. ഇവിടെയിരുന്നതുകൊണ്ടു ഒന്നും ആയില്ല. പഠിക്കാൻ ഏതായാലും ഒക്കുകില്ല. ട്രെയിനിങ്ങിനെങ്കിലും പോകണം. ഇളയമ്മ പറഞ്ഞതു ശരിയല്ലെ? അമ്മ കിടപ്പിലായപ്പോൾ, പിരിഞ്ഞുപോയിരുന്നവർ.

ഓരോ തവണ വന്നു കണ്ടു. ഇളയമ്മ പലതവണ വന്നു. വെണ്മയേറിയ ആ ചിരി. സ്നേഹപൂർവമായ പെരുമാറ്റം. ഇതൊക്കെയല്ലെ, കുടുംബസ്നേഹം. നാണിത്തള്ള എന്തുകൊണ്ടാണ് അവരെ വെറുക്കുന്നത്.

ഇളയമ്മ വന്നുകയറിയപ്പോൾ നാണിത്തള്ള അടുക്കളക്കോലായിലിരുന്നു ചക്കക്കുരു നന്നാക്കുകയായിരുന്നു. കെട്ടുപോയവ തള്ള മുറ്റത്തേക്കു വലിച്ചെറിഞ്ഞുകൊണ്ടിരുന്നു. ഒന്ന് ഇളയമ്മയുടെ ദേഹത്തു തട്ടി.

“ആരാദ്, കണ്ണില്ലാത്ത പണ്യേടുക്കുന്നത്? ഓ തള്ളയോ?”

“കണ്ണില്ലാത്ത പണ്യേടുക്കാനെങ്കിലും ഇവിടെ ആള്ണ്ടായല്ലൊ”

അവർ അതു കേൾക്കാത്തഭാവത്തിൽ, തള്ളയെ ഒന്നുനോക്കുകപോലും ചെയ്യാതെ, നേരെ അടുക്കളയിലേക്കു കയറിവന്നു.

“ഞാൻ പറഞ്ഞകാര്യം ആലോചിച്ചുവൊ?”

അവൾ ഒന്നും മിണ്ടിയില്ല. തെല്ലിട അവളുടെ മുഖത്തുനോക്കിനിന്നിട്ട് ഇളയമ്മ അമ്മയുടെ മുറിയിലേക്കുപോയി.

ഇളയമ്മയോടു പറയാമായിരുന്നു, അമ്മയെപ്പറഞ്ഞു നിർബന്ധിക്കണം. അമ്മ അനുവദിച്ചാൽ അച്ഛനെക്കൊണ്ട് എങ്ങനെയും സമ്മതിപ്പിക്കാം. ചെകിടോർത്തു. ഇളയമ്മ എന്താണ് പറയുന്നത്?

“ഇന്നെങ്ങനെയുണ്ട്, ഏടത്ത്യേ”

“അങ്ങനെത്തന്നെയുണ്ട്.” അമ്മ.

“ഇങ്ങനെ ഒരേ ഭാഗത്തേക്കുതന്നെ ചെരിഞ്ഞുകിടക്കാതെ” തുടർന്നു പഴയകട്ടിൽ കരയുന്നു. ഇളയമ്മ അമ്മയെ തിരിച്ചുകിടത്തിയതാവും. പോയിനോക്കാൻ അവൾക്കു മനസുവന്നില്ല. തള്ള അടുക്കളയിൽ നിന്നു എണീറ്റുപോന്നിട്ടില്ല. അടുപ്പിൻതിണ്ണയിൽ അടച്ചുവച്ച, കഞ്ഞിയുടെ പാത്രം ഒച്ചപ്പെടുന്നുണ്ടോ എന്നു അവൾ ശ്രദ്ധിച്ചു. തള്ള ഇരുന്നിരുന്ന പലക ഒഴിഞ്ഞുകിടക്കുന്നു.

മനസിന്റെ ഭാരത്തെ കുടഞ്ഞുകളഞ്ഞ്, അവൾ ക്ഷണത്തിൽ അടുക്കളയിലേക്കുവന്നു തനിസാധാരണമട്ടിൽ തള്ള അടുപ്പത്തെ കഷായക്കലത്തിനു ചുവട്ടിൽ തീയിളക്കി. വിറകുകത്തിക്കഴിഞ്ഞിരുന്നു. തീപ്പൊരികൾ ചിതറി.

“ഉണങ്ങ്യ വെറകുണ്ടോന്നു നോക്കട്ടെ.” വടക്കെവാതിൽ തുറന്നു മുറ്റത്തേക്കിറങ്ങുന്നതിന്നിടയിൽ, തള്ളയുടെ ചുണ്ടത്തു രണ്ടു വറ്റുകൾ പറ്റിക്കിടക്കുന്നത് അവൾ കണ്ടുഞെട്ടി. ചതിച്ചൊ? ഇനി അമ്മയ്ക്കെന്തു കൊടുക്കും? ഒരു പിടിയരിയില്ലാഞ്ഞിട്ട് കല്യാണി കൊണ്ടുവന്നുതന്നതാണ്. നാഴിയരി തികയില്ല. “ഞാൻ ന്റെ മോള് സൂപ്പ് കുടിക്കാൻ വരുമ്പളേക്കു കരുതിവച്ചതാ. ഇതതിലും വലിയകാര്യാണല്ലൊ. ഒരിക്കൽ അടുപ്പത്തിടാനേള്ളൂ.”

അരി അവളുടെ കയ്യിൽ നീട്ടിക്കാണിച്ച പാത്രത്തിലേക്കിട്ടു കൊടുക്കുമ്പോൾ കല്യാണിയുടെ നോട്ടം അവളുടെ മുഖത്തും ശരീരത്തും പാറി നടക്കുകയായിരുന്നു.

"നിയ്യിന്നൊന്നും കഴിച്ചില്ലെ, കുട്ട്യേ? കണ്ണും മോറും വല്ലാണ്ടിരിക്കുന്നു."

അവൾ ചിരിക്കാൻ ശ്രമിച്ചു. ഒന്നും കഴിച്ചില്ലെന്ന കാര്യം അപ്പോഴോർത്തു. ആരും ഒന്നും കഴിച്ചില്ല. വല്ലതും ഉണ്ടാക്കിക്കഴിക്കാൻ മനസും ഇല്ല. സാധനവും ഇല്ല.

കല്യാണി കൊണ്ടുവന്ന അരി അപ്പാടെ കഴുകി അടുപ്പത്തിട്ടു കഞ്ഞി വച്ചു, ഒരു കോപ്പയിൽ പകർന്ന് അച്ഛന്നുകൊടുത്തു. അച്ഛൻ പകുതിയേ കടിച്ചുള്ളൂ. തൃപ്തിയായി എന്നു തന്നെ കാണിക്കാൻ ഏമ്പക്കമിട്ട് എണീറ്റു.

അച്ഛന്റെ പഴയകാലത്തെ കഞ്ഞികുടി ഇതൊന്നുമല്ല. വലിയ ഓട്ടുകിണ്ണം സ്വർണംപോലെ തേച്ചുമിനുക്കി തേങ്ങാപ്പാലൊഴിച്ച കഞ്ഞിയും പച്ചപ്ലാവില കോട്ടിയതും മുത്തശ്ശി അച്ഛൻ കുളിച്ചു വരുമ്പോഴേക്കും തയാറാക്കും. അമ്മയ്ക്കു അടുക്കളയിൽനിന്നു തലയൂരാൻ അച്ഛന്റെ ഭക്ഷണ സമയത്തുപോലും നേരമുണ്ടാവില്ല. കുട്ടികൾക്കും പൂച്ചകൾക്കുമൊക്കെ പങ്കുകൊടുത്ത്. അച്ഛൻ കുടിച്ചു കഴിഞ്ഞാൽ കിണ്ണത്തിന്റെ ഒരു വശത്ത് ശേഷിക്കുന്ന ഉറച്ചവറ്റുകിട്ടാൻ കുട്ടികൾക്കിടയിൽ ഒരു വടംവലിയാണ്. തേങ്ങാപ്പാലൊഴിച്ച ആ കഞ്ഞിയുടെ മാധുര്യം ഇന്നും ചുണ്ടിൽ അവശേഷിക്കുന്നു. വിലാസിനിയേടത്തി വീട്ടിലുണ്ടായിരുന്ന കാലത്ത്, കഞ്ഞികുടികഴിഞ്ഞ് അച്ഛൻ വിളിക്കുന്നു,

"വിലാസിന്യേ, ഈ കിണ്ണം എടുത്തുകൊണ്ടുപോ."

അന്ന് അത് വിലാസിനിയേടത്തിക്കുള്ളതാണ്. പിന്നീട് തർക്കമില്ല. കുട്ടികൾ തങ്ങൾ ആദ്യമേ കുടിച്ചുകൊണ്ടിരുന്ന കഞ്ഞി കുടിക്കുന്നതു തുടരുന്നു. ഏടത്തിയേക്കാൾ അച്ഛൻ മരുമകളായ വിലാസിനിഏടത്തിയെ സ്നേഹിച്ചിരുന്നു. 'ആരുമില്ലാത്തവൾ' എന്ന അവസ്ഥ അവർക്കു എല്ലാവരുടെയും സ്നേഹം സമ്പാദിച്ചുകൊടുത്തിരുന്നു. ഇന്നവരെവിടെ?

വിലാസിയേടത്തിയെക്കുറിച്ചു ചിന്തിച്ചപ്പോൾ, വീണ്ടും ഇളയമ്മയുടെ വാക്കുകൾ ഓർമവന്നു.

"നിയ്യിവിടെക്കിടന്നു നരകിക്കുന്നതെന്തിന്? നാണിത്തള്ള വന്നു. ഞങ്ങളൊക്കെ അടുത്തുണ്ട്. സ്കൂൾ തുറക്കുമ്പോൾ ട്രെയിനിങ്ങിനു കിട്ടിയാൽ പോ. ഒരു നല്ല ജോലി തരാവുന്നത് ചില്ലറക്കാര്യാണൊ? അമ്മയ്ക്കങ്ങനെയൊരു ദീനമൊന്നും ഇല്ലാതാനും."

ഇളയമ്മ ഒരിക്കലും ഒരുപകാരം ചെയ്തിട്ടില്ലെന്നുവച്ചു, ഇനിയൊന്നു ചെയ്തുകൂടെന്നുണ്ടോ? എല്ലാവരും അവരെ തെറ്റിദ്ധരിക്കയല്ലെ? കണ്ടതുവെട്ടിത്തുറന്നു പറയുന്ന സ്വഭാവം? അതു വഞ്ചനയാണൊ? ദുഷ്ടതയാണൊ?

മനസിൽ പലതരത്തിലുള്ള കണക്കൂട്ടലുകൾ നടന്നു. ഇവിടുന്നു രക്ഷപ്പെട്ടു കിട്ടിയാൽ മതിയെന്നു തോന്നി. തന്റെ കൂട്ടുകാരികൾ എത്ര

സന്തോഷത്തോടെ കഴിയുന്നു? അവരുടെ കുടുംബങ്ങൾ സുഖസമ്പൂർണ്ണങ്ങളായിട്ടാണൊ, അവർ സന്തോഷത്തോടെ ജീവിക്കുന്നത്?

അല്ല. അല്ല. അല്ല. നീ ജീവിക്കാനൊരു മാർഗം കണ്ടുപിടിക്കൂ, ആദ്യം. മനസുപദേശിച്ചു.

നേരം വെളുക്കുവോളം ഉറങ്ങാതെ കിടന്നു. കേൾക്കാത്ത ശബ്ദങ്ങൾ പലതും കേട്ടുകൊണ്ടിരുന്നു. രാത്രിയുടെ അന്ത്യയാമത്തിൽ മലഞ്ചെരിവിൽ കുറുക്കൻ കൂട്ടത്തോടെ ഓരിയിടുന്നതു കേട്ടു ഞെട്ടിപ്പോയി.

ഉണരുമ്പോൾ മനസിൽ ഒരേയൊരു വിചാരമേ ഉണ്ടായിരുന്നുള്ളൂ. പോകണം. ട്രെയിനിങ്ങിന്നു പോകണം. അടുത്ത തിങ്കളാഴ്ച ഇന്റർവ്യൂവാണ്. കാർഡ് വന്നിട്ടുണ്ട്. അതു സൂക്ഷിക്കണമെന്നു തോന്നിയത് എത്ര നന്നായി. അവൾ കിടക്ക പൊന്തിച്ചു പഴകി ദ്രവിച്ച പായുടെ മീതെനിന്നു ഇന്റർവ്യൂ കാർഡെടുത്തുനോക്കി. അതെ തിങ്കളാഴ്ചതന്നെ.

അമ്മയ്ക്കു കുറച്ചു സുഖമുണ്ട്. നാണിത്തള്ള എണീറ്റുവന്നു മുഖം കഴുകി കോലായിൽ കത്തിച്ച ദീപത്തിന്നുമുമ്പിലിരുന്നു മുറുക്കു തുടങ്ങി. ഇനി കുറെ നേരത്തേക്ക് എണീക്കില്ല. "കാപ്പി ആയോ മോളേ?" എന്ന ചോദ്യവും കൊണ്ടാണകത്തേയ്ക്കു വരിക. അവൾ ക്ഷണത്തിൽ മുറ്റമടിച്ചു. വക്കു പോയ ഒരു പഴയ അലൂമിനിയച്ചെമ്പിൽ ഉണക്കച്ചാണകം കലക്കി വീടിന്നു ചുറ്റും തളിച്ചു. പശുവില്ലാത്ത കാരണം അയൽപക്കത്തുനിന്നു ചാണകം കൊണ്ടുവന്നു നാലഞ്ചു ദിവസത്തേക്കു സൂക്ഷിക്കും. രണ്ടു നേരവും അടിച്ചു തളിക്കാത്ത വീട്ടിൽ ചേട്ട കയറും.

തലേദിവസത്തെ എച്ചിൽ പാത്രങ്ങൾ തേച്ചുകഴുകി, അടുപ്പിൻതിണ്ണ വൃത്തിയാക്കി, കാപ്പിച്ചെമ്പിൽ വെള്ളം വച്ചു തീകത്തിക്കുമ്പോഴും നാണിത്തള്ള പഴയ ഇരിപ്പുതന്നെ. അവൾ അമ്മ ഉണർന്നുവോ എന്നു ചെന്നു നോക്കി. അമ്മ ഒന്നു തിരിഞ്ഞുകിടന്നു. ഉണരും അവൾ അമ്മയുടെ വെളുത്ത വിളറിയ, കൺതടങ്ങളിൽ കറുപ്പുവീണ മുഖത്തേക്കു നോക്കി വാതിൽപ്പടിയിൽ കുറച്ചു നേരം നിന്നു.

മുത്തശ്ശി പല്ലുതേപ്പു കഴിഞ്ഞ്, അണഞ്ഞുകഴിഞ്ഞ ദീപത്തിന്നടുത്തുവന്നു മുറുക്കാൻ ചെല്ലം തുറന്നുനോക്കി,

"അല്ലാ, ഇതൊക്കെ തീർത്തൊ ഈ നശിച്ചവൾ."

"തീർക്കാൻ അതിലെന്തെങ്കിലും ഉണ്ടായിരുന്നെങ്കിലല്ലെ?" തള്ള അടുക്കളയിൽ തിളച്ച കാപ്പി ആറ്റിക്കുടിക്കുന്നതിനിടയിൽ ചോദിച്ചു.

"ഒരു കഷണം കൊട്ടടക്ക മാത്രമേ ഞാനെടുത്തുള്ളൂ. പോകേല തിന്നാഞ്ഞിട്ട് പല്ലുവേദന സഹിച്ചൂടാ."

"സഹിക്കേണ്ട. കെടന്നു നിലവിളിച്ചോ!" മുത്തശ്ശി ദ്വേഷ്യത്തോടെ വടക്കോട്ടുള്ള ഉയർന്ന നടമ്പു കേറി കല്യാണിയമ്മയുടെ അടുത്തേക്കു നടന്നു. ഒരു കഷണം പുകയിലയും, അടയ്ക്കയും വേണം. ഒരു ചീന്ത് വെറ്റിലയും. മുറുക്കുന്നതിന്നു ഭിക്ഷക്കാരോടും ഇരന്നുചോദിക്കാമെന്നാണ് മുത്തശ്ശിയുടെ സിദ്ധാന്തം.

കാപ്പി ആറ്റി ഗ്ലാസുകളിലൊഴിച്ചു കൊണ്ടുനിന്നപ്പോഴും അവളുടെ ചിന്ത ഇന്റർവ്യൂവിനെക്കുറിച്ചായിരുന്നു. അച്ഛൻ അനുവദിക്കുമൊ? ഏട്ടന്റെ

കാര്യം അച്ഛൻ ഓർക്കില്ല? തന്നേയും ആ വഴിക്കു വിടുമൊ? അച്ഛൻ തൽക്കാലം വിസമ്മതം പറഞ്ഞാൽത്തന്നെ സാരമില്ലെന്നാണ് യശോദഇള യമ്മ പറഞ്ഞത്. എന്തു കുറ്റമുണ്ടെങ്കിലും അവർ ബുദ്ധിമതിയാണ്. തന്റേടക്കാരിയാണ്. കല്യാണം കഴിച്ചിവിടെ വന്നതിന്നുശേഷം തോറ്റ പരീക്ഷയ്ക്കിരുന്നു ജയിച്ചില്ലെ? ഒരു ക്ലാർക്കിന്റെ ഉദ്യോഗം നേടിയില്ലെ? ഇക്കാര്യത്തിൽ അവരെ വിശ്വസിക്കാം. അവരെ മാത്രമെ വിശ്വസിക്കാനുള്ളൂ എന്നതാണ് സത്യം. വിസമ്മതം പറയാനിടയുള്ള മുത്തശ്ശിക്കും അമ്മയ്ക്കും ഉദ്യോഗത്തെക്കുറിച്ചെന്തറിയാം? പെൺകുട്ടികൾക്കു ഭർത്താക്കന്മാർ 'നയിച്ചു ചെലവിന്നു കൊടുത്തുകൊള്ളും' എന്നാണവരുടെ ഉറച്ച വിശ്വാസം. കാലം മാറിയതൊന്നും അവരറിഞ്ഞിട്ടില്ല. അധ്വാനിയ്ക്കുന്ന ഒരു കുടുംബനാഥൻ, അയാളുടെ തണലിൽക്കഴിയുന്ന വലിയൊരു കൂട്ടുകുടുംബം – ഈ ചിത്രമേ അവരുടെ മനസിലുള്ളൂ. പ്രായം തികഞ്ഞ ഒരു പെൺകുട്ടി അന്യദിക്കിൽ പഠിക്കാൻ പോവുകയൊ? ഉദ്യോഗത്തിന്നു തെണ്ടി നടന്ന ഒരു പെൺകുട്ടിയെ തറവാട്ടിൽ പിറന്ന ഒരാണ് കല്യാണം കഴിച്ചുകൊണ്ടുപോകുമോ?

കാലം അവരെ സംബന്ധിച്ചേടത്തോളം കെട്ടിക്കിടക്കുന്നു. ചലനമറ്റ, അഴുക്കു പിടിച്ച, പായൽ നിറഞ്ഞ, ഒഴുക്കില്ലാത്ത ഒരു കുളത്തിലെ വെള്ളം പോലെ.

മുഖം കഴുകിവന്ന അച്ഛന്റെ മുമ്പിൽ കട്ടൻകാപ്പി കൊണ്ടു വന്നുവയ്ക്കുമ്പോൾ അവൾ കരുതി,

"ഇതുതന്നെ സന്ദർഭം. ചോദിച്ചുകളയാം."

കാപ്പികുടി പകുതിയായപ്പോൾ അവൾ പതുക്കെപ്പറഞ്ഞു:

"ഞാനിവിടെ ഇരുന്നു എന്താ ചെയ്യാ?"

അച്ഛൻ അവളെ അത്ഭുതപൂർവം നോക്കി. പഠിപ്പു കഴിഞ്ഞ പെൺകുട്ടികൾ എന്തു ചെയ്യാനാണ്? വീട്ടിൽ ഒതുങ്ങിക്കഴിയുകയല്ലാതെ? അച്ഛനൊ, കാരണവന്മാരൊ നല്ലൊരു കല്യാണം ഉറപ്പിക്കുന്നതുവരെ?

"എനിക്കു ട്രെയിനിങ്ങിന്നു പോണം"

അവിശ്വസനീയമായ ആ നോട്ടം, അച്ഛൻ തുടർന്നു:

അച്ഛൻ എന്താണ് ആലോചിച്ചത്? അച്ഛന്നു മകളെ സംരക്ഷിക്കുന്നതിലുള്ള കഴിവുകേടിനെക്കുറിച്ചൊ? പണച്ചെലവിനെക്കുറിച്ചൊ? ട്രെയിനിങ് സ്കൂൾ ദൂരെയാണ്. വളരെ നാഴികകൾക്കപ്പുറം ഇളയമ്മയുടെ നാട്ടിന്നുമപ്പുറം. പഠിക്കണം. ജോലി നേടണം. പണം മാത്രം എവിടുന്ന് എന്ന പ്രശ്നം സർവോപരി നിൽക്കുന്നു.

ഇളയമ്മയുടെ വാക്കുകളോർത്തു,

"പണത്തിന്റെ കാര്യം അത്ര കണക്കാക്കേണ്ട. ചെലവിനു ബുദ്ധിമുട്ടേണ്ടിവരില്ല. എന്റെ ഏടത്തിയുടെ വീട് അവിടെയടുത്താണ്."

അച്ഛൻ അതനുവദിക്കില്ല എന്നതാണ് കാര്യം.

ഒന്നും മറുപടി പറഞ്ഞില്ല. കാപ്പികുടി കഴിഞ്ഞ ഗ്ലാസ് തിരികെ എടുത്തുകൊണ്ടു പോരുമ്പോൾ അവൾ തെല്ലിട നിന്നു. ഇല്ല. ഒരനക്കവുമില്ല.

അച്ഛന്റെ നിശബ്ദത അവളുടെ തീരുമാനത്തെ കൂടുതലുറപ്പിച്ചു. ട്രെയിനിങ്ങിന്നു ചേരണം. തിങ്കളാഴ്ച ഇന്റർവ്യൂവിനു പോകണം. ഒരു ജോഡി നല്ല ഡ്രസുകൾ പോലുമില്ല. തലമറന്ന് എണ്ണതേക്കാൻ മിന ക്കെടുന്നതെന്തിന്? അവൾ അമ്മയുടെ പഴയ മരപ്പെട്ടി തുറന്നു നോക്കി. വീട്ടിയിൽ പണിത അതിന്റെ പിച്ചളക്കെട്ടുകൾ കറപിടിച്ചു കറുത്തിരി ക്കുന്നു. പൂട്ട് തുരുമ്പു പിടിച്ചു. തുറക്കാൻ പ്രയാസം. അവൾ താക്കോൽ ദ്വാരത്തിലിട്ട് ഒരു ഇരുമ്പാണിയിട്ടു തിരിച്ചപ്പോൾ പെട്ടി തുറന്നു. കൂട്ട ത്തിൽ താക്കോൽ പൊട്ടി.

"എന്താദ് അവിടെ ഒരൊച്ച." അമ്മ കട്ടിലിൽ എണീറ്റിരുന്നു.

"എനിക്കു തിങ്കളാഴ്ച ഇന്റർവ്യൂവിന്നു പോകണം, അമ്മെ. ഒരൊറ്റ നല്ല സാരിയില്ലല്ലൊ ഉടുക്കാൻ."

പാവാടയുടുത്തു മുമ്പിൽ നിൽക്കുന്ന, തന്റെ മുതിർന്ന മകളെ അമ്മ സ്നേഹപൂർവം അടിമുടി കണ്ണുകൊണ്ടൊന്നു തൊട്ടുഴിഞ്ഞു. സാരിയു ടുത്താൽ എങ്ങിനെയിരിക്കും എന്നാലോചിച്ചതാണോ?

അവൾ കണ്ണുകൾ താഴ്ത്തിക്കൊണ്ടു പറഞ്ഞു:

"അച്ഛൻ പോകെണ്ട എന്നും പോകണമെന്നും പറഞ്ഞില്ല."

ഒന്നിളകിയിരുന്നു, അമ്മ ചോദിച്ചു:

"പോണെന്നു നിനക്കു നിർബന്ധംണ്ടൊ?"

അപ്പോൾ അവളോർത്തത്, മൂന്നു കൊല്ലങ്ങൾക്കു മുമ്പ്, പഠിച്ച സ്കൂൾ വിടുമ്പോൾ, ഹൈസ്കൂളിലെ ഹെഡ്മിസ്ട്രസ് പറഞ്ഞവാക്കു കളാണ്;

"ഇതുവരെ നിങ്ങൾക്കു വേണ്ടതെല്ലാം രക്ഷിതാക്കന്മാർ തീരുമാ നിച്ചു. ഭാവിയിൽ നിങ്ങളെ സംബന്ധിച്ച തീരമാനങ്ങളെടുക്കേണ്ടത് നിങ്ങ ളാണ്. അതിന്നുള്ള തന്റേടം നിങ്ങൾക്കുണ്ടാവട്ടെ."

ഇക്കഴിഞ്ഞ മൂന്നു കൊല്ലക്കാലത്തും അവരുടെ വാക്കുകൾ പല പ്പോഴും മനസിൽ തലപൊക്കി.

ഒരു ക്ലാർക്കുദ്യോഗം കിട്ടിയപ്പോൾ അച്ഛൻ പറഞ്ഞു:

"പെണ്ണുങ്ങൾ വേലചെയ്താൽ തറവാട്ടിന്നാ മോശം."

സർവീസ് കമ്മീഷൻ പരീക്ഷയ്ക്കിരിക്കണമെന്നുണ്ടായിരുന്നു. അച്ഛൻ മുടക്കി.

"വല്ല നാട്ടിലും ഒരുലോവർ ഡിവിഷൻ ക്ലാർക്കിന്റെ ജോലി കിട്ടീ ട്ടെന്താ? പോകണ്ട."

ഹെഡ്മിസ്സിന്റെ ഉപദേശം ഉയർത്തിയ തല മടക്കി, മനസിന്റെ അടി ത്തട്ടിൽ ചുരുണ്ടുകിടന്നു.

അവൾ അമ്മയോടു പറഞ്ഞു:

"എനിക്കു പോകണം" പറയുമ്പോൾ അവളുടെ കണ്ണുകൾ നന ഞ്ഞിരുന്നു.

"ലക്ഷ്മിക്കുട്ടി പോകുന്നുണ്ട്. എനിക്കും പോയാലെന്താ തകരാറ്?"

അമ്മയ്ക്കു ഉത്തരം മുട്ടി. തന്റെ മകളെങ്കിലും ജീർണിച്ച ഈ വീട്ടിൽനിന്ന്, ചുറ്റുപാടിൽനിന്ന് രക്ഷപ്പെട്ടുകൊള്ളട്ടെ.

“അച്ഛനോടു ഒന്നുകൂടി ചോദിച്ചൊ, പണ്ടത്തെ കാലമൊക്കെ പോയില്ലെ”

വേണമെങ്കിൽ ഒരുദ്യോഗം നേടാനുള്ള വിദ്യാഭ്യാസവും കഴിവും അമ്മയ്ക്കുണ്ടായിരുന്നു.

അടുക്കളയിലെ പുകയിലും കരിയിലും കുരുടിച്ചുപോയ അമ്മയുടെ മനസിന്റെ ബലത്തെ പലപ്പോഴും മനസാ അഭിനന്ദിച്ചിട്ടുണ്ട്. രാത്രി പതിനൊന്നുമണിക്ക് അടുക്കള കഴുകലും തുടയ്ക്കലും കഴിഞ്ഞ്, ചിമ്മിനി പോലുമില്ലാത്ത ഒരു മണ്ണെണ്ണവിളക്ക് കട്ടിൽക്കാലിന്മേൽവച്ച് അമ്മ നോവലൊ, മറ്റെന്തെങ്കിലും പുസ്തകമൊ വായിക്കും. ഒന്നും കിട്ടിയില്ലെങ്കിൽ, അടുക്കളയിൽ സാമാനം പൊതിഞ്ഞുകൊണ്ടുവന്ന കീറക്കടലാസ്സ് തുണ്ടുകൾ ചേർത്തു പിടിച്ചു വായിക്കും. ആ വായന എപ്പോഴാണവസാനിക്കുന്നതെന്ന് കണ്ടിട്ടില്ല. ചിലപ്പോൾ പുലർച്ചെക്കെണീറ്റു നോക്കുമ്പോൾ പുസ്തകവും വിളക്കും കട്ടിലിന്നു കീഴെ വീണു കിടക്കുന്നതു കാണാം. വിളക്കിൽ മണ്ണെണ്ണയുണ്ടെങ്കിൽ ചാണകം മെഴുകിയ നിലത്തു വീണ് അതു വറ്റിയിരിക്കും. അല്ലെങ്കിൽ കരിന്തിരികത്തിയ വിളക്കായിരിക്കും, നിലത്ത്.

പോകണം എന്നുറച്ചു. പഴയ പെട്ടിക്കുള്ളിൽ നിന്നു അമ്മയുടെ പഴയ പട്ടുസാരികൾ വലിച്ചെടുത്തു. അവയൊന്നും സാധാരണ ഉപയോഗത്തിന്നു പറ്റിയതല്ല. അമ്മയുടെ പരുത്തിത്തുണിസാരികളെല്ലാം അലൂമിനിയപാത്രക്കാർക്കു വിറ്റു, പകരം പാത്രങ്ങൾ വാങ്ങി. പാത്രങ്ങളും അമ്മയെപ്പോലെ കരിപിടിച്ചു ഉപയോഗശൂന്യമായി.

പഴയ തുണികൾ മറിച്ചുകൊണ്ടിരുന്നപ്പോൾ അധികം ഉപയോഗിച്ചിട്ടില്ലാത്ത ഒരു സാരി കിട്ടി. ഏടത്തിയുടെ ആദ്യത്തെ പ്രസവം കഴിഞ്ഞുപോകുമ്പോൾ ഭരതേട്ടൻ കൊണ്ടുവന്നു കൊടുത്ത സമ്മാനം.

പുറത്തിറങ്ങാനിട കിട്ടാത്ത അമ്മയുടെ ആ സാരി ഉപയോഗശൂന്യമായിക്കിടക്കുന്നു. എടുത്തു നോക്കി. രണ്ടുമൂന്നു വാലൻ പുഴുക്കൾ മടക്കിൽനിന്നു ഓടിമറഞ്ഞു. നിവർത്തിനോക്കിയപ്പോൾ അധികം കേടില്ല. ഉപയോഗിക്കാം.

തിങ്കളാഴ്ച രാവിലെ ചാരവർണത്തിലുള്ള സാരി ചുറ്റി കണ്ണാടിക്കു മുമ്പിൽ നിന്നപ്പോൾ അവൾക്കത്ഭുതം തോന്നി. മുഷിഞ്ഞ പാവാടയുടുത്തു പാറിപ്പറന്ന തലമുടിയുമായി നടന്ന ഒരു പെണ്ണ്! താൻ കുറെ പൊക്കം വച്ചിരിക്കുന്നു. കണ്ണാടിയിൽ അമ്മയുടെ രൂപം നിഴലിട്ടു. അമ്മ വാതിൽക്കൽ നിൽക്കുന്നു. അമ്മയുടെ മുഖത്ത് ചാരിതാർഥ്യം നിഴലിക്കുന്നില്ലേ? ഒരു നേർത്ത ചിരി ആ ചുണ്ടുകൾക്കിടയിൽ പറ്റി നിൽക്കുന്നില്ലേ?

ഇന്റർവ്യൂവിന്നു നഗരത്തിലെത്തണം. എട്ടു നാഴികദൂരം ബസിൽ യാത്ര ചെയ്യണം. പലതവണ പോയതാണെങ്കിലും ഒറ്റയ്ക്കു വയ്യ. ചെറിയച്ഛൻ വരുമെന്നു പറഞ്ഞിരിക്കുന്നു. കാത്തുനിന്നു. ബസിനു സമയമായി. വേലായുധപാപ്പൻ വന്നില്ല. അവരുടെ മകൻ ഓടിക്കിതച്ചു വന്നു.

വന്നുകൂട്ടി പോയ്ക്കാളാൻ പറഞ്ഞു. ഇന്ന് അച്ഛന് എവിടെയോ ആവശ്യമായി പോകാനുണ്ട്.

അവൾ അപ്പോൾ തെല്ലിട നേരം കൊണ്ടു ഒരുങ്ങിവന്നു. ഇരുവരും ഒന്നും സംസാരിച്ചില്ല. ബസുകയറി ഇന്റർവ്യൂ സ്ഥലത്തെത്തി.

അപ്പോൾ കണ്ടു കുട്ടികളുടെ ഒരു പട! ഇത്രയധികം പേർ അപ്പോൾ അവൾക്കു ഉൾഭയം തോന്നി. തനിക്കു സീറ്റുകിട്ടില്ല. കുറെ നേരം കാത്തു നിൽക്കണം. തന്റെ നമ്പർ നോക്കി.

ലക്ഷ്മിക്കുട്ടി തിരക്കിനിടയിൽനിന്നു നോക്കി ചിരിച്ചു. ഒരവിശ്വാസ്യത അവരുടെ മുഖത്തു പ്രകടമായിരുന്നു: സരസ്വതി ട്രെയിനിങ്ങിന്നു പോവുന്നൊ!

"അവളുടെയൊരൊറ്റ നിർബന്ധം!" അച്ഛൻ പറഞ്ഞു. കെട്ടിക്കിട ക്കുന്ന ഒരസ്വാസ്ഥ്യത്തിന്റെ നിഴൽ അച്ഛന്റെ മുഖത്തു മാറാതെ നിന്നു.

"നമ്പർ ഇരുപത്തൊമ്പത്" ലക്ഷ്മിക്കുട്ടി തിരക്കിട്ട് ഓടിപ്പോയി. പത്തുമിനിറ്റ് കഴിഞ്ഞപ്പോൾ അവൾ തിരിച്ചുവന്നു. മുഖത്തു ചിരി വിടർന്നു നിന്നിരുന്നു.

"പഠിച്ച കാര്യങ്ങൾ കുറെചോദിച്ചു. പാടാനറിയാമോ എന്നും ചോദിച്ചു."

"നീ സീറ്റു നേടിക്കഴിഞ്ഞു."

അവളുടെ മുഖത്തെ ചിരി മായാതെ നിന്നു.

ലക്ഷ്മിക്കുട്ടി നല്ല പാട്ടുകാരിയാണ്. സങ്കോചമില്ല. പഠിച്ച കാര്യങ്ങ ൾ! എന്നേ അവയൊക്കെ മറന്നിരിക്കുന്നു! മൂന്നുകൊല്ലം വീട്ടിലിരുന്നു, പഠിച്ചതിന്നുമീതെ മറവിയുടെ മാറാലകൾ നിറഞ്ഞിരിക്കുന്നു. അവൾ തുടർന്നു പഠിച്ചു. ഇന്റർവ്യൂ ജയിച്ചു. തുടർന്നു പഠിപ്പിക്കാൻ കെൽപ്പില്ലാ ഞ്ഞിട്ടാണെന്നു പണിക്കർമാഷ് പറഞ്ഞു.

"ഇക്കാലത്തു ഗ്രാജ്വേറ്റു ചെയ്താലും ലോവർ ഡിവിഷൻ ക്ലാർക്കിന്റെ പണിക്കു പോണം. അതും വല്ല കാട്ടുമുക്കിലുമായാൽ തുല ഞ്ഞു. ഇതാണ് നമുക്കൊക്കെ നല്ലത് !"

നമുക്ക് എന്നു പറഞ്ഞാൽ പണിക്കർമാസ്റ്റർക്ക്. രണ്ടാം കൊല്ലം പണിക്കർ മാസ്റ്റർ റിട്ടയർചെയ്യും. വീട്ടിന്നു പടിക്കൽ പ്രൈവറ്റുസ്കൂളാ യാലെന്താ? കിട്ടുന്ന ശമ്പളം സമ്പാദ്യം പോലാണ്. ചെലവില്ലാത്ത ശമ്പളം. ബസുകൂലി വേണ്ട. ദിവസത്തെ ഭക്ഷണച്ചെലവുവേണ്ട. അന്യ നാട്ടിലായാൽ താമസച്ചെലവടക്കം കിട്ടുന്ന ശമ്പളത്തിൽ ഒന്നും ബാക്കി കാണില്ല.

"ഞങ്ങൾ ഇറങ്ങട്ടെ. ഇവിടെയടുത്ത് ഒരാളെക്കാണാനുണ്ട്." അവർ ഇറങ്ങിപ്പോയി. ലക്ഷ്മിക്കുട്ടി, തന്നേക്കാൾ വളർന്നിരിക്കുന്നു. നല്ല തന്റേടം. നല്ല പ്രസരിപ്പ്! ദിവസവും ഒറ്റപ്പാവാട നനച്ചു പിഴിഞ്ഞുണക്കി, ഉടുത്തുവരുന്ന ലക്ഷ്മിക്കുട്ടി മനസിന്റെ ഉള്ളിൽ അസ്വാസ്ഥ്യമുണ്ടാ ക്കി. ഇന്നവൾ അമ്പേ മാറിയിരിക്കുന്നു. തന്റെ തൊണ്ണൂറ്റെട്ടാമത്തെ നമ്പർ വരുന്നതും കാത്ത് അവൾ അക്ഷമയോടെ ഇരുന്നു. സമയം ഇപ്പോൾ തന്നെ ഉച്ചകഴിഞ്ഞു. അച്ഛന്നു വിശക്കുന്നുണ്ടാവും.

പതിനെട്ട്

ചെങ്കല്ലുകളും കരിങ്കൽത്തുണ്ടുകളും ഇടയ്ക്കിടെ അട്ടിയിട്ട കുന്നിന്റെ പള്ളയ്ക്കു ബസു വന്നുനിന്നു.

അടുത്ത സീറ്റിലിരുന്ന് ഇളയമ്മ പറഞ്ഞു,

"നമുക്കിവിടെ ഇറങ്ങാം."

മനസ്സ്, തന്നെ നാട്ടിലേക്കുതന്നെ പിടിച്ചുവലിക്കുന്നു. വരേണ്ടായിരുന്നു എന്ന ഒരു ചിന്ത ഉള്ളിലെവിടെയൊ ചുരുണ്ടുകിടന്ന് അസ്വസ്ഥയാക്കിക്കൊണ്ടിരുന്നു. ഒരു നല്ല കാര്യത്തിന് ഇറങ്ങിപ്പുറപ്പെടുമ്പോൾ എന്തേ അങ്ങനെ തോന്നാൻ? ഇരുണ്ട മുഖം കണ്ടാൽ ഇളയമ്മയുടെ മനസും മടുക്കില്ലെ.?

തീപാറുന്നതുപോലുള്ള വെയിൽ. ഇളയമ്മ ഒരു കുട കരുതിയിരുന്നു. പൊക്കം കുറവായിരുന്ന അവരുടെ കൂടെ തനിക്കു നടക്കാൻ വയ്യ. അവൾ വിട്ടുനടന്നു.

"സാരല്യ"

എന്തൊരു ശൂന്യത! കാക്കപോലും കരയുന്നില്ല. സർവത്ര ചുട്ടുപൊള്ളുന്ന വെയിൽ തന്നെ. കയ്യിൽ പിടിച്ച ബാഗിനു സാമാന്യത്തിലധികം ഭാരമുള്ളതായി അവൾക്കു തോന്നി.

മെയിൻ റോഡ് ഇടത്തോട്ടു ചെരിഞ്ഞിറങ്ങി ദൂരെ, അടുത്ത കുന്നിൻപുറത്തു കാണുന്ന പുതിയ സ്കൂൾകെട്ടിടങ്ങൾ അവർ ചൂണ്ടിക്കാണിച്ചു,

"അതാണ് നിനക്കു പഠിക്കാനുള്ള ട്രെയിനിങ്സ്കൂൾ."

ചെടികളുടെ ഒരു പൊടിപോലും കാണാനില്ലാത്ത വലിയ കുന്നിന്റെ ഒത്ത നടുക്ക് പുതിയ കെട്ടിടങ്ങൾ അസുഖകരമാംവണ്ണം ഉയർന്നുനിൽക്കുന്നു. ഇടയ്ക്കിടെ നട്ടുപിടിപ്പിച്ച ചെറിയ വൃക്ഷത്തൈകൾ മുൾക്കൂടുകളിൽ കാണാം. ഈ കടുത്ത ചൂടിൽ അവ വളരുമൊ? നിലനിൽക്കുമൊ? ജനലുകളും വാതിലുകളും അടച്ചിട്ട കെട്ടിടങ്ങൾ അത്യന്തം മൂകഭാഷയിൽ എന്തൊക്കെയൊ പറയുന്നുണ്ടെന്നവൾക്കു തോന്നി. ഒട്ടും ഹൃദ്യമല്ലാത്ത ആ കാഴ്ച അവൾക്കു സഹിച്ചില്ല.

"സുഭദ്രേടത്തിയുടെ വീട്ടിലേക്കു കുറെ ദൂരംണ്ടൊ?

"ഇതാ അടുത്തെത്തി." നിരത്ത് താഴെ വയൽവക്കിൽ അവസാനിച്ചു. ഇരുവശവും മയിലാഞ്ചികൾ വളർന്നുനിൽക്കുന്ന വഴി കണ്ടപ്പോൾ മനസിന്നൊരു കുളുർമ! മയിലാഞ്ചിയുടെ ഉണക്കം ബാധിച്ചകൊമ്പുകൾക്കിടയിൽ ചെറിയചില്ലകൾ കാറ്റിലാടിക്കളിച്ചു. അവൾ മനസിലുറച്ചു.

"ഏതായാലും വേണ്ടില്ല. രണ്ടുകൊല്ലം ഇവിടെത്താമസിച്ചു, താൻ വല്ലതുംനേടും!"

നടത്തത്തിന്നുവേഗതകൂട്ടി. കാർന്നുതിന്നുന്ന വിശപ്പ്. നടവഴിയിൽനിന്നു വീതി കുറഞ്ഞ വയൽവരമ്പിലേക്കിറങ്ങി. വഴി മറ്റൊരുറോഡിൽചെന്നുകയറി. മറ്റൊന്നല്ല. മുമ്പു ബസിറങ്ങിയറോഡുതന്നെ. കുറു

ക്കുവഴിക്കുവന്നു മുട്ടിയതാണ്. രണ്ടു റോഡുകൾ ചേരുന്ന കവലയിൽ നിരത്തിന്നു സമീപമുള്ള ഒരു ചെറുവീട്. പടുവാഴകൾ കൂട്ടംകൂട്ടമായി നിന്നിരുന്നതു കാരണം വീടു കാണാനേയില്ല. മുറ്റത്തുനിന്നു പൊട്ടിച്ചിരികളും സംസാരവും കേട്ടു.

സുഭദ്രേടത്തിയുടേതല്ലെ!

കയറിച്ചെല്ലുമ്പോൾ കോലായിൽ ബെഞ്ചിൽ രണ്ടു പുരുഷന്മാരിരിക്കുന്നു. സുഭദ്രേടത്തി വാതിൽക്കൽനിൽക്കുന്നു. പെട്ടെന്നു കണ്ടപ്പോൾ, അവർ അത്ഭുതം വിടർന്ന കണ്ണുകളോടെ ചോദിച്ചു:

"ഹല്ലാ!"

"ഞങ്ങൾ ഇന്നുതന്നെപോന്നു. നാളെ കുട്ടികളുടെ അച്ഛൻ വീട്ടിലുണ്ടാവില്ല. എനിക്കവിടം വിടാൻ പഴുതുണ്ടാവില്ല."

സുഭദ്രേടത്തി, തന്നെ അടിമുടിനോക്കി. ശരീരത്തിലൂടെ ഏതോ പ്രാണി ഓടിക്കളിക്കുമ്പോലുള്ള ഒരു തരം അസ്വസ്ഥത. അവൾ ഒന്നിളകി കോലായിലെ കൽത്തൂണു മറഞ്ഞുനിന്നു.

ബെഞ്ചിലിരുന്ന പുരുഷന്മാർ യാത്രപറഞ്ഞിറങ്ങിപ്പോയി. സുഭദ്രേടത്തി ചിരിച്ചുകൊണ്ടേയിരുന്നു. തെല്ലസുഖത്തോടെ അവർപോയവഴിയേ ഒന്നുനോക്കിയിട്ടു ഇളയമ്മ ചോദിച്ചു,

"കുട്ട്യേട്ടനെവിടെ?"

"കുട്ട്യേട്ടനൊ? വല്ലപ്പോഴുമെ വരൂ ജോലി അങ്ങനെത്തേതല്ലെ?"

അപ്രതീക്ഷിതമായിക്കയറിവന്നിട്ടും അസമയമായിട്ടും അവർക്കു ഊണുകിട്ടി. സമൃദ്ധമായ ഭക്ഷണം. അവൾ മനസിലോർത്തു, തനിക്കിവിടെ, ഇവരെ ബുദ്ധിമുട്ടിക്കാതെതന്നെ കഴിഞ്ഞുകൂടാൻ പറ്റും. ഈ സഹായംചെയ്തുതന്ന ഇളയമ്മയോടുള്ള നന്ദി മനസിൽ നിറഞ്ഞുനിന്നു.

വീട്ടിൽ നിറയെ ആളുകൾ. സുഭദ്രേടത്തിയുടെ നാലുകുട്ടികൾ. എല്ലാവരും സ്കൂളിൽ പഠിക്കുന്നു. താനവിടെയൊരാൾ ഉണ്ടെന്നുതന്നെ തോന്നിക്കാത്ത മൂത്തമകൾ ദമയന്തി അവളുടെ അടുത്തുവന്നു നന്നെപ്പതിഞ്ഞ സ്വരത്തിൽ പറഞ്ഞു,

"നമ്മക്ക് അകത്തേക്ക് പൂവ്വ!" അധികം പരിചയമില്ലാത്ത അവളുടെ സംസാരം രസിപ്പിക്കുന്നതായിരുന്നു. ഒന്നകത്തുകയറി ഇരുന്നാൽമതി എന്നു വിചാരിക്കയായിരുന്നു. കുട്ടിയുടെ ക്ഷണത്തിന്നു മനസാ നന്ദി പറഞ്ഞു അവൾ ബാഗുമെടുത്തു അവളുടെ പിറകെ നടന്നു.

വീട് പുതുതാണ്. അകത്തെ പല പണികളും അപൂർണം. വിശാലമായ മൂന്നു മുറികൾ. നടുക്ക് ഹാൾ. അപരിചിതമായ എന്തോ ഒരു തരം ഗന്ധം അവിടമെങ്ങും മുറ്റിനിൽക്കുന്നതായി അവൾക്കുതോന്നി. മരത്തിന്റെതാവാം. പുതിയ പണിത്തരങ്ങളുടേതാവാം.

തെക്കേ അറ്റത്തെ മുറിയിലെത്തി. ഒരു പഴയപലകക്കട്ടിൽ. മീതെ മടക്കിയിട്ട രണ്ടുമൂന്നു പുല്ലുപാകൾ. ചുവരോടു ചേർത്തിട്ട ഒരലമാറ. മൂലയ്ക്കൊരു കുട്ടനിറയെ പഴയകുപ്പികൾ. ഇത്രയധികം ഒഴിഞ്ഞകുപ്പികൾ ഇങ്ങനെ കൂട്ടിയിട്ടിരിക്കുന്നതെന്തിനെന്നു അത്ഭുതം തോന്നി.

തെക്കെ മുറിയുടെ തെക്കുവശത്തെ രണ്ടുജനലുകൾ തുറന്നിട്ടപ്പോൾ

സുഖകരമായ കാറ്റു വയലിൽനിന്നു വീശി. അത് അകത്തു മുറ്റിനിന്ന ആ ഗന്ധത്തെ അടിച്ചു പുറംതള്ളി. കുട്ടി ഓരോന്നുചോദിച്ചുകൊണ്ടിരുന്നു. എന്തൊക്കെയൊ, ഒറ്റവാക്കായും മൂളലായും മറുപടിപറഞ്ഞു.

"നല്ല സുഖം അല്ലെ?"

ഞെട്ടിയുണർന്നു. താനുറങ്ങുകയായിരുന്നു. തലയ്ക്കൊരു ഭാരം. എന്തേ ഇങ്ങനെ പകലുറങ്ങാൻ? ഒരിക്കലും പതിവില്ലാത്തതാണ് പകലുറക്കം! വീട്ടിൽ വേലയൊഴിഞ്ഞ ഉച്ചസമയങ്ങളിൽ, ഒന്നുറങ്ങിക്കളയാം എന്നുവച്ചു കിടന്നാലും, ഉറക്കം അടുത്തേക്കു വന്നു നോക്കുകപോലുമില്ല.

കുറേനാളായി ശരിക്കൊന്നുറങ്ങിയിട്ട്. വീട്ടിലെ അന്തരീക്ഷം കുഴഞ്ഞുമറിഞ്ഞതായിരുന്നു. അമ്മ ഒരുവിധം എണീറ്റു നടക്കുന്നുണ്ട്. നാണിത്തള്ള സഹായത്തിനുണ്ട്. "പേടിക്കാനൊന്നും ഇല്ല." വൈദ്യർ പറഞ്ഞു. അച്ഛൻ സദാ ചിന്താമഗ്നനായിരുന്നു. ട്രെയിനിങ്ങിന്നു ചേരണമെന്ന നിലപാടിൽ അവൾ ഉറച്ചുനിന്നു.

"ഇവിടെയിരുന്നിട്ടെന്തു ചെയ്യാനാ?"

എന്തുചെയ്യാനാണ് എന്ന് അച്ഛനും ആലോചിച്ചിരിക്കണം. അടുക്കളപ്പണികൾ ചെയ്തുശീലിക്കാമെന്നുവച്ചാൽ, അത്രയ്ക്കു ജോലിയെന്താണുള്ളത്? ഒരു നേരം വയ്ക്കാനുള്ള അരി വാങ്ങുന്നതു തന്നെ എത്ര കഷ്ടപ്പെട്ടിട്ടാണ്.

പുലർച്ചമുതൽ പാതിരാവുവരെ, പകൽ മുഴുവനും എരിയാറുള്ള അടുപ്പുകൾ ഇന്നു നിശ്ചേതനങ്ങളാണ്. അവയൊക്കെ ചാരം നിറഞ്ഞു കിടന്നു. നാലാൾക്കു വയ്ക്കാൻ ഒരു ചെറിയ അടുപ്പ് നാണിത്തള്ള മുമ്പുള്ളവയോടു ചേർത്തുണ്ടാക്കി. ഒരു നേരം തീയെരിച്ചാൽ ഉള്ളതൊക്കെ വേവിക്കാം. പിന്നെ വെറുതെയിരിക്കാം. ഈ കുത്തിയിരിപ്പാണ് ഏറ്റവുമധികം മടുപ്പുണ്ടാക്കിയത്. വിശപ്പു സഹിക്കാം. ജോലിയില്ലായ്മയെപ്പറ്റി ചിന്തിക്കാനേ വയ്യ.

"സുഭദ്രേടത്തിയുടെ വീട്ടിലാണ് താമസിക്കുക" കേട്ടപ്പോൾ അച്ഛൻ അറുത്തുമുറിച്ചു പറഞ്ഞു,

"പോകേണ്ട! ഞാനാ പറഞ്ഞത്. പോയാൽ പിന്നെ നീ ഇപ്പടി കേറേണ്ട." അച്ഛന്ന് ഈയിടെ എന്തിന്നും മുൻകോപമാണ്. ഇന്നതാണ് പറയുന്നത് എന്ന ബോധമില്ല. എന്നാലും അച്ഛനതു പറഞ്ഞപ്പോൾ ഒന്നു ഞെട്ടാതിരുന്നില്ല.

"നിയ്യെന്താ, യാരുക്കുട്ട്യേ, ഇപ്പറേണത്? ദൈവത്തെ മറക്കരുത്. അവളുടെ ഒരാഗ്രഹല്ലെ? മറ്റൊന്നും സാധിച്ചുകൊടുക്കാൻ ഇപ്പഴത്തെ നിലയ്ക്ക് നെന്നെക്കൊണ്ടോ, എന്നെക്കൊണ്ടോ ആവൂലല്ലൊ. യശോദ അങ്ങനെ പറഞ്ഞത് ഒരു പുണ്യമാണെന്നു കരുതിക്കൊ!"

"ഹ്ഉം! പുണ്യം! നിങ്ങൾ എന്തറിഞ്ഞിട്ടാ ഇപ്പറയുന്നത്!"

"എന്തായാലെന്താ, അവൾക്കു ബുദ്ധിയുറച്ചില്ലെ? എന്നും നമ്മളൊക്കെണ്ടാവ്വൊ? ഒറ്റയ്ക്കും അന്യരുടെ ഇടയിൽ ജീവിച്ചു പഠിക്കട്ടെ!"

അച്ഛൻ ഒന്നും മിണ്ടാതെ അകത്തുകയറിക്കിടന്നു.

എന്താ, അച്ഛനിങ്ങനെയൊരെതിർപ്പ്! വഴിയിൽ തങ്ങിയ ഭാഗ്യമല്ലെ,

ഇത്? ഹോസ്റ്റൽഫീസ് കൊടുത്തു പഠിക്കുകയെന്നത് ചിന്തിക്കപോലും അതീതം.

'തറവാടിത്തം' ഇല്ലാത്ത ഇളയമ്മയേ ഉണ്ടായുള്ളൂ, അവസാനം ഒന്നു സഹായിക്കാൻ.

"വലിയ തറവാട്ടുകാരണെന്നും പറഞ്ഞിരുന്നാലേ, ഇക്കാലത്തു ജീവിക്കാൻ പറ്റില്ല്യ." ഇളയമ്മ പറഞ്ഞു.

"എനിക്കു ആഭിജാത്യംല്യാന്നല്ലേ, നെന്റെ കുടുംബക്കാരൊക്കെപ്പറയുന്നത്? എന്നിട്ട്, നേരത്തിനു വല്ലതും കാച്ചിക്കുടിക്കാൻ ഇപ്പൊ എന്റെടുത്തല്ലെ ഉള്ളൂ?"

"അച്ഛൻ സമ്മതിച്ച മട്ടാ!"

അവരുടെ ചിരി മുഖം മുഴുവനും വ്യാപിച്ചു,

"ഒരുങ്ങിക്കൊ, മറ്റന്നാ രാവിലത്തെ ബസിനു പോകാം."

"ഒരുങ്ങാൻ ഒന്നൂല്യ."

ഇളയമ്മ തനിക്കു വിലകുറഞ്ഞതെങ്കിലും രണ്ടു പുതിയ സാരികളും രണ്ടു പഴയ സാരികളും അവയ്ക്കൊത്ത ബ്ലൗസുകളും കൊണ്ടുവന്നു. ഇത് അപ്രതീക്ഷിതമായിരുന്നു. ഇക്കടങ്ങളൊക്കെ എങ്ങനെ വീട്ടും. ജോലി കിട്ടട്ടെ രണ്ടു കൊല്ലങ്ങൾ കഴിയട്ടെ.............

"ഞാൻ പുലർച്ചയ്ക്കുള്ള ബസിനു പോവും. മൂന്നു മണിയ്ക്ക്! നെണക്കിവിടെ സുഖായിരിക്കും. ഈ കുട്ട്യോൾടെ കൂടെ കളിച്ചു നടക്കാം. വീട്ടിലെ പ്രാരബ്ധങ്ങളൊന്നും കാണ്വേം വേണ്ട."

രാത്രിയാവുംതോറും വീടിനെക്കുറിച്ചുള്ള ചിന്ത മനസിൽ വിടാതെ കൂടി. അമ്മ സന്ധ്യയാവുമ്പോൾ എന്നും ചുമയ്ക്കുന്നു. തേനിൽ ചാലിച്ചുകൊടുക്കാനുള്ള ഒരു ചൂർണത്തിന്നു, വൈദ്യർ എഴുതിയിട്ട് അതു വാങ്ങിക്കൊടുക്കാനായില്ല.

ഒരേയൊരു മകൾ അടുത്തു ശേഷിച്ചതും പറഞ്ഞതു കേൾക്കാതെ ഇറങ്ങിപ്പോന്നു എന്ന് അച്ഛൻ ധരിക്കില്ലേ? നല്ലൊരു കാര്യത്തിനല്ലെ! തിരിഞ്ഞും മറിഞ്ഞും കിടന്നു. ഉറക്കം വന്നില്ല. നിലത്തു പുൽപ്പായ വിരിച്ചു കിടന്ന ഇളയമ്മയ്ക്കു നല്ല ഉറക്കം. വടക്കെ അറ്റത്തുള്ള അടുക്കളഭാഗത്തു നിന്ന് ആരുടേയൊ, സംസാരവും ചിരിയും പാത്രങ്ങൾ തട്ടിമുട്ടുന്ന ശബ്ദവും പാതിരാവാകുന്നതുവരെ കേട്ടു.

പെട്ടെന്നു വണ്ടിയുടെ അലർച്ച കേട്ടു. എക്സ്പ്രസാവും. റെയിലിന്റെ വളവിൽനിന്നു വണ്ടിയുടെ തീക്കട്ടപോലത്തെ കണ്ണ്. ഒരു രാക്ഷസന്റേതുപോലെ മുറിക്കകത്തേക്കു ആഞ്ഞുവീശുകയും പെട്ടെന്നു മറയുകയും ചെയ്തു.

ഉമ്മറത്തെ വാതിൽ കൊട്ടിയടയ്ക്കുന്ന ശബ്ദം കേട്ടു. അപ്പോൾ അകത്തെ ക്ലോക്കിൽ രണ്ടടിക്കുന്ന ശബ്ദം മുഴങ്ങി. ഈ പാതിരാവുവരെ ഇവർ എന്തു ചെയ്യുന്നു, വാതിലടച്ചുറങ്ങാതെ? ഈ വീടും ഇതികത്തു താമസിക്കുന്നവരുടെ പെരുമാറ്റവും നിമിഷം തോറും കൂടുതൽ വിചിത്രമായിത്തോന്നി, അവൾക്ക്.

വണ്ടിയുടെ ശബ്ദം, വിദൂരതയിൽ ലയിച്ചപ്പോൾ, ഇളയമ്മയുടെ

കൂർക്കംവലി വീണ്ടും വ്യക്തമായിക്കേട്ടുതുടങ്ങി. തിരിഞ്ഞും മറഞ്ഞും കിടന്നു കിടന്നു മടുത്തു ഒന്നെണീറ്റിരുന്നാലൊ? ഒന്നു നടക്കണം. ശബ്ദമുണ്ടാവുമെന്നു ഭയന്നു അനങ്ങാതെ കിടന്നു. പകലുറക്കമാണ് പറ്റിച്ചത്. തണുത്ത കാറ്റ് വീശിത്തുടങ്ങിയപ്പോൾ കണ്ണുകൾ പതുക്കെ അടഞ്ഞുതുടങ്ങിയതേയുള്ളൂ.

ഇളയമ്മയുടെ കൂർക്കംവലി നിലച്ചു. അവർ തട്ടിപ്പിടഞ്ഞെണീറ്റു. ക്ലോക്കിലെ മണിയടിച്ചു. രണ്ടര! മൂന്നുമണിക്കാണ് ബസ്. കിടന്ന പുൽപ്പായ ചുരുട്ടിക്കൂട്ടി മൂലക്കിട്ട്, ഷീറ്റ് അയക്കോലിലേക്കെറിഞ്ഞു. അവർ ഇടനാഴിയിൽച്ചെന്നു വിളിച്ചു:

"സുഭദ്രേടത്തി!"

"ഓ! ഉണർന്നൊ?" അവർ അടുക്കളഭാഗത്തുനിന്നു വിളികേട്ടു.

"വന്നുവിളിക്കാനൊരുങ്ങിയതാ ഞാൻ"

തുടർന്നു സംസാരിച്ചതു വ്യക്തമായില്ല. ഉറക്കം കണ്ണുകളെ അടയ്ക്കുകയും, ഇടയ്ക്കു ഞെട്ടിക്കുകയും ചെയ്തുകൊണ്ടിരുന്നു. വീണ്ടും ഇടനാഴിയിൽ കാൽപ്പെരുമാറ്റം. അവൾ കണ്ണടച്ചു, ഉറക്കം നടിച്ചു കിടന്നു.

"നല്ല സാധനം! ഇന്നു രാത്രി ഉണ്ടാക്ക്യേതാ?" ഇളയമ്മ.

"അതേ. സ്റ്റോക്ക് കഴിഞ്ഞു. ഇന്നു നാലഞ്ചാൾക്ക് വേണംന്ന് പ്രത്യേകം ഏൽപ്പിച്ചിരുന്നു."

"കരുതിയിരിയ്ക്കണം."

"നീ പോടി! അരക്കാശുണ്ടാക്കണമെങ്കിൽ ഇതൊക്കെ വേണം. ആ കിടക്കുന്ന പെൺകുട്ടീടെ കാര്യം ഒന്നാലോചിച്ചുനോക്ക്! നല്ലവനായിരുന്നാൽ, ഇക്കാലത്ത് ഒന്നും നടക്കില്ല. അവളുടെ അച്ഛനെപ്പോലെ നിന്റെ ഭർത്താവും ഭേദോന്നുംല്യ."

"ഏടത്തിക്കു നല്ല ധൈര്യം! എനിക്കിതൊക്കെ പേട്യാണെ, സമ്മതിച്ചു!" ഇളയമ്മയുടെ പതിഞ്ഞ ചിരി.

"ഇദാ, ഗ്ലാസ്! ഒരു പുകച്ചിൽ."

വീണ്ടും ആ പഴയ ഗന്ധം മുറിക്കകത്തേക്കു അടിച്ചുകയറുന്നതുപോലെ അവൾക്കു തോന്നി. എന്താണത്? സത്യാവസ്ഥയുടെ ഒരു നിഴലാട്ടം അവളുടെ ഉള്ളിൽ ഒരു ഞെട്ടലുണ്ടാക്കി. അപ്പോൾ അതാണ് ബിസിനസ്!

വൈകുന്നേരം കുളിമുറിയിൽ തേക്കാനിട്ടിരുന്ന പാത്രങ്ങളുടെ കൂട്ടത്തിൽ, വരിഞ്ഞൊരു കുഴൽ ഘടിപ്പിച്ച പ്രത്യേകാകൃതിയുള്ള ഒരു പാത്രം കണ്ടത് അവൾ ഓർത്തു. കിടക്കാൻ വരുന്നതിനുമുമ്പ് ഒരു ഗ്ലാസ് വെള്ളം ചോദിച്ചു, അടുക്കളയിൽ ചെന്നപ്പോൾ വാതിൽക്കലേക്കു വന്നു നിന്നു അവർ പറഞ്ഞു:

"കുട്ട്യോളോടു പറഞ്ഞയച്ചാൽ മത്യായിരുന്നല്ലൊ."

വെള്ളം കുടിച്ച ഗ്ലാസ് അലമാരയിൽ വയ്ക്കാൻ അവർ വാങ്ങിയപ്പോൾ അപ്പുറത്ത് ഒരു വലിയ ചെമ്പും അടുപ്പിൽ നിറയെ തീയും കണ്ടു. കുട്ടയിൽ കണ്ട പല കുപ്പികളും അലമാരയിൽ കഴുകിക്കമഴ്ത്തിയിരുന്നു. വെറുമൊരു 'കുറി'യേജന്റായ സുഭദ്രേടത്തിയുടെ ഭർത്താവിന്, ഈയൊരു

വലിയ വീടുണ്ടാക്കാൻ കഴിയുന്നതെങ്ങനെ? അപ്പോൾ അതാണ് ബിസിനസ്! വാറ്റുമദ്യം! അച്ഛൻ അറുത്തുമുറിച്ചുപറഞ്ഞത് വെറുതെയല്ല!

പത്തൊമ്പത്

ചീറ്റിത്തെറിച്ചുവന്ന ഒരു വാണം കണക്കെ മനസിന്റെ ശൂന്യതയിൽ ആ വാർത്ത സീൽക്കാരത്തോടെ തറച്ചുകയറി.

ഒന്നാം കൊല്ലപ്പരീക്ഷയുടെ അവസാനദിവസം. നാളെ വീട്ടിൽ പോകണം. ഒരു കൊല്ലത്തിനിടയക്ക് ഒരേയൊരു പ്രാവശ്യമാണ് വീടു കണ്ടത്. എല്ലാം പണ്ടത്തെ സ്ഥിതിയിൽത്തന്നെ പീറ്റത്തെങ്ങുകളുടെ തലപ്പുകൾക്കു കുറെക്കൂടി ഉണക്കം ബാധിക്കയും ചുവരിലെ കുമ്മായം കൂടുതൽ അടർന്നുപോവുകയും ചെയ്തിരുന്നു. ഏട്ടൻ ജോലിക്കുപോയ കാലത്ത് നിറച്ചിട്ടിരുന്ന പുരത്തറയിൽ പാഴ്പ്പുല്ലുകളും തൊട്ടാവാടികളും വളർന്നു കാടുപിടിച്ചു, ഉണക്കം ബാധിച്ചുകിടക്കുന്നു. അവൾ നാലുദിവസം താമസിച്ചു തിരിച്ചുപോന്നു,

“നല്ലപോലെ ശ്രദ്ധിച്ചു നടക്കണേ!” അമ്മ പറഞ്ഞു.

അടുത്ത ക്രിസ്തുമസ് ഒഴുവിനുപോകാൻ പുറപ്പെട്ടപ്പോൾ സുഭദ്രേടത്തി പറഞ്ഞു,

“ഇടയ്ക്കിടെ ഇങ്ങനെപോയിട്ടു വണ്ടിക്കൂലിനഷ്ടപ്പെടുത്തണൊ? എത്രസമയമാണ് വെറുതെ നഷ്ടമാകുന്നത്?” പുറമെപ്പറഞ്ഞ ആ വാക്കുകളുടെ അർഥം മറ്റൊന്നാണ്. ഒന്നുമില്ലാത്ത ഒരു വീട്ടിലേക്ക് ഒഴിവുകാലം ആഘോഷിക്കാൻ പൊയിട്ടെന്തു കാര്യം! ഇവിടെയാണെങ്കിൽ നേരത്തിനുണ്ണാം, സുഖമായുറങ്ങാം, പഠിക്കയുമാവാം. അതിലേറെ പ്രധാനം മറ്റൊന്നായിരുന്നു.

“ഈ കുട്ടികൾക്ക് നാലക്ഷരം പറഞ്ഞുകൊടുത്താൽ ഇക്കൊല്ലമെങ്കിലും ജയിക്കും.” സുഭദ്രേടത്തിയുടെ ഉറച്ചവാക്കുകൾക്കു മുമ്പിൽ പ്രതീക്ഷയുടെ കൂമ്പുകൾ വാടിപ്പോയി. പോകേണ്ട. ദാരിദ്ര്യം പിടിച്ച വീട്ടിൽ താനിനിയും ഒരധികപ്പറ്റാവേണ്ട.

താൻ ഇവരോടു കടപ്പെട്ടിരിക്കുന്നു. ഇവരുടെ പരീക്ഷ തുടങ്ങാറാവുന്നതേയുള്ളൂ. ഇത്തവണയും ഇവർക്കു ‘വല്ലതും പറഞ്ഞു കൊടുക്കണം’ നാലുകുട്ടികൾക്ക്.

‘വല്ലതും നാലക്ഷരം പറഞ്ഞുകൊടുത്താ’ ലൊന്നും കുട്ടികൾ ജയിക്കില്ലെന്നു മനസിലായി. ഇരുപത്തഞ്ചു കണക്കുകൾ ഒരേതരത്തിലുള്ളതു ചെയ്തുതീർത്താൽ ഇരുപത്താറാമതു ചെയ്യാനറിയാതെ മിഴിച്ചിരിക്കുന്ന മൂത്തപെൺകുട്ടി. കാഴ്ചയിലും പെരുമാറ്റത്തിലും വളരെ അടക്കവും ഒതുക്കവും തോന്നിച്ചിരുന്ന ആ പെൺകുട്ടിക്കു സിനിമാതാരങ്ങളോടായിരുന്നു കൂടുതൽ പ്രിയം. കണക്കുപുസ്തകത്തിലെ പ്രശ്നങ്ങളും അക്കങ്ങളും അവളെ സംബന്ധിച്ചേടത്തോളം നിശേഷം അപരിചിതം.

താഴെയുള്ള ആൺകുട്ടികൾക്കു മറ്റു പലജോലികളുമുണ്ട്.

വൈകുന്നേരമാവുമ്പോൾ കുപ്പികൾ കഴുകി വൃത്തിയാക്കണം, അങ്ങാടിയിൽപ്പോയി താറാമുട്ടകൾ വാങ്ങിക്കൊണ്ടുവരണം, അങ്ങനെ പലതും. അമ്മയ്ക്കു മക്കളുടെ കാര്യത്തിൽ ശ്രദ്ധചെലുത്താൻ സമയം തീരെയില്ല. ഇത്രയൊക്കെ പണമുണ്ടായിട്ടും പുറംപണിക്കു പോലും സുഭദ്രേടത്തി ഒരു വേലക്കാരിയെ വിളിക്കാത്തതിന്റെ രഹസ്യം വന്നകാലത്തുതന്നെ മനസിലായി. ഉച്ചകഴിഞ്ഞാൽ അവർക്ക് അടുക്കളയിൽ പിടിപ്പതു ജോലിയുണ്ട്.

ട്രെയിനിങ്സ്കൂളിന്നു കീഴിൽ മോഡൽക്ലാസിൽ പഠിക്കുന്ന മൂന്നാമത്തെകുട്ടി രാമകൃഷ്ണനെ ഇക്കൊല്ലം എങ്ങനെയെങ്കിലുമൊന്നു കടത്തിവിടണം, സുഭദ്രേടത്തി പറഞ്ഞു. അവൾ വിചാരിച്ചാൽ സാധിയ്ക്കാത്ത കാര്യമാണൊ? പ്രൊമോഷൻ കാര്യത്തിൽ, ട്രെയിനിങ് വിദ്യാർഥികൾക്ക് ഒരു ശബ്ദവും ഉയർത്താനാവില്ലെന്നു പറഞ്ഞാൽ അവർക്കു മനസിലാവില്ല. പഠിച്ചുതുടങ്ങിയ പണി അറിയാവുന്നേടത്തോളം പ്രയോഗിച്ചുനോക്കി. തുടക്കത്തിൽ തന്നെ താനൊരു പരാജയമാണെന്ന് അവൾക്കു തോന്നി. ഈയൊരു കുട്ടിയെ പഠിപ്പിച്ചു നേരെയാക്കാൻ കഴിയാത്ത, താനൊ ഒരു അധ്യാപികയാവുന്നു? കൊല്ലം ന്തോറും ഓരോ പറ്റം കുട്ടികളെ പഠിപ്പിച്ചു, പരീക്ഷയിൽ ജയിപ്പിച്ചു പറഞ്ഞയയ്ക്കേണ്ടെ?

ഇക്കൊല്ലം ഈ നാലുപേരും ജയിച്ചാൽ സുഭദ്രേടത്തിയോടുള്ള ബാധ്യതയുടെ ഒരംശം നിറവേറ്റി എന്നു സമാധാനിക്കാം. ക്ഷീണിച്ചു വീട്ടിൽ വരുന്ന സായന്തനങ്ങളിൽ, നാലു കുട്ടികളെയിരുത്തി സന്ധ്യകഴിയുംവരെ പഠിപ്പിക്കണമേല്ലൊ എന്നോർക്കുമ്പോൾ, ഒന്നുമില്ലാത്തവളായ താൻ ഇത്രയല്ലേ കഷ്ടപ്പെടേണ്ടിവന്നുള്ളൂ എന്നു സമാധാനിക്കാൻ ശ്രമിച്ചു. കുട്ടികളുടെ പഠിപ്പു കഴിഞ്ഞ് ഭക്ഷണം കഴിച്ച് അവർ ഉറക്കം പിടിക്കുമ്പോൾ, തന്റെ സ്വന്തം പാഠങ്ങൾ ഒരാവൃത്തി കണ്ണോടിച്ചുനോക്കാൻ മുമ്പിൽ നിവർത്തിവയ്ക്കും. ക്ഷീണവും രാത്രിയുടെ തണുപ്പും കൺപോളകളെ അടിക്കും. ഇനി നാളെ – കട്ടിലിലേക്കൊരു വീഴ്ചയാണ്. വീട്ടിലെ കാര്യങ്ങൾപോലും ചിലപ്പോൾ തളർന്ന ഉൾക്കളത്തിലേക്കു കയറി വരാൻ അറയ്ക്കും. അമ്മയുടെ ക്ഷീണിച്ച കൈകൾകൊണ്ട് എഴുതി അയച്ച കത്ത് മറുപടി പ്രതീക്ഷിച്ചു മേശപ്പുറത്തു കിടക്കുന്നു എന്ന യാഥാർഥ്യം മറക്കും. അങ്ങനെ ഒരു കൊല്ലം കഴിഞ്ഞിരിക്കുന്നു.

കുട്ടികളുടെ പരീക്ഷ അവസാനിച്ചു. തനിക്കു നാളെപ്പോകാം. തന്റെ സ്കൂളടച്ചിട്ട് ഒരാഴ്ച കഴിയുന്നു. രണ്ടാഴ്ച മുമ്പുതന്നെ അമ്മയ്ക്കെഴുതിയതാണ്:

"ഞാൻ ഒരാഴ്ച കഴിഞ്ഞു സ്കൂളടച്ചാൽ അന്നു സന്ധ്യക്കുള്ള ബസിനുതന്നെ അങ്ങുവരും." ഒരാഴ്ച കഴിഞ്ഞു. പിന്നേയും മൂന്നു ദിവസങ്ങൾ കഴിഞ്ഞു. അമ്മ എഴുതിച്ചോദിച്ചിരിക്കുന്നു; "എന്താണ് വരാത്തത്? ഏട്ടനെപ്പോലെ നീയും ഞങ്ങളെയൊക്കെ മറന്നുവൊ? അച്ഛൻ കോപിച്ചിരിക്കുന്നു. നിന്റെ മകളല്ലെ അവളും എന്നു ചോദിക്കുന്നു......"

അമ്മയുടെ എഴുത്ത് കയ്യിലിരുന്നു ചിറകിട്ടടിച്ചു. തന്റെ മനസും വീട്ടിലെത്താൻ പക്ഷം വിടർത്തുന്നതുപോലെ അവൾക്കു തോന്നി. ഇല്ല. കുട്ടി

കളുടെ പരീക്ഷ കഴിയാതെ, താൻ പോകരുത്. ഇവരോടു തനിക്കുള്ള കടപ്പാട് അപാരമാണ്. പരീക്ഷയിൽ ജയിപ്പിക്കാൻ കഴിഞ്ഞില്ലെങ്കിലും പഠിപ്പിൽ അവസാനംവരെ അവരെയൊന്നു സഹായിക്കുകയെങ്കിലും ആവാമല്ലൊ!

പരീക്ഷ കഴിഞ്ഞ ദിവസം. ഇളയമ്മ തന്ന സാരികൾ നരച്ചു മോശമായി. ഒന്നു രണ്ടെണ്ണം വാങ്ങിക്കണം, അടുത്ത കൊല്ലത്തേക്ക്. സ്കൂൾ തുറക്കുന്നതിനു മുമ്പുള്ള രണ്ടു മാസത്തിനകം എന്തെങ്കിലുമൊരു വഴി കാണണം. എന്തുവഴി എന്നു എത്രനേരം തിരിച്ചും മറിച്ചും ആലോചിച്ചിട്ടും പിടി കിട്ടുന്നില്ല. ഏടത്തി അമ്മയ്ക്കു പ്രസവം കഴിഞ്ഞു പോകുമ്പോൾ കൊടുത്തിരുന്ന സാരികളൊക്കെ താൻ ഒരു കൊല്ലം ഉപയോഗിച്ചു കീറി. പഴയ സാരികൾ ഉപയോഗിക്കാൻ തുടങ്ങിയാൽ ഈടു നിൽക്കില്ല.

നിറം മങ്ങിയ സാരികൾ പഴയ ഇരുമ്പുപെട്ടിയിൽ മടക്കിവച്ചു, വീട്ടിൽ ചെന്നാൽ മാറ്റാൻ തുണി വേണ്ടേ? സ്കൂൾ തുറക്കുമ്പോഴേക്കും അവയുടെ ഒരു കഷണംപോലും കീറാതെ ശേഷിക്കില്ല. പോയിട്ടു ഏടത്തിയെ ഒന്നു കണ്ടാലെന്താണ്? ഏടത്തിയെക്കുറിച്ചു സംസാരിക്കുന്നതുപോലും അച്ഛനു വെറുപ്പാണെന്നാണ് അമ്മ പറയുന്നത്. സാരി വാങ്ങിത്തരണമെന്നു പറഞ്ഞാൽ ഏടത്തി പറയും.

"ഭരതേട്ടനോടു പറയ്." പറഞ്ഞാൽ തീർച്ചയായും വാങ്ങിത്തരും. ഭരതേട്ടനോട് രണ്ടു സാരികൾ ചോദിച്ചു വാങ്ങാൻ അഭിമാനം തന്നെയനുവദിക്കുമൊ? സുഭദ്രേടത്തിയുടെ വീട്ടിൽ അവരുടെ സൗജന്യത്തിൽ കഴിഞ്ഞുകൂടുന്നതിൽ അഭിമാനക്കുറവില്ലേ? എങ്ങനെയും രണ്ടു കൊല്ലം തള്ളിനീക്കണം. അതാണ് കാര്യം. ഭാവി ഇരുണ്ടു വഴിത്താരകളുമായി തന്നെ കാത്തിരിക്കുന്നു. കയ്യിൽക്കിട്ടിയ ഈ വിളക്കിനെ ഇപ്പോഴെ എറിഞ്ഞുടച്ചുകൂടാ. എങ്ങനെയും ട്രെയിനിങ് പൂർത്തിയാക്കണം.

വെക്കേഷനിൽ പഠിക്കാനുള്ള കുറെ നോട്ടുപുസ്തകങ്ങൾ പഴയ സാരികൾക്കു മീതെയും ഇടയിലുമായി അടുക്കിയും തിരുകിയും വച്ചു. ക്ലിപ്പ് ആടിക്കളിക്കുന്ന പഴയ പേന മറക്കാതെ ഒരരികിൽ വച്ചു. നിറംമങ്ങി, കണ്ണുപൊട്ടിയ ഒരു പഴയ സാരിയെടുത്തു ചുറ്റി.

പണ്ട് ഒരേയൊരു ചീട്ടിത്തുണികൊണ്ടുള്ള പാവാടയുടുത്തു സ്കൂളിൽ വരുന്ന ലക്ഷ്മിക്കുട്ടിയോടു സഹതാപം തോന്നിയിരുന്നു. ഒറ്റ ജോഡി ഉടുപ്പുകൾ തിരുമ്പിയുണക്കി ഉടുത്തുവരുന്ന ലക്ഷ്മിക്കുട്ടിയുടെ കാര്യം അതിദയനീയമാണെന്നു തോന്നിയിരുന്നു. ഇപ്പോൾ അവളുടുക്കുന്നത്, സ്കൂളിൽ എല്ലാ പെൺകുട്ടികൾക്കുമുള്ളതിനേക്കാൾ മേത്തരം സാരികളാണ്. അവളുടെ 'ഫോറിൻസാരി'കളോടു അവർക്കെല്ലാം തികഞ്ഞ അത്ഭുതാദരങ്ങളാണ്.

ഇന്നു വീട്ടിൽ പോകാം. മനസ്സ് ഭാരിച്ചിരുന്നു. എന്തോ ഒന്ന് തന്നെ പിറകോട്ടു പിടിച്ചുവലിക്കുന്നുണ്ടെന്ന് അവൾക്കു തോന്നി.

മനസിൽ ഭദ്രമായി അടച്ചുപൂട്ടിയിരുന്ന ഒരു കള്ളറയുടെ വാതിൽ പതുക്കെത്തുറന്നു. അവൾ അടുക്കിവച്ചിരുന്ന പുസ്തകങ്ങളിൽ നിന്ന്

ചുവന്ന ചട്ടകൊണ്ടു പൊതിഞ്ഞ ഒന്ന് പുറത്തെടുത്തു, ചട്ടയുടെ മടക്കു നിവർത്തി, ഉള്ളിൽ വിരലുകൾ കടത്തി ഒരു തുണ്ട് കടലാസ് പുറത്തെടുത്തു, ട്രെയിനിങ് സ്കൂളിന്നു തൊട്ടു മുമ്പിലെ ട്യൂട്ടോറിയൽ കോളേജിൽനിന്നു സെപ്റ്റംബർ പരീക്ഷയ്ക്കു വിജയിച്ച കുട്ടികളുടെ ഒരു ഗ്രൂപ്പ്ഫോട്ടൊ. സുഭദ്രേടത്തിയുടെ ബന്ധുവായ മറ്റൊരു പെൺകുട്ടി കഴിഞ്ഞ കൊല്ലം ഇവിടെത്താമസിച്ചു പഠിച്ചിരുന്നു. രമയാണ് ഒരു ദിവസം അതെടുത്ത് കാണിച്ചത്. സുഭദ്രേടത്തിയുടെ മകൾ രമ, ഒരു ഫോട്ടോ ആൽബം സൂക്ഷിക്കുന്നു. ചിത്രങ്ങളാണ് കൂടുതൽ. സിനിമാമാസികകളിൽനിന്നു വെട്ടിയെടുത്ത, താരങ്ങളുടെ കളർച്ചിത്രങ്ങൾ, കൂട്ടത്തിൽ ഇതുമുണ്ടായിരുന്നു.

"സുമംഗലേടത്തി ഇവിടെത്താമസിച്ചാ കഴിഞ്ഞകൊല്ലം പഠിച്ചിരുന്നത്, ട്യൂട്ടോറിയലിൽ."

ട്യൂട്ടാറിയൽ എന്നു കേട്ടപ്പോൾ മനസ്സ് ചിറകടിച്ചു.

രാവിലെ താൻ സ്കൂളിൽ പോകുമ്പോൾ, അതിനു മുമ്പിൽ സൈക്കിളിൽ വന്നിറങ്ങാറുള്ള ട്യൂഷൻമാസ്റ്ററെ അവൾ ഓർത്തു. പല ദിവസവും കാണും. ഇംഗ്ലീഷുമാസ്റ്റർ എന്നാണ് എല്ലാവരും പറയുക. നല്ല പൊക്കമുള്ള, ഇരുനിറത്തോടുകൂടിയ ആ മനുഷ്യന്റെ നടത്തം ആകർഷകമാണ്. അവിടത്തെ മറ്റാധ്യാപകരെപ്പോലെ, ക്ലാസ് കഴിഞ്ഞ്, നിരത്തോടു ചേർന്ന അഴികളിട്ട വരാന്തയിൽ നിന്നു സൊറപറഞ്ഞിരിക്കാറില്ല, ആ ചെറുപ്പക്കാരൻ; നേരെ പുറത്തു കടന്നു സൈക്കിളിൽ കയറി ഓടിച്ചു.

"ആർട്സ് കോളേജിലെ ട്യൂട്ടറാണ്." രമ പറഞ്ഞു.

"എന്നിട്ടെന്തിനാ ഈ ട്യൂട്ടോറിയലിൽ പഠിപ്പിക്കുന്നത്."

"അയാൾക്ക് എട്ടു പെങ്ങന്മാരുണ്ടത്രെ, നാട്ടിൽ!"

"എട്ടു പെങ്ങന്മാരൊ?"

"മൂത്ത മകനാണ് സാറ്, സാറിന്റെ ജോലികൊണ്ടു വേണം അവർക്കു ജീവിക്കാൻ."

അവിടത്തെ എല്ലാ മാസ്റ്റർമാരെക്കുറിച്ചും ഇത്തരം വൈവിധ്യമുള്ള കഥകൾ അറിയാമായിരുന്നു, അവൾക്ക്.

അവൾ ആ ഗ്രൂപ്പ് ഫോട്ടൊ ആൽബത്തിൽ നിന്നു പുറത്തെടുത്തു മേശവലിപ്പിലിട്ടു പറഞ്ഞു:

"സിനിമാസ്റ്റാറുകളുടെ കൂട്ടത്തിൽ ഇയാളെന്തിനാ? ഫ്രെയിം ചെയ്യണമെന്നു പറഞ്ഞു സുമംഗലേടത്തി വാങ്ങിവച്ചതാ ഒരു കോപ്പി."

"എന്നിട്ടൊ?"

"അപ്പോഴേക്കും അവരുടെ കല്യാണം കഴിഞ്ഞു."

താൻ ആ ഫോട്ടൊ എടുത്തു പുസ്തകങ്ങളുടെ ഇടയിൽ തിരുകിവച്ചു. അടുത്ത ദിവസം ട്യൂട്ടോറിയലിനു മുമ്പിൽക്കൂടി കടന്നു പോകുമ്പോഴും ആ സൈക്കിൾ വരാന്തയോടു ചേർത്തു. മുറ്റത്തെ ഗ്ലൈറീസിഡിയാമരത്തോടു ചാരിവച്ചിരുന്നു. നിരത്തുവക്കത്തുള്ള അപ്സ്റ്റെയറിലെ ക്ലാസിൽ ആ ചെറുപ്പക്കാരന്റെ ഉറച്ച സ്വരം മുഴങ്ങുന്നുണ്ടായിരുന്നു. ആഴത്തിലേക്കിറങ്ങിച്ചെല്ലുന്ന ഒരുതരം ദാർഢ്യമുള്ള സ്വരം,

"വേർഡ്സ് വർത്ത് ഈസ് എ പോയറ്റ് ഓഫ് നേച്ചർ" മുഴങ്ങുന്ന ആ സ്വരം തന്നെ പിന്തുടരുന്നുവെന്നു അവൾക്കു തോന്നി.

"ബട്ട് മേൻ കനോട്ട് ലീവ് വിത്ത് നേച്ചർ ഓൺലി" ബസുകളുടെ ഇരമ്പലിൽ ആ സ്വരം ലയിച്ചുപോയി.

പിന്നീട് പല സമയവും ആ മനുഷ്യനെക്കണ്ടു. ചിലപ്പോൾ രണ്ടു നേരവും. രാവിലെയും വൈകുന്നേരവും ട്യൂട്ടോറിയലിൽ ക്ലാസുണ്ട്.

അയാളുടെ സൈക്കിൾ പഴയതായിരുന്നു. ധരിക്കുന്ന വെള്ള ഷർട്ടിന്റെ ചുമലിൽ ഇരുമ്പുകറയുടെ പാടുണ്ടായിരുന്നു. റബർ ചെരിപ്പിന്റെ സ്ട്രാപ്പുകളുടെ നിറം മങ്ങിയിരുന്നു. അയാളുടെ മുഖത്തു നോക്കാൻ അവൾക്കെപ്പോഴും പേടി തോന്നി. നിരാശയുടെ നിഴലുകൾ തളംകെട്ടിയതാണെന്നു തോന്നിക്കുന്ന കറുത്ത വലയങ്ങൾ അയാളുടെ വലിയ കണ്ണുകൾക്കു കീഴെ ഉണ്ടായിരുന്നു.

ട്യൂട്ടോറിയലിനു മുമ്പിലെത്തിയപ്പോൾ ഹൃദയമിടിപ്പു വർധിച്ചു. ഒരു ട്യൂട്ടോറിയലുമായി ബന്ധപ്പെടുന്നത്, അയാളുടെ മാന്യതക്കു കുറവാണെന്നു പറയണം എന്നവൾക്കു തോന്നി. പണം പിടുങ്ങികളുടേതാണ് ട്യൂട്ടോറിയൽ കോളേജുകൾ. അവിടത്തെ സാറന്മാർക്കു പെൺകുട്ടികളുമായി ശൃംഗരിക്കലാണ് പ്രധാനമായും തൊഴിൽ — അവിടെ ജോലി ചെയ്യാൻ വരുന്ന മാന്യന്മാരുടെ മേൽ പൊതുജനം അപവാദത്തിന്റെ സീൽ കുത്തുന്നു.

താനെന്തിനാണ് ആ മനുഷ്യനെക്കുറിച്ച് ഇത്രയധികം ചിന്തിക്കുന്നതെന്ന് അവൾ അത്ഭുതപ്പെട്ടു. ട്രെയിനിങ്സ്കൂളിന്റെ സാഹിത്യസമാജം ഉൽഘാടനത്തിന്നു അയാൾ വന്നപ്പോൾ അവൾ അന്തംവിട്ടിരുന്നു.

"ഈ മനുഷ്യനാര്. ട്യൂട്ടോറിയലിലെ സാറല്ലെ?"

"ട്യൂട്ടോറിയലിലെ സാറായാലെന്താ, ഇവിടത്തെ പ്രധാന പത്രത്തിന്റെ ഈവനിങ് എഡിറ്ററാണ്. സാഹിത്യകാരൻ."

അവൾക്കു വിശ്വസിക്കാൻ കഴിഞ്ഞില്ല.

അയാളുടെ പ്രസംഗം കോരിക്കുടിക്കുകയായിരുന്നു. നല്ലൊരു വിദ്യാഭ്യാസചിന്തകനെ ആ പ്രസംഗത്തിന്റെ തുടക്കത്തിൽത്തന്നെ അവൾ കണ്ടു. ക്രമേണ അയാൾ പ്രസംഗിക്കുന്നതെന്താണെന്നതിനെക്കുറിച്ച ധാരണ അവൾക്കില്ലാതായി. ആ സ്വരം മാത്രം മുഴക്കത്തോടെ ഒരപൂർവ നാദബ്രഹ്മമായി അവളുടെ ഉള്ളിൽ നിറഞ്ഞു വിങ്ങി. കയ്യടി കേട്ടപ്പോഴാണുണർന്നത്. പോക്കറ്റിൽ ഇരുന്ന തൂവാലയെടുത്തു മുഖം തുടയ്ക്കുന്നതിന്നിടയിൽ മുൻവരിയിൽത്തന്നെ ഇരുന്ന അവളുടെ മുഖത്തു നോക്കുകയായിരുന്നു അയാൾ.

അവൾക്കു ലജ്ജതോന്നി. ശ്രദ്ധിക്കാതെ ഇങ്ങനെ മിഴിച്ചിരുന്നത് അയാളുടെ കണ്ണിൽപ്പെട്ടിരിക്കണം. അയാൾ സ്കൂൾ ലീഡറുടെയും, ഹെഡ്മിസ്ട്രസിന്റെയും കൂടെ സ്റ്റേജിൽനിന്നിറങ്ങിപ്പോകുന്നതുവരെ, നിന്ന നിൽപ്പിൽ നിന്നനങ്ങാൻ കഴിഞ്ഞില്ല.

സാധാരണപോലെ ലക്ഷ്മിക്കുട്ടിയോടൊന്നു യാത്രപറയാതെ

അവൾ വീട്ടിലേക്കു നടന്നു. വളരെപ്പതുക്കയാണ് നടന്നത്. പ്രാസംഗികനിപ്പോൾ ഹെഡ്മിസ്റ്റ്രസിന്റെ റൂമിലിരുന്നു വിശ്രമിക്കുന്നുണ്ടാവും. അയാളുടെ അശ്രദ്ധമായ നോട്ടം അവിടമൊക്കെ പരതി നടക്കുകയാവും. അപ്പോൾ ചുവരിൽ കിടക്കുന്ന ചിത്രങ്ങളിൽ ആ കണ്ണുകൾ പതിയുകില്ലേ? അവ വരച്ചതാരാണെന്നു ചുവട്ടിലെഴുതിയതു വായിച്ചു നോക്കാൻ ശ്രമിക്കില്ലേ? കൂട്ടത്തിൽ രണ്ടു ചിത്രങ്ങൾ തന്റേതാണ്. താൻ വരച്ചത്. തനിക്കു തരക്കേടില്ലാത്ത ചിത്രങ്ങൾ വരയ്ക്കാനറിയാമെന്ന വസ്തുത താൻതന്നെ മനസിലാക്കുന്നത്, ഈ ട്രെയിനിങ്ങിന്നു വന്നപ്പോഴാണ്.

ട്യൂട്ടോറിയലിനു മുമ്പിൽ ആ പഴയ സൈക്കിൾ പതിവു സ്ഥാനത്തു നിൽക്കുന്നതു കണ്ടപ്പോൾ അവൾക്കു നിരാശതോന്നി. ഇല്ല. തന്റെ ചിത്രങ്ങൾ ശ്രദ്ധിക്കപ്പെട്ടിട്ടില്ല. ലക്ഷ്മിക്കുട്ടിയുടെ പ്രാർഥനാഗാനം അദ്ദേഹം ശ്രദ്ധാപൂർവം കേട്ടു. ദൈവം, തനിക്കെന്തേ പാടാൻ പറ്റിയ നല്ലൊരു സ്വരം നൽകാതിരുന്നത്? ലക്ഷ്മിക്കുട്ടിയുടെ അമ്മ പാട്ടുടീച്ചറായിരുന്നതുകൊണ്ടാണോ അവൾക്കിതു സാധിച്ചത്.

തന്റെ കുടുബത്തിന് അത്തരം പാരമ്പര്യങ്ങളൊന്നുമില്ല. പണം ചെലവുചെയ്യാനും ഉള്ള സ്വത്തുവിറ്റുനശിപ്പിക്കാനുമുള്ള പാരമ്പര്യമല്ലാതെ! അടുക്കളയിൽ മുരടിച്ചുപോയ അമ്മയുടെ പാചകകലപോലും ശീലിക്കാൻ തനിക്കു സൗകര്യമില്ല. നാഴിയരികൊണ്ടും നാലഞ്ചു ചക്കക്കുരുകൊണ്ടും എന്തൊരു പാചകകലയാണ് ശീലിക്കാൻ സൗകര്യപ്പെടുന്നത്!

പെട്ടിയടച്ചുപൂട്ടി രാത്രിയാവും മുമ്പ് തനിക്കൊന്നു ലക്ഷ്മിക്കുട്ടിയുടെ വീടുവരെപ്പോണം. അവളോടു യാത്രപറയാം. അവൾ ഉടനെ നാട്ടിലേക്കില്ല. നഗരത്തിൽ അമ്മാവന്റെകൂടെയാണ് താമസം. വെക്കേഷൻ മിക്കവാറും ഇവിടെ കഴിച്ചുകൂട്ടട്ടെ. സന്ധ്യക്കുമുമ്പ് മടങ്ങിവരാം. സുഭദ്രേടത്തിയോടു പറഞ്ഞിറങ്ങി. ലക്ഷ്മിക്കുട്ടി താമസിക്കുന്ന വീട് ഇവിടെ അടുത്താണ്. രണ്ടുഫർലോങ് ദൂരം നടക്കണം. ട്യൂട്ടോറിയലിനു മുമ്പിലെത്തിയപ്പോൾ മനസ്സ് പിടയ്ക്കാൻ തുടങ്ങി. തലയുയർത്താതെ തന്നെ ഗ്ലൈറി സീഡിയായുടെ ചുവട്ടിലേക്കുനോക്കി. ഇല്ല. സൈക്കിൾ അവിടെയില്ല. വല്ലവരും കാണുന്നുണ്ടോ? നേരിയ ഉൾഭയത്തോടെ മുഖമുയർത്തി ട്യൂട്ടോറിയലിന്റെ വാതിൽക്കലേക്കുനോക്കി. ഒന്നു രണ്ടു കുട്ടികളും ഇംഗ്ലീഷ് സാറും അടച്ചിട്ട വാതിലിനു മുമ്പിൽനിന്നിറങ്ങിവരുന്നു. കുട്ടികൾ യാത്ര പറഞ്ഞു. നേരെവടക്കോട്ടു പോയി. അയാൾ നേരെ നടന്നു അവൾ നടക്കുന്നിടത്തേക്കുവന്നു. മുഖത്തോടുമുഖം ഒരു നിമിഷം നോക്കിനിന്നു.

"സുമംഗലയുടെ ബന്ധുവാണ് അല്ലേ?" അദ്ദേഹം ചോദിച്ചു. എന്താണ് പറയേണ്ടത് എന്നറിയാതെ അവൾ കമ്പിതയായി നിന്നു. തന്റെ ശരീരം വിറയ്ക്കുന്നതായി അവൾക്കനുഭവപ്പെട്ടു. അദ്ദേഹത്തിന്റെ നോട്ടങ്ങൾ തന്റെ ശിരസിലും, ചുമലുകളിലും തറച്ചിരിക്കുന്നതായി തോന്നി.

"അതെ." അടഞ്ഞസ്വരം അദ്ദേഹം കേട്ടുവോ എന്തൊ?

"സ്കൂളടച്ചില്ലേ?"

"ഉവ്വ്."

"നാട്ടിൽ പോയില്ലേ?"

"നാളെ പുലർച്ചയ്ക്കു പോകും."

"ഹോസ്റ്റലിലാണ് താമസം, ഇല്ലേ"

അതിന്നവൾ മറുപടി പറഞ്ഞില്ല. സുഭദ്രേടത്തിയുടെ വീട്ടിൽ നിന്നു അര ഫർലോങ് അകലെയാണ് ലേഡീസ് ഹോസ്റ്റൽ. പലപ്പോഴും അവരുടെ കൂടെയാണ് താൻ വരവും പോക്കും.

"സുമംഗലയുടെ ബന്ധുവാണെന്ന് എങ്ങനെ അറിയാം?"

" നിങ്ങൾ കഴിഞ്ഞാഴ്ച ഒരുനാൾ ഇതിലെ കടന്നുപോവുമ്പോൾ സുമംഗല ട്യൂട്ടോറിയലിൽ നിൽക്കുന്നുണ്ടായിരുന്നു. ജോലി കിട്ടിയ സന്തോഷം പ്രിൻസിപ്പലിനെ അറിയിക്കാൻ വന്നതാണ്."

"എന്നിട്ടേന്തേ അവൾ എന്നെപ്പറ്റി പറയാൻ?" അതു ചോദിക്കേണ്ടായിരുന്നുവെന്നു മനസ്സ് പറഞ്ഞു. അദ്ദേഹം പതുക്കെ ചിരിച്ചതേയുള്ളൂ.

"എങ്ങോട്ടാണ്, വൈകുന്നേരം?"

"ഒരു സ്നേഹിതയുടെ വീട്ടിലേയ്ക്ക്."

പിന്നീട് ഇരുവരും നിശബ്ദം നടന്നു. അദ്ദേഹത്തിന്റെ ചെരിപ്പ് ചരക്കല്ലിൽ ഉരയുന്ന ശബ്ദം ശ്രദ്ധിച്ചുകൊണ്ട് അവൾ മിടിക്കുന്ന ഹൃദയത്തോടെ നടന്നു. ഇറങ്ങുമ്പോൾ മോഹമുണ്ടായിരുന്നു. ഒന്നു കാണണം. ആളെക്കണ്ടില്ലെങ്കിൽ, ഗ്ലൈറിസീഡിയായുടെ നിഴലിൽ നിർത്തിയിട്ട സന്തതസഹചാരിയായ ആ സൈക്കിളെങ്കിലും ഒന്നു കാണാം.

ലക്ഷ്മിക്കുട്ടിയുടെ വീട്ടുപടിക്കലെത്തിയപ്പോൾ പറഞ്ഞു:

"ഞാൻ ഇങ്ങോട്ടാണ്." ശബ്ദം നന്നെ അടഞ്ഞിരുന്നു.

"ഞാനുമതെ." വെറും സാധാരണമട്ടിൽ അദ്ദേഹം പറഞ്ഞു.

ഞാൻ ഞെട്ടി. എന്തിനാണ് അദ്ദേഹം ലക്ഷമിക്കുട്ടിയുടെ വീട്ടിലേക്കു പോകുന്നത്? സാഹിത്യസമാജത്തിന്റെ ഉൽഘാടനസമ്മേളനത്തിൽ അവൾ അതിമനോഹരമായിപ്പാടിയ പ്രാർഥനാഗാനം പെട്ടെന്നു തന്റെ ഉള്ളിന്റെ വാതിലുകൾ തുറന്നലച്ച് അകം നിറയെ ചുറ്റിത്തിരിഞ്ഞു. അദ്ദേഹം എന്തിനവിടെപ്പോകുന്നു? എന്തിന്?

വളവുതിരിഞ്ഞു കുറേക്കൂടി എത്തിയാലെ വിശാലമായ പറമ്പിന്റെ ഒരറ്റത്തുള്ള ലക്ഷ്മിക്കുട്ടിയുടെ അമ്മാവന്റെ വീട്ടിലെത്തൂ.

"ലക്ഷ്മിക്കുട്ടിയെ നേർത്തെ അറിയുമൊ?"

"ആരാ ലക്ഷ്മിക്കുട്ടി?" അദ്ദേഹത്തിന്റെ ചോദ്യം?

തന്നെ കളിയാക്കുകയാണോ? അവളുടെ വീട്ടിലേക്കുപോകുന്നു. എന്നിട്ട് ആരാ അവളെന്ന്. ഈ മനുഷ്യൻ തന്നെ കബളിപ്പിക്കുകയാണൊ?

" ഓ, നിങ്ങളുടെ സ്നേഹിതയായിരിക്കും, ഇല്ലേ? ഞാൻ വാസുമേനോനെക്കാണാനാണ് വന്നത്. നിങ്ങളുടെ ലക്ഷ്മിക്കുട്ടി വാസുമേനോന്റെ മകളായിരിക്കില്ലല്ലൊ? അദ്ദേഹം ബാച്ചിലറാണിവിടെ, എന്നാണെന്റെയറിവ്."

ആനന്ദത്തിന്റെ ഒരല അവളുടെ ഉള്ളിൽ മിന്നിമറഞ്ഞു. അപ്പോൾ ലക്ഷ്മിക്കുട്ടിയുടെ അന്നത്തെ സംഗീതം അദ്ദേഹം ഓർക്കുന്നില്ല. ലക്ഷ്മിക്കുട്ടിയെ അറിയുകപോലും ഇല്ല.

താൻ ഈ വൃഥാചിന്തകളിൽപ്പെട്ട് അലയുന്നതെന്തിനെന്ന് അവൾക്കുതന്നെ മനസിലായില്ല.

വാസുമേനോൻ വൂളൻവെയ്സ്റ്റ്കട്ട് ധരിച്ച്, കയ്യിൽ വിലപിടിച്ചൊരു സ്റ്റിക്കുമായി നടക്കാനുള്ള വേഷത്തിൽ ഗേറ്റിനടുത്തെത്തി.

"ഞാൻ, തിരിഞ്ഞുവരാൻമാത്രം വൈകി, ഇല്ലേ? സോറി ഒരിക്കലും ഇങ്ങനെ പറ്റാറില്ല. യൂറോപ്യൻസിൽനിന്ന് അവരുടെ പങ്ചാലിറ്റി കുറെയധികം ഞാൻ ശീലിച്ചിരുന്നു. ഇവിടെ വന്നപ്പോൾ ഒക്കെപ്പോയി!" അയാൾ തന്നോടായിട്ടു പറഞ്ഞു.

"ലക്ഷ്മി അകത്തുണ്ട്."

തികച്ചും അപരിചിതനെന്നോണം, തന്നോടൊരു വാക്കുപോലും ഉരിയാടാതെ, അദ്ദേഹം വാസുമേനോന്റെകൂടെ പടിയിറങ്ങിപ്പോയി.

ആനന്ദം ഉള്ളിൽ നിറഞ്ഞു തുളുമ്പിനിന്നു. താൻ അദ്ദേഹത്തോടു സംസാരിച്ചിരിക്കുന്നു. കണ്ണുകൾ, തന്റെ നരച്ചസാരിയിൽ ഒന്നോടിച്ചു. ഉള്ളിലെ ആനന്ദം പെട്ടെന്നു കരിഞ്ഞുപോയി. ഈ വേഷത്തിൽ താനൊരു ഗതികെട്ടവളെപ്പോലിരിക്കുന്നില്ലേ? അദ്ദേഹത്തിന്റെ ഓരോ വാക്കും ചലനവും ചെരിപ്പുകളുടെ ആ താളവുമെല്ലാം നൂറുവട്ടം അവളുടെ മനസിൽ പ്രതിധ്വനിച്ചു. ആ ചിരി, ആ നോട്ടം, സംസാരിക്കുമ്പോഴുള്ള ആ ആംഗ്യം. നിമിഷങ്ങൾക്കകം ഇതൊക്കെ തന്റെ പഞ്ചേന്ദ്രിയങ്ങൾ കോരിക്കുടിക്കുകയായിരുന്നുവൊ?

ലക്ഷ്മിക്കുട്ടിയെക്കാണാതെ തിരിച്ചുപോയാലൊ എന്നാലോചിച്ചു. താൻ ലക്ഷ്മിക്കുട്ടിയെക്കാണാനല്ല, ഇറങ്ങിത്തിരിച്ചത് എന്ന സത്യം ഒരിടിവാൾപോലെ ഉള്ളിലൂടെ മിന്നിമറഞ്ഞു. താൻ ആ മനുഷ്യനെ സ്നേഹിക്കുന്നു! അദ്ദേഹം ചവുട്ടിയ മണ്ണിൽ ഒന്നു നടക്കാൻ, ശ്വസിച്ച വായു ഒന്നു ശ്വസിക്കാൻ, ആ സൈക്കിൾ ഒന്നു കാണാൻ, ആ മുഴങ്ങുന്ന സ്വരം പ്രതിധ്വനിക്കുന്ന ട്യൂട്ടോറിയൽ കെട്ടിടത്തിന്റെ അടുത്തുകൂടി ഒന്നു നടക്കാൻ — ഇതായിരുന്നു ഉദ്ദേശ്യം. ഉദ്ദേശ്യത്തേക്കാളും എത്രയോ മുന്നോട്ടു പോയി. കണ്ടു. സംസാരിച്ചു. ചിരിച്ചു. തന്നെപ്പറ്റി മുൻകൂട്ടിത്തന്നെ അദ്ദേഹം അറിഞ്ഞിരിക്കുന്നു. പുതിയ ഒരനുഭവം. തന്റെ പരാധീനതകളും ദുഃഖങ്ങളും ഒരു നിമിഷംകൊണ്ടു തന്നെ വിട്ടകന്നിരിക്കുന്നു. സുഭദ്രേടത്തിയുടെ വീടിന്റെ ഗേറ്റു കടക്കുമ്പോൾ പതിവുള്ള മൗഢ്യം തന്നെ വലയം ചെയ്യാതിരിക്കാൻ മനസ്സ് ശ്രദ്ധിച്ചു.

അടുക്കളക്കോലായിൽ, നേരത്തെതന്നെ രണ്ടുമൂന്നു പുരുഷന്മാർ. അറപ്പോടെ നേരെ തെക്കെ മുറ്റത്തേക്കു നടന്നു, തെക്കുഭാഗത്തെ വാതിൽവഴി അകത്തു കടന്നു.

ഈ വീട്ടിൽനിന്നു രക്ഷപ്പെടണം.

"ഹോസ്റ്റലിലാണൊ,താമസം" എന്നു ചോദിച്ചപ്പോൾ മറുപടി പറഞ്ഞില്ല. അതത്ര കാര്യമായിക്കരുതിയിരിക്കില്ല. ഇവിടെയാണെന്നറിഞ്ഞാലൊ?

അതറിഞ്ഞാൽ....

ഈ വീട് അത്രയ്ക്കു നിഷിദ്ധമാണോ?

ഇവിടന്നു സുഭദ്രേടത്തി വിൽപ്പനയ്ക്ക് രഹസ്യമായി കൊടുത്തയക്കുന്ന കുപ്പികൾ വിലകൊടുത്തു വാങ്ങുന്നവരാണ്. വൃത്തികെട്ട അവരുടെ ഇടപാടിനെക്കുറിച്ചു ചിന്തിക്കാതിരിക്കാൻ ആശിച്ചു. ഈ ഇടപാടിന്റെ ഒരംശമല്ലെ താനുണ്ണുന്നത്. താനിരിക്കുന്ന ഈ കസേര, മുമ്പിലുള്ള ഈ മേശ, താൻ അദ്ദേഹത്തിന്റെ ഫോട്ടൊ ഗോപ്യമായി വച്ചിരിയ്ക്കുന്ന ഈ ചുവരലമാര — എല്ലാം സുഭദ്രേടത്തിയുടെ പ്രയത്നത്തിന്റെ അംശങ്ങളല്ലെ?

ചിന്തിക്കുംതോറും, താൻ വൃത്തികെട്ട ഒരു ചെളിക്കുണ്ടിന്റെ വക്കത്ത്, അതിലൂടെ അടിച്ചുവരുന്ന ദുർഗന്ധം വമിക്കുന്ന കാറ്റ് ശ്വസിച്ചുകൊണ്ടാണ് നിൽക്കുന്നതെന്നു തോന്നി.

പെട്ടെന്നു അടുക്കളക്കോലായിൽനിന്നു അധികാരപൂർവമുള്ള ഒരു വിളി കേട്ടു,

"സരസ്വതീ!"

കോലായിലുള്ള പുരുഷസ്വരങ്ങൾ പെട്ടെന്നു നിലച്ചു. അവരവിടെയിരിക്കുമ്പോൾ വിളികേൾക്കാൻ വൈമനസ്യം.

"വിലാസിനീ, ഒന്നിങ്ങു വാ"

അവൾ നിശബ്ദയായി ഇരുണ്ട ഇടനാഴിയിലൂടെ, മുൻഭാഗം പനമ്പുതട്ടികൊണ്ടു മറച്ച അടുക്കളക്കോലായുടെ വാതിൽക്കലെത്തി. അവിടെ ചെറിയൊരു മേശയ്ക്കു ചുറ്റും മൂന്നുപേരിരിക്കുന്നു.

"ഒന്നിങ്ങോട്ടു വരൂ. ഇവരൊന്നും അന്യന്മാരല്ല, ഇത്ര നാണിക്കാൻ."

അന്യന്മാരൊ എന്നു നോക്കാൻ നിൽക്കാതെ അപ്പുറത്ത് അടുക്കളമുറിയിലേക്കു ചെന്നു. സുഭദ്രേടത്തി മൂന്നു സോസറുകളിൽ കോഴിമുട്ട പൊരിച്ചതും, അണ്ടിപ്പരിപ്പും വച്ചിരുന്നു;

"ഇതവർക്കങ്ങട് കൊണ്ടുചെന്നു കൊടുക്ക്."

അവൾ അറച്ചുനിന്നു. ഇവർക്കു ഭക്ഷണം കൊടുക്കാൻ താനാര്? സുഭദ്രേടത്തി കപ്പുകളിൽ കാപ്പി പകർന്നുകൊണ്ടു പറഞ്ഞു,

"അവർ നിന്നെ തിന്നുകയും മറ്റുമില്ല."

മനസിൽ ഭയങ്കരമായ വടംവലി നടന്നു. സുഭദ്രേടത്തി ജോലിത്തിരക്കിലാണ്. അഥവാ അങ്ങനെ അഭിനയിക്കുന്നു. അവരുടെ മകൾ രമ അവളുടെ അമ്മാവന്റെ വീട്ടിൽ പോയി, സ്കൂളടച്ചപ്പോൾ. ഇളയ മകനൊഴികെ, മറ്റു രണ്ടാൺമക്കളും പോയി. അവർ ഒരു സഹായം ആവശ്യപ്പെടുന്നു. ചെയ്യണൊ? അതുതാത്തതാണൊ? പഠിക്കാനുള്ള ദിവസങ്ങളിൽ തന്നെ വിളിച്ചിട്ടേയില്ല. സർവതും തന്നത്താൻ ചെയ്യും. രമയെയും വിളിക്കും.

"സരസ്വതീ, ഈ പാത്രങ്ങൾ ഒന്നു കഴുകിവയ്ക്ക് !" എന്നുപോലും പറഞ്ഞിട്ടില്ല. സ്കൂൾ വിട്ടുവന്ന രമ രാത്രി ഉറങ്ങുന്നതുവരെ അമ്മയെ അടുക്കളപ്പണിയിൽ സഹായിക്കും.

ഒന്നും മിണ്ടാതെ അവർ എടുത്തുവച്ച വിഭവങ്ങൾ, തളത്തിലെ മേശപ്പുറത്തു കൊണ്ടുവന്നുവച്ചു. അവർ കുറെ കുടി കഴിഞ്ഞിരിക്കുന്നു. മദ്യത്തിന്റെ ഗന്ധം മൂക്കിൽ അടിച്ചുകയറി. അവസാനം കുടിക്കാനാണ് ഈ കാപ്പി. ഇതു തന്റെ കൈകൊണ്ടു വേണ്ടായിരുന്നു എന്നു നിമിഷനേരം തോന്നി.

സോസർ മേശപ്പുറത്തു വച്ചു തിരകെപ്പോരുമ്പോൾ തലമുടി നരച്ചുതുടങ്ങിയ ഒരാൾ ചോദിച്ചു:

"എന്താ ഒന്നും മുണ്ടാത്തത്?"

വായ് തുറന്നപ്പോൾ മുഖത്തേക്കടിച്ച ഗന്ധം സഹിക്കാതെ അവൾ മുറിക്കകത്തേക്കു തിരിഞ്ഞോടി. അടുക്കളയിൽനിന്നു സുഭദ്രേടത്തി വീണ്ടും വിളിച്ചുവൊ?

"ഇത്രയ്ക്കു നാണം, പറ്റ്വാ ഇക്കാലത്ത് പെൺകുട്ടികൾക്ക്?"

തുടർന്നു സുഭദ്രേടത്തിയുടെയും കൂട്ടുകാരുടെയും ചിരി.

തലയിണയിൽ മുഖമമർത്തി കമഴ്ന്നുകിടന്നു. തന്നെ ഈ നരകത്തിൽനിന്ന് രക്ഷിക്കില്ലേ? ഇല്ലേ? ഇല്ലേ? കേഴുന്ന മനസ്സ് ചുറ്റുപാടുകളെ മറന്നു. ഇടയ്ക്കു ലക്ഷ്മിക്കുട്ടിയെക്കുറിച്ചുള്ള ചിന്ത മറ്റു ചിന്തകൾക്കു ഇടംകോലിട്ടു. ചെറുപ്പംമുതൽക്കേ അവളുമായുള്ള ബന്ധത്തെ വിശകലനംചെയ്തു. അവൾ എന്നും തന്നോടു മത്സരിച്ചു.

ക്ലാസിൽ ഒന്നാംസ്ഥാനം ആരുനേടും? പുതിയ കണക്കുകൾ എളുപ്പംചെയ്ത് ആരാണ് മാസ്റ്ററെക്കാണിക്കുക? ഏറ്റവും കൂടുതൽ മനക്കണക്കുകൾ ആർക്കാണ് ശരിയാവുക? ഓട്ടപ്പന്തയത്തിന് ആരു ജയിക്കും? 'കയറിന്മേൽ ചാട്ട'ത്തിനു കൂടുതൽ എണ്ണം ആരുനേടും! കോപ്പിക്കു കൂടുതൽ മാർക്ക് ആരു നേടും? അവളൊ? താനൊ?, ലക്ഷ്മിക്കുട്ടിയൊ, സരസ്വതിയൊ? അഞ്ചുവയസുമുതൽക്കു തുടങ്ങിയ മത്സരം പത്താം ക്ലാസുവരെ തുടർന്നു. മൂന്നുക്കൊല്ലക്കാലത്തിനുശേഷം രണ്ടു പേരും ഒരേ ക്ലാസിൽ എത്തിപ്പെട്ടിരിക്കുന്നു. അവൾ സമർഥയാണ്, പഠിപ്പിൽ. നന്നായിപാടും. തനിക്കു ചിത്രം വരയ്ക്കാനറിയാം. താൻ ഒന്നു കൊണ്ടും അവളുടെ പിന്നിലല്ല. അല്ലേ? തനിക്കു കുടുംബത്തിൽ എന്തുണ്ട്? തറവാട് എന്നു പറയാം. പേര് നിലനിൽക്കുന്നു. പേരിനെ പുലർത്താൻ പഴകി ദ്രവിച്ച ഒരുവീടും നാലുകണ്ടങ്ങളും മൂന്നവകാശികളും ചുമക്കാൻ മാത്രം കടബാധ്യതകളും. എന്തെല്ലാം? എന്തെല്ലം? എന്തെല്ലാം?

അദ്ദേഹം വാസുമേനോനെ കാണാൻ പോയതെന്തിനാണ്? ചിരകാലസുഹൃത്തുക്കളെപ്പോലല്ലെ, പെരുമാറുന്നത്. ആ അമ്മാവൻ സിങ്കപ്പൂരിൽനിന്നുവന്നിട്ട് മൂന്നോ, നാലോ കൊല്ലങ്ങളേ ആയിട്ടുള്ളു. അതുവരെ ചിരങ്ങുപിടിച്ച കൈകാലുകളും പരുപരുത്ത ചീട്ടിത്തുണിയുടെ ഒറ്റപ്പാവാടയുമായി നടന്നപെണ്ണ്! അവളുടുക്കുന്ന 'ഫോറിൻസാരി'കളുടെ ഒരു പകിട്ട്! അന്തസുള്ളവീട്. 'ഇനി നാട്ടിലേക്കുപോകേണ്ട.' എന്നാണുപോലും അമ്മാവൻ പറഞ്ഞിരിക്കുന്നത്.

വൈകുന്നേരം ചെന്നപ്പോൾ അവളുടെയൊരു നാട്യം.

"ഈ സെക്കണ്ടറി ട്രെയിനിങ്ങിനു പറഞ്ഞയച്ചതിൽ അച്ഛനോട് അമ്മാവന്നു എന്തു ദ്വേഷ്യമാണെന്നൊ?" "..................."

"ഞാൻ മിക്കവാറും ഇതു ഒഴിവാക്കേള്ളൂ."

"കല്യാണം കഴിച്ചു കുടുംബഭാരം മതീന്നാ!"

"അതെ രണ്ടും കൂടി ഒക്കൂല്ലാന്നാ അമ്മാവൻ!"

തനിക്കെന്താണുള്ളത്? എണീറ്റു കസേരയിൽ വന്നിരുന്നു. മേശപ്പുറത്തെ കണ്ണാടിയിൽ നോക്കി. ഒരു കൊല്ലം കൊണ്ട് താൻ ഏറെ മാറിപ്പോയിരിക്കുന്നു. സുഭദ്രേടത്തിയുടെ വീട്ടിലെ സമൃദ്ധമായ ഭക്ഷണം തന്നെ ഇതിന്നുകാരണം. താൻ നന്ദികെട്ടവളാകരുത്. അവർ എങ്ങനെ സമ്പാദിക്കുന്നതോ ആകട്ടെ. ട്രെയിനിങ്ങിന് ചേരുന്നതിന് ഇങ്ങോട്ടു പുറപ്പെടാൻ കാലത്ത് വീട്ടിലെ, കലപിടിച്ച, പഴയ കൽക്കണ്ണാടിയിൽക്കണ്ട തന്റെ രൂപം മനസിലുണ്ട്. കവിളുകൾ കുറേക്കൂടി തുടുത്തിരിക്കുന്നു, ഇപ്പോൾ. ചുണ്ടുകൾക്കു ചുവപ്പുകൂടി. ഇരുനിറത്തോടു സിന്ദൂരം കലർത്തിയ നിറം. തലമുടി നല്ലപോലെ വളർന്നു. കണ്ണുകൾക്ക് ഒരു പ്രത്യേകത. ഇന്നലെവരെക്കാണാത്ത ഒരു ഭാവം. അവൾ കണ്ണാടിനോക്കി പതുക്കെ പുഞ്ചിരിച്ചു. കരഞ്ഞുകലങ്ങിയ കണ്ണുകൾ മഴത്തുള്ളികളേറ്റു കറുത്ത മാർബിൾത്തുണ്ടുപോലെ തിളങ്ങി. മുഖം കൈകൊണ്ടു മറച്ചു.

പെട്ടെന്നോർമവന്നു, സുഭദ്രേടത്തിയുടെ മകൻ വൈകുന്നേരം ഒരെഴുത്തുകൊണ്ടുവന്നിരുന്നെന്നു പറഞ്ഞു. അവൻ നല്ല ഉറക്കം. പോസ്റ്റുമാൻ കൊടുത്ത എഴുത്ത് അവന്റെ പോക്കറ്റിൽത്തന്നെ കാണും. ഉറങ്ങുന്ന കുട്ടിയെ പതുക്കെ തിരിച്ചുകിടത്തി, കീശയിൽ തപ്പിനോക്കി. ഇല്ല. അവൻ എടുത്തുവച്ചുകാണും. മേശപ്പുറത്തെ പുസ്തകങ്ങളൊക്കെ എടുത്തുമാറ്റി. കണ്ടില്ല. അലമാരയിലെ ഓരോ പുസ്തകവും എടുത്തുനോക്കി. ഇല്ല. അവസാനം, കിടക്കച്ചുവട്ടിൽ നിന്നുകിട്ടി. ഒന്നല്ല. രണ്ടെണ്ണം. ഒന്ന് അമ്മയുടെ ഉരുണ്ട കൈപ്പടയിൽ. മറ്റേത് മനസിലായില്ല. അപരിചിതമായ കൈയക്ഷരം അസ്വസ്ഥമായ ഒരു മനസിന്റെ ഉടമ എഴുതിയപോലെ, താളംതെറ്റിയ കൈയക്ഷരങ്ങൾ. അതാദ്യം തുറന്നു. അവൾ വീർപ്പുമുട്ടിപ്പോയി.

ഈ ഭാഗ്യം തനിക്കുള്ളതാണ്.

തന്റെ കണ്ണുകളെ വിശ്വസിക്കാൻ അവൾക്കു കഴിഞ്ഞില്ല.

"എനിക്കു നിങ്ങളെ മുമ്പെ അറിയാം. സുമംഗല പറഞ്ഞറിഞ്ഞു. ഇതിലേ പോകുന്നതുകാണാം എന്നും. സ്കൂളുകളുടെ ആർട്ട് എക്സിബിഷനു പ്രൈസുവാങ്ങിയതു നിങ്ങളല്ലെ? പ്രദർശിപ്പിക്കപ്പെട്ട ചിത്രത്തിലെ യുവതിയുടെ മുഖം നിങ്ങളുടേതുപോലിരുന്നു. സാമ്യംകണ്ട് അത്ഭുതം തോന്നി. നാളെ വൈകുന്നേരം കാണാമെന്നു തോന്നുന്നു. വിശ്വസിക്കട്ടെ................"

എഴുത്ത് ഗാഢമായി ഹൃദയത്തോടുചേർത്തുപിടിച്ചു. ലക്ഷ്യത്തിലേക്കു പറന്നുപോകാൻ വേപഥുവോടെ ചിറകടിക്കുന്ന അസ്വതന്ത്രയായൊരു പക്ഷിയെപ്പോലെ ഹൃദയം പിടച്ചുകൊണ്ടിരുന്നു.

"ഓ! എന്റെ ദൈവമേ!" അറിയാതെ പറഞ്ഞുപോയി,

കണ്ണുകൾ രണ്ടും നിറഞ്ഞു. താൻ സുഭദ്രേടത്തിയുടെ വീട്ടിലെ ഒരു മുറിക്കകത്തല്ല, ഇരിക്കുന്നതെന്നുതോന്നി. പലതവണ വായിച്ചു. വാതിലിന്റെ സാക്ഷ ഇട്ടിട്ടില്ല എന്നു ഒരുതവണകൂടിപ്പരിശോധിച്ചു. എഴുത്ത് നെഞ്ചിലമർത്തി കിടക്കയിൽച്ചെന്നു വീണു. ഈ ആനന്ദം തന്റേതുതന്നെയൊ? ചിലനിമിഷം മനസ്സ് വിശ്വസിക്കാൻ കൂട്ടാക്കിയില്ല. വീണ്ടും

വീണ്ടും തന്നത്താൻ പറഞ്ഞു. അതെ, അദ്ദേഹം തന്നെ സ്നേഹിക്കുന്നു. സ്നേഹപൂർവം ശശിധരൻ.

എന്തുകൊണ്ടോ ഏട്ടന്റെ വിവാഹത്തെക്കുറിച്ചും അതോടനുബന്ധിച്ചു വീട്ടിലുണ്ടായ അസ്വാസ്ഥ്യങ്ങളെക്കുറിച്ചും ഓർത്തു. തന്റെ പ്രിയപ്പെട്ട ഏട്ടനും ഇങ്ങനെ സ്നേഹിച്ചുതന്നെയൊ, ആ പെൺകുട്ടിയെ വിവാഹം ചെയ്തത്. മൈസൂർക്കാരിയായാലെന്ത്? സ്നേഹത്തിന് അതിർവരമ്പുകളില്ല. ആദ്യമായി മനസ്സ് ഏട്ടന് മാപ്പുകൊടുത്തു. കെട്ടിക്കിടക്കുന്നവെള്ളം പോലെയായിത്തീർന്നിട്ടുണ്ട്, അച്ഛന്റെ വിശ്വാസങ്ങൾ. അവയോടുപൊരുത്തപ്പെട്ടുപോകാൻ മക്കളെക്കൊണ്ടാവുമൊ?

ചിന്തകളുടെ നൂലാമാലയിൽ പെട്ട് മനസ്സ് കുഴഞ്ഞു. സർവോപരി ആനന്ദത്തിന്റെ ഓളങ്ങൾ മനസിൽ തുളുമ്പിനിന്നു. വേലിയേറ്റത്തിൽ കരടുകളെന്നപോലെ മറ്റെല്ലാ ചിന്തകളും ദൂരെ അടിഞ്ഞുകൂടി വിസ്മൃതങ്ങളായി. ഒരേയൊരു ചിന്ത അവശേഷിച്ചു. താൻ സ്നേഹിക്കപ്പെടുന്നു. തന്നെപ്പറ്റി ചിന്തിക്കുന്നെന്നു ആദ്യമായി ഒരു പുരുഷൻ പറയുന്നു. സ്നേഹമൂറുന്ന ഒരു വാക്കുപോലും, അതിലാളനയെന്നതറിഞ്ഞുകൂടാത്ത മാതാപിതാക്കളിൽനിന്നു തനിക്കു ലഭിച്ചിട്ടില്ല എന്നോർത്തു.

എപ്പോഴാണുറങ്ങിയെന്നറിഞ്ഞുകൂടാ.

അടുക്കളയിലെ ചലനങ്ങൾ നിലച്ചു. ഒരു ശബ്ദവുമില്ല. മൂന്നുമണിക്കുള്ള പാസഞ്ചർ വണ്ടി കടന്നുപോകുന്നതു കേട്ടുകൊണ്ടുണർന്നു. അഞ്ചരയുടെ ബസിന്നു പോകണം. എഴുത്തുകൾ രണ്ടും എണീറ്റ ഉടനെ പെട്ടിയുടെ ചെറിയ അറയിൽത്തിരുകി അടച്ചു ഭദ്രമായി പൂട്ടി. പതിവില്ലാത്തവിധം താക്കോൽ പാവാടക്കയറിന്റെ തുമ്പിൽക്കെട്ടി അരയിൽ തിരുകി. ഇനി ഉറക്കം വരില്ല. മലർന്നുകിടന്നു പണി പൂർത്തിയാക്കാത്ത തട്ടിന്റെ ഒഴിഞ്ഞ കള്ളികൾ വെറുതെ എണ്ണിക്കൊണ്ടിരുന്നു. ലൈറ്റ് ഇതുവരെ കെടുത്തീല്ല എന്ന കാര്യം ഓർത്തു. സുഭദ്രേടത്തി ശ്രദ്ധിച്ചിട്ടില്ലെന്നു സങ്കൽപ്പിച്ചു. അഞ്ചടിച്ചപ്പോൾ എണീറ്റു പോകാനുള്ള ഒരുക്കങ്ങൾ തുടങ്ങി. പോകാൻ, തലേ ദിവസത്തെപ്പോലെ ഉത്സാഹം തോന്നിയില്ല. എന്നാലും പോകണം. അദ്ദേഹവും നാട്ടിൽ പോയിരിക്കാം. അനേകം നാഴികകൾക്കപ്പുറത്ത് എട്ടു പെങ്ങന്മാരും, വൃദ്ധയായ അമ്മയും കാത്തിരിക്കുന്നുണ്ടാവും. അമ്മ, അത്രയ്ക്കു വൃദ്ധയായിരിക്കുമൊ? മൂത്ത മകനല്ലെ? ഏറിയാൽ മുപ്പത് വയസ്സ്. അതൊ കൂടുതലുണ്ടൊ? ഈ നിസാര കാര്യങ്ങളെക്കുറിച്ചു ചിന്തിക്കുന്നതോർത്തപ്പോൾ സ്വയം മന്ദഹസിച്ചു. കണ്ണാടിയിൽ നോക്കിയപ്പോൾ, തന്റെ മുഖത്ത് ഒരു പുതിയ മന്ദഹാസം മാച്ചിട്ടും മായാതെ കിടക്കുന്നു എന്നു കണ്ടു.

അടുക്കളയിൽ വീണ്ടും അനക്കമുണ്ടായി. സുഭദ്രേടത്തി അതിരാവിലെ എഴുന്നേൽക്കും. അവൾ അടുത്തു ചെന്നപ്പോൾ ചോദിച്ചു:

"ഇത്ര നേർത്തെ എന്താ?"

"ഞാനിന്നു വീട്ടിൽപോണമെന്നു വിചാരിക്യാ"

"ഇന്നൊ!"

"കുട്ടികളുടെ പരീക്ഷ കഴിഞ്ഞില്ലെ?"

അവർ എന്തോ ആലോചിച്ചുകൊണ്ടുനിന്നു,

"എന്നാൽ പോയിട്ട് വേഗം പോരൂ. ഇവിടന്നു പഠിക്കാനാ സൗകര്യം. ഒന്നാംകൊല്ലത്തെ പാഠങ്ങൾ മുഴുവനും ഇപ്പഴേ നന്നായി പഠിച്ചുവക്കാം."

"ഉം"

സുഭദ്രേടത്തി പകർന്നുകൊടുത്ത ചൂടുകാപ്പി കുടിച്ചു അവരുടെ മകനെയും കൂട്ടി റോഡുവക്കത്തേക്കു നടന്നു. കണ്ണുകൾ മങ്ങിയ വെളിച്ചത്തിൽ, ട്യൂട്ടോറിയലിന്നുചുറ്റും വൃഥാ പരതിനടന്നു. മഞ്ഞു തുള്ളികളേറ്റു നനഞ്ഞ കരിയിലകളിലൂടെ ഒരു പൂച്ച ചാടിയോടിപ്പോയി. നിരത്തു വിജനം. ദൂരെ ബസിന്റെ വെളിച്ചം വയലിൽ വീശി.

ഇരുപത്

ബസ് നീങ്ങിയപ്പോൾ തന്റെ ഒരംശം അവിടെ തങ്ങിനിന്നതായി തോന്നി. അദ്ദേഹം നാട്ടിലേക്കു പോയിരിക്കുമൊ? ഒരു പുതിയ ആളായിട്ടു നാട്ടിലേക്കു പോരുന്നു. ചരക്കല്ലു നിറഞ്ഞ ആ മൊട്ടക്കുന്ന്, ഉച്ചിയിൽ നിൽക്കുന്ന പറങ്കിമാവുകൾ, തലപോയ തെങ്ങുകൾ,പഴയ വിട്, അശരണരായ അച്ഛനുമമ്മയും— ഇവരോടുകൂടി തന്റെ ജീവിതവും അലിഞ്ഞു ചേരുകയും ഇല്ലാതാവുകയും ചെയ്യുമെന്ന ഭീതി തന്നെ ഒരു കാലത്ത് തീണ്ടിയിരുന്നു. ആ ഭീതിയിൽനിന്നു തൽക്കാലം മുക്തയായിരിക്കുന്നു. ദാരിദ്ര്യം ബാധിച്ച നാട്ടിൻപുറത്തെ പഴയൊരു വീട്ടിൽ അടിഞ്ഞുകൂടേണ്ടവളല്ല.

അമ്മയുടെ എഴുത്ത് പെട്ടിയിലിരിക്കുന്നു. വായിച്ചില്ല. എടുത്തു നോക്കിയപ്പോൾ മനസിലായി. അമ്മ, മറ്റാരെക്കൊണ്ടോ എഴുതിച്ചതാണ്. പിറകിൽ അമ്മയുടെ പേരുണ്ടെന്നേയുള്ളൂ.

നടുങ്ങി. എത്ര വയ്യാതായാലും അമ്മതന്നെ എഴുതും. വിറക്കുന്ന വിരലുകളോടെ എഴുത്തു തുറന്നുനോക്കി. നാലു വരികൾ. "അമ്മയ്ക്കു നല്ല സുഖമില്ല. സ്കൂൾ പൂട്ടിയിട്ടും നിയെന്താണ് വരാത്തത്? കത്തു കിട്ടിയാൽ ഉടനെ പുറപ്പെടുക. നിങ്ങൾ മൂന്നു മക്കളുണ്ടായിട്ടും വയ്യാതായപ്പോൾ ആരും അടുത്തില്ലല്ലോ, ഒന്നു തിരിഞ്ഞു നോക്കാൻ?" ആരാണെഴുതിയതെന്നു കൈപ്പട കൊണ്ടു മനസിലായില്ല. ഹൃദയം ലക്ഷ്യസ്ഥാനത്തേക്കു കുതിച്ചു.

ഇരുളടഞ്ഞ ഇടനാഴിയോടു ചേർന്നു, പഴക്കത്തിന്റെ ഗന്ധം മുറ്റിനിൽക്കുന്ന മുറിയിൽ ഞരങ്ങുന്ന കട്ടിലിൽ അവശയായിക്കിടക്കുന്ന അമ്മ. നാണിത്തള്ളയെക്കൊണ്ട് ഒന്നുമാവില്ല. അഥവാ അവരും സ്വന്തം വീട്ടിലേക്കു പോയിരിക്കുമൊ? മുത്തശ്ശിയും അച്ഛനും കൂടി എന്തു ചെയ്യുന്നു? ആവശ്യം വന്നാൽ ഒന്നു തിരിഞ്ഞുനോക്കാൻ മക്കൾക്കു സൗകര്യമില്ല. എന്നിട്ടല്ലെ, അനുജന്മാരും ഭാര്യമാരും? അവ്യക്തമായ ഒരു ഭീതി അവളെ വലയം ചെയ്തു. കണ്ണുകൾ പുകയുന്നുണ്ടെന്നു തോന്നി. എന്തൊരു വിങ്ങൽ! കൺമിഴിച്ചു ചുറ്റുപാടും നോക്കി. ഉച്ചവെയിൽ കത്തിക്കാളുന്ന

കുടപ്പനകൾ എഴുന്നുനിൽക്കുന്ന വരണ്ട ഭൂമിക്കു നടവിലൂടെയാണ് ബസോടുന്നത്. മനസുകൊണ്ടു കണക്കുകൂട്ടാൻ ശ്രമിച്ചു. ഇനിയും ഒരു മണിക്കൂർ കഴിയണം. ഒരു മണിക്കൂർ കഴിഞ്ഞാൽ എന്താണ് തന്നെ പ്രതീക്ഷിച്ചിരിക്കുന്നത്? മൂകമായ വീട്. വരണ്ടുകിടക്കുന്ന നാട്! ചൈതന്യത്തിന്റെയും നവോന്മേഷത്തിന്റെയും കുളിർമ വറ്റിപ്പോയ ഉണങ്ങി വരണ്ട കുന്നിൻനിരകൾക്കിടയിൽ, ദാഹംപൂണ്ടുനിൽക്കുന്ന ചുറ്റുപാടുകൾ. സഹിക്കാൻ കഴിയാത്ത വേനൽ. ഉഷ്ണം അമ്മയ്ക്കു തീരെ സഹിക്കില്ല. കാലുകൾ ചുട്ടുപുകയും. ചിലപ്പോൾ, നനഞ്ഞ തുണി കാൽവണ്ണകളിൽ ചുറ്റിയിടും.

മുറ്റത്തു നാലഞ്ചുപേർ നിൽക്കുന്നു. അമ്മയ്ക്കെന്താണ്? അച്ഛനെ പുറത്തുകണ്ടില്ല. വിയർപ്പുചാലുകൾ ചെന്നികളിലൂടെ ഒഴുകിക്കൊണ്ടിരിക്കുന്നു. കയ്യിൽ പിടിച്ച ബാഗ് ഊരിവീണുപോകുമെന്നു തോന്നി. തന്നെക്കണ്ട് വേലായുധപാപ്പൻ ചോദിച്ചു:

"എഴുത്തുകിട്ടിയ ഉടനെ പോന്നു ഇല്ലെ?"

മിഴിച്ചുനോക്കാനെ കഴിഞ്ഞുള്ളൂ. സ്തബ്ധമായ വികാരങ്ങൾ തന്നെ വീർപ്പുമുട്ടിക്കുന്നു.

കട്ടിലിൽ നീണ്ടു നിവർന്നു കിടന്ന അമ്മയുടെ മുഖം മാത്രം കണക്കിലധികം തുടുത്തിരിക്കുന്നു എന്നു തോന്നി. മിഴിച്ചകണ്ണുകൾ എങ്ങും നോക്കുന്നില്ല. മുത്തശ്ശികൊണ്ടുവന്ന ജീരകവെള്ളം ഇളയമ്മ വായിലൊഴിച്ചുകൊടുത്തു. ഒരു ഭാവവുമില്ലാത്ത മുഖം. തുറന്ന വായ് അങ്ങനെ ത്തന്നെയിരുന്നു. അതു പൂട്ടിയതു ഇളയമ്മയാണ്.

കണ്ണിൽ ഇരുട്ടുകയറുന്നതുപോലെ തോന്നി. എല്ലാം അവസാനിച്ചിരിക്കുന്നു. താൻ എത്താൻ വൈകി. അനേകം കൊല്ലങ്ങളായി, നിരവധി മനുഷ്യരുടെ വിശപ്പടക്കാൻ പാടുപെട്ടിരുന്ന ആ കൈകൾ നിശ്ചലങ്ങളായിരിക്കുന്നു. ആ നഖങ്ങളിൽ പറ്റിപ്പിടിച്ച കരിയുടെയും പുകയുടെയും പാടുകൾ ഇന്നും മാഞ്ഞുപോയിട്ടില്ല. മറ്റുള്ളവർക്കുവേണ്ടി അരഞ്ഞുതീരുന്ന ഒരു ചന്ദനത്തുണ്ടു പോലെ അമ്മ സ്വയം ഇല്ലാതായിരിക്കുന്നു. അധ്വാനംകൊണ്ടു അരഞ്ഞരഞ്ഞ് അകാലത്തിൽ നിഷ്ക്രമിച്ച ആ ചൈതന്യം ഇനി വീണ്ടെടുക്കുക വയ്യ.

തന്റെ എല്ലാം നഷ്ടപ്പെട്ടിരിക്കുന്നു. താൻ ആരുടെ അനുഗ്രഹം വാങ്ങി, പഴമയുടെ ഈ വലയത്തിൽനിന്നു ദാരിദ്ര്യത്തിന്റെ ഈ ചെളിക്കുണ്ടിൽനിന്നു രക്ഷപ്പെടാൻ ശ്രമിച്ചുവോ, ആ അമ്മ സ്വന്തം പ്രയത്നഫലം കാണാൻ കാത്തുനിൽക്കാതെ പോയി. എന്തിനിത്ര നാൾവരെ താൻ വരാതിരുന്നു. സ്കൂളടച്ചിട്ടു പത്തു ദിവസങ്ങൾ കടന്നുപോയി. ആ പത്തു ദിവസങ്ങളിലും അമ്മ കാത്തിരുന്നിരിക്കും. ഇന്നുവരും നാളെ വരും എന്ന്.

ഏടത്തി ഒരലർച്ചയോടെ അകത്തുവന്നുകയറി,

"എന്റെമ്മേ"

പ്രഥമനിമിഷത്തിൽ വെറുപ്പാണ് തോന്നിയത്. ഈ വീട്ടിൽ കയറി

വരുന്നതു അപമാനകരമായിക്കരുതി ഇറങ്ങിപ്പോയ ഏടത്തി. അവരുടെ പ്രതാപൈശ്വര്യങ്ങൾക്കുവേണ്ടി അമ്മ ഏതു ദൗർഭിക്ഷത്തിന്റെ നാളുകളിലും കൈക്കുമ്പിൾനീട്ടിയില്ല. അമ്മയുടെ അഭിമാനത്തിനു മുമ്പിൽ എല്ലാം തുഛം!

എല്ലുമുറിയെ പണിതും വിശപ്പടക്കാൻ കഴിയാതെ ഒന്നുമില്ലാതെ, വെറും വയറുമായി അമ്മ ഉറങ്ങിയിട്ടുള്ള നാളുകൾ ഓർമിക്കുന്നു.

"അമ്മ ചോറുണ്ണാത്തതെന്താ?"

"വയറ്റിലൊരു വേദന"

"അമ്മയ്ക്കു ചായമാത്രം മത്യോ?"

"രാവിലെത്തന്നെ എന്തെങ്കിലും തിന്നാൽ പണ്യെടുക്കാൻ കഴീല്ല."

"അമ്മ ഉപ്പേരികൂട്ടാത്തതെന്താ, ചോറുണ്ണുമ്പോൾ."

"മെഴുക്കുള്ള ഉപ്പേരി തിന്നാൽ വെള്ളംകുടിച്ചുമതിയാവും."

അമ്മയ്ക്കു ഒന്നുംവേണ്ട. അന്നതൊന്നും മനസിലായില്ല. ഇരുപതും ഇരുപത്തിമൂന്നും, ചിലപ്പോൾ അതിലേറെയും വയറുകൾ നിറയാനുണ്ടാവുമ്പോൾ, അപ്രതീക്ഷിതമായി അതിഥികൾ വന്നു കയറുമ്പോൾ വച്ചു വിളമ്പുന്ന കൈകൾക്കു ഒന്നും ശേഷിക്കില്ല എന്ന ഗാർഹികസത്യം മനസിലാക്കാനുള്ള കഴിവ് അന്നുണ്ടായിരുന്നില്ല.

വന്നുകൂടിയവരെ സംബന്ധിച്ചേടത്തോളം ഒരു നിത്യ സംഭവം. പതിമൂന്നു വയസിൽ വധുവായി വന്നുകയറിയ അമ്മ, ജഡമായി മറ്റുള്ളവരുടെ ചുമലിൽ പടിയിറങ്ങുന്നതു കാണാൻ മുത്തശ്ശി നിന്നില്ല. അഗാധമായ ഒരു കയത്തിലേക്കു താൻ ആണ്ടുപോവുകയാണ്. ആ കയത്തിൽ എത്ര നാളുകളാണ് കിടന്നത്? ദിനരാത്രങ്ങൾ കടന്നുപോയതറിയാതെ ഒരിക്കലും അവസാനിക്കാത്ത പകലുകളും, അതിലേറെ ദൈർഘ്യം തോന്നിക്കുന്ന ഇരുളുകളും ഒച്ചയുമനക്കവും ഈ വീടിനെ വെടിഞ്ഞതുപോലെ തോന്നി. മരണം ഈ പഴയ വീടിന്റെ വ്യക്തിത്വമായി സാത്മ്യം പ്രാപിച്ചതുപോലെ. പുതുമയുടെ, ചൈതന്യത്തിന്റെ കൂമ്പുകൾ എങ്ങും മുളയ്ക്കാനില്ല. ശുദ്ധശൂന്യം, ശുഷ്കം. ജീവിതം എത്ര വിരസമാവാമെന്നു ആദ്യമായി അനുഭവപ്പെട്ടു. ഏട്ടൻ അന്യനാട്ടിൽ വിവാഹം ചെയ്തുവെന്നിറിഞ്ഞ നാളുകളിൽ അനുഭവപ്പെട്ട ലക്ഷ്യമില്ലായ്മ നൂറുമടങ്ങ് ശക്തിയോടെ നാലുപുറവുംനിന്ന് പേടിപ്പെടുത്തുന്നതായിത്തോന്നി.

ആരുടെയും മുഖത്തുനോക്കാൻ കഴിഞ്ഞില്ല. മുത്തശ്ശിമാത്രം ദിനകൃത്യങ്ങളെ ഓർമിച്ചു മുറികളിലൂടെയും അടുക്കളയിലൂടെയും നിശബ്ദം നീങ്ങിക്കൊണ്ടിരുന്നു. അവരുടെ വളരെ മൃദുവായ പാദപതനശബ്ദം കൂടുതൽ തുടർച്ചയായി കേൾക്കാനാഗ്രഹം തോന്നി. ഏടത്തിക്കു അവരുടെ ഇളയകുട്ടികളിൽ രണ്ടുപേരെയെങ്കിലും ഇവിടെയാക്കീട്ടുപോകാമായിരുന്നു.

മരണത്തിനുശേഷം നടുമുറുയിൽ കൊളുത്തിവച്ച നിലവിളക്കു കെടാതെ സൂക്ഷിച്ച മൂത്തമകൾക്കു ഓട്ടുരുളി കൊടുക്കണം. അതാണ് മുറ. എവിടുന്നു കൊടുക്കും? അതില്ലാതെ പുലകുളികഴിഞ്ഞു ഭർത്തൃ

ഗൃഹത്തിലേക്കു ചെല്ലുന്നത് ഏടത്തിക്കു മാനക്കേടാണ്. ഒരു മാർഗവും കണ്ടില്ല. ഓടിന്റേതായി പഴക്കം കൊണ്ടു തേഞ്ഞു ഘനംകുറഞ്ഞ, യെല്ലോലപോലത്തെ രണ്ടുമൂന്നു തളികകളും മൂന്നോ നാലോ ഓട്ടുഗ്ലാസുകളുമുണ്ട്. അതുകൊണ്ട് ഉരുളി കിട്ടിയില്ല.

“ഉരുളിയില്ലെങ്കിൽ നിലവിളക്കു കൊടുത്താലും മതി.” അവകാശികളിൽ ആരോ പറഞ്ഞു.

നിലവിളക്കുമന്വേഷിച്ചു എങ്ങും പോകേണ്ട. ആ കെടാവിളക്കു തന്നെയാവട്ടെ, നടുവിലൊരു സ്തംഭത്തിൽ ചിറകടിച്ചു പറന്നുയരാൻ വെമ്പിനിൽക്കുന്ന പക്ഷിയുടെ രൂപം വാർത്തുവച്ച മനോഹരമായ ആ നിലവിളക്ക് പൂർവികന്മാർ സമ്പാദിച്ചതാണ്.

അതു കൈവിട്ടുകളയാൻ വൈകാരികമായ കാരണംകൊണ്ടുള്ള മനംമടുപ്പുള്ളവർ ആരുമില്ലിവിടെ. മുത്തശ്ശിക്കാവും കുറച്ചെങ്കിലും മടിയുണ്ടാവുക. അതു ഉപയോഗിക്കാനുള്ളതാണ്—മനുഷ്യവാസമുള്ള ഒരു വീട്ടിൽ സന്ധ്യക്കൊരു നിലവിളക്കു കൊളുത്താതിരിക്കുന്നത് അശ്രീകരമല്ലെ? ജനവാസമില്ലെങ്കിൽത്തന്നെ വിളക്കുകൊളുത്തേണ്ടതാണ് എന്നത്രെ സങ്കൽപ്പം. സ്വന്തം സങ്കൽപ്പങ്ങളെ മുറുകെപ്പിടിച്ചിരുന്നാൽ മാനംകാക്കാനാവില്ല. പതിനാലു ദിവസങ്ങളായി കെടാതെ കത്തിയിരുന്ന ആ നിലവിളക്കിന്റെ നടുവിലെ സ്തംഭത്തിന്മേലും കിളിയുടെ ചിറകുകളിലും തിരികളുടെ കരിപിടിച്ചിരുന്നു. അയൽക്കാരിലൊരാൾ വിളക്കെടുത്തുകൊണ്ടുപോയി തേച്ചുമിനുക്കി നടുമുറിയിൽ വച്ചു. ഏടത്തിയെ ഭർത്തൃഗൃഹത്തിലേക്കു പുലകുളി കഴിഞ്ഞ് കൊണ്ടുപോകാൻ വന്ന സ്ത്രീകളിലൊരാൾ വിളക്കെടുത്ത്, കൂടെ കരുതിക്കൊണ്ടുവന്ന സഞ്ചിയിലിട്ടു മുറുകെപ്പിടിച്ചു. അതാ സ്ത്രീയുടെ കയ്യിലേൽപ്പിക്കുമ്പോൾ ഏടത്തിയുടെ കയ്യൊന്നു വിറച്ചില്ല. അവരുടെ മുഖം ചുവന്നിരുന്നു. തേച്ചുകുളിച്ച തലമുടിയിൽനിന്നു നല്ലെണ്ണ പതുക്കെപ്പതുക്കെ നെറ്റിയിലേക്കു കിനിഞ്ഞിറങ്ങിയിരുന്നു.

ഏടത്തിയും കുട്ടികളും പോയി. ചെറിയച്ഛന്മാരും, ഭാര്യമാരും കുട്ടികളും പടിയിറങ്ങി. മുത്തശ്ശിയും നാണിത്തള്ളയും അവശേഷിച്ചു.

ആങ്ങളയുടെ വീട്ടിൽ നിന്നു തന്നെ വിളിച്ചുകൊണ്ടുപോവാൻ ആരും വന്നില്ലല്ലൊ എന്നു തള്ള സങ്കടപ്പെട്ടു. മരിച്ച വീട്ടിൽ പുലകുളിയടിയന്തിരം കഴിഞ്ഞാൽ, അവിടന്നു കല്യാണം കഴിഞ്ഞിറങ്ങിപ്പോയവരൊക്കെ ബന്ധുക്കളുടെ കൂടെ ഇറങ്ങണം. നാണിത്തള്ളയെ വിളിക്കാനും അവരുടെ ഭർത്തൃഗൃഹത്തിന്റെ ആഭിജാത്യം സംരക്ഷിക്കാനും മാത്രം ആരും വന്നില്ല..................

ഭാവി അനിശ്ചിതമാണ്. വീട്ടിൽ അച്ഛനും രണ്ടു വൃദ്ധകളും മാത്രം. താൻ സ്കൂളിൽ പോകേണ്ടവൾ, എങ്ങനെ പോകും? മുത്തശ്ശിയുടെ കൈകൾകൊണ്ട് അച്ഛന്റെ ലഘുവായ ആവശ്യങ്ങൾ നിറവേറും. അതിനു തന്നെയിവിടെ തളച്ചിടണൊ? അമ്മയും കൂടി പോയ്ക്കഴിഞ്ഞ വീട് ശുദ്ധശൂന്യമായിത്തോന്നി. ചലനമറ്റ അന്തരീക്ഷം. ശോകമൂകമായ ദിനങ്ങൾ.

അടുക്കളയിൽ പാത്രങ്ങൾ ഉരസുന്ന ഒരൊച്ച കേൾക്കാൻ, ഇടനാഴിയിൽ പാദപതനങ്ങൾ കേൾക്കാൻ--കിണറ്റിൻ കരയിൽ കപ്പികരയുന്നതു കേൾക്കാൻ —ഏതൊരു നിസാരശബ്ദത്തിന്നും വേണ്ടി വരണ്ട മനസു കൾ കൊതിച്ചു. നിശബ്ദതയെ ഭഞ്ജിക്കാൻ ഭയപ്പെട്ടു, രണ്ടുജോഡി വൃദ്ധപാദങ്ങൾ വളരെപ്പതുക്കെ നടന്നു. പാത്രങ്ങൾ ഒരിക്കലും നിലത്തു വീഴില്ല. പരസ്പരം ഉരസുകയുമില്ല. തട്ടിൻപുറത്തെ എലികളും പഴയ ഫോട്ടോകളുടെ പിന്നിൽനിന്നു പല്ലികളും ശബ്ദമുണ്ടാക്കുകയും അങ്ങു മിങ്ങും ഓടുകയും ചെയ്തു. ദാഹിച്ച കാതുകൾക്ക്, വരണ്ട മനസുകൾക്ക് ഇവകൊണ്ടു തൃപ്തിപ്പെടേണ്ടിവന്നു.

സ്കൂൾ തുറക്കുന്നതിന്റെ തലേദിവസം. ഇളയമ്മ കയറിവന്നു.

“നീ പോകുന്നില്ലേ?”

“പോകണം.” അന്നു വന്നപ്പോൾത്തന്നെ സുഭദ്രേടത്തി പലതവണ വിളിച്ചതാണ്, ദുഃഖിതനായ അച്ഛനെ ഓർത്തുപോയില്ല. അച്ഛന്റെ വ്യാകുലത ആറ്റാൻ തനിക്കു കഴിഞ്ഞിട്ടില്ല. അച്ഛനോടു വല്ലതും പറയാൻ പേടിയായിരുന്നു. ആ മുഖത്തെ ദൈന്യഭാവം—കടിച്ചുപിടിച്ച ചുണ്ടുകൾക്കിടയിലെ അപാരദുഃഖം—ഭീതിദമായിരുന്നു.

ഇളയമ്മ വന്നു പറഞ്ഞപ്പോഴാണ്, പുതിയ സ്കൂൾവർഷത്തിലേക്കുള്ള ഒരുക്കങ്ങളൊന്നും ആയിട്ടില്ലെന്നോർത്തത്! എന്തു ചെയ്യും? എങ്ങോട്ടു പോകും? രണ്ടു സാരികൾ ഏടത്തിയോടു വാങ്ങിത്തരാൻ പറയണമെന്ന് മുമ്പ് ആശിച്ച മനസോടു വെറുപ്പു തോന്നി. വീട്ടിലെ സന്ധ്യാദീപം പോലും ആഭിജാത്യത്തിന്റെ പേരിൽ എടുത്തുകൊണ്ടുപോയവൾ!

തന്റെ മനോഗതി മനസിലാക്കിയ ഇളയമ്മ പറഞ്ഞു:

“നിനക്കൊരു സാരി വാങ്ങിവച്ചിട്ടുണ്ട്, ഞാൻ!”

അവർക്കതൊരു മഹാകാര്യമല്ലെങ്കിലും എന്തുതരമെങ്കിലുമാവട്ടെ, ഒരു പുത്തൻ സാരി തനിക്കൊരനുഗ്രഹം. മനസ്സ് കൃതജ്ഞത കൊണ്ട് നിറഞ്ഞു. ഇങ്ങനെ അറിഞ്ഞു ചെയ്യുന്നവർ എത്ര പേരുണ്ട്? വിലാസിനിയേടത്തിയുടെ കല്യാണം പ്രമാണിച്ച് പണ്ടുമുതൽക്കേ ഇളയമ്മയുടെ പേരിൽ ഉള്ളിന്റെയുള്ളിൽ ഒളിഞ്ഞുകിടന്നിരുന്ന വെറുപ്പിന്റെ നിഴൽ മാഞ്ഞുപോയി. അവരുടെ ആ ചിരിക്കു എന്തോ ഒരു മാസ്മരശക്തിയുണ്ട്. സന്ദർഭത്തിനൊത്തു ചെയ്യുന്ന ആ ചെറിയ ചെറിയ ഉപകാരങ്ങൾ ആരിലും നന്ദിയും ആദരവും ഉളവാക്കുന്നു.

ഇനിയും എന്തൊക്കെ വേണം!

ഒരു സാരി പോരാ. പുസ്തകങ്ങൾ. മഴയത്തേക്കൊരു കുട. അത്യാവശ്യസാധനങ്ങൾക്കു കുറച്ചു പണം. ആരോടു ചോദിക്കും? രാപ്പകൽ മൂകനായിരിക്കുന്ന അച്ഛനോടൊ? തലപോയ, ഉണങ്ങിയതും അല്ലാത്തതുമായ പീറ്റത്തെങ്ങുകളിൽനിന്ന് അച്ഛൻ എന്തെടുത്തു തരും? അത്യാവശ്യങ്ങൾക്കു മുറിച്ചു, മുറിച്ചു പറമ്പിൽ നിറയെ പച്ചച്ചു നിന്നിരുന്ന ഫലവൃക്ഷങ്ങളെല്ലാം അപ്രത്യക്ഷമായി. ചരൽപ്പറമ്പ്, ദശകങ്ങൾക്കു മുമ്പ് മുത്തച്ഛന്റെ ചെറുപ്പകാലത്ത് വാങ്ങിയപടി പുല്ലും മുള്ളും നിറഞ്ഞു ഉപ

യോഗശൂന്യമായി. അങ്ങോട്ടു സ്നേഹിച്ചാലെ മണ്ണും സ്നേഹിക്കൂ. കൈകൾക്കു കരുത്തുള്ളപ്പോൾ, മനസിനു ചൈതന്യമുള്ളപ്പോൾ, അച്ഛനെപ്പോലെ മണ്ണിനെ ആരാധിച്ചവർ ഇവിടെയാരും ഇല്ല. മുള്ളും കാടും കളയും കയറാതെ സൂക്ഷിച്ചത്, ഒന്നിനും കൊള്ളാത്തതായി മാറി— എത്ര ചുരുങ്ങിയൊരു കാലംകൊണ്ട്. ഒരു കൊല്ലംകൊണ്ടു അച്ഛൻതന്നെ എത്ര മാറിപ്പോയി!

തലമുടി പറ്റെ നരച്ചു. കണ്ണുകൾ അഗാധതയിലാണ്ടു. മുഖത്തെ ചുളിവുകൾ പതിന്മടങ്ങായി. ചെവിയിലെ രോമങ്ങൾപോലും നരച്ചു. നിവർന്നുമാത്രം നടന്നിരുന്ന നെടുകെയുള്ള ആ ശരീരം കൂന്നു. അച്ഛനെക്കാണുന്തോറും താൻ കൂടുതൽ ഒറ്റപ്പെടാൻ പോവുന്നു എന്ന സത്യം ഇരുണ്ട മനസിനെ വരിഞ്ഞുമുറുക്കി.

ഉറക്കംവരാതെ കിടന്ന നിശബ്ദമായ രാവുകൾ. അകലെ കാലങ്കോഴികൾ കൂവും. പുഴക്കരയിലെ കാട്ടിൽ കൂമൻ മൂളും. ഒറ്റപ്പെട്ടുപോയ കിളികൾ മരക്കൂട്ടങ്ങളിൽ ഒറ്റയും തെറ്റയുമായി കരയും. താൻ തലയിണയിൽ മുഖമമർത്തി അജ്ഞാതമായ ഏതോ ഒരു ദുഃഖത്തിന്റെ പേരിൽ കൂടുതൽ കരഞ്ഞു. എന്താണ് ആ ദുഃഖമെന്നു വേർതിരിച്ചുകാണാൻ ഇഷ്ടപ്പെട്ടില്ല. ഒരു ഭാഗ്യവും ഇനി തനിക്കുവേണ്ടി കാത്തിരിക്കില്ല. ദരിദ്രയും, മാതൃരഹിതയുമായ ഒരു യുവതി. ഏട്ടന്റെ പ്രവൃത്തികാരണം ആഭിജാത്യത്തിന്റെ സുന്ദരമുഖം ഇരുണ്ടുപോയ കുടുംബം. നിരാലംബനായ അച്ഛൻ. കാംക്ഷിക്കത്തക്കതായി തന്നിൽ ഒന്നും ഇല്ല ഒന്നും! ശുദ്ധവും സ്നേഹപൂർണവുമായ ഒരു മനസല്ലാതെ. അതിന് എത്രത്തോളം വിലയുണ്ട്?

ഇരുപത്തിയൊന്ന്

ഉണങ്ങിക്കരിഞ്ഞ പാടങ്ങളുടെ മീതെ, ചാഞ്ഞുനിൽക്കുന്ന കുന്നിൻചെരിവിലെ റോഡിൽ ബസുനിന്നു. ഇറങ്ങുമ്പോൾ യാത്രക്കാർ സൂക്ഷിച്ചുനോക്കി. സന്ധ്യ. ഒറ്റയ്ക്കൊരു യുവതി. വിജനമായ വഴി. സുഭദ്രേടത്തിയുടെ ഇളയ മകൻ വഴിവക്കിൽ കാത്തുനിന്നിരുന്നു. അവൻ വിശദമായി ചിരിച്ചു. സ്നേഹമുള്ള കുട്ടി.

"ഞാൻ ഇന്നലെ വൈകുന്നേരം കാത്തുനിന്നു!"

ചിരിച്ചു.

"അമ്മയെന്തുചെയ്യുന്നു?"

"പണീലാ."

"ഏടത്തി വന്ന്വോ?"

"വന്നു. അവൻ തുടർന്നു: "ഇനി പഠിക്കണില്ലാന്ന്. തോറ്റതുകൊണ്ടുനാണിച്ചിട്ട്യേ്."

മൂന്നാൺകുട്ടികളും ജയിച്ചു. തന്റെ അധ്വാനഫലം അത്രയെങ്കിലും കണ്ടുവല്ലൊ. രമയെ വീട്ടുവേലകൾ ശീലിപ്പിച്ചു കല്യാണം കഴിപ്പിച്ചയയ്ക്കട്ടെ. പഠിക്കാൻ ബുദ്ധിയില്ല.

"ചേച്ചി വല്ലാണ്ടെ കറുത്തല്ലൊ!"

"സാരല്ല്യാന്ന്. നീ മിടുക്കനായിരിക്കുന്നു."

അവൻ വയലിറങ്ങി കുറുക്കുവഴിക്കു നടന്നുതുടങ്ങി.

"ചേച്ചി ഒരുകാര്യം ചോദിക്കട്ടെ, സത്യം പറയ്യൊ?"

"ഞാൻ കളവുപറഞ്ഞിട്ടുണ്ടൊ എപ്പഴെങ്കിലും?"

"ഇംഗ്ലീഷുസാറ് നാട്ടിൽനിന്നു വന്ന്വൊ?"

"ചേച്ചി അതുതന്ന്യാ ചോദിക്കാമ്പോണതെന്ന് ഇനിക്കും തോന്നി."

"ഉത്തരം പറ."

"നാട്ടിൽ പോയതേ ഇല്ലാന്നാ തോന്നുന്നത്. അധിക ദിവസും ഇവിടൊക്കെ കാണാം."

ഉള്ളിൽ ആനന്ദത്തിന്റെ ആകാംക്ഷയുടെ ഒരുറവുപൊട്ടി. അദ്ദേഹം തന്നെയും പ്രതീക്ഷിച്ചു നാട്ടിൽപ്പോകാതെ ഇവിടെയിങ്ങനെ കഴിഞ്ഞു കൂടുന്നു! ഒരു നോക്കു കണ്ടെങ്കിൽ! നീണ്ടുനിവർന്ന ആ രൂപത്തിനു മുമ്പിൽ ഒരു നിമിഷം നിൽക്കാൻ കഴിഞ്ഞെങ്കിൽ!

"ഇന്നു കണ്ടൊ?"

"ഇല്ല. ഞാൻ രണ്ടുദിവസമായി കാണാറില്ല."

അവനോടു ചോദിച്ചിട്ടു ഫലമൊന്നും ഇല്ല.

ലക്ഷ്മിക്കുട്ടിയുടെ അമ്മാവന്റെ വീട്ടിനു മുമ്പിൽക്കൂടി വേണം കടന്നു പോകാൻ. പൂമുഖത്തുനിന്നു ഉറക്കെയുള്ള സംസാരവും പൊട്ടിച്ചിരികളും ദൂരെ നിരത്തുവരെ അലയടിച്ചുവന്നു.

ലക്ഷ്മിക്കുട്ടിയുടെ വീട്ടിനു മുമ്പിൽ ഗേറ്റിന്നു സമീപം എത്തിയപ്പോൾ ഒന്നു ഞെട്ടി. മുഖം വിളറുന്നുവെന്നു സ്വയം അനുഭവപ്പെട്ടു. സന്ധ്യയായതു നന്നായി. വാസുമേനോനും ഇംഗ്ലീഷ്സാറും! അദ്ദേഹം ലക്ഷ്മിക്കുട്ടിയുടെ അമ്മാവന്റെ കൂടെ! അപ്പോൾ അങ്ങനെയാണ് വന്നിരിക്കുന്നത്! അതുകൊണ്ടാണ് നാട്ടിൽ പോകാതെ ഇവിടെ തങ്ങിയിരിക്കുന്നത്!

ലക്ഷ്മിക്കുട്ടീ, നീ അവസാനംവരെ എന്നോടു മല്ലിടാൻ തന്നെ തീരുമാനിച്ചിരിക്കുന്നു.

"ഓ! സരസ്വതിയൊ!" വാസുമേനോൻ.

"നാട്ടിൽനിന്നാണല്ലെ" അദ്ദേഹം.

"അതെ," ഒച്ചപൊങ്ങിയില്ല. വേഗം വേഗം നടന്നു. തന്റെ മുഖം ആരും കാണരുത്.

വീട്ടിലെത്തിയപ്പോൾ സുഭദ്രേടത്തി പറഞ്ഞു:

"വല്ലാണ്ടിരിക്കുന്നല്ലൊ. ഒന്നു കുളിക്ക്. ഈ അവസാന ദിവസംവരെ വീട്ടിൽ കുത്തിയിരുന്നിട്ട് വല്ലനേട്ടവും ഉണ്ടായൊ!" അവരുടെ സ്വരത്തിൽ സ്നേഹവും ശാസനയും കലർന്നിരുന്നു.

കുളിച്ചു, വസ്ത്രംമാറി, ഭക്ഷണം കഴിക്കാതെ കിടന്നു. സുഭദ്രേടത്തി ശാസിച്ചു. തനിക്കു സുഖമില്ലെങ്കിൽ എന്തെങ്കിലും തിന്നുന്നതെങ്ങനെ? അവർ വിശ്വസിച്ചോ, എന്തോ! പിന്നീടു നിർബന്ധിച്ചില്ല.

എന്തിനുവേണ്ടി താൻ ഇങ്ങു പോന്നു? അച്ഛനെയും, അച്ഛന്റെ വാർധക്യത്തെയും ദുഃഖത്തെയും തനിച്ചാക്കിയിട്ട്!

താനെന്തൊരു വിഡ്ഢി!

കുലീനൻ സുന്ദരൻ, വിദ്യാഭ്യാസമുള്ളവൻ. ഉയർന്നജോലിയുള്ള വൻ. അങ്ങനെയൊരു പുരുഷൻ നിസ്സാരയായ തന്നെ സ്നേഹിക്കുന്നു വെന്നു സന്ദേഹിച്ചതേ തെറ്റ്. വിഡ്ഢിത്തം! പക്ഷേ, ന്യായവാദങ്ങൾ മന സിലെ വികാരങ്ങളെ അരക്കിട്ടുറപ്പിച്ചില്ല. താൻ തകർന്നിരിക്കുന്നു. തന്നെ ക്കൊണ്ടിനി ഒന്നിനും സാധ്യമാവില്ല. പഠിക്കാൻ സാധിക്കില്ല. ജയിക്കില്ല. ഒരു കൊല്ലംകൂടി കഷ്ടപ്പെട്ടിട്ടും കാര്യമില്ല. വ്യാമോഹങ്ങളായിരുന്നു. തന്നെയതുവരെ തകർന്നിരിക്കുന്നു. തകർന്നു തരിപ്പണമായിരിക്കുന്നു.

ഒന്നു മയങ്ങി. രാത്രി അങ്ങനെ കഴിഞ്ഞു. ഉണർന്നപ്പോൾ ഒരുതരം നിർവികാരത തന്നെയാകെ വലയംചെയ്തിരിക്കുന്നതായിത്തോന്നി. കുളി ച്ചു. വസ്ത്രം ധരിച്ചു. ഭക്ഷണത്തിന്നു മുമ്പിൽ ചെന്നിരുന്നു. കണ്ണുകൾ പുകഞ്ഞുകൊണ്ടിരുന്നു. അടുക്കളയിൽ നിൽക്കുന്ന സുഭദ്രേടത്തിയെ മുഖമുയർത്തി നോക്കിയില്ല. അവർ തന്റെ മുഖം കാണാതിരിക്കട്ടെ. ഉള്ളിൽ നടക്കുന്നതെല്ലാം മുഖത്തെഴുതിവച്ചപോലെ കാണാനുണ്ടെന്നു സ്വയംകരുതി. തന്റെയുള്ളിൽ ഒരുയന്ത്രമിരുന്നു പ്രവർത്തിക്കുന്നു. അതു കൊണ്ട് ദിനചര്യകൾ മുടങ്ങുന്നില്ലെന്നേയുള്ളൂ.

ഇളയമ്മ തന്ന സാരിയുടുത്തു. അതിൽ അഴുക്കാകുമ്പോൾ എന്തു ചെയ്യണം എന്ന ചിന്ത മനസിനെ തീണ്ടിയില്ല. പകൽ വെളിച്ചത്തിൽ ഒരു മേന്മയും ഇല്ല. തടിച്ച ഇഴകൾ. കടുംനിറത്തിലുള്ള പൂക്കൾ. ഇതു മതി. ലക്ഷ്മിക്കുട്ടിയുടെ പകിട്ടേറിയ സാരികൾ നോവിച്ചുകൊണ്ടിരുന്നെ ങ്കിലും അതറിഞ്ഞില്ലെന്നു നടിച്ചു.

ഗേറ്റു കടന്നു റോഡിലെത്തി. വിശ്വസിക്കാൻ കഴിഞ്ഞില്ല. അതെ. അദ്ദേഹംതന്നെ. ഒന്നു കൺകുളിർക്കെ കാണട്ടെ. എല്ലാ നിയന്ത്രണ ങ്ങളെയും വിലയിരുത്തലുകളെയും തീരുമാനങ്ങളെയും ചവിട്ടിയരച്ചു, മനസ്സ് കുതിച്ചു മുമ്പോട്ട്. താൻ അദ്ദേഹത്തെ ഒന്നു കണ്ടുകൊള്ളട്ടെ! മുഖത്തേക്കു രക്തം ഇരച്ചുകയറി. കണ്ണുകൾ നനഞ്ഞു. വഴി കാണാനില്ല.

"ഓ! ഈ വീട്ടിലാണൊ താമസം!" ചോദ്യം കേട്ടു പകച്ചു.

അതെ. ഇവിടെത്തന്നെ. ഇവിടെയായാലെന്ത്? എവിടെയായാലെന്ത്? ഏതു നരകത്തിലായാലെന്ത്? തന്റെ മനസും, ശരീരവും പവിത്രമാണ്. ചെളിയുടെ ഒരു കണികപോലും തെറിച്ചുവീണില്ല. ഈ മനസ്സ് അങ്ങയെ ആരാധിക്കുന്നു. ചെളിയിൽ മുളച്ച താമരപ്പൂവിനെ ആരും തൊടാറില്ലെ? പറിച്ചെടുത്തു അതിന്റെ ഭംഗിയാസ്വദിക്കാറില്ലെ?

വികാരംകൊണ്ടു താൻ കമ്പിതയാവുന്നു. ഛെ! നാണക്കേട്. പരി സരബോധം വന്നപ്പോൾ ചിന്തയെ കടിഞ്ഞാണിട്ടു പിടിച്ചു. വികാരം അട ക്കി. അപ്പോഴേക്കും അദ്ദേഹം നടന്നുകഴിഞ്ഞിരുന്നു. അകന്നകന്നുപോ കുന്ന ആ കാലടികൾ മാത്രം കണ്ടുകൊണ്ടു ഏതാണ്ടു വിജനമായ ആ വഴിയിൽ സ്തംഭിച്ചുനിന്നു. തന്നിൽനിന്നു അകന്നുപോകുന്ന ആ പാദ

ങ്ങൾ ഇനിയൊരിക്കലും തനിക്കഭിമുഖം തിരിച്ചുവരില്ല. ഇല്ല. ഒരിക്കലും വരില്ല. ഒരു തേങ്ങൽ കണ്ഠനാളത്തിലുയർന്നു. അതു പുറത്തു വന്നില്ല. ഉള്ളിൽ ചുറ്റിയടിച്ചു.

തിരിച്ചുപോന്നു. ഉള്ളിലൊരു ചുഴലിയിൽ താൻ താണുതാണുപോകുംപോലെ തോന്നി. തിരിച്ചുനടക്കുമ്പോൾ വേലിയരികിലെ മുള്ളുനിറഞ്ഞ മയിലാഞ്ചിക്കൊമ്പുകളിൽ ചുറ്റിപ്പിടിച്ചു. വീഴും. വീഴും. വീഴും...... അതാ സുഭദ്രേടത്തി ഗേറ്റു തുറന്നു വരുന്നു. അവർ എന്തോ ചോദിക്കുന്നു. കേൾക്കുന്നില്ല. ചെകിട്ടിൽ എന്തോ ഒരു ചൂളം വിളി അവശേഷിക്കുന്നു.

ഇരുപത്തിരണ്ട്

“ഇങ്ങനെ ഇടയ്ക്കു വരാറുണ്ടോ?”

കൺമിഴിച്ചപ്പോൾ സുഭദ്രേടത്തിയുടെ തുടുത്ത മുഖം. ഇടയ്ക്കൊ? എങ്ങനെ? കുരുക്കുപിടിച്ച ചിന്തകൾ വേർപെടുത്താൻ ശ്രമിച്ചുകൊണ്ടിരിക്കെ, അവർ വീണ്ടും ചോദിച്ചു:

“ഡാക്ടറെ വിളിക്കട്ടൊ?”

ഡാക്ടറൊ? തനിക്കെന്താണ് രോഗം? വേണ്ട. വേണ്ട. ഡാക്ടറൊന്നും വേണ്ട. ആരും വേണ്ട. ആർക്കും തന്റെ രോഗം ഭേദപ്പെടുത്താനാവില്ല. തനിക്കു രോഗമില്ല. പെട്ടെന്നു, താൻ ദുർബലയായിത്തീർന്നതുപോലെ തോന്നി. താൻ ചെറുതാവുന്നു. നിസ്സാരയായ താൻ അണുപ്രായമായി, സുഭദ്രേടത്തിയുടെ സൗജന്യത്തിൽ, അവരുടെ വീട്ടിൽ, അവരുടെ കട്ടിലിൽ, അവർ വേലചെയ്തുണ്ടാക്കിയ കിടക്കയിൽ അനാഥയായിക്കിടക്കുന്നു. അമ്മയെ ഓർത്തു. തനിക്കെന്തെല്ലാം നഷ്ടപ്പെട്ടു! അമ്മയുണ്ടായിരുന്നെങ്കിൽ—എങ്കിലെന്താണ്. തന്നെക്കാൾ ആലംബഹീനയായിരുന്നു, ഒരു കണക്കിൽ അമ്മ.

കരയണമെന്നു തോന്നി. തിരിഞ്ഞു തലയണയിൽ മുഖമമർത്തി കമിഴ്ന്നുകിടന്നു കരഞ്ഞു. ശബ്ദം പൊങ്ങാതിരിക്കാൻ തലയണത്തുമ്പു വായിൽ നിറച്ചു കടിച്ചുപിടിച്ചു.

“അയ്യയ്യേ, കുട്ട്യോളെപ്പോലെ.” സുഭദ്രേടത്തി ചുമലിൽ തടവി

“നീ ഇങ്ങോട്ടു നോക്ക്! എന്തിനും ചികിൽസയില്ലെ? കരയാൻമാത്രം എന്തുണ്ടായി?”

ഒന്നും പറഞ്ഞില്ല. സുഭദ്രേടത്തിക്കതു മനസിലാവില്ല. സ്വന്തം ഏടത്തിക്കുപോലും മനസിലാവില്ല. തന്റെ രക്തത്തിൽ പിറന്ന ജ്യേഷ്ഠത്തി. അമ്മ മരിച്ചു, അനാഥയായ തന്നെയിട്ട് ഇറങ്ങിപ്പോയ അവർ പിന്നീടു താനവിടെക്കഴിഞ്ഞ ഒന്നരമാസത്തിന്നുള്ളിൽ ഒന്നു തിരിഞ്ഞുനോക്കുകപോലും ചെയ്തില്ല.

വീണ്ടും തലയണയിൽ മുഖമമർത്തി. അതിന്റെ തുമ്പ് കടിച്ചു പിടിച്ചു.

“എല്ലാവരുംപോയി പഠിക്കാൻ” സുഭദ്രേടത്തി വാതിൽ ചാരി പുറത്തേക്കു നടന്നു. കുറെ നേരത്തേക്കു അവരുടെ അനക്കമൊന്നും കേട്ടില്ല.

കിടന്ന കിടപ്പിൽ ആലോചിച്ചു. താൻ വിഡ്ഢിയായതുകൊണ്ടല്ലേ? സൂക്ഷിച്ചാൽ ദുഃഖിക്കേണ്ട. മുത്തശ്ശി എത്ര തവണ പറയാറുള്ളതാണ്. തലമറന്നു എണ്ണതേക്കരുത്. എത്താവുന്നതേ പിടിക്കാവൂ. പിടിക്കാൻ ശ്രമിക്കാവൂ. എത്രനേരം അങ്ങനെ കിടന്നു എന്നറിഞ്ഞുകൂടാ. ഉച്ചയായി.

"വന്നു ഊണുകഴിക്ക്." സുഭദ്രേടത്തി കടന്നുവന്നു നെറ്റിയിലും കഴുത്തിലും വരലുകൾവച്ചു നോക്കി. കൈപ്പടം മലർത്തിപ്പിടിച്ചു ചൂടുണ്ടോ എന്നു പരിശോധിച്ചു.

"വാ, എണീറ്റുവന്ന് ഊണുകഴിക്ക്. അത്രക്കൊന്നും ഇല്ലാ."

അവരുടെ വാക്കുകൾ ചെവിക്കു പുറമെ കടന്നുപോയി.

അനങ്ങാൻ തോന്നുന്നില്ല. പരസ്പര ബന്ധം വേറിട്ടപോലെ സർവാംഗങ്ങളും തളർന്നു കിടന്നു.

വൈകുന്നേരം, കുട്ടികൾ കൂട്ടത്തോടെ കയറിവന്നു ഹോസ്റ്റലിലേക്കുള്ള വഴിക്കു കയറിയതാണ്. കൂട്ടത്തിൽ ലക്ഷ്മിക്കുട്ടിയുണ്ടോ? ഇല്ല. അവൾക്കീവീട് ആഭിജാത്യത്തിന്നു പോരാ. അവളെ മറക്കാൻ ശ്രമിച്ചു. അവൾ തനിക്കെന്തുപകാരം ചെയ്തു എന്ന് ആലോചിച്ചു നോക്കി. വല്ലതും ചെയ്തിട്ടുവേണ്ടെ? തന്റെ തെറ്റിദ്ധാരണയല്ലേ? ചുറ്റും ഒന്നു കണ്ണോടിച്ചിട്ട് അവർ പറഞ്ഞു:

"ഞങ്ങൾ ഇറങ്ങുന്നു. മേട്രണോടുചോദിക്കാതെ വന്നതാ".

കിലുകിലുങ്ങനെ ചിരിക്കുകയും സംസാരിക്കുകയും ചെയ്യുന്ന അവർ ഭാഗ്യമുള്ളവരാണ്. സ്നേഹമുള്ള മാതാപിതാക്കൾ. ജ്യേഷ്ഠന്മാർ, സഹോദരികൾ. സുഖമുള്ള വീട്, നാട്—എല്ലാം അവർക്കുവേണ്ടി കാത്തിരിക്കുന്നു. പുറമെ ഉദ്യോഗം. തനിക്കും ഉദ്യോഗം കിട്ടണം. ഇങ്ങനെ കിടന്നാലൊ? നാളെ സ്കൂളിൽ പോയേതീരൂ. ആകെയുള്ള ഒരു സാരിയാണ് താനുടുത്തിരിക്കുന്നത്. അത് നന്നെ ഉലഞ്ഞിരിക്കുന്നു എന്ന ചിന്ത മനസിനെ കലുഷമാക്കി.

എണീറ്റു സാരിമാറി, നല്ലതെടുത്തു മടക്കി, കിടക്കയുടെ അടിയിൽ അമർത്തിവച്ചു. ഇസ്ത്രിയിടാനൊന്നും ഇപ്പോൾ വയ്യ. മുഖം കഴുകിവന്നു. അടുക്കളയിൽ ചെന്നു, ഉച്ചയ്ക്കത്തെ തണുത്ത വെറുങ്ങലിച്ച ചോറെടുത്ത് ഉണ്ടു.

"സാരല്ല്യാ. നാളെക്കങ്ങുമാറും." സുഭദ്രേടത്തി പറഞ്ഞു. ഒരു നിമിഷം വെറുതെയിരിക്കാനില്ല, അവർക്ക്. അടുപ്പത്തെ വലിയചെമ്പു പാത്രത്തിനു ചുവട്ടിൽ തീയെരിഞ്ഞുകൊണ്ടിരുന്നു. ഉടച്ച മുട്ടകൾ ഒരു പരന്ന പാത്രത്തിൽ ഇരിക്കുന്നു.

സുഭദ്രേടത്തി അധ്വാനിക്കുന്നതു തനിക്കുകൂടിയാണ്. ആ പാത്രവും അലമാരയിൽനിന്ന് ഒരു സ്പൂണും എടുത്തു മുട്ട അടിക്കാൻ തുടങ്ങി. നുരകൾ ഉയർന്നു. പാത്രത്തിന്നുമീതെ പതകൾ പൊങ്ങിവന്നു തന്റെ വ്യർഥാഭിലാഷങ്ങൾപോലെത്തെ പതകൾ. ചട്ടിയുടെ ചൂടേറ്റാൽ ഉടഞ്ഞു തകർന്നു അപ്രത്യക്ഷമാകുന്ന പതകൾ. യാഥാർഥ്യത്തോടടുത്തപ്പോൾ തന്റെ വ്യാമോഹങ്ങളും ഇങ്ങനെ പരിണമിച്ചു.

അടിച്ചുകഴിഞ്ഞ മുട്ടയുമായി അനങ്ങാതിരിക്കുന്നതു കണ്ടു സുഭദ്രേടത്തി പറഞ്ഞു:

"ഇന്നു പഠിക്കാൻ തോന്നുന്നില്ലെങ്കിൽ വേണ്ട. തലയുടെ ഭാരം കുറയട്ടെ. നല്ല തണുത്തവെള്ളത്തിലൊന്നു കുളിച്ചുവരൂ."

ശരി. കുളിച്ചുകളയാം. കണ്ണുകൾ അപ്പോഴും പുകഞ്ഞുകൊണ്ടിരുന്നു.

കുളികഴിഞ്ഞു മുറിയിൽ വന്നപ്പോൾ, അവിടെ സുഭദ്രേടത്തി. അത്ഭുതം തോന്നി. ഈ സന്ധ്യാസമയത്ത്! കണ്ണിമ പൂട്ടാനും കൂടി ഒഴിവില്ലാത്ത ജോലിയാണ്, ഈ സമയത്തവർക്ക്!

രണ്ടു പുതിയ സാരികളും ബ്ലൗസുകളും കിടക്കയിൽ. വിശ്വസിക്കാനാവാതെ മിഴിച്ചുനോക്കി. മേത്തരം സാരികൾ. എവിടുന്നു കിട്ടി? തനിക്കോ? സുഭദ്രേടത്തി എന്തിനിതു വാങ്ങിച്ചു? അല്ലെങ്കിൽത്തന്നെ തനിക്കു അവരോടുള്ള കടപ്പാടിന്റെ ഭാരം താങ്ങാൻ വയ്യാതായിരിക്കുന്നു.

"അതിലൊന്നുടുത്ത് വേഗം ഇങ്ങു വാ, പറയട്ടെ!".

മറുപടിക്കു കാത്തുനിൽക്കാതെ അവർ പോയി.

സ്കൂൾ തുറക്കുമ്പോഴേക്കും തനിക്ക്‌വേണ്ടി അവർ വാങ്ങിച്ചു വച്ചതാവാം. എന്നാലും ഇത്ര നല്ല സാരി ഇപ്പോൾ വീട്ടിലുടുക്കുന്നതെന്തിന്? അവരൊന്നിച്ച് വല്ലിടത്തും പോകാനൊ? പോകുന്ന കാര്യം നേർത്തെ പറഞ്ഞതേയില്ലല്ലോ. കുളിച്ചുവരാൻ പറഞ്ഞു. പതിവായി അങ്ങനെ പറയുന്ന ആളല്ല, സുഭദ്രേടത്തി. തന്റെ മകളോടു പോലും. പെൺകുട്ടികൾ സ്വയമറിഞ്ഞു, ജീവിക്കാൻ പഠിക്കണം എന്നാണ് സിദ്ധാന്തം. ചെറിയമ്മയുടെ ജ്യേഷ്ഠത്തിതന്നെ, എല്ലാംകൊണ്ടും. അച്ഛനില്ലാതെ വളർന്ന മൂന്നു മക്കൾ. ആണായിട്ടുള്ളത് ജനാർദനേട്ടൻ. മുതിർന്നപ്പോൾ ജനാർദനേട്ടൻ ആരുമറിയാതെ നാടുവിട്ടു. അമ്മയും മുതിർന്ന രണ്ടു പെൺമക്കളും ബാക്കി. സുന്ദരിമാരായ രണ്ടു പുത്രികളുടെ സഹായത്തോടെ, ആ അമ്മ കാപ്പിക്കച്ചവടം നടത്തി. കാപ്പിയേക്കാൾ ചെലവുള്ള മറ്റൊന്നുകൂടി കുടിക്കാനുണ്ടാക്കി അവർ വിറ്റു. പ്രാരാബ്ധം കുറഞ്ഞു. സൗന്ദര്യമുള്ള മക്കളെ കല്യാണംകഴിച്ചു കൊടുക്കാനുള്ള സാമർഥ്യംകൂടി അവർക്കുണ്ടായിരുന്നു. വേലയുധപാപ്പൻ ജോലിസ്ഥലത്തുനിന്നും അപ്രതീക്ഷിതമായിക്കയറിവന്നത്, കയ്യിൽ ഒരു കാശില്ലാതെ, തനിക്കുടനെ കല്യാണം കഴിക്കണമെന്നാവശ്യപ്പെട്ടത്, നെറ്റിയിലൊരു വലിയ സിന്ദുരപ്പൊട്ടുമായി, സുന്ദരിയായ ഇളയമ്മ വീട്ടിൽ കയറിവന്നത്, അടുക്കള ഭരിച്ചത്, വീട്ടിലെ സ്ത്രീകളും കുട്ടികളും ചെറിയച്ഛനും അച്ഛനുംകൂടി ആ ആജ്ഞാശക്തിക്കു അറിയാതെ കീഴടങ്ങിപ്പോയത്—എല്ലാം ഇന്ന് ഓർമവരുന്നു.

സുഭദ്രേടത്തി എല്ലാം കൊണ്ടും ഇളയമ്മയുടെ ജ്യേഷ്ഠത്തിതന്നെ. യശോദ ഇളയമ്മയുടെ ആ മുൻകോപം മാത്രം ഇല്ലെന്നേയുള്ളൂ.

പുത്തൻ സാരിയുടുത്തു, കണ്ണാടിക്കുമുമ്പിൽ പൗഡറിട്ടു, പൊട്ടുതൊട്ടുകൊണ്ടു നിന്നപ്പോൾ, തന്റെ മുഖം നന്നെ വിളറിയിരിക്കുന്നു എന്നു കണ്ടു. എന്നാലും താൻ ലക്ഷ്മിക്കുട്ടിയേക്കാൾ സുന്ദരിയാണ്. ലക്ഷ്മി

ക്കുട്ടിയുടെ പുറത്തിനൊരു വളവുണ്ട്. അവൾക്ക് വേണ്ടതിലധികം പൊക്കമുണ്ട്, തന്റെ വടിവൊത്ത ശരീരവും വിളറിപ്പോയ വദനവും ചൈതന്യമറ്റകണ്ണുകളോടെ നോക്കിക്കണ്ടു. മൂക്കിനു കീഴെ ആരംഭിച്ചു, കവിളുകളിലേക്കു ചുണ്ടിന്റെ അറ്റത്തവസാനിക്കുന്ന വൃത്തികെട്ട രണ്ടു ചുളിവുകൾ തന്റെ മുഖത്തു പുതുതായുണ്ടായിട്ടുണ്ടെന്നു കണ്ടുപിടിച്ചു. പിന്നീട് കണ്ണാടിക്കുമുമ്പിൽ നിന്നില്ല.

സുഭദ്രേടത്തി കാത്തുനിൽക്കുന്നുണ്ടാവും. അവർ വേഷം മാറാതെ അടുക്കളയിൽ ജോലിയിൽ വ്യാപൃതയായിരിക്കുന്നതു കണ്ടു അത്ഭുതം തോന്നി.

അണിഞ്ഞൊരുങ്ങി വന്ന അവളെ അടിമുടിയൊന്നു നോക്കി അവൾ ചിരിച്ചു. ആ ചിരിയുടെ അർഥം മനസിലാക്കാൻ കഴിഞ്ഞില്ല.

"എത്രയ്ക്കു ചേർച്ചയുണ്ടെന്നറിയാനാ, ഒന്നുടുത്തുനോക്കാൻ പറഞ്ഞത്." അവർ പറഞ്ഞു.

"എവിടെയും പോകാനില്ലെ?"

"നീ, ഈ പാത്രങ്ങൾ മേശപ്പുറത്തു കൊണ്ടുചെന്നുവയ്ക്ക്." വീണ്ടും ആ ചിരി.

ആ പാത്രങ്ങൾ കണ്ടു അത്ഭുതം തോന്നി. വക്കിനു സുവർണരേഖകളുള്ള പിഞ്ഞാണക്കപ്പുകൾ. ശ്രദ്ധിച്ചുവാങ്ങി. ചായ നിറഞ്ഞുനിന്നു. തുളുമ്പാതെ, വീഴാതെ മേശപ്പുറത്തെത്തിക്കണം. ആർക്കാണിത്?

മേശയുടെ അടുത്ത് കസേരയിൽ ആരോ പുറംതിരിഞ്ഞിരുന്നിരുന്നു. മുഖത്തുനോക്കാതെ, ചായപ്പാത്രം മുമ്പിൽവച്ച് പിൻതിരിയുമ്പോൾ കേട്ടു,

"അങ്ങനെയങ്ങു പോയാലൊ!"

ആര്! വാസുമേനോൻ! വാസുമേനോൻ, ഇവിടെ? ഈ വീട്ടിൽ?

മേശപ്പുറത്തിരുന്ന രണ്ടു മിനുത്തുനീണ്ട കവറുകൾ അദ്ദേഹം തനിക്കു നേരെ നീട്ടി. ക്ഷണക്കത്തുകളാണ്.

"ഞാനൊരു ചായസൽക്കാരം നടത്തുന്നു. പുതിയ വീട്ടിൽ താമസിക്കുന്നതു പ്രമാണിച്ച്. നിങ്ങളെ രണ്ടുപേരെയും നേരിട്ട് ക്ഷണിക്കാൻ വന്നതാണ്!" അദ്ദേഹത്തിന്റെ കണ്ണുകൾ അസാധാരണമാംവിധം തന്റെ മുഖത്ത് തറഞ്ഞിരിക്കുന്നു. തികഞ്ഞ നിസ്സംഗതയോടെ അങ്ങോട്ടു ചോദിച്ചു,

"ലക്ഷ്മിക്കുട്ടിക്കു സുഖമല്ലെ?"

"ഇന്നു സ്കൂളിൽ ചെന്നില്ലെന്നു പറഞ്ഞല്ലൊ?

"ഇല്ല."

"എന്താ?"

"സുഖമില്ലായിരുന്നു"

"ലക്ഷ്മിക്കുട്ടി ഇക്കൊല്ലം പൂർത്തിയാക്കുമൊ എന്നു കണ്ടറിയണം." എന്തുകൊണ്ടെന്നു ചോദിച്ചില്ല. ചിറകടിക്കുന്ന ഹൃദയത്തെ അമർത്തിപ്പിടിച്ചു.

"ഒരു കല്യാണലോചനയൊക്കെ ഉണ്ട്."

വരനാരെന്നു ചോദിച്ചില്ല. മുമ്പിൽ ഇരിക്കുന്ന ഈ മനുഷ്യൻ, തന്നെ വീട്ടിലേക്കു ക്ഷണിക്കുകയും തന്റെ സുഖവിവരങ്ങളന്വേഷിക്കുകയും ചെയ്യുന്ന ഈ മനുഷ്യൻ തന്റെ സർവസ്വവും നശിപ്പിച്ചിരിക്കുന്നു. ശക്തിയേറിയ അമർഷത്തിന്റെ ഒരു ചെറുകൂമ്പ് ഉള്ളിൽ മുളച്ചിരിക്കുന്നതനുഭവപ്പെട്ടു. അയാളുടെ ആ ചിരിയുടെ മുമ്പിൽനിന്നു മാറിനിൽക്കാൻ തോന്നി.

"ഞാൻ വരില്ല." ക്ഷണപത്രം നോക്കിക്കൊണ്ടു പറഞ്ഞു.

"വരാതെ പറ്റ്ല്യ. സുഭദ്രാമ്മയോടു ഞാൻ പ്രത്യേകം പറഞ്ഞിരിക്കുന്നു."

ആ മനുഷ്യന്റെ മുമ്പിൽനിന്നു മാറിയപ്പോഴും മനസ്സ് അസ്വസ്ഥമായിക്കൊണ്ടിരുന്നു. പലപ്പോഴും കാണാറുണ്ട്. വീട്ടിലേക്കുതിരിയുന്ന ഇടവഴിയുടെ വക്കത്ത് ഗേറ്റും ചാരി നിൽക്കുന്ന ഈ മനുഷ്യനെ! അറിയുന്ന ഭാവത്തിലുള്ള ആ ചിരി. യദൃച്ഛയാ തിരിഞ്ഞുനോക്കിയാലും നിന്നനിൽപ്പിൽ കണ്ണിമയ്ക്കാതെയുള്ള ആ ചിരി. ആ നോട്ടം തന്നെ പിന്തുടരുന്നതെന്തിന്? ഛെ, തെറ്റിദ്ധാരണയാണിതൊക്കെ. അദ്ദേഹത്തിന്റെ കൂട്ടുകാരനായതുകൊണ്ടുള്ള തെറ്റിദ്ധാരണ!

തലയ്ക്കുള്ളിൽ എന്തൊക്കെയോ ചുറ്റിത്തിരിയുന്നു. രാത്രിയായപ്പോഴേക്കും കഠിനമായ തലവേദന. അത് മൂന്നു നാലു ദിവസങ്ങളോളം നീണ്ടുനിന്നു. വാസുമേനോന്റെ ചായസൽക്കാരദിനം വന്നു. തലവേദന മാറിയില്ല. മാറാതിരുന്നതു നന്നായി. സുഭദ്രേടത്തിയോടു ഒഴിവുകഴിവു പറയേണ്ടല്ലൊ. ഏതു ജോലിത്തിരക്കിനിടയിലും രണ്ടു മൂന്നു തവണ വന്നു അവർ നെറ്റിയിൽ തടവി. മരുന്നിൽ കുതിർത്ത തുണി നെറ്റിയിൽ പതിച്ചിട്ടു. അതു ഇടയ്ക്കിടെ നനയ്ക്കാൻ പ്രത്യേകം ഓർമിപ്പിച്ചു.

അടുത്താഴ്ച സ്കൂളിൽ പോകുമ്പോൾ, താനാകെ മാറിയിരിക്കുന്നു എന്നു ബോധ്യമായി. ട്യൂട്ടോറിയലിന്നു മുമ്പിൽകൂടി വേഗം നടന്നു. ലൈബ്രറി സീഡിയായുടെ ചുവട്ടിൽ ആ സൈക്കിൾ ഉണ്ടോ എന്നു നോക്കിയില്ല. ഒന്നും നോക്കിയില്ല. സ്കൂൾ ഗേറ്റു കടന്നു, ക്ലാസുമുറിയിലെത്തിയാണ് നിന്നത്. കുട്ടികൾ ചുറ്റും കൂടി.

"എന്തേ വരാതിരുന്നത്"

"ഹോ, ഒരാഴ്ചകൊണ്ടു എന്തുമാത്രം ക്ഷീണിച്ചു!"

"തലമുടി വല്ലാതെ പറന്നിരിക്കുന്നു."

"നോക്ക് എങ്ങനെ കുരുങ്ങിക്കിടക്കുന്നു"

"വരാതിരുന്നപ്പോൾ ഇവിടെ എന്തെല്ലാം വിശേഷങ്ങൾ!"

"ലക്ഷ്മിക്കുട്ടി ഇനി വര്ല്ല്യാന്ന്"

"കല്ല്യാണമുണ്ടത്രെ"

"പണം അങ്ങോട്ടു കൊടുക്ക്വാ. ഇന്നാട്ടിലും എത്തി, സ്ത്രീധനം"

"ട്യൂട്ടോറിയലിൽ ഇംഗ്ലീഷെടുക്കുന്ന സാറില്ലെ. ആ മനുഷ്യനാ, വരൻ."

പുതിയതായൊന്നും കേൾക്കാനില്ല, ലക്ഷ്മിക്കുട്ടി അർഹിച്ചതു നേടി.

അവളുടെ അമ്മാവന്റെ പെട്ടിയിൽ വിദേശത്തുനിന്നുകൊണ്ടുവന്ന വില പിടിച്ച പണ്ടങ്ങളുണ്ട്. ബാങ്കിൽ വമ്പിച്ച തുകയുണ്ട്. വരനാകാൻ പോകുന്ന ദേഹത്തെ താൻ സ്നേഹിച്ചിരുന്നു. എട്ടുപെങ്ങന്മാരുള്ള ആ മനുഷ്യനെ. അദ്ദേഹവും ഒന്നുമില്ലാത്ത താനും ഒരിക്കലും ചേരില്ല. എന്തൊരു വ്യാമോഹമായിരുന്നത്! ഏതോ, നാട്ടിൻപുറത്തുനിന്നും വന്ന്, അകന്ന ചാർച്ചയിൽ പെട്ടൊരു സ്ത്രീയുടെ ഔദാര്യം സ്വീകരിച്ച് ട്രെയിനിങ് കഴിച്ച്, വൃദ്ധരായ അച്ഛനെയും മുത്തശ്ശിയെയും പുലർത്തേണ്ടവളായ താൻ അങ്ങനെയൊന്നും ആഗ്രഹിക്കരുതായിരുന്നു.

ഇരുപത്തിമൂന്ന്

സുകൂൾ ദിനങ്ങൾ ഇഴഞ്ഞുനീങ്ങി.

"സരസ്വതിക്കു ക്ലാസിൽ ശ്രദ്ധ കുറഞ്ഞുവരുന്നു" അധ്യാപികമാർ ഗുണദോഷിച്ചു.

"കുട്ടീ, നിനക്കു വല്ലരോഗവും ഉണ്ടോ? എന്താ ഇങ്ങനെയൊരുന്മേഷക്കുറവ്!" നോട്ടുപകർത്തുമ്പോൾ, ഇടയ്ക്കുള്ള വരികളൊന്നും, കേട്ടില്ല. പകർത്തിയില്ല.

വൈകുന്നേരം വീട്ടിൽച്ചെന്നാൽ, കുളിച്ചു, സാരിമാറ്റി, പൗഡറിട്ടു, പൊട്ടുതൊട്ടു സുഭദ്രേടത്തിയെ സഹായിക്കാൻ ചെല്ലും. കണ്ണാടിക്കു മുമ്പിൽ തെല്ലിട നിൽക്കുമ്പോൾ വീട്ടിലെ, പുള്ളിക്കുത്തുവീണ, ആ പഴയ കൽകണ്ണാടിയിൽ കാണാറുള്ള, മുഷിഞ്ഞ പാവാടയും, ബ്ലൗസുമിട്ട പ്രസരിപ്പുള്ള സരസ്വതിയെ ഓർക്കും. കൺതടങ്ങളിലെ കറുത്ത വലയങ്ങളും ചുണ്ടിന്റെ അരികുകളിൽ പ്രത്യക്ഷപ്പെട്ട വൃത്തികെട്ട വളഞ്ഞ രേഖയും, അവിടെ സ്ഥിരമായി നിലനിൽക്കുന്നു.

സുഭദ്രേടത്തിയുടെ സൽക്കാരമുറിയിൽ വരുന്നവരുടെ എണ്ണം വർധിച്ചിരുന്നു. വൈകുന്നേരം ഏടത്തിയെ സഹായിച്ചു. വരുന്നവർക്കു, ചെറിയ ഗ്ലാസുകളിൽ, ഗ്യാസ്പൊങ്ങുന്ന ദ്രാവകവും മുട്ടപൊരിച്ചതും അണ്ടിവറുത്തതും കൊണ്ടുവന്നുവച്ചു. അവരുടെ മുഖത്തെ ഭാവഭേദങ്ങൾ ശ്രദ്ധിക്കുന്നുണ്ടെന്നു ഭാവിച്ചു. അവരുടെ പൊട്ടിച്ചിരികളിലും സംസാരത്തിലും പങ്കുകൊള്ളുന്നെന്നു നടിച്ചു. അകാരണമായി ചിരിക്കുകയും മന്ദഹസിക്കുകയും ചെയ്തു.

സുഭദ്രേടത്തിയുടെ വരുമാനം വർധിക്കുന്നുണ്ടായിരുന്നു. മുൻവശത്തു ഭംഗിയുള്ള ഒരു സെറ്റി സ്ഥലം പിടിച്ചു. ജനലുകൾക്കു മനോഹരമായ വിരികൾ. നിലത്തു പട്ടുപോലത്തെ ചവുട്ടികൾ. തനിക്കു എളുപ്പം ചീത്തയാവാത്ത മേത്തരം സാരികൾ. ഇണക്കമുള്ള ബൗസുകൾ.

രാത്രി പാതിരാവോടടുക്കുമ്പോൾ, അഭിനയത്തിന്റെ മുഖംമൂടി മാറ്റിവച്ച്, കിടക്കാൻ ചെല്ലുമ്പോൾ, തളർച്ച തോന്നും. ഭയങ്കരമായ നിരുന്മേഷം. പാഠപുസ്തകങ്ങൾ തൊട്ടുനോക്കാൻ തോന്നില്ല.

പുതിയ പ്രഭാതം. കുളി, ഭക്ഷണം, വസ്ത്രം മാറൽ. എങ്ങോ കിട

ക്കുന്ന പുസ്തകങ്ങൾ പൊടി തട്ടി അടുക്കി, മാറോടു ചേർത്തു നടന്നു ഗേറ്റിങ്കലെത്തുമ്പോൾ പണ്ടത്തെപ്പോലെ സങ്കോചം തോന്നാറില്ല.

മുമ്പ്, ഗേറ്റു തുറന്ന്, ഇരുവശത്തേക്കും നോക്കി, റോഡിൽ ആരും ശ്രദ്ധിക്കുന്നില്ലെന്നു തിട്ടപ്പെടുത്തിയശേഷം മാത്രമെ, റോഡിലേക്കു കാൽ വച്ചിരുന്നുള്ളൂ. താൻ ഈ വീട്ടിൽനിന്നാണ് ഇറങ്ങിപ്പോവുന്നതെന്ന സത്യം അന്യരെ ഗ്രഹിപ്പിക്കുന്നതിലുള്ള സങ്കോചം.

സങ്കോചപ്പെടാൻ എന്തിരിക്കുന്നു? ഏതു മാന്യഗൃഹങ്ങളിലും പ്രവേശനമുള്ളവർതന്നെ, ഇവിടുത്തെ സൽക്കാരമുറിയിലും വരുന്നത്.

പരീക്ഷ വന്നു. പോയി. അതുതന്നെ സ്പർശിച്ചതേയില്ല. ഇവിടുന്നങ്ങോട്ടു അവധിയാണ്. നീണ്ട അവധി. വല്ല ജോലിയും എവിടെയെങ്കിലും തരപ്പെടുന്നതുവരെയുള്ള അനിശ്ചിതകാലത്തേക്കുള്ള അവധി. അതിന്റെ ദൈർഘ്യം കുറഞ്ഞാലും, കൂടിയാലും തനിക്കൊന്നുമില്ല- ഒരുതരം നിസ്സംഗാവസ്ഥ മനസിനെ മൂടി. ഉള്ളിലെ ചലനങ്ങളും സ്വരങ്ങളും പുറത്തേക്കു വന്നില്ല. വരുന്നതിനെ വരുംപോലെ സ്വീകരിക്കാം.

സ്കൂളിൽ പോകേണ്ടകാലം കഴിഞ്ഞിട്ടും വീട്ടിൽപ്പോകാൻ തോന്നിയില്ല. അച്ഛനെക്കുറിച്ച് സ്മരണ അവ്യക്തമായ നിഴലുകൾ പോലെ വല്ലപ്പോഴും മാത്രം അലോസരപ്പെടുത്തിക്കൊണ്ടിരുന്നു.

"എന്തിനാപ്പഴ് അങ്ങട്ട് പോണത്? ഇവിടെ എന്തെങ്കിലും ജോലിക്കു പരിശ്രമിയ്ക്കാം. വല്ല സ്കൂളിലും പണി കിട്ടുന്നതിനുമുമ്പ് ട്യൂഷനെങ്കിലും എടുക്കാൻ അവിടെ, ആ നാട്ടിൻപുറത്ത് സൗകര്യമുണ്ടോ?"

ഇളയമ്മയുടെ അഭിപ്രായത്തോട് പൂർണമനസാലെ യോജിച്ചു.

അവധി കഴിഞ്ഞു റിസൽട്ടറിഞ്ഞു. നോക്കാതെതന്നെയറിയാം, തോറ്റിരിക്കുന്നു. പത്രം മടക്കിവച്ചു സുഭദ്രേടത്തി പറഞ്ഞു:

"അടുത്ത പരീക്ഷക്കെഴുതാം. ഏതായാലും നാട്ടിലേക്കു പോകാഞ്ഞതു ഭാഗ്യം."

തോറ്റ വിവരം അച്ഛനെ അറിയിച്ചില്ല. ജോലിക്കു പരിശ്രമിച്ചുകൊണ്ടിരിക്കയാണെന്നെഴുതി. ഇടയ്ക്ക് ഇളയമ്മയുടെ കത്തുവന്നു.

അച്ഛന്നു നല്ല സുഖം പോരാ-

പോകാൻ സുഭദ്രേടത്തി അനുവദിച്ചില്ല.

"എല്ലാം ഇട്ടെറിഞ്ഞ് അങ്ങോട്ടോടിയിട്ടെന്താ? അത്രയധികമൊന്നും ഉണ്ടാവില്ല."

ഒരു ദിവസം അമ്പതുറുപ്പിക കയ്യിൽ തന്നിട്ടു അവർ പറഞ്ഞു:

"അച്ഛന്നു അയച്ചുകൊടുക്കൂ. ട്യൂഷന്നു കിട്ടിയതാണെന്നെഴുതിക്കോളൂ."

പറഞ്ഞതുപോലെ ചെയ്തു. സ്വന്താഭിപ്രായത്തോടെ ഒന്നും ചെയ്യണമെന്നില്ല. ചെയ്യാനുമില്ല.

പണം മടങ്ങിവന്നു. കൂടെ ഒരെഴുത്തും.

"എനിക്കു നിന്റെ പണം വേണ്ട. നീ തറവാടിന്റെ പേരും നശിപ്പിച്ചു. ഇതുവരെ സ്വത്തേ നശിച്ചിരുന്നുള്ളൂ. ഇനിയിങ്ങോട്ടു വരണമെന്നില്ല. നിനക്കവിടെ സ്ഥിരമാക്കുന്നതാണല്ലോ ഇഷ്ടം. ഇവിടെ നിന്നെ സംരക്ഷിക്കാൻ നിന്റെ അമ്മയില്ല......."

ആ കത്ത് അന്ന് എന്തു പ്രതികരണമാണുളവാക്കിയത്, തന്റെ മനസിൽ?

ഏട്ടന്റെകൂടെ കളിച്ചുനടന്ന കാലങ്ങൾ, കുന്നിൻചെരിവിൽ കുറുക്കന്മാർ ഓരിയിടുമ്പോൾ മുത്തശ്ശി അരികത്തണച്ചുകിടത്തി, തലമുടിച്ചുരുളുകൾക്കിടയിൽ വിരലോടിക്കയും, വടക്കൻ പാട്ടുകൾ പാടുകയും ചെയ്യാറുണ്ടായിരുന്ന രാത്രികാലങ്ങൾ............

അന്തമില്ലാത്ത ചിന്തകൾ കറങ്ങിക്കൊണ്ടിരുന്നു. സുഭദ്രേടത്തി വെളുത്ത മുണ്ടും വേഷ്ടിയും ധരിച്ചു, തലമുടിയിൽ പൂക്കൾ ചൂടി മുമ്പിൽ വന്നു നിന്നപ്പോൾ ഞെട്ടി.

"പണ്യ്യാന്നുംല്യാതെ ഇരുന്നിട്ടാ ആ ആലോചന." അവർ പറഞ്ഞു.

"ഞാനൊന്ന് അമ്പലത്തിലേക്കു പോണു. ഇവിടെയിരുത്ത്യാൽ കുട്ട്യോള് നെന്നെ സൈ്വരംകെടുത്തും. അവരേം കൊണ്ടേപോവ്ണു. വേഗം വരും. തൊഴുകയേയുള്ളൂ."

അവർ പോയി. വീട്ടിൽ താനൊറ്റയ്ക്കാണ്. ഇയ്യിടെയായി സുഭദ്രേടത്തി എല്ലാ കാര്യങ്ങളും തന്നെ വിശ്വസിച്ചേൽപ്പിച്ചുതുടങ്ങിയിരിക്കുന്നു.

അകത്തെ വാതിലുകളെല്ലാം അടച്ചു, പൂമുഖത്തു വന്നിരുന്നു. പത്രം മറിച്ചുനോക്കിക്കൊണ്ടിരുന്നു. അച്ഛന്റെ എഴുത്തിനെക്കുറിച്ചുള്ള ചിന്ത ഒന്നുകൊണ്ടും മനസിൽനിന്നുമായുന്നില്ല.

അച്ഛനു വയസുകാലത്തു മക്കൾപോലും തുണയില്ലാതായി. പണക്കാരന്റെ ഭാര്യയായ മൂത്തമകൾ, അന്യനാട്ടുകാരിയെ കല്യാണംകഴിച്ചു അവിടെ സ്ഥിരമാക്കിയ ഏട്ടൻ, താന്തോന്നിയായ ഇളയമകൾ............

സന്ധ്യ മയങ്ങിത്തുടങ്ങി. ചുവന്ന വെളിച്ചം കടന്നുവന്നിരുന്ന ജനലഴികൾക്കിടയിലൂടെ, ഇരുട്ടിന്റെ പാമ്പുകൾ ഇഴഞ്ഞുവരാൻ തുടങ്ങി. സുഭദ്രേടത്തി ഇനിയും താമസിക്കാനിടയുണ്ട്.

ഇന്നു, തിങ്കളാഴ്ച ഒഴിവാണവർക്ക്. തിരക്കുപിടിച്ച ഞായറാഴ്ചയ്ക്കു ശേഷം ഒരു ദിവസത്തെ ഒഴിവ്. ഇന്നത്തെ ദിവസം, ആത്യാവശ്യക്കാർക്കു മാത്രം,'സാധനം' അങ്ങോട്ടു കൊടുത്തയയ്ക്കുന്നു. വീടും പരിസരവും വെടിപ്പാക്കാനുള്ള ദിവസം. അതിഥികൾ കയറിവന്നാൽ ബുദ്ധിമുട്ടായിരിക്കും.

പുറം പണികൾക്കു വേലക്കാരുണ്ട്. വൈകുന്നേരം വരെയും നനയ്ക്കലും തുടയ്ക്കലും മിനുക്കലും തന്നെ. എല്ലാ ജോലീം തീർത്ത്, വേലക്കാരെ വീട്ടിലയച്ചു. ഒന്നാശ്വാസിക്കാനിറങ്ങിയിരിക്കയാണ്, സുഭദ്രേടത്തി. സന്ധ്യാപൂജ കഴിഞ്ഞേ തിരിച്ചു വരൂ.

മുറി, മങ്ങിയ ഇരുളിലാണ്ടു. എണീറ്റുചെന്നു ലൈറ്റിടാൻ തോന്നിയില്ല. കുറേക്കൂടി ഇരുട്ടാവട്ടെ.

പെട്ടെന്ന് തിരിഞ്ഞുനോക്കി. വതിൽക്കൽ ആരുടെയോ നിഴൽ നീങ്ങിയതായിത്തോന്നി. ആരാണത്? പതിവില്ലാതെ തെല്ലിട സംശയിച്ചുനിന്നുവൊ? വന്ന ആൾ നേർത്ത ഇരുട്ടിലൂടെ വന്നു മുറിയുടെ മധ്യത്തിൽ നിന്നു.

വീണ്ടും ചുവരരികലെക്കു ചെന്ന് ലൈറ്റിന്റെ സ്വിച്ചിട്ടു.

ആ വെളിച്ചത്തിൽ, അവൾക്കു വിശ്വസിക്കാൻ കഴിഞ്ഞില്ല. വാസു മേനോൻ. ഇതു രണ്ടാമത്തെ തവണയാണ്, വാസുമേനോൻ തന്റെ മുമ്പിൽ വരുന്നത്. ആ ക്ഷണക്കത്തു തന്ന ദിവസം അവളോർത്തു.

ഇന്നെന്തിനാണാവൊ? ലക്ഷ്മിക്കുട്ടിയുടെ വിവാഹക്ഷണപത്രം ആർക്കും കൊടുക്കുകയുണ്ടായില്ല. അകലെയൊരു ക്ഷേത്രത്തിൽ വച്ചു നടന്ന ലഘുവായൊരു ചടങ്ങുമാത്രം. വരപക്ഷത്തിന്റെ നിർധനാവസ്ഥയും വധുവിന്റെ അസാമാന്യപ്രൗഢിയും ഒരമ്പലത്തിന്റെ അതിരുകൾക്കുള്ളിൽ മാത്രമെ ഒത്തുചേരുകയുള്ളൂ. ഒതുങ്ങുകയുള്ളൂ.

ലൈറ്റിനു പുറംതിരിഞ്ഞുനിന്നു വാസുമോനോൻ ചിരിച്ചു. അയാളുടെ മുഖത്തെ ഭാവം ശരിക്കു കാണാൻ കഴിഞ്ഞില്ല.

“ഹ! ഹ ഹ! പേടിച്ചു പോയി ഇല്ല്യെ ?”

ഒന്നും മിണ്ടിയില്ല. പഴയ വൈരം മനസിൽനിന്നു മാഞ്ഞിട്ടില്ല. സിങ്കപ്പൂരിൽനിന്നു കൊണ്ടുവന്ന പണത്തിന്റെ പിൻബലത്തോടെ, ഈ മനുഷ്യൻ തനിക്കെതിരായി ലക്ഷ്മിക്കുട്ടിയെ നിർത്തി, മത്സരിപ്പിച്ചു, ജയിപ്പിച്ചു.............

“എന്താ ഒരു പിണക്കം?”

ഒന്നും മിണ്ടിയില്ല, അപ്പോഴും.

അയാൾ കുറെക്കൂടി അടുത്തേക്കു നീങ്ങിനിന്നു. ആ കണ്ണുകളിലെ നോട്ടത്തെ എതിരിടാൻ കഴിഞ്ഞില്ല.

അയാളുടെ ചൂടുള്ള നിശ്വാസം തന്റെ ശിരസിൽ പതിക്കുന്നു.

“എല്ലാവരുടേയും നന്മയ്ക്കുതന്നെ എല്ലാം സംഭവിച്ചത്.”

വീണ്ടും നിശബ്ദത.

“ആ സുകുമാരന് എട്ടു പെങ്ങന്മാരാണുള്ളത്. നിന്നെ വിവാഹം ചെയ്തതുകൊണ്ടു നിനക്കോ, അവന്നോ സുഖമായി ജീവിക്കാനൊക്കുമൊ? ലക്ഷ്മിക്കുട്ടി എന്റെ മരുമകളാണ്. എനിക്കുള്ളതൊക്കെ, അവൾക്കും നിനക്കുംകൂടിയുള്ളതാണ്.”

“എനിക്കൊ!”

“അതെ, എന്റെ സരസൂ. നിനക്ക് ! ആദ്യം നിനക്ക് !”

പെട്ടെന്നു ബലമേറിയ രണ്ടു കരങ്ങൾ തന്നെ വരിഞ്ഞതുപോലെ അനുഭവപ്പെട്ടു. ഉള്ളിൽ ഒരിടിമിന്നി. ദൈവമേ! ഇനി ഇതും? സുഭദ്രേടത്തി തനിക്കു തരാറുള്ള പകിട്ടേറിയ, ഫോറിൻസാരികളെക്കുറിച്ച് ചിന്ത ഉള്ളിൽ ഇടിവാളുകൾ വീശി. അതെ സുഭദ്രേടത്തി അറിഞ്ഞുകൊണ്ടു തന്നെ!

“അയ്യോ, വല്ലവരും കണ്ടാൽ—സുഭദ്രേടത്തി.............?”

മുഴുമിക്കാത്ത വാചകം, ആ തടിച്ച ചുണ്ടുകൾക്കിടയിൽ തകർന്നു പോയി.

നശിച്ചു. നശിച്ചു. എല്ലാം നശിച്ചു. ഇനി ഇതുംകൂടിയേ സംഭവിക്കാനുണ്ടായിരുന്നുള്ളൂ. സുഭദ്രേടത്തിയുടെ അതിഥിസൽക്കാരമുറിയിൽ

അണിയാറുണ്ടായിരുന്ന മുഖംമൂടി തന്റേതായിരുന്നില്ല എന്ന സത്യം പെട്ടെന്നു പ്രകടമായി. താൻ പണ്ടത്തെ പഴയ പെണ്ണുതന്നെ ഇപ്പോഴും ഉള്ളിന്റെയുള്ളിൽ. കൊടുംവിഷമുള്ള ഒരു സർപ്പം തന്നെ വരിഞ്ഞിരിക്കുന്നു. രക്ഷപ്പെടാൻ വയ്യാ.

പുറത്ത് കട്ടപിടിച്ച ഇരുട്ട്. അയൽക്കാരൊന്നും എത്തിനോക്കാത്ത വീട്. ഇല്ല. ആരും തന്നെ രക്ഷപ്പെടുത്താനെത്തില്ല.

സുഭദ്രേടത്തി ഇതുവരെ തനിക്കു ഭക്ഷണവും വസ്ത്രവും നൽകിയതിന് അവർ ഈ പ്രതിഫലം പറ്റുന്നു. ഇതും അവരുടെ ആഗ്രഹംതന്നെ.

പതുക്കെപ്പതുക്കെ താൻ അബോധാവസ്ഥയിലേക്കു പോവുന്നതുപോലെ തോന്നി.

"ഒന്നും പേടിക്കേണ്ട. ഞാനുണ്ട്. അടുത്തുതന്നെ നമുക്ക് സിങ്കപ്പൂർക്ക് പോകാം. എത്രകാലമായി ഞാൻ നിന്നെ"

അതു മുഴുവനും കേൾക്കാൻ ക്ഷമയുണ്ടായില്ല. അഴിഞ്ഞുലഞ്ഞ സാരി വാരിച്ചുറ്റി തന്റെ സ്വന്തം മുറിയിലേക്കോടി കിടക്കയിൽച്ചെന്നു വീണു. കിടപ്പുറയ്ക്കുന്നില്ല. മുറയിൽ അങ്ങോട്ടു മിങ്ങോട്ടും നടന്നു! ദൂരെ ഗുഡ്സ്വാഗണുകൾ കടന്നുപോകുന്ന ശബ്ദം കേട്ടപ്പോൾ നടത്തം നിറുത്തി.

രണ്ടുമൂന്നു കൊല്ലങ്ങൾക്കുമുമ്പു കൊണ്ടുവന്നിരുന്ന പഴയ ഇരുമ്പുപെട്ടിയെടുത്തു തുറന്നു. ഉപയോഗിക്കാതെ കിടന്ന വിജാഗരികൾ ഉറക്കെക്കരഞ്ഞു. പേഴ്സ് തുറന്നു. വണ്ടിക്കൂലിക്കും00 അവിടുന്നങ്ങോട്ടു ബസിനുമുള്ള പണം മാത്രം എണ്ണിയെടുത്തു. പെട്ടി കയ്യിലെടുത്തു.

പൂമുഖത്തിന്റെ വാതിൽ തുറന്നുതന്നെ കിടന്നു അടുത്ത സ്റ്റേഷനിൽ വണ്ടിയെത്താനുള്ള മണിയൊച്ചകേട്ടു. ഇരുട്ടിലൂടെ ഓടി. വിജനമായ നിരത്ത്. അമ്പലത്തിലെ കൊട്ട് അങ്ങകലെ കേട്ടുകൊണ്ടിരുന്നു.

സുഭദ്രേടത്തി വരട്ടെ. താൻ പോകുന്നു. അച്ഛന്റെയടുത്തേക്ക്. തകർന്നു നിലം പറ്റാറായ ആ പഴയ വീട്ടിലേക്ക്. എല്ലാം തകർന്നിരിക്കുന്നു. താനും തന്റെ സർവവും. എല്ലാം ഒന്നിൽ ലയിക്കട്ടെ.

www.ingramcontent.com/pod-product-compliance
Lightning Source LLC
LaVergne TN
LVHW100826051026
849519LV00006B/2195
9789383903009